# లక్ష్యాలు!

# లక్ష్యాలు!

ఆశించిన దానికన్నా ముందే
కోరుకున్నవన్నీ పొందండి


బ్రయన్ ట్రేసీ

అనువాదం : ఆర్. శాంతసుందరి



MANJUL

మంజుల్ పబ్లిషింగ్ హౌస్

*First published in India by*

MANJUL

**Manjul Publishing House**

*Corporate and Editorial Office*

• 2nd Floor, Usha Preet Complex, 42 Malviya Nagar, Bhopal 462 003 - India

*Sales and Marketing Office*

• C-16, Sector 3, Noida, Uttar Pradesh 201301, India

Website: www.manjulindia.com

*Distribution Centres*

Ahmedabad, Bengaluru, Bhopal, Kolkata, Chennai,
Hyderabad, Mumbai, New Delhi, Pune

Telugu language translation of *GOALS!* by *Brian Tracy*

This edition first published in 2011
Tenth impression 2023

Original English language edition first published by
Berrett-Koehler Publishers, Inc., San Francisco, CA, USA.


**ISBN 978-81-8322-240-2**

Translation by R. Santha Sundari
Typesetting by Balaji Graphics

Printed and bound in India by Manipal Technologies Ltd., Manipal

# విషయసూచిక

రిక్ మెట్‌కాఫ్ కి –
ఒక మంచి స్నేహితుడు, ప్రేమించే భర్త, తండ్రి,
గొప్ప అమెరికన్, అసాధారణ పారిశ్రామికుడు,
అత్యుత్తమమైన అమ్మకందారు
పరిచయస్తులందరికీ ప్రేరణ కలిగించే వ్యక్తి!

ఈ పుస్తకాన్ని చదివేందుకు మీరీ లోకంలో ఉంటే బావుండేది.
మీరు మా అందరినీ మరీ త్వరగా వదిలి వెళ్లిపోయారు.

# భూమిక

వేగంగా ముందుకెళ్లాలన్న ఆకాంక్ష ఉన్నవారికోసమే ఈ పుస్తకం. ఈ పద్ధతిలోనే మీరు ఆలోచిస్తున్నా, భావిస్తున్నా మీకోసమే ఈ పుస్తకం రాయబడింది. తరువాతి పేజీల్లో ఉండే ఆలోచనలు, జీవితంలో మీరు సాధించాలనుకుంటున్న అతిముఖ్యమైన లక్ష్యాలని చేరుకునేందుకు, ఏళ్లతరబడి కష్టపడి పనిచెయ్యక్కర్లేకుండా, మీకు తోడ్పడతాయి.

ఇరవైనాలుగు దేశాల్లోని దాదాపు ఇరవైమూడువేలమంది శ్రోతలముందు నేను రెండువేలకన్నా ఎక్కువసార్లే మాట్లాడాను. నేను సెమినార్లలో ఇచ్చిన ఉపన్యాసాల నిడివి ఐదు నిమిషాలనుంచీ ఐదురోజులవరకూ ఉండేది. ఆ క్షణాన, ఆ శ్రోతలకి అవసరమైన విషయం ఏదైతే ఉండేదో, దాని తాలూకు నాకు తెలిసిన అతి ఉత్తమమైన ఆలోచనల మీద దృష్టి కేంద్రీకరించి, వాటిని వాళ్లతో పంచుకున్నాను. ఎన్నో రకాల విషయాలపై లెక్కలేనన్ని ఉపన్యాసాలిచ్చిన తరవాత, మీతో మాట్లాడేటందుకు నాకు కేవలం ఐదు నిమిషాలే కేటాయించబడితే, మీరు ఫలితాలని సాధించటానికి పనికివచ్చే ఒకే ఒక ఆలోచనని మీకు చెప్పగలిగే సమయం ఉంటే, నేను మీకు చెప్పగలిగింది, "మీ లక్ష్యాలని రాసి పెట్టుకోండి, వాటిని సాధించేందుకు ప్రణాళికలు వేసుకోండి, ప్రతిరోజూ ఆ ప్రణాళికల ప్రకారం పనిచెయ్యండి."

ఈ సలహాని కనక మీరు పాటిస్తే, మీరు నేర్చుకోదగిన మిగతా అన్ని విషయాల కన్నా ఇదే మీకు ఎక్కువ సహాయం చెయ్యగలదని నా నమ్మకం. విశ్వవిద్యాలయాలలోని అనేకమంది విద్యార్థులు, నాలుగేళ్లు కాలేజీలో వాళ్లు అధ్యయనం చేసినదానికన్నా ఈ చిన్న, సరళమైన భావన ఎక్కువ విలువైనదని అనిపించిందని, అన్నారు. ఈ ఉపాయం నా జీవితాన్నీ, మరిన్ని లక్షలమంది జీవితాలనీ మార్చేసింది. మీ జీవితాన్ని కూడా అది మార్చేస్తుంది.

## గొప్ప మలుపు

షికాగోలో కొంతమంది విజేతలు తమ జీవితానుభవాలని గురించి చర్చించు కొనేందుకు కొంతకాలం క్రితం ఒకచోట సమావేశమయ్యారు. వాళ్లందరూ లక్షాధికార్లూ, కోటీశ్వరులూ. చాలామంది విజేతల్లాగే, తాము సాధించినదాన్ని గురించీ, జీవితం

తమకి అందించిన వరాల గురించీ చాలా వినయంగా, కృతజ్ఞతాభావం కనబరిచేట్టు ప్రవర్తించారు. జీవితంలో అంత గొప్ప ఫలితాలని సాధించటం వెనక ఉన్న కారణాలని చర్చిస్తున్నప్పుడు, వాళ్లలో అందరికన్నా తెలివైన వ్యక్తి మాట్లాడుతూ, విజయం గురించి తన అంచనాని ఇలా తెలియజేశాడు, "విజయం అనేది లక్ష్యాలు, ఇక మిగతాదంతా వ్యాఖ్యానమే."

మీ సమయం, మీ జీవితం చాలా విలువైనవి. ముఖ్యంగా కొన్ని నెలల్లోనే సాధించే మార్గం ఉన్నప్పుడు లక్ష్యాలని సాధించే క్రమంలో ఏళ్లకి ఏళ్లు గడపటం అనేది వృథా. ఈ పుస్తకంలో లక్ష్యాలని సాధించటం గురించి ఆచరణయోగ్యమైన, నిరూపించ బడిన ప్రక్రియ గురించి చెప్పాను. దాన్ని అనుసరించి మీరు ఎన్నడూ ఊహించని విధంగా, తక్కువ సమయంలో ఎక్కువ ఫలితాలని పొందగలుగుతారు. మీరు ముందుకీ, పైకీ ఎంత వేగంగా కదులుతారంటే, అది చూసి మీచుట్టూ ఉన్నవాళ్లే కాదు, మీరు కూడా చాలా విస్మయం చెందుతారు.

సులభంగా ఆచరించగల ఈ సరళమైన పద్ధతులనీ, ఉపాయాలనీ ఉపయోగిస్తూ, మీరు రాబోయే నెలల్లోనూ, సంవత్సరాల్లోనూ పేదరికం నుంచి రాచరికం వైపుకి వేగంగా వెళ్లగలుగుతారు. మీ అనుభవాలని పేదరికం, నిస్పృహల నుంచి ధనవంతు లవటం, సంతృప్తి వైపుకి మళ్లించగలుగుతారు. మీ స్నేహితులు, కుటుంబం వీటిని దాటి, ఇతరులు చాలమంది కన్నా జీవితంలో ఎక్కువ సాధించగలుగుతారు.

నేను ఇచ్చే ఉపన్యాసాల్లో, పాల్గొనే సమావేశాల్లో, నడిపే సంప్రదింపుల్లో, ప్రపంచం మొత్తంమీద నేను ఇరవై లక్షల మందిని కలుసుకుని ఉంటాను. మళ్లీ మళ్లీ నేను తెలుసుకున్నదేమిటంటే, సామాన్యమైన తెలివితేటలున్న ఒక వ్యక్తి, స్పష్టమైన లక్ష్యాలు అతని ముందున్నప్పటికీ, తనకి నిజంగా ఏం కావాలో తెలీని ఒక మేధావి చుట్టూ గుండ్రంగా తిరుగుతూ ఉంటాడు.

నేను నా ధ్యేయం గురించి చెప్పిన మాటలు ఇన్నేళ్ల తరవాత కూడా మారలేదు. అదేమిటంటే, "నాసాయంలేని పరిస్థితుల్లో జనం తమ లక్ష్యాలని సాధించలేనంత వేగంగా వారికి ఆ లక్ష్యాలని సాధించటంలో సాయపడటం." సత్ఫలితాలు, విజయాలు, లక్ష్యసాధన విషయంలో నేను నేర్చుకున్నదంతా ఈ పుస్తకంలో వడకట్టి, దాని సారాన్ని మాత్రమే అందించాను. రాబోయే పుటల్లో నేను వివరించిన అంశాలని అనుసరిస్తూ, మీరు జీవితంలో ముందువరసలోకి చేరుకోగలుగుతారు. నా పిల్లలకి, ఇది ఒక రోడ్‌మ్యాప్ (మార్గనిర్దేశి)గా, దాని చూపిస్తుంది. నా స్నేహితులకీ, పాఠకులకీ, ఈ పుస్తకం నేను రాయటానికి కారణం, నిరూపించబడిన ఒక విధానాన్ని మీకు అందించి, తద్వారా మీరు జీవితంలో ముందుకి పోయేందుకు సాయం చెయ్యటం.

స్వాగతం! ఒక గొప్ప కొత్త సాహసయాత్ర ప్రారంభం కానుంది.

# ప్రస్తావన

మనం జీవించి వున్న ఈ సమయం అద్భుతమైనది. ఈరోజు ఉన్నదానికన్నా ఇంతకు ముందెప్పుడూ సృజనాత్మకత, దృఢసంకల్పం ఉన్నవారు ఎక్కువ లక్ష్యాలని సాధించేందుకు ఇన్ని అవకాశాలు లేవు. తాత్కాలికంగా మీ ఆర్థిక పరిస్థితిలోనూ, జీవితంలోనూ సంభవించే ఒడిదుడుకులని పట్టించుకోకుండా, మానవేతిహాసంలో ఇంతకుముందు ఏ యుగంలోనూ లేనంత శాంతితోనూ, సమృద్ధితోనూ కూడుకున్న ఒక యుగంలోకి మనం అడుగిడుతున్నాం.

1900లో, అమెరికాలో ఐదువేలమంది లక్షాధికార్లు ఉండేవాళ్లు. 2000 సంవత్సరానికి వచ్చేసరికి లక్షాధికార్ల సంఖ్య యాభైలక్షలకి చేరుకుంది. వాళ్లలో చాలా మంది స్వయంకృషితో పైకొచ్చిన ఒకే తరానికి చెందినవాళ్లే. రాబోయే రెండు దశకాల్లో ఇంకా కోటిమందో, రెండుకోట్లమందో లక్షాధికారులుగా మారబోతున్నారని నిపుణులు అంచనా వేశారు. మీ లక్ష్యం వాళ్లలో ఒకరవాలనేది కావాలి. ఈ పుస్తకం అదెలా సాధ్యమో మీకు చూపుతుంది.

## నెమ్మదిగా మొదలుపెట్టాలి

నేను పద్ధెనిమిదేళ్లవాడినై ఉండగా, గ్రాడ్యుయేషన్ ముగించకుండానే చదువు మానేశాను. నా మొదటి ఉద్యోగం, ఒక చిన్న హోటల్ వెనకవైపు అంట్లు కడగటంతో ప్రారంభమైంది. అక్కణ్ణించి నేను కార్లూ, ఆ తరవాత నేలా కడిగే పనిలో చేరాను. తరవాత కొన్నేళ్లపాటు నిలకడగా ఏపనీ చెయ్యకుండా రకరకాల శారీరక శ్రమతో కూడుకున్న చిన్నచిన్న ఉద్యోగాలు చేస్తూ, చెమటోడ్చి పొట్టనింపుకుంటూ వచ్చాను. కలప అడితిలోనూ, ఫ్యాక్టరీల్లోనూ పనిచేశాను. పొలంపనులూ, పశువుల్ని పోషించటం వంటివి చేశాను. రంపం కలపకోసే పనులు చేసి, ఆ పనులు అయిపోయేసరికి, బావులు తవ్వాను.

ఎత్తైన భవనాల్లో కూలీగా పనిచేశాను. ఉత్తర అట్లాంటిక్ సముద్రం మీద నార్వేజియన్ యుద్ధనౌకలో సరంగుగా పనిచేశాను. తరచు నా కారులోనో, లేదా చవగ్గా అద్దెకి దొరికే గదుల్లోనో నిద్రపోయేవాణ్ణి. నాకు ఇరవైమూడేళ్లప్పుడు, కోతల

సమయంలో ఊరూరా తిరుగుతూ పొలంకూలీగా పనిచేశాను. రైతుకుటుంబంతో భోజనం చేస్తూ, ధాన్యపుకొట్టులో ఎండుగడ్డే పరుపుగా నిద్రపోయేవాణ్ణి. నాకు చదువు లేదు, ఎటువంటి నేర్పూ లేదు, కోతల సమయం అయిపోగానే మళ్లీ ఖాళీగా ఉండేవాణ్ణి.

కూలీపని దొరకని పరిస్థితి ఏర్పడ్డాక, అమ్మకాలు చేసి కమిషన్ సంపాదించే ఒక ఉద్యోగం దొరికింది. దానికోసం నేను ఆఫీసుల చుట్టూ తిరిగేవాణ్ణి, ఇల్లిల్లూ తిరిగేవాణ్ణి. ఒకేఒక అమ్మకం చేసేందుకు ఒక్కోసారి రోజంతా తిరగాల్సివచ్చేది. అప్పుడుగాని రాత్రి పడుకునేందుకు స్థలానికి డబ్బు చెల్లించటం సాధ్యమయేది కాదు. జీవితంలో అది అంత గొప్ప ప్రారంభం కాదు.

## నా జీవితం మారిన రోజు

ఇలా కాదని ఒకరోజు నేనొక కాయితం ముక్క తీసుకుని, నేనున్న స్థితిలో ఎంత మాత్రమూ సాధ్యంకాని ఒక లక్ష్యాన్ని దానిమీద రాశాను. ఆఫీసులచుట్టూనూ, ఇల్లిల్లూ తిరిగి చేసే అమ్మకాలలో ఒక నెలలో 1,000 డాలర్లు సంపాదించటమే ఆ లక్ష్యం. ఆ కాయితాన్ని మడిచి ఎక్కడో పెట్టేశాను. అది మళ్లీ నాకంట పడలేదు.

కానీ ముప్ఫైరోజుల తరవాత, నా జీవితం పూర్తిగా మారిపోయింది. ఆ ముప్ఫైరోజుల్లో అమ్మకాలు చేసేందుకు నేనొక ఉపాయాన్ని కనిపెట్టాను. దాని సాయంతో మొదటిరోజునుంచే నా ఆదాయం మూడింతలు పెరిగింది. ఈలోపల, నేను పనిచేసే కంపెనీ యజమాని, అప్పుడే ఊళ్లోకొచ్చిన ఒక వ్యాపారికి ఓ కంపెనీని అమ్మేశాడు. సరిగ్గా నా లక్ష్యాన్ని నేను రాసిపెట్టుకున్న ముప్ఫై రోజులకి, కొత్త యజమాని నన్ను పక్కకి తీసుకెళ్లి, నెలకి 1,000 డాలర్లిస్తాననీ, నేను వాళ్లకన్నా ఎక్కువ అమ్మకాలు చెయ్యగలగటం వెనక ఉన్న కిటుకుని మిగతా అమ్మకందార్లకి నేర్పమనీ కోరాడు. ఆయన చెప్పింది చెయ్యటానికి నేను ఒప్పుకున్నాను. ఆ రోజు తరవాత నా జీవితం మునుపటిలా ఉండలేదు.

పద్ధెనిమిది నెలల్లో నేను ఆ ఉద్యోగం మానేసి మరో ఉద్యోగంలో చేరాను. ఒక అమ్మకందారు నుంచి సేల్స్‌మేనేజర్ వరకూ ఎదిగాను. అమ్మకందార్లు నాకోసం పనిచేసే స్థాయికి చేరుకున్నాను. నాకింద పనిచేసే అమ్మకందార్ల సిబ్బంది తొంభైఐదు వరకూ పెరిగింది. ఏపూటకాపూట కడుపు నింపుకోవటం ఎలాగా అని విచారించే స్థాయినించి జేబునిండా 20 డాలర్ల నోట్లు నింపుకుని తిరిగే స్థితికి చేరుకున్నాను.

నాకింద పనిచేసే అమ్మకందార్లకి తమ లక్ష్యాలని రాసి ఉంచుకోవటం నేర్పాను. ఇంకా బాగా అమ్మకాలు ఎలా చెయ్యవచ్చో నేర్పాను. చాలా కొద్ది సమయంలోనే వాళ్లు తమ ఆదాయాలని పదింతల దాకా పెంచుకున్నారు. ఈరోజు వాళ్లలో చాలామంది లక్షాధికార్లూ, కోటీశ్వరులూ.

కానీ ఒక విషయం గమనించాలి, నేను పాతికేళ్ల వయసులో ఉన్నప్పుడు, నా జీవితం సాఫీగా పైకి ఎదుగుతూ పోలేదు. ఎన్నో ఒడిదుడుకులు వచ్చాయి, ఒక్కోసారి విజయాలూ, తాత్కాలిక ఓటములూ నేను అనుభవించాను. ఎనభైకన్నా ఎక్కువ దేశాల్లో నేను ప్రయాణాలు చేశాను, జీవించాను, పనిచేశాను. ఫ్రెంచి, జర్మన్, స్పానిష్ భాషలు ఆ తరుణంలో నేర్చుకున్నాను. ఇరవైరెండు విభిన్న రంగాలలో పనులు చేశాను.

అనుభవం లేకపోవటంవల్లా, తెలివితక్కువతనం వల్లా, నేను సంపాదించినదంతా ఖర్చుపెట్టాను, పోగొట్టుకున్నాను. నా పరిస్థితి మళ్లీ మొదటికొచ్చింది. మొదటిమెట్టు నించి మళ్లీ ప్రారంభించాను - అంతేకాదు, ఇలా చాలాసార్లు జరిగింది. ఇలా జరిగినప్పుడల్లా, నేను ఒక కాయితం, కలం పట్టుకుని కూర్చునేవాణ్ణి. నాకోసం కొత్త లక్ష్యాలని రాసుకునేవాణ్ణి. ఆ పద్ధతులేమిటో రాబోయే పేజీల్లో వివరంగా చెపుతాను.

ఇలా పడుతూ లేస్తూ, ఏళ్ల తరబడి లక్ష్యాలని ఏర్పరచుకుంటూ, వాటిని సాధిస్తూ, చివరికి నేను నేర్చుకున్నదంతా క్రమబద్ధంగా ఒకచోట చేర్చాలని నిశ్చయించుకున్నాను. ఈ ఉపాయాలనీ, మెలకువలనీ ఒకచోట చేర్చటంవల్ల, లక్ష్య నిర్మాణానికి సంబంధించిన ఒక విధానాన్నీ, ప్రక్రియనీ కనిపెట్టాను. దానికి ప్రారంభం, కొనసాగింపు, అంతం ఉండేలా తయారుచేసి, ప్రతిరోజూ దాన్ని అమలులో పెడుతూ వచ్చాను.

ఒక్క ఏడాదిలో నా జీవితం మళ్లీ మారిపోయింది. ఆ ఏడాది జనవరిలో నేను ఒక అపార్ట్‌మెంట్‌ని అద్దెకి తీసుకుని, ఫర్నిచర్ కూడా అద్దెకి తీసుకుని నివసించటం మొదలుపెట్టాను. 35,000 వేల డాలర్ల అప్పులో మునిగి, పూర్తి డబ్బు చెల్లించని కారు నడపసాగాను. డిసెంబర్ వచ్చేసరికి, 1,00,000 డాలర్ల విలువచేసే సొంతింట్లోకి మారాను. కొత్త మెర్సిడీజ్ కారు కొనుకున్నాను, నా అప్పులన్నీ తీర్చేసి, బ్యాంకులో 50,000 డాలర్లు నిలవచేశాను.

అప్పుడిక విజయాలని సాధించటం గురించి చాలా శ్రద్ధగా ఆలోచించటం మొదలుపెట్టాను. లక్ష్యాలని ఏర్పరచుకోవటం నమ్మశక్యం కానంత శక్తివంతమైన విషయమని అర్థం చేసుకున్నాను. లక్ష్యాలని ఎలా ఏర్పరచుకోవాలన్న విషయం గురించీ, వాటిని సాధించటం గురించీ వందలకొద్దీ గంటలు అధ్యయనం చేస్తూ, పరిశోధన చేస్తూ గడిపాను. నాకు దొరికిన, తట్టిన అత్యుత్తమమైన ఆలోచనలన్నిటినీ ఒకచోట కూర్చి, వాటిని ఒక ప్రక్రియగా రూపొందించి, అవి అత్యద్భుతంగా పని చెయ్యటం చూశాను.

## ఎవరైనా చెయ్యగలరు

1981లో నా పద్ధతిని వర్క్‌షాప్స్‌లోనూ, సమావేశాల్లోనూ ఇతరులకి నేర్పించటం ప్రారంభించాను. అవి ఇవాళ ముప్ఫైఐదు దేశాల్లో ఇరవైలక్షలకన్నా ఎక్కువమందికి

అందాయి. నా కోర్సులని ఆడియో, వీడియో టేపులుగా, అందరికీ అందుబాటులో, ఉపయోగించుకునేందుకు వీలుగా ఉండేట్టు తయారుచేశాను. ఈ సూత్రాలని, విభిన్న భాషల్లో, ప్రపంచవ్యాప్తంగా కొన్నిలక్షలమందికి శిక్షణ కూడా ఇచ్చాం.

నేను గమనించినదేమిటంటే, ఈ ఉపాయాలు అన్నిచోట్లా పనిచేస్తాయి, అందరికీ, ప్రతి దేశంలోనూ పనికొస్తాయి. ఈ శిక్షణ ప్రారంభించేప్పుడు మీ చదువు సంధ్యలు, అనుభవాలూ, నేపథ్యం ఎటువంటివైనా సరే.

అన్నిటికన్నా ముఖ్యంగా, ఈ ఉపాయాలు, నాకూ, ఇంకా కొన్ని వేలమందికీ, తమ జీవితాలని పూర్తిగా తమ అదుపాజ్ఞల్లో ఎలా పెట్టుకోవాలో నేర్పి, దాన్ని సాధ్యం చేశాయి. క్రమం తప్పకుండా, నిరంతరం లక్ష్యాన్ని ఏర్పరుచుకోవటం అనే అలవాటుని క్రమపద్ధతిలో పాటించటం అనేది మమ్మల్ని పేదరికంనుంచి సమృద్ధివైపుకీ, అసంతృప్తి నుంచి సంతృప్తివైపుకీ, ఓటమినుంచి విజయంవైపుకీ తీసుకెళ్తుంది. ఈ పద్ధతి మీకు కూడా అదే విధంగా తోడ్పడుతుంది.

జీవితంలో నేను చిన్నప్పుడే నేర్చుకున్న పాఠం, ఏ ప్రణాళికా లేకుండా ఉండటం కన్నా ఏదో ఒక ప్రణాళిక ఉండటం నయం అని. కానీ పాతతరం వాళ్ళు కనిపెట్టిన దాన్నే మీరు మళ్ళీ కనిపెట్టక్కర్లేదు - చక్రాన్ని మళ్ళీ కొత్తగా కనిపెట్టినట్టు! అన్ని సమాధానాలూ ఇంతకుముందే కనుక్కున్నారు. కొన్ని వందలు, వేలు, బహుశా లక్షల మంది మగా, ఆడా శూన్యంతో ప్రారంభించి గొప్ప విజయాలని సాధించారు. వాళ్ళు చేసినది ఈ సూత్రాలని పాటించటమే. ఇక, ఇతరులు చేసినదాన్ని మీరు కూడా చెయ్యగలరు, దాన్ని ఎలా చెయ్యాలో నేర్చుకోవాలి, అంతే.

ఈ పుస్తకంలో రాబోయే పేజీల్లో, ఇంతవరకూ ఎన్నడూ కనుగొనబడని అత్యుత్తమమైన ఇరవై ఒక్క ఉపాయాలనీ, మెలకువలనీ మీరు నేర్చుకోబోతున్నారు. వీటి సాయంతో మీరు జీవితంలో కోరుకున్నవాటినన్నిటినీ సాధించగలుగుతారు. మీరు సాధించే లక్ష్యాలకి హద్దే ఉండదు. హద్దు ఏమైనా ఉందీ అంటే అది మీ ఊహల్లో మీరు నిర్మించుకున్నదే అవుతుంది. ఇక మీరు ఊహించుకునే విషయాలకి హద్దంటూ ఉండదు కాబట్టి, మీరు సాధించే లక్ష్యాలకి కూడా హద్దుండదు. అతిగొప్ప ఆవిష్కారాలలో ఇది కూడా ఒకటి. రండి ప్రారంభిద్దాం.

వెయ్యికోసుల దూరప్రయాణం
ప్రారంభమయేది ఒక్క అడుగుతోనే

**- కన్ఫ్యూషియస్**

# 1

# మీలో దాగిఉన్న శక్తిని విడుదల చెయ్యండి

*సగటు మానవుడిలో దాగిఉండే శక్తి, ఏ నావా ఇంకా ప్రయాణం చెయ్యని సముద్రం వంటిది, ఇంతవరకూ ఎవరూ అడుగిడని భూఖండం వంటిది, ఒక గొప్ప మంచిని సృష్టించే దిశగా ప్రయత్నం చేసే అవకాశాలున్న ఒక పెద్ద విడి ప్రపంచం అది.*

**– బ్రయాన్ ట్రేసీ**

విజయం ఒక్కటే లక్ష్యాలు, తక్కినవన్నీ కేవలం వ్యాఖ్యానమే. విజేతలందరూ తీవ్రంగా లక్ష్యాల వైపుకి దృష్టిసారించేవాళ్ళే. తమకి ఏంకావాలో వాళ్ళకి తెలుసు, ఇక వాళ్ళ దృష్టీ, మనసూ దాన్ని సాధించటం మీదే, ప్రతిరోజూ, కేంద్రీకృతమై ఉంటాయి.

లక్ష్యాలని ఏర్పరచుకోవటం అనేది మీ విజయానికి అవసరమైన అతిపెద్ద నేర్పు. లక్ష్యాలు మీ సానుకూల దృక్పథాన్ని తెరిచి ఉంచి, వాటిని సాధించేందుకు అవసరమైన ఉపాయాలనీ, శక్తినీ విడుదల చేస్తాయి. లక్ష్యాలు లేకపోతే, మీరు జీవన ప్రవాహం ఎటు తీసుకెళ్తే అటు, ఒక గమ్యం అంటూ లేకుండా వెళ్ళిపోతూ ఉంటారు. లక్ష్యాలతో, మీరు బాణంలా తిన్నగా, గురిచూసుకుంటూ దూసుకుపోతారు.

నిజం చెప్పాలంటే, వందేళ్ళు బతికి ఉన్నా ఉపయోగించుకోగల సహజమైన శక్తి మీలో బహుశా దాగి ఉండి ఉండచ్చు. ఇంతవరకూ మీరు సాధించిందంతా అందులో ఒక చిన్న శాతమే. నిజానికి మీరు దానికి కొన్నిరెట్లు ఎక్కువగా సాధించగలరు. విజయానికి పనికివచ్చే నియమాలలో ఇది కూడా ఒకటి; మీరెక్కడినుంచి వస్తున్నారన్నది అప్రస్తుతం, మీరెక్కడికెళ్తున్నారన్నదే ముఖ్యం. ఇక మీరెక్కడికెళ్తున్నారనేది పూర్తిగా మీమీదా, మీసొంత ఆలోచనలమీదా ఆధారపడి ఉంటుంది.

స్పష్టమైన లక్ష్యాలు మీ ఆత్మవిశ్వాసాన్ని పెంచుతాయి, మీ సామర్థ్యాన్ని పెంచుతాయి, మీకు అందే ప్రేరణని పైస్థాయికి తీసుకెళ్తాయి. అమ్మకాల శిక్షణ ఇచ్చే టామ్ హాప్‌కిన్స్, "సాధించటం అనే కొలిమిలో లక్ష్యాలు ఇంధనంలాగ పనిచేస్తాయి," అంటాడు.

## మీ ప్రపంచాన్ని మీరే సృష్టించుకుంటారు

మీ మనసు మీ జీవితంలోని దాదాపు అన్ని పార్శ్వాలనీ సృష్టిస్తుంది, అనేది బహుశా మానవచరిత్రలోనే జరిగిన అతిగొప్ప ఆవిష్కారం. మనిషి సృష్టించిన ఈ ప్రపంచంలో మీకు చుట్టూ కనిపించే ప్రతిదీ ఒకే ఒక వ్యక్తి మనసులో ఒక ఆలోచనలాగో, ఉపాయంలాగో బైలుదేరి, ఆ తరవాత వాస్తవంగా రూపుదిద్దుకున్నదే. మీ జీవితంలో కూడా ప్రతీదీ ఒక ఆలోచనలాగ, ఒక కోరిక, ఒక ఆశ, ఒక కల లాగ ప్రారంభమైనదే. అది పుట్టింది మీ మనసులో కావచ్చు, లేదా మరొకరి మనసులో కావచ్చు. మీ ఆలోచనలు సృజనాత్మకమైనవి. మీ ఆలోచనలే మీ ప్రపంచాన్ని సృష్టించి, దానికి ఒక రూపాన్నిస్తాయి. మీకు జరిగేదంతా కూడా ఆ ఆలోచనల ప్రభావమే.

అన్ని మతాలూ, తత్వాలూ, అధిభౌతికశాస్త్రం (మెటాఫిజిక్స్), మనస్తత్వశాస్త్రం, విజయం చెప్పే గొప్ప సారాంశం ఈ కింది వాక్యంలో ఇమిడిపోతుంది : **దాదాపు ఎప్పుడూ కూడా మీరు ఆలోచించినట్టే మీరు తయారవుతారు.** మీ లోపలి ప్రపంచం తాలూకు ప్రతిబింబమే మీ బైటి ప్రపంచంలో కనిపిస్తుంది. అదే మళ్లీ మీ ఆలోచనలని బట్టి అద్దంలో కనిపించినట్టు మీకు కనిపిస్తుంది. మీ ఆలోచనలన్నీ ఎప్పటికప్పుడు మీముందు వాస్తవ రూపాన్ని సంతరించుకుంటూ ఉంటాయి.

కొన్నివేలమంది విజేతలని, “మీరు సామాన్యంగా దేన్ని గురించి ఆలోచిస్తూ ఉంటారు?” అని అడిగితే విజేతలందరూ సాధారణంగా ఎక్కువసార్లు ఇచ్చే జవాబు, *“మాకేం కావాలో దాన్ని గురించి ఆలోచిస్తాం, దాన్నెలా సాధించాలో ఆలోచిస్తాం,”* అనే.

ఓటమికి గురై విచారంగా ఉండేవాళ్లు చాలా సమయాన్ని తమకి ఏం అక్కర్లేదో చెప్పటానికే వెచ్చిస్తారు. తమ సమస్యల గురించీ, తమకున్న బెంగల గురించీ, దానికి బాధ్యులు ఎవరన్న దాని గురించీ మాట్లాడుతూ ఉంటారు. కానీ విజేతలెప్పుడూ తాము తీవ్రంగా కోరుకునే లక్ష్యాల గురించే ఆలోచిస్తూ, వాటిగురించే మాట్లాడతారు. తమకేం కావాలన్నదాని గురించే ఆలోచిస్తారు, మాట్లాడతారు.

స్పష్టమైన లక్ష్యాలు లేకుండా బతకటమనేది, దట్టమైన పొగమంచులో వాహనం నడపటం లాంటిది. మీకారు ఎంత మంచిదైనా, ఇంజన్ ఎంత శక్తిగలదైనా, మీరు నెమ్మదిగానే దాన్ని నడిపినా, రోడ్డు ఎంత నునుపుగా ఉన్నా, జాగ్రత్తగా, తడబడుతూ, చాలా నెమ్మదిగా ముందుకి కదులుతారు. లక్ష్యాలని నిర్ణయించుకోవటం అనేది పొగమంచుని వెంటనే తొలగిస్తుంది. మీలోని శక్తినీ, సామర్థ్యాన్నీ కేంద్రీకరించి సరైన మార్గాన ముందుకి తీసుకెళ్తుంది. స్పష్టమైన లక్ష్యాలుంటే మీ కాలు ఏక్సిలరేటర్‌ని తొక్కి మీ జీవితాన్ని వేగంగా ముందుకి, మీరు నిజంగా కోరుకుంటున్నదాన్ని సాధించే దిశగా, తీసుకెళ్తుంది.

## మీ అంతట మీరే లక్ష్యాలని వెతుక్కునే ప్రక్రియ

ఈ అభ్యాసాన్ని ఊహించుకోండి : ఒక పెంపుడు పావురాన్ని దాని గూట్లోంచి తీసి, పంజరంలో పెట్టి, ఆ పంజరం మీద ఒక గుడ్డ కప్పి, పెట్టెలో పెట్టి, ఆ తరవాత దాన్ని ఒక తలుపులున్న ట్రక్కులో పెట్టారనుకుందాం. ఆ తరవాత ఎటువేపుకైనా సరే మీరు వెయ్యిమైళ్లు ఆ ట్రక్కుని నడపండి. అప్పుడు ఆ ట్రక్కు తలుపులు తెరిచి, పెట్టెని బైటికి తీసి, పంజరాన్ని తీసి, దానిమీద కప్పిన గుడ్డని తొలగించి, పావురాన్ని పంజరంలోంచి విడిచిపెట్టండి, అప్పుడది గాల్లోపైకెగిరి, మూడుసార్లు గుండ్రంగా చక్కర్లు కొట్టి, వెయ్యి మైళ్ల దూరంలో ఉండే తన గూటికి నేరుగా ఎగిరి చేరుకుంటుంది. ఈ భూప్రపంచంలో ఒక్కమనిషికి తప్ప ఇంకే ప్రాణికీ ఇటువంటి నమ్మశక్యంకాని లక్ష్యం చేరుకునే సైబర్‌నెటిక్ (Cybernetic) సామర్థ్యం లేదు.

మీలో కూడా పావురంలో ఉన్న అదే విధమైన లక్ష్యసాధనా సామర్థ్యం ఉంది. కానీ అదనంగా మరో అద్భుతశక్తి కూడా ఉంది. మీ లక్ష్యం గురించి మీకు చాలా స్పష్టమైన అవగాహన ఉన్నప్పుడు, అదెక్కడుందో, దాన్నెలా సాధించాలో తెలియవలసిన అవసరం కూడా మీకుండదు. మీకు కావలసినదేమిటో స్పష్టంగా తెలుసుకున్నాక ఎటువంటి పొరపాటూ చెయ్యకుండా దానివైపుకి మీరు సాగిపోతారు, మీ లక్ష్యం కూడా సూటిగా మీవైపుకి కదుల్తుంది. సరైన సమయంలో సరైనచోట, మీరూ మీ లక్ష్యమూ కలుసుకుంటారు.

మీ మనసులోతుల్లో ఉండే నమ్మశక్యంకాని నియంత్రణా, వ్యక్తీకరణలకి సంబంధించిన సామర్థ్యం వల్ల, మీ లక్ష్యాలు ఏవైనాసరే, దాదాపు ప్రతిసారీ వాటిని మీరు అందుకో గలుగుతారు. రాత్రి ఇంటికి చేరుకుని టీవీ చూడటమే మీ లక్ష్యమైతే, తప్పకుండా దాన్ని సాధించే అవకాశం ఉంటుంది మీకు. ఆరోగ్యం, ఆనందం, సమృద్ధితో నిండిన జీవితాన్ని సృష్టించుకోటం మీ లక్ష్యమైతే, దాన్ని కూడా మీరు సాధించుకోగలుగుతారు. ఒక కంప్యూటర్‌లాగే, లక్ష్యసాధనకై మీరు చేసే ప్రయత్నాలు విమర్శించవు. అవి అసంకల్పితంగా పనిచేస్తాయి, నిరంతరం పనిచేస్తాయి మీరు లక్ష్యసాధనలో ఎటువంటి ప్రణాళికని ఎంచుకున్నారో పట్టించుకోకుండా మీరు కోరిన ఫలితాలని ఇస్తాయి.

మీ లక్ష్యాలు చిన్నవా, పెద్దవా అనే విషయాన్ని ప్రకృతి పట్టించుకోదు. చిన్న లక్ష్యాలని ఏర్పరచుకుంటే, మీలో ఉండే లక్ష్యసాధన నిర్మాణం చిన్న లక్ష్యాలనే అందిస్తుంది. పెద్ద లక్ష్యాలని కోరుకుంటే ప్రకృతి సహజంగా మీకున్న సామర్థ్యం వాటిని సాధించేందుకు తోడ్పడుతుంది. మీరు ఎల్లప్పుడూ ఆలోచిస్తూ ఉండే లక్ష్యాల ఆకారం, పరిమితి, తదితర వివరాలన్నిటినీ నిర్ణయించాల్సింది మీరే.

## జనం లక్ష్యాలని ఎందుకు ఏర్పరుచుకోరు

ఇది ఒక మంచి ప్రశ్న : లక్ష్యసాధన అసంకల్పితంగా జరిగేట్టయితే, ఎందుకు చాలాకొద్దిమంది మాత్రమే, స్పష్టమైన, రాసిపెట్టుకున్న, కొలవటానికి వీలైన, కాలపరిమితి ఉన్న లక్ష్యాలను ఎంచుకుంటారు? ప్రతిరోజూ వాటికోసం ప్రయత్నాలు చేస్తూ ఉంటారు? జీవితంలోని గొప్ప రహస్యాలలో ఇది కూడా ఒకటి. లక్ష్యాలు ఏర్పరచుకోకపోవటానికి నా లెక్కన నాలుగు కారణాలుంటాయి.

### *లక్ష్యాలు ముఖ్యంకాదని వాళ్లు అనుకుంటారు*

చాలామంది లక్ష్యాల ప్రాధాన్యతని ముందుగా గుర్తించరు. మీ కుటుంబంలో ఎవరికీ ఎటువంటి లక్ష్యాలూ లేకపోయినా, లేదా మీ స్నేహితుల్లో ఎవరూ లక్ష్యాలని గురించి చర్చించకుండా, వాటికి ఏమాత్రం విలువ ఇవ్వకపోయినా, లక్ష్యాలని ఏర్పరచుకుని వాటిని సాధించగల సామర్థ్యం మీ మిగతా నైపుణ్యాలకన్నా ఎక్కువగా మీ జీవితంమీద ప్రభావం చూపుతుందనే నిజాన్ని గ్రహించకుండానే మీరు పెరిగి పెద్దవారవుతారు. మీచుట్టూ ఉన్నవాళ్లని ఒకసారి చూడండి. మీ స్నేహితుల్లో గాని, కుటుంబసభ్యులోగాని ఎంతమందికి స్పష్టమైన లక్ష్యాలున్నాయి? ఎంతమంది వాటిపట్ల నిబద్ధత కలిగి ఉన్నారు?

## అది ఎలాగో వాళ్లకి తెలీదు

కొందరికి లక్ష్యాలు ఉండకపోవటానికి రెండో కారణం, అసలు వాటిని ఎలా ఏర్పరచు కోవాలో వాళ్లకి తెలీదు. ఇంకా ఘోరం ఏమిటంటే, చాలామంది తమకి లక్ష్యాలు ఉన్నాయనే అనుకుంటూ ఉంటారు, కానీ నిజానికి వాళ్లకి ఉన్నవి కోరికలూ, కలలూ... "ఆనందంగా ఉండాలి" లేదా "చాలా డబ్బు చేసుకోవాలి," లేదా "కుటుంబజీవితం హాయిగా గడిచిపోవాలి," లాంటివి.

కానీ ఇవేవీ లక్ష్యాలు కానే కావు. అవి అందరికీ ఉండే ఊహలు, కల్పనలే. లక్ష్యం చాలా భిన్నమైనది, కోరికకీ దానికీ ఉండే తేడా స్పష్టంగా కనిపిస్తుంది. అది స్పష్టంగా, రాసుకునేందుకు వీలుగా, నిర్దిష్టంగా ఉంటుంది. దాన్ని సులభంగా, త్వరగా ఇతరులకి వివరించవచ్చు. దాన్ని అంచనా వెయ్యటం వీలవుతుంది, దాన్ని సాధించారో లేదో, ఎప్పుడు సాధించారో మీరు తెలుసుకోగలుగుతారు.

లక్ష్యాన్ని ఏర్పరచుకోవటం గురించి కనీసం గంటసేపు శిక్షణ పొందకుండానే, ఒక పేరున్న విశ్వవిద్యాలయంలోంచి ఎవరైనా ఒక పెద్ద డిగ్రీ సంపాదించవచ్చు. మన స్కూళ్లలోనూ, విశ్వవిద్యాలయాలలోనూ విద్యావిధానాన్ని నిర్ణయించేవాళ్లు, తరవాత జీవితంలో లక్ష్యసాధనకి గల ప్రాధాన్యాన్ని పూర్తిగా విస్మరిస్తారని అనిపిస్తుంది. ఇక, మీరు పెద్దవారయేదాకా లక్ష్యాలని గురించే వినసుకూడా వినకపోయినట్టయితే – నాకు

జరిగిన అనుభవం అదే - మీరు చేసే అన్ని పనుల్లోనూ అది ఎంత ముఖ్యమైనదో మీకు కొంచెం కూడా తెలీదు.

### వాళ్లకి ఓడిపోతామన్న భయం ఉంటుంది

మూడో కారణం, ఓటమిని చూస్తే భయం. ఓటమి గాయపరుస్తుంది. మన భావాలనీ, ఆర్థికపరిస్థితినీ తరుచు దెబ్బతీసి, అది మనని బాధపెడుతుంది. ప్రతి ఒక్కరూ అప్పుడప్పుడూ ఓటమిని చవిచూసే ఉంటారు. ప్రతిసారీ మనం, ఈసారి మరింత జాగ్రత్తపడి, భవిష్యత్తులో ఓటమిని నివారిద్దామని అనుకుంటాం. తమకి తెలీకుండానే చాలామంది, లక్ష్యాలని సాధించటంలో ఓడిపోతామేమో అనే భయంతో, అసలు వాటి జోలికే పోకుండా తమకి తామే నష్టం కలిగించుకుంటారు. తమకి సాధ్యమైన దానికన్నా తక్కువస్థాయిలోనే పనిచేస్తూ వాళ్లు జీవితాన్ని గడిపేస్తారు.

### నిరాకరిస్తారన్న భయం

నాలుగో కారణం, నిరాకరణ అంటే ఉండే భయం. లక్ష్యాన్ని ఏర్పరచుకుని, ఒకవేళ దాన్ని సాధించలేకపోతే, జనం విమర్శిస్తారనీ, అపహాస్యం చేస్తారనీ భయం. మీరు లక్ష్యాలని ఏర్పరచుకున్నప్పుడు వాటిని రహస్యంగా ఉంచాలని అనటానికి ఇది కూడా ఒక కారణం. ఎవరికీ చెప్పకండి. మీరు సాధించినదాన్ని ఇతరులు చూసి తెలుసుకుంటారు, అంతేతప్ప మీరు ముందుగా చెప్పద్దు. వాళ్లకి తెలియని విషయం మిమ్మల్ని బాధించదు.

## శిఖరం అందుకున్న ఆ 3 శాతంతో చేరండి

*వాట్ దె డోంట్ టీచ్ యు ఎట్ హార్వర్డ్ బిజినెస్ స్కూల్* అనే పుస్తకంలో, రచయిత మార్క్ మెక్‌కోర్మాక్ 1979-89 మధ్యలో జరిగిన హార్వర్డ్ అధ్యయనం గురించి చెపుతాడు. 1979లో ఎమ్.బి.ఏ. చదివే విద్యార్థులని హార్వర్డ్‌లో ఈ కింది విధంగా ప్రశ్నించటం జరిగింది, "మీ భవిష్యత్తు గురించి మీరు స్పష్టమైన, కచ్చితమైన లక్ష్యాలని ఎంచుకుని వాటిని సాధించేందుకు అవసరమైన ప్రణాళికలను తయారుచేసుకున్నారా?" అప్పుడు విద్యార్థులలో కేవలం 3 శాతం మాత్రమే తాము సాధించదల్చుకున్న లక్ష్యాలని కాయితం మీద రాసుకుని, వాటికి ప్రణాళికలని కూడా సిద్ధం చేసుకున్నట్టు తెలిసింది. పదమూడు శాతం లక్ష్యాలని ఏర్పరచుకున్నారు, కానీ వాటిని రాసిపెట్టుకోలేదు. ఇక మిగతా 84 శాతం విద్యార్థులందరికీ అసలు స్కూల్లోంచి బైటపడి వేసవి సెలవుల్ని సరదాగా గడపటానికి మించి వేరే లక్ష్యాలే లేవు.

పదేళ్ల తరవాత, 1989లో, ఆ క్లాసులో ఉండిన విద్యార్థులని పరిశోధకులు మళ్లీ ఇంటర్వ్యూ చేశారు. లక్ష్యాలను ఏర్పరచుకున్నా, వాటిని రాసి ఉంచుకోని 13 శాతం సంపాదనపరులయారు. అసలు లక్ష్యాలేలేని 84 శాతంతో పోలిస్తే వీళ్లు రెండింతలు

సంపాదిస్తున్నారని తెలిసింది. కానీ ఆశ్చర్యం ఏమిటంటే, స్పష్టమైన లక్ష్యాలని రాసిపెట్టుకున్న 3 శాతం హార్వర్డ్ వదిలేశాక, మిగతా 97 శాతంతో పోలిస్తే, సగటున పదింతలు సంపాదిస్తున్నారు. ఈ రెండు వర్గాలకీ ఉన్న తేడా ఏమిటంటే గ్రాడ్యుయేషన్ పూర్తిచేసే సమయానికి 3 శాతం వారికి ఉండిన స్పష్టమైన లక్ష్యాలే.

## మార్గసూచకాలు లేవు

స్పష్టతకున్న ప్రాముఖ్యాన్ని సులభంగానే అర్థం చేసుకోవచ్చు. ఒక పెద్ద పట్టణం పొలిమేరలకి చేరుకున్నానని ఊహించుకోండి. ఆ పట్టణంలోని ఒక ఇంటికో, ఆఫీసుకో మీరు చేరుకోవలసి ఉంది. కానీ ఒక చిక్కుంది : అక్కడ మార్గసూచకాలలాటివేవీ లేవు. ఆ పట్టణం పటం కూడా మీ దగ్గర లేదు. మీకు ఆ ఇల్లుగాని, ఆఫీసుగాని ఉన్నచోటు చూచాయగా మాత్రమే తెలుసు. ఇక్కడ ప్రశ్నేమిటంటే, ఆ ఇల్లుగానీ, ఆఫీసుగానీ వెతుక్కునేందుకు మీకెంత సమయం పడుతుంది? అది కూడా రోడ్డు మ్యాప్ గాని, రోడ్ గుర్తులుగాని లేకుండా?

దీనికి జవాబు, బహుశా ఒక జీవితకాలం. ఒకవేళ ఆ ఇల్లుగాని, ఆఫీసుగాని మీకు దొరికితే, అది అదృష్టవశాత్తూ అనే అనుకోవాలి. అసలు బాధాకరమైన విషయమేమిటంటే, చాలామంది తమ జీవితాలని ఇదే విధంగా గడుపుతారు.

దాదాపు చాలామంది ముందుగా గమ్యం నిర్ణయించుకోని, మార్గాలని ఏర్పరచుకోని దారులమ్మట ప్రయాణం చెయ్యటంతో జీవితాలని ప్రారంభిస్తారు. ఇదీ, లక్ష్యాలూ, ప్రణాళికలూ లేకుండా జీవితాన్ని మొదలుపెట్టటం ఒకటే అనాలి. ముందుకి సాగుతూ ఎప్పటికప్పుడు జీవితాన్ని అర్థం చేసుకోవటం వీళ్ల పద్ధతి. తరచు, పదో ఇరవైయో ఏళ్లు పనిచేస్తూ గడిపేస్తారు, కానీ ఇంకా పేదరికంలో, చేసేపనిలో ఆనందం లేకుండా, వైవాహిక జీవితంలో అసంతృప్తితో, కొంచెం కూడా ముందుకి పోకుండా ఎక్కడ వేసిన గొంగళి అక్కడే అన్నట్టు ఉండిపోతారు. అయినా సరే, రోజూ రాత్రి ఇంటికెళ్లాక టెలివిజన్ చూస్తారు, ఎప్పుడో ఒకప్పుడు మంచిరోజులు రాకపోతాయా అనే ఆశలో బతికేస్తారు. కానీ అరుదుగా తమంతట తాము ఏవైనా ప్రయత్నాలు చేస్తారు.

## ఆనందం పొందాలంటే లక్ష్యాలు అవసరం

ఎర్ల్ నైటింగేల్ ఒకచోట ఇలా అంటుంది, "ఒక మంచి ఆదర్శాన్నో, లక్ష్యాన్నో సాధించాలనుకుంటే ఆనందం అనేది మనని ముందుకి తీసుకుపోయే ఒక జ్ఞానం."

మీరు ప్రగతి సాధిస్తున్నప్పుడే, ఒక్కొక్క అడుగే, మీరు ముఖ్యమని అనుకునే విషయం వైపుకి ముందుకి వెళ్లినప్పుడే మీకు నిజమైన ఆనందం లభిస్తుంది. లోగో థెరపీ అనే ఒక రకమైన మానసిక చికిత్సని కనుక్కున్న విక్టర్ ఫ్రాంక్ల్, మనుషులకి అన్నిటికన్నా ఎక్కువ అవసరమైనది జీవితానికి ఒక సార్థకత, ప్రయోజనం

ఉన్నాయనిపించటం, అని అంటాడు.

లక్ష్యాలు జీవితానికి ఒక అర్థాన్నీ, ప్రయోజనాన్నీ కల్పిస్తాయి. లక్ష్యాలు మీకు మార్గనిర్దేశం చేస్తాయి. మీ లక్ష్యాల వైపు ముందుకి సాగినకొద్దీ మీరు మరింత సంతోషాన్నీ, బలాన్నీ చవిచూస్తారు. మీలో ఇంకా శక్తీ, ప్రభావమూ ఉన్నాయనిపిస్తుంది. మీమీద మీకు విశ్వాసం, మీ సామర్థ్యం మీద నమ్మకం కలుగుతాయి. లక్ష్యంవైపు మీరు వేసే ఒక్కొక్క అడుగూ, మీరు మరిన్ని గొప్ప లక్ష్యాలని సాధించగలరనే నమ్మకాన్ని మీకు కలిగిస్తుంది.

మన చరిత్రలో ఎన్నడూ లేనంతగా ఈనాడు జనం మార్పుకి భయపడుతున్నారు, భవిష్యత్తు గురించి ఆందోళన చెందుతున్నారు. లక్ష్యాలు నిర్మించుకున్నందువల్ల ఒక గొప్ప లాభం ఏమిటంటే, అది మీ జీవితంలో జరిగే మార్పుల దిశని అదుపులో ఉంచగలుగు తుంది. మీ జీవితంలోని మార్పులు, మీరు స్వయంగా నిర్ణయించుకుని, నిర్దేశించేవే అనే హామీని లక్ష్యాలు ఇస్తాయి. మీరు చేసే ప్రతిపనీ అర్థవంతంగా, ప్రయోజనకరంగా ఉండేందుకు లక్ష్యాలు దోహదం చేస్తాయి.

గ్రీకు తత్వవేత్త, అరిస్టాటిల్ ముఖ్యమైన ఉద్బోధనల్లో, మనిషి లక్ష్యాత్మక వాదాన్ని నమ్మే ప్రాణి (teleological organism) అనేది ఒకటి. గ్రీకు భాషలో 'టెలియోస్' అంటే 'లక్ష్యాలు'. మనిషి చేసే పనులన్నిటికీ ఏదో ఒక ప్రయోజనం ఉంటుందని అరిస్టాటిల్ నిర్ధారించాడు. మీరు కావాలనుకున్నదానివైపుకి మిమ్మల్ని తీసుకువెళ్లే పని చేసినప్పుడే మీకు ఆనందం కలుగుతుంది. అలాటప్పుడు తలెత్తే ముఖ్యమైన ప్రశ్నలు : మీ లక్ష్యాలు ఏవి? మీరు ఏ ప్రయోజనం కోసం ప్రయత్నిస్తున్నారు? చివరికి మీరు చేరుకోదలచినది ఎక్కడికి?

## స్పష్టతే అన్నిటికన్నా ముఖ్యం

మీలో పుట్టుకతోనే నిక్షిప్తమై ఉన్న శక్తి అసాధారణమైనది. మీరు ఎటువంటి లక్ష్యాన్ని కోరుకున్నా దాన్ని సాధించగల సామర్థ్యం మీలో ప్రస్తుతం అంతర్గతంగా ఉంది. మీకేం కావాలో, దాన్నెలా సాధించుకోవాలో స్పష్టంగా తెలుసుకునేందుకు అవసరమైన సమయాన్నంతటినీ వెచ్చించటం మీపట్ల మీకున్న అతిగొప్ప బాధ్యత. మీ అసలు లక్ష్యాల పట్ల మీకు ఎంత ఎక్కువ స్పష్టత ఉంటే, మీ జీవితాన్ని చక్కగా గడిపేందుకు కావలసిన శక్తిని మీరు అంత బాగా విడుదల చెయ్యగలుగుతారు. సగటు మనిషి తనలోని 10 శాతం శక్తినే ఉపయోగించుకుంటాడు, అనే మాటని మీరు వినే ఉంటారు. విచారకరమైన విషయం ఏమిటంటే, స్టాన్‌ఫోర్డ్ విశ్వవిద్యాలయం అంచనాల ప్రకారం, సగటు వ్యక్తి తన మనసుకున్న శక్తిలో 2 శాతాన్ని మాత్రమే పనిచేసేందుకు ఉపయోగిస్తాడు. మిగతాదంతా అలా ఊరికే నిలవచేసి ఉంటుంది, దాన్ని తరవాతెప్పుడైనా ఉపయోగించుకోవటానికి. ఇదెలా ఉందంటే, మీ తలిదండ్రులు మీకోసం ఒక ట్రస్టు ఏర్పాటుచేసి, అందులో 1,00,000 డాలర్లు నిలవచేసి ఉంచితే,

అందులోంచి మీరు ఎప్పుడూ 2,000 డాలర్లు మాత్రమే తీసుకుని, మిగతా 98,000 డాలర్లనీ అలా నిరుపయోగంగా జీవితాంతం బ్యాంక్ అకౌంటులో వదిలేసినట్టు ఉంటుంది.

## తీవ్రమైన కోరికని వికసింపచేసుకోండి

ఎటువంటి లక్ష్యసాధనకైనా ప్రారంభం కోరికతోనే జరుగుతుంది. నిజంగా లక్ష్యాలని సాధించాలనుకునేవారికి వాటిపట్ల తీవ్రమైన, నిలవనివ్వని కోరిక ఉండాలి. మీ కోరిక బాగా తీవ్రతని సాధించుకున్నప్పుడే మీ మార్గంలో ఏర్పడే అడ్డంకులనన్నిటినీ అధిగమించటానికి అవసరమైన శక్తీ, ముందుకు పోవాలన్న మానసిక ఉత్సాహం తలెత్తుతాయి.

ఒక మంచివార్త ఏమిటంటే, మీరు కోరుకున్నది ఏదైనా సరే, దాన్ని బలంగానూ, విడవకుండానూ కోరుకుంటే, చివరికి దాన్ని మీరు పొందగలుగుతారు.

పెట్రోల్ రంగంలోని కోటీశ్వరుడు హెచ్.ఎల్.హంట్‌ని ఎవరో ఒకసారి అతని విజయం వెనకగల రహస్యాన్ని అడిగారు. విజయానికి రెండు విషయాలు అవసరం, ఆ రెండే చాలు. మొదటిది, మీకేం కావాలో మీకు స్పష్టంగా తెలియాలి. చాలామంది ఈ విషయంలో నిర్ణయం తీసుకోలేరు. రెండోది, దాన్ని పొందేందుకు చెల్లించాల్సిన ధర ఎంతో నిర్ణయించుకోవాలి. ఆ తరవాత ఆ మూల్యం చెల్లించటం ప్రారంభించాలి, అని జవాబు చెప్పాడు, హంట్.

## కేఫెటేరియా తరహా విజయం

జీవితం ఒక బఫే భోజనం, లేదా కేఫెటేరియా లాటిదేగాని, రెస్టారెంటు లాటిది కాదు. రెస్టారెంటులో మీరు పూర్తి భోజనం చేసి బిల్లు చెల్లిస్తారు. కానీ బఫేలోనూ, కేఫెటేరియాలోనూ మీరే వడ్డించుకుని, ఆ ఆహారాన్ని ఆస్వాదించేముందే డబ్బు చెల్లించాలి. చాలామంది విజయాన్ని చవిచూసిన తరవాత మూల్యం చెల్లించాలనే పొరపాటు ఆలోచనతో ఉంటారు. జీవితం అనే పొయ్యిముందు కూర్చుని, "ముందు నువ్వు నాకు వెచ్చదనాన్ని ఇయ్యి, అప్పుడు నేను కొన్ని కర్రముక్కలు వేస్తాను," అంటారు.

తన ఉపన్యాసాల ద్వారా వినేవారికి ప్రేరణ కలిగించే జిగ్ జింగ్లర్ ఒకసారి ఇలా అన్నాడు, "విజయానికి పనికివచ్చే లిఫ్టు పనిచెయ్యటం లేదు, కానీ మెట్లు ఎప్పుడూ ఉంటాయి."

అరిస్టాటిల్ గమనించిన మరో ముఖ్యమైన విషయం, మనిషి చేసే ప్రతిపనీ అతను వ్యక్తిగతమైన ఆనందాన్ని పొందేందుకే చేస్తాడనేది. ఆ ప్రయోజనం కోసమే మనిషి పాటు పడతాడని అరిస్టాటిల్ నిర్ధారణకి వచ్చాడు. మీరేపని చేసినా ఏదో

విధంగా అది మీ ఆనందాన్ని ఇనుమడింపజేసేందుకే, అంటాడాయన. ఆనందాన్ని పొందటంలో మీరు విజయాన్ని సాధించచ్చు, సాధించకపోవచ్చు, కానీ మీ ఆనందమే మీ ఆఖరి లక్ష్యం.

## ఆనందానికి అవసరమైన కీలకం

లక్ష్యాలని ఏర్పరచుకోవటం, రోజూ వాటివైపుగా ముందుకిపోయే ప్రయత్నాలు చెయ్యటం, చివరికి వాటిని సాధించటం, ఇదే జీవితంలో ఆనందానికి అవసరమైన కీలకం. లక్ష్యాలని ఏర్పరచుకోవటం అనేది ఎంత శక్తివంతమైనదంటే, మీ లక్ష్యాల గురించి ఆలోచిస్తేనే మీకు ఆనందం కలుగుతుంది, ఇంకా వాటిని సాధించే మార్గంలో ఒక్క అడుగైనా ముందుకి పోకపోయినా సరే.

మీలోని పూర్తి శక్తిని తెరిచి, విడుదల చేసేందుకు, ఇక జీవితాంతం ఏరోజు కారోజు లక్ష్యాన్ని కొంత కొంత ఏర్పరచుకుంటూ, సాధించటాన్ని అలవరచుకోవాలి. ఒక లేజర్ కిరణమంత సూటిగా తీక్షణంగా మీ దృష్టి లక్ష్యాలమీద కేంద్రీకృతమై ఉంటూ, ఎప్పుడూ మీకు కావల్సిన వాటి గురించే ఆలోచిస్తూ మాట్లాడుతూ ఉండాలే తప్ప అక్కర్లేని విషయాల గురించి కాదు. ఈ క్షణంనుంచే ఒక లక్ష్యసాధనకై పాటుపడే జీవిగా ఉంటానని సంకల్పించుకోవాలి. ఒక క్షిపణిలాగో, పెంపుడు పావురంలాగో మీరు ముఖ్యమైనవి అనుకున్న లక్ష్యాలవైపు సూటిగా సాగాలి.

మీరు నిజంగా కావాలనుకున్న వాటిని ఎంత ఎక్కువగా వీలైతే అంత ఎక్కువగా పొందేందుకు పాటుపడటం, నిరంతరం ప్రయత్నించటం ఒకటే మీకు సుదీర్ఘమైన, ఆనందమైన, ఆరోగ్యమైన, సమృద్ధితో నిండిన జీవితాన్ని అందివ్వగలదు. వ్యక్తిగానూ, వృత్తిపరంగానూ విజయాన్ని సాధించేందుకు స్పష్టమైన లక్ష్యాలే మీలోని పూర్తి శక్తిని విడుదల చెయ్యగలుగుతాయి. ఏ రకమైన అడ్డంకులనైనా అధిగమించి లక్ష్యాలు భవిష్యత్తులో మీకు అంతులేని విజయాలని అందజెయ్యగలుగుతాయి.

## మీలోని శక్తిని విడుదల చెయ్యండి

1. మీరు ఏర్పరచుకునే ఎటువంటి లక్ష్యాన్నైనా సాధించగల సామర్థ్యం మీలో పుట్టుకతోనే నిక్షిప్తమై ఉందని ఊహించుకోండి. మీకు ఏం కావాలి? మీరు ఏం చెయ్యాలనుకుంటున్నారు? ఏమవాలనుకుంటున్నారు?
2. జీవితంలో ఏ పనులు మీకు అన్నిటికన్నా ఎక్కువ సార్థకతనీ, ప్రయోజనాన్నీ కలిగించేవని అనిపిస్తాయి?
3. మీ వ్యక్తిగత జీవితాన్నీ, ఉద్యోగ జీవితాన్నీ ఇవాళ ఒకసారి గమనించండి. మీ ఆలోచనలే మీ ప్రపంచాన్ని ఎలా సృష్టించాయో గుర్తించండి. ఇందులో దేన్ని మీరు మార్చాలనుకుంటున్నారు? మార్చగలరు?
4. ఎక్కువసేపు మీరు దేన్ని గురించి ఆలోచిస్తారు? మాట్లాడతారు? మీకు కావలసిన దాని గురించా, అక్కర్లేని దాని గురించా?
5. మీకు అతిముఖ్యమైన లక్ష్యాలని సాధించేందుకు మీరు చెల్లించాల్సిన మూల్యం ఏది?
6. పై ప్రశ్నలకి మీరిచ్చే జవాబుల ఫలితంగా మీరు వెంటనే చేపట్టవలసిన పని ఏది?

# 2

# మీ జీవితాన్ని మీ అదుపులో ఉంచుకోండి

*మనిషి, సామాన్యంగా తనకి పుట్టుకతో అబ్బిన గుణాలకి చాలా తక్కువ ప్రాముఖ్యం ఇవ్వాలి – తనని తాను ఎలా మలుచుకుంటాడో మనిషి అలాగే తయారవుతాడు.*
*– అలెగ్జాండర్ గ్రాహంబెల్*

నాకు ఇరవైఒక్క ఏళ్లున్నప్పుడు, నాదగ్గర డబ్బులేక, ఒకేఒకగదిఉన్న అపార్ట్ మెంటులో ఉండేవాణ్ణి. అప్పుడు మంచి చలికాలం, పగలంతా ఒక భవన నిర్మాణం జరుగుతున్నచోట పనిచేసేవాణ్ణి. సాయంకాలాలు అపార్ట్‌మెంటులోంచి బైటికెళ్లేందుకు నోచుకోలేక లోపలే ఉండేవాణ్ణి. లోపల కనీసం వెచ్చగా ఉండేది. అందుచేత ఆలోచించటానికి నాకు చాలా తీరిక దొరికేది.

ఒకరోజు రాత్రి, నేను నా వంటింట్లోని చిన్న బల్ల దగ్గర కూర్చునుండగా, నాకు మెరుపులాటి ఆలోచనొకటి వచ్చింది. అది నా జీవితాన్నే మార్చేసింది. ఇక మీదట నా జీవితంలో జరగబోయే విషయాలన్నిటికీ నేనే బాధ్యుణ్ణనే విషయం హఠాత్తుగా నాకు తట్టింది. ఎవరూ నాకు సాయం చెయ్యబోవటం లేదు. ఎవరూ నన్ను కాపాడేందుకు రాబోవటంలేదు.

నేను ఇంటికి కొన్నివేలమైళ్ల దూరంలో ఉన్నాను. మళ్లీ ఇప్పట్లో ఇంటికి వెళ్లే ఉద్దేశం ఏ కోశానా నాకు లేదు. ఆ సమయంలో నాకు స్పష్టంగా అర్థమైంది ఒకటే, నా జీవితంలో ఏదైనా మార్పంటూ జరిగితే అది నాతోనే ప్రారంభమవాలి. నేను మారకపోతే, ఇంకేదీ మారదు. నేనే బాధ్యుడిని.

## ఒక గొప్ప ఆవిష్కారం

ఆ క్షణం నాకింకా గుర్తుంది. మొదటిసారి పారాషూట్ సాయంతో దూకినట్టు ఒకపక్క భయం మరోపక్క ఉల్లాసం. నేనలా జీవితం అంచున నిలబడ్డాను. దూకెయ్యాలని నిశ్చయించుకున్నాను. ఆ క్షణంనుంచీ, నా జీవితం నా అధీనంలోనే ఉందని

అంగీకరించాను. నా పరిస్థితిలో మార్పు రావాలంటే, నేను మారాలి. అంతా నా చేతుల్లోనే ఉంది.

మీ జీవితానికి మీరే పూర్తి బాధ్యత వహించటానికి అంగీకరించినప్పుడు మీరు ఒక్క బ్రహ్మాండమైన అడుగు ముందుకి వేసి, బాల్యం నించి యుక్తవయసులోకి చేరుకుంటారని ఆ తరవాత నేను నేర్చుకున్నాను. చాలామంది ఇలా చెయ్యకపోవటం విచారించవలసిన విషయం. ఇంకా తమకి ఏనాడో కలిగిన బాధాకరమైన అనుభవాలని నెమరువేసుకుంటూ, సణుక్కుంటూ, గొణుక్కుంటూ, వాటికి ఇంకెవరో బాధ్యులని వాళ్లమీద నిందమోపుతూ బతికే నలభై-యాభైఏళ్ల వాళ్లని ఎందరినో నేను చూశాను. చాలామంది ఎప్పుడో తమ తలిదండ్రుల్లో ఒకరు చేసిన పనికో, చెయ్యని పనికో ఇరవై, ముప్ఫై, నలభైఏళ్ల తరవాత కూడా వాళ్లమీద కోపం చూపిస్తారు. వాళ్లు గతానికి బందీలైపోయి, దాన్నించి విడిపించుకోలేకపోతున్నారు.

## మీకు అన్నిటికన్నా పెద్ద శత్రువులు

విజయానికీ, ఆనందానికీ అన్నిటికన్నా పెద్ద శత్రువులు, అన్ని రకాలైన వ్యతిరేకతతో నిండిన భావాలు. అవి మిమ్మల్ని కదలకుండా పట్టి ఉంచుతాయి, మీకు అలసట కలగజేస్తాయి, జీవితంలోని ఆనందాన్నంతా పోగొడతాయి. సృష్టి ప్రారంభం నుంచీ, వ్యతిరేకమైన భావాలు, వ్యక్తులకీ, సమాజాలకీ, చరిత్రలోని అన్ని మహమ్మారుల కన్నా ఎక్కువ హాని కలిగించాయి.

మీకున్న అతిముఖ్యమైన లక్ష్యాల్లో ఒకటి, అంటే మీరు నిజంగా ఆనందాన్నీ, విజయాన్నీ కోరుకున్నట్టయితే, వ్యతిరేక భావాలని వదిలించుకోవటం. ఎలా చెయ్యాలో నేర్చుకుంటే, అదృష్టవశాత్తూ మీరీపని చెయ్యగలుగుతారు.

భయం, మనని చూసి మనం జాలిపడటం, ఈర్ష్య, అసూయ, ఆత్మన్యూనతా భావం, చివరిగా కోపం అనే వ్యతిరేకభావాలు సామాన్యంగా నాలుగు కారణాల వల్ల కలుగుతాయి. ఈ నాలుగిటినీ గుర్తించి, మీ ఆలోచనల్నించి తొలగించుకున్నారంటే, మీలో తలెత్తే వ్యతిరేక భావాలు వాటంతటవే ఆగిపోతాయి. అవి ఆగిపోగానే, ప్రేమ, శాంతి, సంతోషం, ఉత్సాహం లాటి సానుకూలమైన భావాలు వాటి స్థానాన్ని వచ్చి ఆక్రమిస్తాయి. మీ జీవితం పూర్తిగా మారి మెరుగవుతుంది. ఒక్కోసారి కొన్ని నిమిషాల్లో, ఇంకా మాట్లాడితే సెకన్లలో ఈ మార్పు జరుగుతుంది.

### *సమర్థించుకోవడం మానండి*

వ్యతిరేకమైన భావాలకి గల నాలుగు మూలకారణాలలో మొదటిది సమర్థించుకోవటం. ఏదో ఒక కారణానికి బాధపడటానికో, కోపం తెచ్చుకోటానికో మీకు హక్కుందని మిమ్మల్ని మీరు సమర్థించుకున్నంతకాలం, మీరు వ్యతిరేకమైన భావాలని కలిగి

ఉండచ్చు. అందుకే కోపంగా ఉండేవాళ్లు తమ వ్యతిరేక భావాల గురించి ఎప్పుడూ సంజాయిషీ ఇచ్చుకుంటూ, వివరిస్తూ ఉంటారు. ఏదేమైనప్పటికీ, మీ వ్యతిరేక ధోరణిని మీరు సమర్థించుకోలేకపోతే మీరు కోపంగా ఉండలేరు.

ఉదాహరణకి, ఒక కంపెనీలో అమ్మకాలు తగ్గిపోయి, ఆర్థికపరిస్థితి మారటం వల్ల ఒక వ్యక్తిని ఉద్యోగంలోంచి తీసేశారు. అయినప్పటికీ, అతనికి బాస్ తీసుకున్న నిర్ణయం కోపం తెప్పించింది. తన కోపాన్ని సమర్థించుకోటానికి తనని ఉద్యోగంలోంచి తీసెయ్యటం ఎందుకు తప్పో, దానికి గల కారణాలన్నిటినీ ఏకరువు పెట్టాడు. అతను ఎంత ఆవేశానికి గురయాడంటే, చివరికి బాస్ మీద దావా వేసేందుకూ, పగ తీర్చుకునేందుకూ కూడా సిద్ధపడ్డాడు. తన బాస్ గురించీ, కంపెనీ గురించీ అతనలా తన వ్యతిరేక భావాలని సమర్థించుకున్నంత కాలం, అవి అతన్ని అదుపులోపెట్టి అతని జీవితాన్నీ, ఆలోచనలనీ దాదాపు చాలా భాగం ఆక్రమించేస్తాయి.

కానీ, అతను, "సరే, నన్ను ఉద్యోగంలోంచి తీసేశారు. ఇలాటివి జరుగుతూనే ఉంటాయి. ఇది వ్యక్తిగతమైనది కాదు. ఉద్యోగాలు అలా అందరికీ ఊడుతూనే ఉంటాయి. నేను నా సమయాన్ని మరో ఉద్యోగం వెతుక్కునేందుకు వెచ్చించాలి," అని అన్న వెంటనే, అతనిలోని వ్యతిరేకభావాలు మాయమైపోతాయి. అతను శాంతంగా, స్పష్టంగా ఆలోచించగలుగుతాడు. మళ్లీ ఉద్యోగంలో చేరే ప్రయత్నాల గురించీ, తన లక్ష్యాల గురించీ దృష్టి కేంద్రీకరిస్తాడు. సమర్థించుకోటం మానెయ్యగానే, అతను మరింత సానుకూలమైన మనిషిగా మారి, ప్రయత్నాన్ని ప్రారంభిస్తాడు.

## తర్కించి సాకులు చెప్పటానికి ఒప్పుకోకండి

వ్యతిరేక భావాలకి రెండో కారణం తర్కించటం. తర్కించినప్పుడు మీరు, "సమాజం ఒప్పుకోని ఒక విషయాన్ని ఒప్పించేందుకు ఒక సంజాయిషీ ఇచ్చుకునేందుకు" ప్రయత్నిస్తారు.

మీరొక పాడుపని చేసి, బాధపడుతూ దాన్ని మంచిపనిగా అందరికీ చూపించేందుకు సంజాయిషీ ఇచ్చుకుంటూ తర్కిస్తారు. మీరు చేసిన పనులని సంజాషీని సృష్టించటంతో అవి మంచివని అనిపించేట్టు చేస్తారు, కానీ జరిగినదానిలో మీ చెయ్యికూడా ఉందని మీకు బాగా తెలుసు. మీ ప్రవర్తన సరిగ్గానే, ఆమోదయోగ్యంగానే ఉందని వివరిస్తూ ఎన్నో క్లిష్టమైన ప్రయత్నాలు చేసే మీరే రైటని నిరూపించే ప్రయత్నం చేస్తారు. ఇలా చెయ్యటం వల్ల మీలోని వ్యతిరేక భావాలు జీవించే ఉంటాయి.

తర్కించటానికీ, సమర్థించుకోటానికీ మీ సమస్యకి ఎవరో కారణమని నిరూపించటం ఎప్పుడూ అవసరమవుతుంది. మిమ్మల్ని మీరు ఒక బాధితుడి పాత్రలో ప్రవర్తించి, అవతలి వ్యక్తి, లేక సంస్థని "చెడ్డవాడు"గానో అణచివేసేవాడిగానో చూపిస్తారు.

## ఇతరుల అభిప్రాయాలకి తలవంచకండి

వ్యతిరేక భావాలకి మూడో కారణం, ఇతరులు మీపట్ల ప్రవర్తించే తీరుకి మరీ సున్నితంగా స్పందించటం, దాన్ని గురించి మరీ ఎక్కువగా పట్టించుకోవటం. కొంత మందికి తమ పూర్తి వ్యక్తిత్వం, ఇతరులు తమని గురించి ఏమనుకుంటున్నారు, తమతో ఎలా మాట్లాడుతున్నారు, తమ గురించి అవతలివాళ్ళకి ఏమని చెపుతున్నారు, చివరికి తమవైపు ఎలా చూస్తున్నారు, అనేవాటిమీద ఆధారపడి ఉంటుంది. అవతలి వాళ్ల కళ్లతో తమని తాము చూసుకుంటారన్నమాట. వాళ్లకి అసలు వ్యక్తిగతమైన విలువగానీ, సొంత వ్యక్తిత్వంగాని ఉండవు...అవతలివాళ్ల అభిప్రాయాలు తప్ప. ఇక ఆ అభిప్రాయాలు ఏ కారణంచేతైనా వ్యతిరేకమైనవని తెలిసినా, లేదా వీళ్లే ఊహించేసుకున్నా, 'దెబ్బతిన్న వ్యక్తి' వెంటనే కోపానికీ, అవమానానికీ గురై, సిగ్గుపడుతూ, ఆత్మన్యూనతాభావం, తనపై తనకే జాలి, నిరాశకి గురై చివరికి కుంగి పోతాడు. ఇది గమనిస్తే, మనం చేసే పనులు దాదాపు అన్నీ ఇతరుల గౌరవాన్ని పొందేందుకు, లేదా కనీసం దాన్ని పోగొట్టుకోకుండా *ఉండేందుకేనని* మనస్తత్వ శాస్త్రవేత్తలు *ఎందుకంటారో అర్థమవుతుంది.*

## ఇంకెవరూ బాధ్యులు కాదని తెలుసుకోండి

వ్యతిరేక భావాలకి నాలుగో కారణం, అన్నిటికన్నా ఘోరమైనది, నిందించటం. నా సెమినార్లలో నేను 'వ్యతిరేక భావాల వృక్షాన్ని' గీసినప్పుడు, మన సమస్యలకి అవతలివాళ్లని నిందించే ధోరణికి దాని కాండాన్ని ఉదాహరణగా చూపిస్తాను. ఒకసారి చెట్టు కాండాన్ని నరికేస్తే, చెట్టుకున్న పళ్లన్నీ - అంటే మిగతా అన్ని వ్యతిరేక భావాలూ - వెంటనే వాడిపోతాయి - గోడలోకి దూర్చిన ప్లగ్‌ని లాగెయ్యగానే క్రిస్‌మస్ ట్రీకి అలంకరించిన దీపాలన్నీ (బల్బులన్నీ) ఎలా ఆరిపోతాయో, అదే విధంగా.

## బాధ్యతే దీనికి విరుగుడు

అన్నిరకాల వ్యతిరేక భావాలకీ విరుగుడు, మీకున్న పరిస్థితికి పూర్తి బాధ్యత మీదేనని ఒప్పుకోవటం. "నేనే బాధ్యుణ్ణి!" అన్నాక ఇక మీలో కోపం ఉండే అవకాశమే లేదు. బాధ్యత తీసుకోగానే మీలో ఉన్న వ్యతిరేక భావాలు పుటుక్కున తెగిపోతాయి... షార్ట్ సర్క్యూట్ అయినట్టు!

"నేనే బాధ్యుణ్ణి!" అనే సరళమైన, కానీ ఎంతో శక్తివంతమైన ధ్రువీకరణనీ, వ్యతిరేక భావాలని క్షణాలలో పోగొట్టే దాని సామర్థ్యాన్నీ కనుక్కోవటం, నా జీవితాన్ని ఒక కొత్త మలుపు తిప్పింది. ఆ తరవాత నా వందలాది, వేలాది విద్యార్థుల జీవితాలని కూడా అదే విధంగా మార్చేసింది.

ఒక్కసారి ఊహించండి! "నేనే బాధ్యుణ్ణి!" అనే ఒక్క మాటతో మీరు మీలోని వ్యతిరేక భావాలని వదిలించుకుని జీవితాన్ని మీ అధీనంలో ఉంచుకోగలుగుతారు.

వ్యతిరేక భావాలని వదిలించుకున్నప్పుడే, మీ జీవితంలోని ప్రతి విషయంలోనూ మీరు లక్ష్యాలని సాధించగలుగుతారు. మానసికంగానూ, భావాత్మకంగానూ మీరు స్వతంత్రులు అయినప్పుడే, మీలోని శక్తినీ, ఉత్సాహాన్నీ ముందుకి పోయేట్టు దిశానిర్దేశం చెయ్యగలుగుతారు. ఒక వ్యక్తిగా పూర్తి బాధ్యత స్వీకరిస్తేతప్ప ప్రగతి సాధించటం సాధ్యం కాదు. కానీ, మీ జీవితానికి మీదే బాధ్యత అని ఒప్పుకున్నప్పుడు, మీరు ఏమైనా అవగలరు, చెయ్యగలరు, పొందగలరు.

## ఎదుటివారిని నిందించటం మానండి

ఇకనుంచీ ఎవర్నీ దేనికీ నిందించకండి – గతంలో జరిగిన దానికీ, వర్తమానంలో జరుగుతన్నదానికీ, ఇకమీదట జరగబోయే దానికీ. ఎలియనర్ రూజ్‌వెల్ట్ అన్నట్టు, "మీ అనుమతి లేకుండా ఎవరూ మీకు ఆత్మన్యూనత కలిగించలేరు" బడ్డీ హ్యాకెట్ అనే హాస్యనటుడు ఒకసారి ఇలా అన్నాడు, "నేను ఎప్పుడూ అవతలివారిమీద పగబూనను; మీరు అలా పగతో రగిలిపోతూంటే వాళ్లు హాయిగా నాట్యం చేస్తూ ఉంటారు!"

ఈ క్షణంనుంచే సాకులు చెప్పటంకాని, మీ ప్రవర్తనని సమర్థించుకోటం గాని మానెయ్యండి. ఒకవేళ మీరేదైనా తప్పు చేసి ఉంటే, "క్షమించండి," అనండి. ఆ తరవాత ఆ తప్పుని సరిదిద్దుకునే ప్రయత్నంలో పడండి. ఎదుటివారిని నిందించటమో, సాకులు చెప్పటమో చేసిన ప్రతిసారీ, మీలోని శక్తిని కోల్పోతున్నట్టే. మీరు బలహీనంగా తయారై, కుంచించుకుపోతారు. మనసులో కోపమూ, వ్యతిరేక భావాలూ తలెత్తుతాయి. అలా చెయ్యటానికి ఒప్పుకోకండి.

## మీ భావాలని అదుపులో ఉంచుకోండి

మీ మనసుని సానుకూలంగా ఉంచుకునేందుకు, విమర్శించటం మానండి, ఫిర్యాదులు, ఇతరులని గర్హించటం వదిలెయ్యండి. ఎవరో ఒకర్ని మీరు విమర్శించినప్పుడల్లా, ఇష్టంలేని దాన్ని గర్హించినప్పుడల్లా, మీలో వ్యతిరేకభావనలనీ, కోపాన్నీ ప్రేరేపిస్తారు. దానివల్ల బాధపడేది మీరే. మీ వ్యతిరేకత అవతలి వ్యక్తి మీద ఎంతమాత్రం ప్రభావం చూపించదు. ఒకరిమీద కోపంగా ఉండటమంటే, మీ భావాలని అతని ఆధీనం చెయ్యటమే ఒక్కోసారి మీ జీవితం మొత్తం ఎక్కడో దూరాన ఉండే ఆ వ్యక్తి అధీనంలోకి వెళ్లిపోతుంది. ఇది చాలా బుద్ధిలేనితనం.

గ్యారీ జువాక్ తన పుస్తకం, సీట్ ఆఫ్ ద సోల్ లో రాసిన వాక్యాలు గుర్తుంచుకోండి, "సానుకూల భావాలు శక్తిని కలగజేస్తాయి; వ్యతిరేక భావాలు శక్తిని హరిస్తాయి." ఆనందం, ఉత్సాహం, ప్రేమ, లాంటి సానుకూల భావాలు మీకు శక్తినీ, ఆత్మవిశ్వాసాన్నీ కలగజేస్తాయి. కోపం, బాధ, నింద లాంటి వ్యతిరేక భావాలు

మిమ్మల్ని బలహీనపరిచి, విరోధాన్నీ, చికాకునీ, కలిగించి, మీ చుట్టూ ఉండే వాళ్లకి మీ పట్ల అయిష్టతని కలిగిస్తాయి.

ఒకసారి మీ పట్ల, మీ పరిస్థితి పట్ల, ఇంకా మీ జీవితంలో జరిగే అన్ని సంఘటనలకీ మీరు పూర్తి బాధ్యతని స్వీకరించాక, మీరు ఆత్మవిశ్వాసంతో మీ పనిని ప్రారంభించి, మీ జీవితాన్ని మీకిష్టం వచ్చినట్టు మలుచుకోవచ్చు. "మీ విధికి మీరే నిర్ణాయకులుగా, మీ ఆత్మకి మీరే దిశానిర్దేశకుడు గా," తయారవచ్చు.

## హలో, మిస్టర్ ప్రెసిడెంట్

కొన్నేళ్లక్రితం న్యూయార్క్‌లో జరిగిన అధ్యయనంలో పరిశోధకులు ఒక విషయం కనుక్కున్నారు; ప్రతిరంగంలోనూ మొదటి స్థానాల్లోవున్న మూడుశాతం వాళ్లు ఆ రంగంలో ఉండే మామూలు ఉద్యోగులకన్నా భిన్నమైన వైఖరి కలిగి ఉంటారు. ఆ వైఖరి ఇదీ : తాము పని చేస్తున్నంతకాలం వాళ్లు స్వయం ఉపాధి కలిగి ఉన్నట్టే భావిస్తారు, వాళ్లకి అందే చెక్కులని ఇంకెవరో సంతకం చేసి ఇస్తారనేది వాళ్లకి అప్రస్తుతం. తాము పనిచేసే కంపెనీల బాధ్యత తమదే అనీ, వ్యక్తిగతంగా తామే ఆ కంపెనీలకి యజమానులమనీ అనుకునేట్టుగా ఉంటుంది వాళ్ల ధోరణి. మీరు కూడా ఆ పనే చెయ్యాలి.

ఈ క్షణంనుంచే మీరు పని చేసే 'వ్యక్తిగత సేవల సంస్థ'కి మీరే అధ్యక్షులని ఊహించుకోండి. మీరు మీకోసమే పని చేస్తున్నారని అనుకోండి. మీ జీవితం మొత్తానికీ మీ వృత్తికీ మీదే బాధ్యత అని భావించండి. మీరు ఒక పని చెయ్యటం వల్లో, చెయ్యలేకపోవటం వల్లో ఇవాళ మీరీ స్థితిలో, ఈరకంగా ఉన్నారని ఒకసారి గుర్తుచేసుకోండి. మీ భవితవ్యాన్ని నిర్మించే వాస్తుశిల్పి మీరే.

## ఎంపిక చేసుకునేది మీరు, నిర్ణయం తీసుకునేది మీరు

మీరు తీసుకున్న నిర్ణయాలకీ, తీసుకోలేని నిర్ణయాలకీ ఇంతవరకూ మీ జీవితంలోని నిర్ణయాలన్నిటికీ, ఎంపికలన్నిటికీ మీరే బాధ్యులు. మీ జీవితంలో మీకు నచ్చని అంశమేదైనా ఉంటే, దానికీ మీరే బాధ్యులు. దేన్ని గురించైనా మీరు బాధపడుతూ ఉంటే, దాన్ని మార్చి, మెరుగు పరిచి, మీకు నచ్చినట్టుగా మలుచుకునేందుకు ప్రయత్నం చెయ్యవలసింది మీరే.

మీ 'వ్యక్తిగత సేవల సంస్థ'కి అధ్యక్షుడిగా మీరు చేసే అన్ని పనులకీ, వాటి ఫలితాలకీ బాధ్యత మీదే. మీ చేతలకీ, ప్రవర్తనకీ కలిగే పర్యవసానాలకి మీరే బాధ్యులు.

మీరీరోజు సంపాదిస్తున్నది మీరు సంపాదించుకోవాలని నిర్ణయించినదే, అంతకన్నా ఎక్కువా కాదు, తక్కువా కాదు. మీ సంపాదన మీకు అసంతృప్తిని కలిగిస్తూ ఉంటే, మరింత ఎక్కువ సంపాదించాలని నిశ్చయించుకోండి. దాన్ని ఒక లక్ష్యంగా

చేసుకోండి, ప్రణాళిక తయారు చేసుకోండి, ఆ తరవాత మీరు సంపాదించదల్చుకున్నంత సంపాదించేందుకు ఏం చెయ్యాలో అది చెయ్యండి.

మీ వృత్తికీ, జీవితానికీ అధ్యక్షుడిగా, మీ భవితవ్యాన్ని తీర్చిదిద్దే వాస్తుశిల్పిగా, మీకు నిర్ణయాలు తీసుకునే స్వేచ్ఛ ఉంది. మీరే బాస్. మీదే పెత్తనం.

## మీ సొంత వ్యూహాన్ని తయారుచేసుకోండి

ఒక సంస్థ అధ్యక్షుడు ఏవిధంగా దాని వ్యూహాలకీ, అది చేసే పనులకీ బాధ్యుడవుతాడో, మీ సొంతజీవితాన్నీ వృత్తినీ సరైన మార్గాన తీసుకెళ్లేందుకు ప్రణాళికలూ–వ్యూహాలూ పన్నటం మీ బాధ్యత. మొత్తం వ్యూహరచనకి, అంటే లక్ష్యాలు ఏర్పరచుకోవటం, ప్రణాళికలు వెయ్యటం, ప్రమాణాలు ఖాయం చెయ్యటం, ఫలితాలకోసం పాటుపడటం, వీటన్నిటికీ బాధ్యత మీమీదే ఉంటుంది.

మీరు చేసే పని నాణ్యతకీ, పరిమాణానికీ, మీరు ఆశించిన ఫలితాలకీ, వాటిని సాధించేందుకూ బాధ్యత వహించేది మీరే.

అధ్యక్షుడిగా ప్రచార వ్యూహరచన కూడా మీరే చెయ్యాలి, అంటే మిమ్మల్ని మీరు ప్రచారం చేసుకోవటం, మీకొక పేరూ, ప్రతిష్ఠా సృష్టించుకోవటం, పోటీదారుల మార్కెట్లో మిమ్మల్ని మీరు అందంగా తయారుచేసిన 'ప్యాకేజి'లా అమ్మకానికి పెట్టటం.

ఆర్థిక వ్యూహరచనకి కూడా మీరే బాధ్యులు – మీ సేవలని ఎంతవరకూ అమ్మాలని అనుకుంటున్నారు, ఎంత డబ్బు సంపాదించాలనుకుంటున్నారు, ఏటికేడాది మీ సంపాదనని ఎంతవరకూ పెంచాలనుకుంటున్నారు, ఎంత డబ్బు పొదుపు చేసి, మదుపు పెట్టాలనుకుంటున్నారు, ఇక రిటైరైన తరవాత మీదగ్గర ఎంత ఆస్తి ఉండాలనుకుంటున్నారు. ఈ లెక్కలన్నీ మీరే చూసుకోవాలి.

మనుషులతో మీ సంబంధ బాంధవ్యాలు ఎలా ఉండాలనేది కూడా మీరు నిర్ణయించుకోవలసిన విషయమే, అది ఇంట్లో కానివ్వండి, ఆఫీసులో కానివ్వండి. నా విద్యార్థులకి నేనిచ్చే ఒక చిన్న సలహా, "మీ బాస్‌ని జాగ్రత్తగా ఎంచుకోండి." మీరు ఎంచుకునే బాస్ మీద, మీరెంత సంపాదిస్తారనే దానిమీద ఎక్కువ ప్రభావం ఉంటుంది, ఎంత త్వరగా ముందుకి పోగలరు, చేసే ఉద్యోగంలో మీకు ఎంత ఆనందం దొరుకుతుంది అనే విషయాలు ఆధారపడి ఉంటాయి.

## కొత్త ఎంపికలు, కొత్త నిర్ణయాలూ చెయ్యండి

ఇదే నియమాన్ని అనుసరించి, మీ జీవనసహచరి/సహచరుడు, స్నేహితులు, మిగతా అన్ని నిర్ణయాలకన్నా ఎక్కువగా మీ విజయానికీ, సంతోషానికీ దోహదం చేస్తారు. ప్రస్తుతం మీరు ఎంచుకున్నవేవీ మీకు తృప్తిగా లేనట్టయితే, వాటిని మెరుగుపరచటమో, మార్చటమో చెయ్యవలసింది మీరే.

చివరిగా, అధ్యక్షుడి స్థానంలో ఉన్న మీరు, వ్యక్తిగత పరిశోధనలకీ, అభివృద్ధికీ, శిక్షణకీ, నేర్చుకోటానికీ పూర్తి బాధ్యత వహించాలి. రాబోయే కాలంలో మీరు సంపాదించుకోదల్చిన ముఖ్యమైన సామర్థ్యాన్నీ, డబ్బునీ, ప్రతిభలనీ, నేర్పునీ నిర్ణయించాల్సింది మీరు. అప్పుడిక మదుపుపెట్టి, ఆ నైపుణ్యాలని నేర్చుకుని సానబట్టటం మీ బాధ్యత. మీకోసం ఆ పని ఇంకోరెవరో చెయ్యరు. తప్పించుకోలేని నిజం ఏమిటంటే, మీ గురించి మీలా పట్టించుకునేవారు ఇంకెవరూ ఉండరు.

## "పెరిగే పెట్టుబడి"లా తయారవండి

ఈ సామ్యాన్ని ఇంకొంచెం ముందుకి తీసుకెళ్లి, మార్కెట్లో వ్యాపారం చేసే ఒక పెట్టుబడిదారీ కంపెనీలా మీగురించి ఊహించుకోండి. మీకంపెనీలో మదుపుపెట్టి దాని విలువ, లాభాలూ, రాబోయే ఏళ్లలో పెరుగుతాయని జనం నమ్మగలరా? మీరు "పెరిగే పెట్టుబడి" లాటివారా, లేక మీ విలువ బజారులో తగ్గిపోయిందా?

మీరు "పెరిగే పెట్టుబడి"లా ఉండాలని నిశ్చయించుకున్నట్టయితే, మీ ఆదాయాన్ని ఏటికేడాది 25 నుంచి 30 శాతం వరకూ పెరిగేట్టు చేసేందుకు మీరు చేపట్టే యుక్తులేమిటి? మీ జీవితానికి అధ్యక్షుడిగా, ఒక భర్త/భార్యగా, ఒక తండ్రి/తల్లిగా, మీ కుటుంబ సభ్యులు, మీ జీవితంలో ముఖ్యమైనవాళ్లూ, అభివృద్ధి మార్గంలో పయనించేందుకు, నిరంతరం విలువ పెరిగేట్టు, ఏళ్లు గడిచినకొద్దీ ఆదాయం, లాభాలు సాధించేట్టు చూడవలసిన బాధ్యత మీదే.

## మీ జీవితంలో మీరే 'చక్రం తిప్పండి'

ఈ క్షణంనించీ, మీ కర్మకి మీరే కర్త అనే భావన కలిగి ఉండండి. పూర్తిగా సొంత నిర్ణయాలు తీసుకుని, తనకితాను దిశానిర్దేశం చేసుకోగల ఒక శక్తిమంతుడైనవాడిగా తయారవండి.

గతంలో జరిగిపోయిన సంఘటనల గురించి సణుక్కుంటూ, తిట్టుకుంటూ ఉండద్దు. వాటిని మార్చటం వీలుకాదు. దాని బదులు, భవిష్యత్తుకేసి చూస్తూ మీకేం కావాలి, ఎక్కడికెళ్తున్నారు అనే విషయాలగురించి ఆలోచించండి. అన్నిటికన్నా ముఖ్యంగా మీ లక్ష్యాల గురించి ఆలోచించండి. మిమ్మల్ని మళ్లీ సానుకూలంగా, ప్రయోజనకరంగా తయారుచేసేందుకు మీ లక్ష్యాలని గురించి ఆలోచించటం అనేది చాలు.

## మీరు అదుపు చెయ్యాలనుకుంటున్న స్థానాన్ని నిర్ణయించండి

మనస్తత్వశాస్త్రానికి సంబంధించిన పుస్తకాలలో ఎక్కువభాగం 'అదుపు చెయ్యాలనుకుంటున్న స్థానం తాలూకు సిద్ధాంతం (Locus of Control Theory) చుట్టూనే తిరుగుతూ ఉంటాయి. యాభైఏళ్లకిపైగా జరిగిన పరిశోధనల్లో, పరిశోధకులు

నిర్ణయించిన విషయం ఏమిటంటే, మీరు అదుపు చెయ్యాలనుకునే స్థానం, జీవితంలో మీరు ఆనందంగా ఉంటారా, అసంతృప్తిగా ఉంటారా అనేది నిర్ణయిస్తుంది. అది ఎందుకో చూద్దాం.

*అంతర్గతంగా* ఒక స్థానాన్ని అదుపు చెయ్యగలవాళ్లు తమ జీవితం మీద తమదే పెత్తనం అని అనుకుంటారు. వాళ్లు బలంగా, ఆత్మవిశ్వాసంతో, శక్తిమంతులుగా ఉంటారు. సామాన్యంగా వాళ్లు ఆశావాదులుగానూ, సానుకూలంగానూ ఉంటారు. తమ గురించి మహాగొప్పగా అనుకుంటూ తమ భవితవ్యాన్ని తమ చెప్పుచేతల్లో ఉంచుకుంటారు.

మరోవైపు, *బహిర్గతంగా* ఒక స్థానాన్ని అదుపు చెయ్యగలవాళ్లూ, తమని అదుపులోపెట్టేవి బైటి కారణాలే అని భావిస్తారు, తమ బాస్, తమకి వచ్చే బిల్లులు తమ పెళ్లి, చిన్ననాటి సమస్యలు, ప్రస్తుతం తామున్న పరిస్థితి. వాళ్లకి అదుపు తప్పినట్టు అనిపించటంవల్ల, బలహీనంగా, కోపంగా, భయపడుతూ, వ్యతిరేకంగా విరోధం పెంచుకుంటూ, తమ శక్తినంతా ఎవరో దోచేసినట్టు ఉంటారు.

ఒక మంచివార్త ఏమిటంటే, మీరు స్వీకరించే బాధ్యతకీ, మీరు అనుభవించే ఆధిపత్యానికీ మధ్య అవినాభావ సంబంధం ఉంది. "నేనే బాధ్యుణ్ణి" అని ఎంత ఎక్కువగా అంటే, మీలో అంతర్గతంగా అదుపు చెయ్యగల శక్తి విస్తరించి, మీరు మరింత శక్తిమంతులుగా, ఆత్మవిశ్వాసంతో ముందుకి సాగుతారు.

## స్వర్ణ త్రికోణం

బాధ్యతకీ, ఆనందానికీ కూడా సంబంధం ఉంది. ఎంత ఎక్కువ బాధ్యత తీసుకుంటే అంత ఎక్కువ ఆనందం పొందుతారు. చూడగా, ఈ మూడూ - బాధ్యత, ఆధిపత్యం, సంతోషం - ఒకేచోట ఉంటాయనిపిస్తుంది.

ఎంత ఎక్కువ బాధ్యత స్వీకరిస్తే అంత ఎక్కువ అదుపు చెయ్యగలరు, దానివల్ల మీ ఆనందమూ, ఆత్మవిశ్వాసమూ ఇనుమడిస్తాయి. అలా సానుకూలంగా మీ జీవితాన్ని మీ చెప్పుచేతల్లో పెట్టుకున్నాక, ఇంకా పెద్దవీ, కష్టతరమైనవీ అయిన లక్ష్యాలని ఏర్పరచుకుంటారు. వాటిని సాధించటానికి అవసరమైన ఉత్సాహమూ, పట్టుదలా కూడా వస్తాయి. మీ జీవితం మీ చేతుల్లోనే ఉందనీ, దాన్ని ఎలా కావలిస్తే అలా మలుచుకోవచ్చనీ మీకు అనిపిస్తుంది.

## అది మీ చేతుల్లోనే ఉంది

మీరు జీవితంలో కోరుకున్నది ఏదైనా కానివ్వండి, దాన్ని పొందేందుకు, సాధించేందుకు, ఆ పనిచేసేందుకు మీలో అంతులేని శక్తిసామర్థ్యాలు నిబిడీకృతమై ఉన్నాయనీ, వాటిని సాధించాలన్న తపన తగినంతగా మీలో ఉందనీ, దానికోసం

ఎంత కాలమైనా, ఎంత కష్టాన్నైనా సహిస్తూ పనిచేసే కాంక్ష మీలో ఉందనీ తెలుసుకుంటే, లక్ష్యాలని ఏర్పరచుకోటానికి అదే మొదటిమెట్టు.

ఇక లక్ష్యాన్ని ఏర్పరచుకోవటంలో రెండోభాగం, మీ జీవితానికి మీరే పూర్తి బాధ్యత వహించటం, మీకు జరిగే అన్నిటికీ, ఎటువంటిసాకులూ చెప్పకుండా, ఎవరినీ నిందించకుండా, మీదే పూచీ అనుకోవటం.

ఈ రెండు విషయాలనీ స్పష్టంగా మనసులో స్థిరపరుచుకున్నాక - అంటే మీలో అంతులేని శక్తిసామర్థ్యాలున్నాయనీ, మీరే పూర్తిగా బాధ్యులనీ - ఇక రెండోమెట్టుకి చేరుకునేందుకు మీరు సిద్ధంగా ఉన్నట్టే. అదే మీ భవిష్యత్తుని ఆదర్శంగా తీర్చిదిద్దుకోటం.

## మీ జీవితానికి బాధ్యత వహించండి

1. ఈరోజు మీకున్న పెద్ద సమస్యనీ, మీ జీవితంలోని వ్యతిరేకభావాలనీ గుర్తించండి. ఈ స్థితికి మీరు ఏ విధంగా బాధ్యులు?
2. మీ సొంత కంపెనీకి మీరే అధ్యక్షులని అనుకోండి. వందశాతం షేర్లు మీ సొంతం అయితే మీరు పనిచేసే విధానంలో ఎటువంటి తేడా ఉంటుంది?
3. ఇవాళే ఒక నిర్ణయం తీసుకోండి, ఎవరినీ, దేనికీ తప్పుపట్టననీ, జీవితంలో అన్ని విషయాలకీ నేనే బాధ్యత వహిస్తాననీ, తీర్మానించుకోండి. అప్పుడు మీరేం చేస్తారు?
4. సాకులు చెప్పటం మాని పురోగతికి ప్రయత్నించండి. మీకు ఇష్టమైన సాకులకి ఎటువంటి ఆధారాలూ లేవన్న నిజాన్ని గ్రహించి, ఆ దిశగా ప్రయత్నం కొనసాగించండి.
5. మీ జీవితంలో మీరే ప్రధానమైన సృజనాత్మకశక్తి అని అర్థం చేసుకోండి. మీరు చేసుకున్న ఎంపికలూ, నిర్ణయాలే మిమ్మల్ని ఈరోజు ఈ స్థితికి తీసుకొచ్చి, ఈ రకమైన వ్యక్తిగా మలిచాయి. అయితే మీరు ఎటువంటి మార్పులు చేసుకోవాలి?
6. మిమ్మల్ని ఏదో రకంగా బాధపెట్టిన వాళ్లని క్షమిస్తానని ఈరోజే తీర్మానించండి. వాటిని వదిలిపెట్టండి. దాన్ని గురించి చర్చించటానికి నిరాకరించండి. బదులుగా, జరిగిపోయినదాన్ని గురించి మళ్లీ తీరిక లేనంతగా మీకు చాలా ముఖ్యమైన పనిలో మునిగిపోండి.

# 3

# మీ భవిష్యత్తుని మీరే నిర్మించుకోండి

*మిమ్మల్ని హద్దుల్లో ఉంచే కోరికలవల్ల కుంచించుకుపోతారు;*
*బలమైన అభిలాషల వల్ల గొప్పవారవుతారు.*
**- జేమ్స్ అలెన్**

లీడర్లమీద కొన్ని ఏళ్లతరబడి జరిపిన ముప్ఫైమూడు వందలకన్నా ఎక్కువ అధ్యయనాలలో తెలియవచ్చింది ఏమిటంటే, వాళ్లలో విశేషంగా కనిపించే ఒక ప్రత్యేకత ఉంటుంది, అందరు నాయకుల్లోనూ సామాన్యంగా కనిపించే ఒకే ఒక గుణం అది. ఆ గుణం ముందుచూపుకి సంబంధించినది. నాయకులకి ముందుచూపు ఉంటుంది. నాయకులు కానివారికి అది ఉండదు.

ఇంతకుముందు నేనే, మానవచరిత్ర మొత్తం తిరగేస్తే కనిపించే అన్నిటికన్నా ముఖ్యమైన ఆవిష్కారం, మీరు ఎప్పుడూ దేన్నిగురించి ఆలోచిస్తారో అదే మీ వ్యక్తిత్వంగా రూపొందుతుంది, అనేది అని చెప్పాను. మరైతే నాయకులు ఎప్పుడూ ఆలోచించే విషయం ఏమిటి? దీనికి జవాబు, నాయకులు ఎప్పుడూ భవిష్యత్తు గురించీ, తాము ఎక్కడికెళ్తున్నామనే విషయం గురించీ, అక్కడికి చేరుకునేందుకు తామేం చెయ్యాలనేదాని గురించీ ఆలోచిస్తూ ఉంటారు.

నాయకులు కానివారు, వర్తమానం గురించీ, ప్రస్తుతం దొరికే ఆనందం, తలెత్తే సమస్యల గురించీ ఆలోచిస్తారు. గడిచిపోయిన విషయాల గురించి చింతిస్తూ, ఎంతమాత్రం మార్చలేని సంఘటనల గురించి బాధపడుతూ ఉంటారు వారు.

## భవిష్యత్తు గురించి ఆలోచించండి

ఈ నాయకత్వ లక్షణాన్ని "భవిష్యత్తువైపు సాగటం" అంటాం. నాయకులు భవిష్యత్తులో తాము సాధించదలచిన లక్ష్యాలనీ, చేరుకోదలచిన గమ్యాలనీ గురించి ఆలోచిస్తారు. తమకి ఏం కావాలో, దాన్ని సాధించాలంటే ఏం చెయ్యాలో ఆలోచిస్తారు. శుభవార్త

ఏమిటంటే, మీరు భవిష్యత్తు గురించి ఆలోచించటం మొదలుపెడితే, ఒక నాయకుడిలా ఆలోచించటం కూడా మొదలుపెడతారు. త్వరలోనే నాయకులకి లభించే ఫలితాలు మీకు కూడా లభిస్తాయి.

హార్వర్డ్ విశ్వవిద్యాలయంలోని డా. ఎడ్వర్డ్ బ్యాన్‌ఫీల్డ్, యాభై ఏళ్లకి పైగా పరిశోధనలు చేశాక ఈ నిర్ధారణకి వచ్చాడు, జీవితంలో ఆర్థికంగానూ, వ్యక్తిగతంగానూ విజయం సాధించాలంటే కావలసిన ముఖ్యమైన లక్షణం, "దీర్ఘకాలిక దృష్టికోణం". ఈ దీర్ఘకాలిక దృష్టికోణానికి ఆయన ఇచ్చిన నిర్వచనం, "వర్తమానంలో నిర్ణయాలు తీసుకుంటూ, ఎన్నో ఏళ్లు భవిష్యత్తులోకి చూడగల సామర్థ్యం."ఇంతవరకూ జరిగిన అతిముఖ్యమైన ఆవిష్కారాలలో ఇది కూడా ఒకటి. ఒక్కసారి ఆలోచించండి! భవిష్యత్తులోకి ఎంత దూరం చూడగలిగితే వర్తమానంలో అంత మెరుగైన నిర్ణయాలు తీసుకోగలుగుతారు. అప్పుడే మీ భవిష్యత్తు తాలూకు కలలు నిజమవుతాయి.

## లక్షాధికారి అవండి

ఉదాహరణకి, మీరు నెలకి 100 డాలర్లు చొప్పున పాతికేళ్లనించి అరవై ఐదేళ్ల వరకూ పొదుపు చేశారనుకుందాం. ఆ డబ్బుని మ్యూచువల్ ఫండ్‌లో వేసి ఏడాదికి 10 శాతం వడ్డీ సంపాదిస్తున్నారనుకుందాం, మీరు రిటైరయేసరికి ఆమొత్తం 1,118,000 డాలర్లు అవుతుంది.

చెయ్యాలనుకుంటే ఎవరైనా నెలకి వంద డాలర్లు పొదుపు చెయ్యచ్చు. కానీ వాళ్ల దృష్టి భవిష్యత్తులోకి చాలా దూరం పోవాలి. అంటే అర్థం, ఈరోజు సంపాదించటం మొదలుపెట్టినవాళ్లు, ముందుగానే పొదుపు చెయ్యటం ప్రారంభిస్తే, తగినంత డబ్బు క్రమంతప్పకుండా పొదుపు చేస్తే, ఆర్థిక స్వాతంత్ర్యం గురించి వాళ్లకి దీర్ఘకాలిక దృష్టి ఉంటే, వాళ్లు లక్షాధికారులు కావచ్చు.

## ఐదేళ్ల పగటికలని సృష్టించుకోండి

వ్యక్తిగతంగా మీరు వేసుకునే వ్యూహ ప్రణాళికలో కూడా, మీ జీవితం గురించి దీర్ఘకాలిక దృష్టితో ప్రారంభించండి. మీరు చేసే ప్రతిపనీ ఆదర్శంగా ఉండాలని ప్రయత్నించండి. ఈ ప్రక్రియలో మీకోసం ఐదేళ్ల పగటికలనొకదాన్ని సృష్టించుకోండి. అంటే ఐదేళ్ల తరవాత మీ జీవితం ఎలా ఉండబోతోందో ఊహించండి. అది అన్ని రకాలుగానూ దోషరహితంగా ఉంటే ఎలా ఉంటుందని ఆలోచించండి.

లక్ష్యాలు ఏర్పరుచుకునేందుకు అన్నిటికన్నా ఒకే ఒక పెద్ద అడ్డంకి 'మనని హద్దుల్లోకి ఇమిడ్చే నమ్మకాలు'. మీరు ఏదో రకంగా ఇంతకన్నా ముందుకి పోలేరు, ఎక్కువ సాధించలేరు వంటి హద్దుల్ని సృష్టించే నమ్మకాలు. తెలివితేటలు, సామర్థ్యం, ప్రతిభ, సృజనాశక్తి, వ్యక్తిత్వం లేదా ఇంకేదైనా విషయంలో మీకు తగినంత శక్తి సామర్థ్యాలు లేవనో, లేక మిగతావారికన్నా మీరు తక్కువ స్థాయిలో ఉన్నారనో

అనుకోవటం... దాన్ని నమ్మటం. తత్ఫలితంగా మీరు పురోగతి సాధించలేరు. మిమ్మల్ని మీరు తక్కువ అంచనా వేసుకోవటం వల్ల, మీకు ఎటువంటి లక్ష్యాలనీ ఏర్పరచుకోలేరు, లేదా తక్కువస్థాయి లక్ష్యాలని ఏర్పరచుకుంటారు. అవి మీ సామర్థ్యానికన్నా తక్కువస్థాయిలో ఉంటాయి.

## హద్దుల్ని ఊహించుకోకండి

ఆదర్శాన్నీ, భవిష్యత్తువైపు సాగటాన్నీ కలగలిపి, మీ హద్దుల్ని మీరు చెరిపేసుకోండి. మీకు ఎటువంటి హద్దులూ లేవని ఒక్కక్షణం ఊహించుకోండి. మీకు కావలసినంత సమయం, ప్రతిభ, సామర్థ్యం ఉన్నాయనీ, మీరు ఎటువంటి లక్ష్యాలని ఏర్పరచుకున్నా ఈ గుణాల సాయంతో వాటిని సాధించగలరనీ ఊహించుకోండి. జీవితంలో మీరెక్కడున్నా సరే, మీకు స్నేహితులు, పరిచితులు, బంధువులూ ఉన్నారని, ప్రతి తలుపునీ తెరిచి మీరు కోరుకున్న లక్ష్యాలని అందుకోగలరనీ ఊహించండి. మీకు ముఖ్యం అనిపించిన లక్ష్యాలని చేరుకునేందుకు, మీరేం కావాలంటే అది చేసేందుకూ, ఎలా ఉండాలనుకుంటే అలా ఉండేందుకూ అడ్డంకులేవీ లేవని అనుకోండి.

## నీలాకాశాన్ని ఆలోచించటం అభ్యసించండి

చార్లెస్ గార్‌ఫీల్డ్ "అగ్రగాముల" గురించి అధ్యయనం చేశాడు. ఈ అధ్యయనంలో ఆయన ఒక ఆసక్తికరమైన విషయాన్ని కనుగొన్నాడు. తమ జీవితాల్లో సాధారణమైన ఫలితాలు సాధించిన కొందరు స్త్రీ పురుషులు హఠాత్తుగా ఒక గొప్ప లక్ష్యాన్ని సాధించటం గురించి చాలా ఏళ్లు విశ్లేషణ చేశాడు. ఇక పైకి ఎగరటానికి సిద్ధంగా ఉన్న దశలో వాళ్లలో ప్రతిఒక్కరూ "నీలాకాశాన్ని ఆలోచించటం" అనే ఆలోచనని ఉపయోగించుకున్నారు అని ఆయనకి తెలిసింది.

నీలాకాశం ఆలోచన అంటే అనంతమైన నీలాకాశాన్ని మీరు చూడగలుగుతున్నట్టే, మీకు కూడా ఎక్కడా ఎల్లలు లేవు అనుకోవటం. మీకు అన్నీ సాధ్యమే. మీరు ఎన్నో ఏళ్లు ముందుకెళ్తారు. అప్పుడు మీ జీవితం అన్ని విధాలుగానూ ఆదర్శంగా ఉన్నట్టు ఊహించుకుంటారు. మళ్లీ వెనక్కి తిరిగి ప్రస్తుతం ఎక్కడ ఉన్నారో చూసుకుంటారు. మిమ్మల్ని మీరిలా ప్రశ్నించుకుంటారు : ఆదర్శవంతమైన భవిష్యత్తుని నిర్మించుకునేందుకు నేనేం చేశాను? ఆ తరవాత మళ్లీ మనసులో వర్తమానానికి వచ్చి, ఈ క్షణం తరవాత నేనేం చేస్తే భవిష్యత్తులో ఎప్పుడు కావలిస్తే అప్పుడు నా లక్ష్యాలనన్నిటినీ సాధించుకోగలుగుతాను?

## మీ కలలతో రాజీపడకండి

మీరు ఆదర్శవంతంగా, భవిష్యత్తువైపు సాగటం అభ్యసిస్తున్నప్పుడు, మీ కలలతోనూ, మీకోసం, మీ భవిష్యత్తుకోసం మీరు తయారుచేసుకున్న ఊహలతోనూ రాజీపడద్దు.

చిన్నచిన్న లక్ష్యాలకీ, సగం-సగం విజయాలకీ సంతృప్తి చెందకండి. దానికి బదులు "పెద్ద పెద్ద కలలు కనండి", ఈ విశ్వంలోకెల్లా శక్తిమంతులైన వాళ్లలో మీరు కూడా ఒకరు అన్నట్టుగా, మానసికంగా ముందుకి సాగిపోండి. ఒక నిర్దుష్టమైన భవిష్యత్తుని సృష్టించుకోండి. ప్రస్తుతానికి వెనక్కి వచ్చేముందు మీరు నిజంగా ఏం కావాలో నిర్ణయించుకోండి. ఆ తరవాత వర్తమాన పరిస్థితిలో మీకు వీలైన పనులని చేపట్టండి.

ముందుగా మీ వృత్తి వ్యాపారాలతో మొదలుపెట్టండి. ఐదేళ్ల తరవాత వృత్తి వ్యాపారాలకి సంబంధించిన మీ జీవితం నిర్దుష్టంగా ఉండబోతోందని ఊహించండి. ఈకింది ప్రశ్నలకి సమాధానాలు చెప్పండి :

1. అది చూసేందుకు ఎలా ఉంటుంది?
2. మీరు ఏం చేస్తూ ఉంటారు?
3. ఆ పనిని ఎక్కడ చేస్తూ ఉంటారు?
4. ఎవరితో కలిసి పనిచేస్తూ ఉంటారు? మీకు ఏ విధమైన బాధ్యత ఉండబోతోంది?
5. ఏ రకమైన నైపుణ్యాలూ, సామర్థ్యాలూ మీకు ఉండబోతున్నాయి?
6. ఏ లక్ష్యాలని సాధించబోతున్నారు?
7. మీ రంగంలో మీ హోదా ఎలా ఉంటుందనుకుంటున్నారు?

## హద్దుల్లేని ఆలోచనలని అభ్యసించండి.

ఈ ప్రశ్నలకి జవాబులు చెప్పాక, ఇక మీకు హద్దుల్లేవని ఊహించుకోండి. ఏదైనా మీకు సాధ్యమేనని అనుకోండి. పీటర్ డ్రకర్ ఒకసారి ఇలా అన్నాడు, "ఒక్క ఏడాదిలో మనం సాధించదల్చుకున్న దాన్ని గురించి మనం ఎక్కువ అంచనా వేసుకుంటాం. కానీ ఐదేళ్ల తరవాత సాధించగలదాన్ని గురించి చాలా తక్కువగా అంచనా వేస్తాం." మీ విషయంలో ఇలా జరగనివ్వకండి.

ఇక మీ నిర్దుష్టమైన ఆర్థిక జీవితం భవిష్యత్తులో ఎంత ఆదర్శంగా ఉండబోతోందో ఊహించుకోండి :

1. ఐదేళ్ల తరవాత మీరెంత సంపాదిస్తూ ఉంటారు?
2. మీ జీవనశైలి ఏవిధంగా ఉంటుంది?
3. ఎలాంటి ఇంట్లో ఉంటారు?
4. ఎలాంటి కారు నడుపుతారు?
5. మీకోసం, మీ కుటుంబంకోసం ఎటువంటి భౌతిక సౌకర్యాలని అమర్చుకుంటారు?

6. మీ బ్యాంకులో ఎంత డబ్బు ఉంటుంది?
7. ప్రతి నెలా, ప్రతి ఏడాదీ, ఎంత డబ్బు పొదుపు చేస్తారు, ఎంత డబ్బు మదుపు పెడతారు?
8. మీరు మీ పదవీవిరమణ చేసే నాటికి మీ విలువ ఎంత ఉండాలని అనుకుంటున్నారు?

మీ దగ్గర ఒక మంత్రఫలకం ఉందని అనుకోండి. దానిమీద మీరు మీ ఇష్టం వచ్చినది రాయచ్చు. గతంలోని సంఘటనల్లో మీకిష్టం వచ్చినదాన్ని చెరపచ్చు, భవిష్యత్తు గురించి మీరు కోరుకున్న చిత్రాని గీయచ్చు. ఏ క్షణంలోనైనా పలకని పూర్తిగా తుడిచేసి, మళ్లీ మొదలుపెట్టచ్చు. మీకు ఎల్లలు లేవు.

## దోషరహితమైన కుటుంబజీవితాన్ని ఊహించుకోండి

ఈరోజు మీ కుటుంబం, సంబంధాలూ ఎలా ఉన్నాయో చూసుకుని, ఐదేళ్ల తరవాత ఎలా ఉంటాయో ఊహించండి :

1. ఇంకో ఐదేళ్లకి మీ కుటుంబ జీవితం నిర్దుష్టంగా ఉండేట్టయితే, అదెలా ఉంటుంది?
2. మీరు ఎవరితో కలిసి ఉంటారు? అప్పటికి ఎవరితో కలిసి ఉండరు?
3. ఎక్కడుంటారు, ఎలా ఉంటారు?
4. మీ జీవనస్థాయి ఎలా ఉంటుంది?
5. ఒకవేళ ప్రతిదీ, అన్నిరకాలుగా ఆదర్శంగా మారితే, మరో ఐదేళ్లకి మీ జీవితంలోని అతి ముఖ్యమైన వాళ్లతో మీ సంబంధాలు ఎలా ఉంటాయి?

## ఆదర్శవంతమైన ఆరోగ్యం, శరీర దారుఢ్యం

ప్రతి విషయంలోనూ మీ ఆరోగ్యాన్ని, శరీరదారుఢ్యాన్నీ సమీక్షించుకోండి :

1. మరో ఐదేళ్ల తరవాత మీరు నిర్దుష్టమైన ఆరోగ్యానికి నమూనాగా ఉండాలంటే, మీరు చూడటానికి ఎలా ఉండాలి, మీ గురించి మీకెలాంటి భావన ఉండాలి?
2. మీ బరువు ఆదర్శవంతంగా ఉండాలంటే ఎంత ఉండాలి?
3. వారానికి మీరు ఎంత సమయాన్ని వ్యాయామానికి కేటాయిస్తారు?
4. మీ ఆరోగ్యస్థాయి మొత్తం మీద ఎలా ఉంటుంది?
5. ఈరోజు మీరు తీసుకునే ఆహారంలో, వ్యాయామ కార్యక్రమంలో, అలవాట్లలో ఎటువంటి మార్పులు చేసుకోవటం మొదలుపెడితే రాబోయే కాలంలో చక్కటి ఆరోగ్యంతో ఆనందంగా గడపగలుగుతారు?

ఆ తరవాత మీరొక ప్రముఖమైన, పలుకుబడి గల వ్యక్తినని ఊహించుకోండి, మీ చుట్టుపక్కల ఉండేవాళ్లలో మీరొక 'ఆటగాడు' అనుకోండి. మీ చుట్టూ ఉండే ప్రపంచానికి మీరు ఒక ముఖ్యమైన సాయం అందజేస్తున్నారు. మీ జీవన విధానం ఇతరుల జీవితాల్లో గొప్ప మార్పులని తీసుకొస్తోంది. మీ సమాజంలోనూ, సముదాయంలో మీ హోదా, మీరు పాలు పంచుకునే విధానం ఆదర్శవంతంగా ఉంటే,

1. మీరు ఏం చేస్తూ ఉంటారు?
2. ఎటువంటి సంస్థలతో కలిసి పనిచేస్తూ, సహకరిస్తూ ఉంటారు?
3. ఆ రంగాల్లో మీరు మరింతగా పాలు పంచుకునేందుకు, మీరు నమ్మే బలమైన కారణాలేవి?

## చెయ్యండి, అంతే!

గొప్ప విజయాలు సాధించేవారికీ, చెప్పుకోదగ్గ విజయాలు సాధించలేనివారికీ గల తేడా, "క్రియాశీలత" మాత్రమే. అద్భుతమైన పనులు చేసి విజయాలని సాధించే స్త్రీ పురుషుల్లో పని చెయ్యాలన్న కోరిక తీవ్రంగా ఉంటుంది. వాళ్లు ఎప్పుడూ తిరుగుతూనే ఉంటారు. ఎప్పుడూ ఏదో ఒక పని చేస్తూనే ఉంటారు. మనసులోకి ఏదైనా ఒక ఆలోచన వచ్చిందంటే, వెంటనే దాన్ని కార్యరూపంలో పెడతారు.

మరోపక్క, అంతంతమాత్రం విజయాలని సాధించేవారూ, అసలు ఏమీ చెయ్యకుండా ఉండేవారూ, చాలా మంచి ఉద్దేశాలని మనసులో దాచుకుంటారు, కానీ ఇవాళ దాన్ని కార్యరూపంలో పెట్టకుండా ఉండేందుకు వాళ్ల దగ్గర ఏదో ఒక సాకు సిద్ధంగా ఉంటుంది. ఎవరో చాలా బాగా అన్నారు, "నరకానికి వెళ్లే దారి మంచి ఆలోచనలతోనే నిర్మించబడింది" అని.

మీ దగ్గరున్న నైపుణ్యం, జ్ఞానం, ప్రతిభ, విద్య, సామర్థ్యం అనే జాబితాని ఒకసారి పరిశీలించి చూసుకోండి. మీకు చాతనైనంత పైస్థాయికి మీరు వికాసం పొంది ఉన్నట్టయితే (దీనికి అసలు అంతు అంటూ ఉండదు), ఈ కింది ప్రశ్నలకి సమాధానాలు ఇవ్వండి :

1. మరో ఐదేళ్ల తరవాత మీరు అదనంగా సంపాదించుకోబోయే జ్ఞానమూ, నైపుణ్యమూ ఏమిటి?
2. మీరు చేసే పనుల్లో, దేనిలో మీరు పూర్తి ఔన్నత్యం సాధించారన్న గుర్తింపు లభిస్తుంది?
3. భవిష్యత్తులో మీ రంగంలో ఉన్నతస్థానాన్ని సంపాదించుకునేందుకు మీరు ఎటువంటి జ్ఞానాన్నీ, నైపుణ్యాన్నీ వికసింపచేసుకోవాల్సిన అవసరం ఉంది?

ఒకసారి ఈ ప్రశ్నలకి జవాబు చెప్పాక, తరవాత మీరు అడగవలసిన ప్రశ్న, ఎలా? అనేది. రాబోయేకాలంలో మీరంగంలో అందరికన్నా మీరే ముందుండాలంటే, ఆ నైపుణ్యాన్నీ, కౌశలాన్నీ ఎలా సంపాదించుకుంటారు?

## మీకోసం నిర్దుష్టమైన కేలెండర్‌ని తయారుచేసుకోండి

ప్రతిరోజూ, ఏ రోజుకారోజు ఆదర్శవంతమైన జీవితాన్ని ఎలా గడపాలో నిశ్చయించుకోండి. జనవరి ఒకటో తేదీనించి డిసెంబర్ 31 దాకా మీ కేలెండర్‌ని నిర్దుష్టంగా తయారుచేసుకోండి :

1. శనాదివారాల్లోనూ, సెలవురోజుల్లోనూ ఏం చెయ్యాలనుకుంటున్నారు?
2. ప్రతివారం, నెల, ఏడాదీ, ఎంత సమయం సెలవలకి కేటాయించాలనుకుంటున్నారు?
3. ఎక్కడికి వెళ్లాలనుకుంటున్నారు?
4. మీ సమయం మీ చేతుల్లోనే ఉండి, మీకు ఎటువంటి కట్టుబాట్లూ లేకపోతే ఈ ఏడాదిని ఏవిధంగా గడపాలనుకుంటున్నారు?

సూక్తి 29:18 "భవిష్యత్తు గురించి ముందాలోచన లేకపోతే, జనం మరణిస్తారు," అని అంటుంది. దీని అర్థం ఏమిటంటే, భవిష్యత్తుగురించి ఉత్సాహంతో నిండిన ఊహలు లేకపోతే మీరు లోలోపల "చనిపోతారు," అంటే ఏరకమైన ప్రేరణా, ఉత్సాహం మీరు చేసేపనిలో కనిపించదు. దీనికి విరుద్ధంగా, భవిష్యత్తు గురించి ఉత్సాహంగా ఊహించుకుంటే, ఆదర్శవంతమైన మీ భవిష్యత్తుని నిజం చేసుకునేందుకు అవసరమైన ప్రేరణా, ఉత్సాహం మీకు నిరంతరం లభిస్తూనే ఉంటాయి.

## ఆనందానికి కీలకం

"ఆనందం అనేది క్రమక్రమంగా ఒక పనికివచ్చే ఆదర్శమైన లక్ష్యాన్ని సాధించటమే" అని గుర్తుంచుకోండి. మీ ముందు స్పష్టమైన ఉత్సాహంతో నిండిన లక్ష్యాలూ, ఆదర్శాలూ ఉన్నప్పుడు మీ గురించీ మీ చుట్టూ ఉండే ప్రపంచం గురించీ మీరింకా ఆనందంగా ఉంటారు. ఎక్కువ సానుకూలంగానూ, భవిష్యత్తుపట్ల ఆశతోనూ ఉంటారు. సంతోషంగా, ఉత్సాహంగా ఉంటారు. మీ మనసు ప్రేరణకి లోనవుతుంది, ప్రతిరోజూ ఉదయం లేచి, చురుగ్గా పనిచెయ్యాలనిపిస్తుంది, ఎందుకంటే మీరు వేసే ప్రతి అడుగూ, మీరెంతో ముఖ్యమని అనుకుంటున్న విషయం దిశగా మిమ్మల్ని ముందుకి తీసుకెళ్తుంది.

వీలైనంత వరకూ ఎక్కువ సమయం ఆదర్శవంతమైన మీ భవిష్యత్తు గురించే ఆలోచించాలని తీర్మానించుకోండి. అసలు మీ జీవితంలోని అత్యుత్తమమైన కాలమంతా ముందే ఉందని గుర్తుంచుకోండి. మీరు సంపాదించబోయే ఎక్కువ ఆదాయం

రాబోయే నెలల్లో, ఏళ్లలోనే ఉండబోతోంది. గతంలో జరిగిన సంఘటనల కన్నా భవిష్యత్తు తప్పకుండా మెరుగ్గా ఉండబోతోంది. దానికి ఎక్కడా హద్దనేది లేదు.

మీ దీర్ఘకాలిక భవిష్యత్తు గురించి మీ ఆలోచనలు ఎంత ఎక్కువ స్పష్టంగా ఉంటే, మీరు అంత వేగంగా మనుషులనీ, పరిస్థితులనీ మీవైపుకి ఆకర్షించుకోగలుగుతారు, ఆ విధంగా భవిష్యత్తుని నిజం కూడా చేసుకుంటారు. మీరేమిటో, మీకేం కావాలో మీకు ఎంత స్పష్టంగా తెలిస్తే అంత త్వరగా విజయాలని మీ జీవితంలోని అన్ని రంగాలలోనూ సాధించుకోగలుగుతారు.

## మీ భవిష్యత్తుని మీరే నిర్మించుకోండి

1. ప్రతి సమస్యకీ పరిష్కారం ఉందనీ, అన్ని హద్దుల్నీ అధిగమించటం సాధ్యమనీ, మీరు కోరుకున్న లక్ష్యాన్ని సాధించేందుకు ఎటువంటి అడ్డంకులూ లేవనీ, అనుకోండి. అప్పుడు మీరు మరోవిధంగా ఎలా ప్రవర్తిస్తారు?
2. "భవిష్యత్తునించి వెనక్కి వర్తమానం దాకా ఆలోచించటం" అభ్యసించండి. ఒక ఐదేళ్లు ముందుకి వెళ్లి ఊహించి మళ్లీ వెనక్కి ప్రస్తుతానికి రండి. మీ ప్రపంచం ఆదర్శంగా ఉండాలంటే ఏం జరిగి ఉండాల్సింది?
3. మీ ఆర్థిక జీవితం అన్ని విధాలుగానూ నిర్దుష్టంగా ఉందని ఊహించుకోండి. మీరెంత సంపాదిస్తూ ఉంటారు? మీ ఆస్తి విలువ ఎంత ఉంటుంది? ఈ లక్ష్యాలని నిజం చేసుకునేందుకు ఈరోజు మీరు చేపట్టబోయే పనులేమిటి?
4. మీ కుటుంబ జీవితం, వ్యక్తిగత జీవితం నిర్దుష్టంగా ఉందని ఊహించుకోండి. అప్పుడు అదెలా ఉంటుంది? ఇవాల్టినుంచి మీరు ఎక్కువగా చెయ్యవలసినదీ, తక్కువగా చెయ్యవలసినదీ ఏమిటి?
5. మీకోసం ఒక నిర్దుష్టమైన కేలెండర్‌ని తయారుచేసుకోండి. జనవరి నుంచి డిసెంబర్ దాకా, మీకు ఎటువంటి ఎల్లలూ లేవనుకుని ఏడాదికి సరిపడా ప్రణాళిక వేసుకోండి. ఇవాల్టినుంచి మీరు మార్చదల్చుకున్నది ఏమిటి?
6. మీ ఆరోగ్యమూ, శరీర దారుఢ్యమూ అన్ని విధాలుగానూ నిర్దుష్టంగా ఉన్నాయని ఊహించుకోండి. మీరు ఊహించుకున్న దాన్ని నిజం చేసుకోవటానికి, ఈ రోజు నుంచి మీరు మొదలుపెట్టదల్చుకున్నది ఏమిటి?

# 4

# మీ విలువలని స్పష్టం చెయ్యండి

*ఉన్నదంతా కలిపి నిర్మించబడింది ఒకటే విశ్వం : అందులో ఉన్నది ఒకే దేవుడు, ఉనికి తాలూకు సూత్రం ఒకటే, ఒకటే నియమం, ఆలోచించే జీవులందరూ పంచుకునే తెలివి, సత్యం కూడా ఒకటే.*
**– మార్కస్ ఆరెలియస్**

నాయకులకీ, జీవితంలోని అన్నిరంగాలలోనూ విజేతలైనవారికీ ఉండే ఒకేఒక అతిముఖ్యమైన లక్షణం, తాము ఎవరో వాళ్లకి తెలియటం, తాము దేన్ని నమ్ముతారో, దేని పక్షాన నిలబడతారో తెలిసి ఉండటం. చాలామందికి తమ లక్ష్యాల గురించీ, విలువల గురించీ, ఆదర్శాలగురించీ స్పష్టమైన అవగాహన ఉండదు, అందువల్ల వాళ్లు ముందుకీ వెనక్కీ పోతూ, చాలాతక్కువ ఫలితాలని పొందగలుగుతారు. నాయకులుగా మారే స్త్రీ, పురుషులు, సమానమైన సామర్థ్యమూ, ఒక్కోసారి తక్కువ సామర్థ్యమూ, అవకాశాలూ ఉన్నా, ఎక్కువ విజయాలని తమ ప్రయత్నాల ద్వారా, సాధించ గలుగుతారు.

జీవితం లోపల్నించి బైటికి కనిపించేది. మీ వ్యక్తిత్వం తాలూకు ముఖ్యకేంద్రం మీ విలువలు. ఆ విలువలే మీరెటువంటి వారో నిర్ణయిస్తాయి. బైటికి కనిపించే మీ చర్యలన్నిటినీ శాసించేదీ, నిర్ధారించేదీ మీలోని విలువలే... అవి స్పష్టంగా ఉండచ్చు, అస్పష్టంగానూ ఉండచ్చు. లోపల ఉండే విలువలగురించి మీకెంత ఎక్కువ స్పష్టత ఉంటే, మీరు చేసేపనులు అంత ఖచ్చితంగా, ఫలితాలని సాధించేవిగా ఉంటాయి.

## వ్యక్తిత్వం తాలూకు ఐదు వలయాలు

మీ వ్యక్తిత్వాన్ని గుండ్రంగా ఒకదానిలో ఒకటి ఇమిడి ఉన్న వలయాల్లాగ ఊహించుకోండి, వాటి మధ్యలో మీరు చేరవలసిన లక్ష్యం ఉంది. మీ వ్యక్తిత్వం మొదలయేది మధ్యలో, మీ విలువల దగ్గర. ఆ తరవాత ఒక్కొక్క వలయంగా అది బైటికి విస్తరిస్తుంది. తరువాతి వలయం మీ నమ్మకాలకి సంబంధించింది.

మీ నమ్మకాలని మీ విలువలు నిర్ధారిస్తాయి, మీ గురించీ, మీచుట్టూ ఉండే ప్రపంచం గురించీ. మీలో సానుకూలమైన విలువలు ఉన్నట్టయితే, అంటే ప్రేమ, సానుభూతి, ఉదారత లాటివి, మీ ప్రపంచంలో ఉండేవాళ్లు ఈ విలువలు అందుకునేందుకు అర్హులని భావించి, మీరు వాళ్లతో అదే విధంగా ప్రవర్తిస్తారు.

తరువాతి వలయం మీరు ఆశించేవాటికి సంబంధించినది. మీ నమ్మకాలే మీరు ఆశించేవి ఏమిటో నిర్ణయిస్తాయి. మీలో సానుకూలమైన విలువలు ఉన్నట్టయితే, మీరు ఒక మంచి మనిషని మీకు నమ్మకం కలుగుతుంది. మీరు మంచివారని మీకు నమ్మకం కలిగితే, మీకు అంతా మంచే జరుగుతుందని ఆశిస్తారు. మీకు అంతా మంచే జరుగుతుందని ఆశిస్తే, మీరు సానుకూలంగా, సంతోషంగా, భవిష్యత్తుమీద మనసు కేంద్రీకరిస్తారు. మిగతావారిలోనూ, పరిస్థితులలోనూ మంచినే చూస్తారు.

ఇక మీ వ్యక్తిత్వం తాలూకు నాలుగో వలయం మీ వైఖరి. దీన్ని నిర్ణయించేది మీరు ఆశించేవి. మీ వైఖరి మీలోని విలువలనీ, నమ్మకాలనీ, ఆశించే విషయాలనీ ప్రతిబింబిస్తుంది. ఉదాహరణకి, ఈ ప్రపంచం బావుంది అనేది మీ విలువ అనుకోండి, మీరు జీవితంలో చాలా గొప్ప ఫలితాలని సాధిస్తారనేది మీ నమ్మకం అనుకోండి, అప్పుడు మీకు జరిగే ప్రతిదీ ఏదోవిధంగా మీకు సాయం చేస్తోందనే అనుకుంటారు. దీనివల్ల, ఇతరులపట్ల మీ మనోవైఖరి సానుకూలంగా ఉండి, వాళ్లుకూడా మీపట్ల సానుకూలంగా ప్రతిస్పందిస్తారు. మీరు ఎంతో సంతోషంగా, ఆశావాదిలా రూపొందుతారు. మీతో, మీకోసం ఎదుటివాళ్లు పనిచెయ్యాలనుకుంటారు, మీ దగ్గర కొనటానికీ, మీకు అమ్మటానికీ సుముఖంగా ఉంటారు, మొత్తంమీద మీ విజయానికి దోహదం చేస్తారు. అందుకే జీవితంలోని ప్రతి రంగంలోనూ, సానుకూల మనోవైఖరి విజయం వెంటే నడుస్తుంది.

ఇక ఐదో వలయం మీరు చేసే పనులు. మీ పనులు మీ మనసులోతుల్లో ఉండే విలువల, నమ్మకాల, ఆశల బాహ్య ప్రతిబింబాలే. అందుకే జీవితంలో మీరేం సాధించారు అనేది మీలోపల జరిగేదాన్నిబట్టే తప్ప, మరే ఇతర అంశాలని బట్టీ నిర్ధారింపబడదు.

## లోపల ఏముందో, బైటకూడా అదే

మనుషులు జీవించే విధానాన్ని చూసి, చాలామటుకు వాళ్లు మనసులో ఏమాలోచిస్తున్నారో చెప్పెయ్యవచ్చు. లోపల ఆశావాదంతో సానుకూలమైన లక్ష్యాలనీ, భవిష్యత్తులో విజయాలనీ సాధించాలనుకునే వ్యక్తి - బైటకూడా ఆనందంగా, విజేతగా, సమృద్ధి సాధించిన వ్యక్తిగా జీవిస్తూ ఉంటాడు.

ఒక మనిషి జీవితం తాలూకు అసలు ఉద్దేశం, ప్రయోజనం, తన ఆనందాన్ని సంపాదించుకోవటమే అన్నాడు అరిస్టాటిల్. బైటికి కనిపించే మీ పనులు లోపలి మీ

విలువలకి అనుగుణంగా ఉన్నప్పుడే మీరెక్కువ ఆనందాన్ని అనుభవిస్తారు. మీరు మంచిదనీ, సరైనదనీ, నిజమనీ అనుకునేదాన్ని పూర్తిగా అనుసరిస్తూ జీవిస్తే మీరు సహజంగానే మిమ్మల్ని గురించీ, మీ ప్రపంచాన్ని గురించీ ఆనందంగా ఉంటారు.

మీ లక్ష్యాలు కూడా మీ విలువలకి అనుగుణంగా ఉండాలి, అలాగే మీ విలువలు మీ లక్ష్యాలకి అనుగుణంగా ఉండాలి. అందుకే గొప్ప విజయాలకీ, తారస్థాయికి చేరుకోవటానికీ, మీ విలువలని స్పష్టంగా తెలుసుకోవటం మొదటిమెట్టు. విలువలని స్పష్టంగా తెలుసుకోవాలంటే, ఈ జీవితంలో మీకు అన్నిటికన్నా ముఖ్యమైనది ఏమిటి అని బాగా ఆలోచించుకోవాలి. ఆ తరవాత మీ జీవితాన్ని ఈ విలువల చుట్టూ సంఘటితపరుచుకుంటారు.

లోపలున్న విలువలకి విరుద్ధంగా ఏమైన చెయ్యాలని ప్రయత్నించినప్పుడు మీరు ఒత్తిడికి గురవుతారు, వ్యతిరేక భావాలూ, అసంతృప్తీ, నిరాశా, కోపం, నిస్పృహ తలెత్తుతాయి. మీరు చేసే ప్రతి పనిలోనూ మీ విలువల గురించి పూర్తి స్పష్టీకరణ చేసుకోవటం ద్వారా మాత్రమే మీరు ఒక గొప్ప జీవితాన్ని మీకోసం సృష్టించుకో గలుగుతారు. అదే మీపట్ల మీకున్న ముఖ్యమైన బాధ్యత.

## మీకు నిజంగా ఏం కావాలో తెలుసుకోండి

స్టీఫెన్ కవీ ఒకసారి ఇలా అన్నాడు, “విజయమనే నిచ్చెనపైకి ఎక్కేప్పుడు అది సరైన భవనం గోడకి ఆనించి ఉందని రూఢి చేసుకోండి.” చాలామంది తాము కోరుకుంటున్నా మనుకునే లక్ష్యాలని సాధించేందుకు చాలా కష్టపడతారు, కానీ అంతా అయాక, తాము సాధించిన విజయాలు తమకి తృప్తినీ, సంతోషాన్నీ ఇవ్వటం లేదని తెలుసుకుంటారు. “ఇంతా చేస్తే ఇంతేనా?” అని అడుగుతారు. మీలోపలి విలువలకీ, బైటి విజయాలకీ సామరస్యం లేనప్పుడే ఇలా జరుగుతుంది. ఇలాటిది జరగకుండా చూసుకోండి.

సోక్రటీస్ అంటాడు, “సరిగ్గా పరీక్షించని జీవితం జీవించి ప్రయోజనం లేదు.” ఇది మీ జీవితంలోని ఇతర పార్శ్వాలకి లాగే మీ విలువలకీ వర్తిస్తుంది. విలువల స్పష్టీకరణ “ముందుకి పోవటం” అనేదాన్నిబట్టి చెయ్యాలి. మీరు, ఒక ఫుట్‌బాల్ ఆటలోలాగ గడియారాన్ని ఆపుతూ పోవాలి. మాటిమాటికీ ఆగి, “ఈ రంగంలో నా విలువలేమిటి?” అన్ని ప్రశ్నించుకోవాలి.

మాథ్యూ 16:26లో బైబిల్ అడుగుతుంది, *“ఒక మనిషి ప్రపంచాన్నంతా సొంతం చేసుకుని, తన ఆత్మని కోల్పోతే ఏమి లాభం?”* అని. ఈరోజు ప్రపంచంలో అందరికన్నా ఆనందంగా జీవిస్తున్నవాళ్లూ, తమకి అంతర్గతంగా ఉండే నమ్మకాలతో, విలువలతో సామరస్యం కలిగి ఉన్నవాళ్లే. నిజంగా తమకున్న విలువలనీ, నమ్మకాలనీ పక్కనపెట్టి, బైటికి ఇంకోరకంగా జీవిస్తున్నవాళ్లు అందరికన్న ఎక్కువ అసంతృప్తిని పొందుతున్నారు.

## మీ అంతఃప్రేరణని నమ్మండి

మనమీద మనకి నమ్మకం ఉండటం గొప్పతనానికి పునాది. ఇది కలగాలంటే మీ అంతఃప్రేరణ చెప్పేది వినాలి. మీలోని, "చిన్న, సన్నని గొంతు." స్త్రీపురుషులు గొప్పవాళ్లవటానికి, వాళ్లూ తమ అంతఃప్రేరణ చెప్పే మాటలు వినటం, తమని ఒక్కొక్క అడుగే ముందుకి తీసుకువెళ్తూ దారిచూపుతున్నది ఒక ఉన్నతమైన శక్తి అని పూర్తిగా నమ్మటమే కారణం.

మీ నిజమైన విలువలతో సామరస్యం కలిగి జీవించటం, ఆత్మవిశ్వాసానికీ, ఆత్మగౌరవానికీ, వ్యక్తిగా మీరు గర్వించటానికీ ఒక రాజమార్గం. అసలు, విలువలవైపు వెనక్కివస్తే, దాదాపు మనిషికి ఎదురయే అన్ని సమస్యలూ పరిష్కారమవుతాయి. మీకు ఎప్పుడైనా, ఏరకమైన ఒత్తిడైనా కలిగితే, మిమ్మల్ని మీరిలా ప్రశ్నించుకోండి, "ఈ పరిస్థితిలో నేను ఏ విధంగా నా ముఖ్యమైన విలువలతో రాజీపడుతున్నాను?"

## మీ ప్రవర్తనని గమనించండి

నిజంగా మీ విలువలేమిటో మీరెలా చెప్పగలరు? దీనికి జవాబు చెప్పటం చాలా సులువు. మీ నిజమైన విలువలని మీరు చేసే పనుల ద్వారా చూపించగలరు, ముఖ్యంగా ఒత్తిడికి గురైనప్పుడు ప్రవర్తించే తీరులో. రెండు రకాల ప్రవర్తనలలో ఏదో ఒకదాన్ని ఎంచుకోవాల్సి వచ్చినప్పుడు, ఆ క్షణాన మీకేది ఎక్కువ ముఖ్యం, ఎక్కువ విలువైనది అనే విషయంమీద ఆధారపడి ఎంచుకుంటారు.

విలువలనేవి, నిజానికి, ఒక క్రమపద్ధతిలో ఉంటాయి. కొన్ని విలువలు వరసగా ఉండి, వాటిలో కొన్ని తీవ్రమైనవి, ముఖ్యమైనవీ అయి, మరికొన్ని బలహీనంగానూ, తక్కువ ప్రాధాన్యత కలవిగానూ ఉంటాయి. మీరు ఎవరో, మీకు ఏం కావాలో నిర్ధారణ చేసుకునేందుకు, మీరు చెయ్యవలసిన ముఖ్యమైన అభ్యాసాల్లో ఒకటి, మీ విలువలని వాటి ప్రాముఖ్యతని బట్టి ఒక క్రమంలో పెట్టటం. ఒకసారి మీ విలువల్లోని సాపేక్షతని స్పష్టంగా తెలుసుకున్నాక, మీ బాహ్యజీవితాన్ని వాటికి అనుగుణంగా అమర్చుకోవచ్చు.

## గతంలో మీ ప్రవర్తనని ఒకసారి పరిశీలించి చూసుకోండి

మీ అసలు విలువలేమిటో నిర్ణయించుకోటానికి కొన్ని మంచి పద్ధతులు మీకు సాయం చెయ్యగలుగుతాయి. ముందుగా, మీరు మీ గతంకేసి చూసుకోవచ్చు. ఒత్తిడికి గురైనప్పుడు గతంలో మీరెలా ప్రవర్తించారు? ఎంచుకోక తప్పని పరిస్థితులు ఎదురైనప్పుడు మీరు మీకున్న వ్యవధి గురించీ, డబ్బు గురించీ ఎలాటి నిర్ణయాలు తీసుకున్నారు? ఈ ప్రశ్నలకి మీరిచ్చే జవాబులు అప్పట్లో మీకు ఉన్న అతి ముఖ్యమైన విలువలని సూచిస్తాయి.

డేల్ కార్నెగీ ఒకచోట ఇలా అంటాడు, "ఒక వ్యక్తి దేన్ని చూసుకుని తను చాలా ముఖ్యమైనవాడినని అనుకుంటాడోనాకు చెప్పండి, నేనతని పూర్తి జీవన తత్వాన్ని

చెప్తాను." మీరు దేన్ని చూసుకుని గర్వపడతారు? మీ ఆత్మగౌరవాన్ని పెంచేది ఏది? మీకు వ్యక్తిగతమైన గర్వాన్ని కలిగించేది ఏది? గతంలో సాధించిన విజయాలలో మీకు అన్నిటికన్నా ఎక్కువ గర్వాన్నీ, సంతృప్తినీ కలిగించినది ఏది? వీటికి మీరిచ్చే జవాబులు మీ అసలు విలువలని తెలియచేస్తాయి.

## మీ మనసులోని కోరిక ఏమిటో నిర్ణయించుకోండి

ఆధ్యాత్మిక గురువు ఎమెట్ ఫాక్స్ మీ 'మనసులోని కోరికని' తెలుసుకోవటం గురించి ఇలా అంటాడు, "మీ మనసులోని కోరిక ఏమిటి? మీ మనసు లోతుల్లో మీరేం కావాలని, ఎలా ఉండాలని, ఏం చెయ్యాలని కోరుకుంటున్నారు? నా స్నేహితుడు ఒకరు అడిగినట్టు, "ఏ విషయంలో పేరు ప్రఖ్యాతులు సంపాదించుకోవాలని మీరు కోరుకుంటున్నారు?"

మీ పరోక్షంలో జనం మీగురించి ఎటువంటి మాటలు ఉపయోగించాలని అనుకుంటున్నారు? మీరు చనిపోయాక మీ గురించి అందరూ ఏమనుకోవాలన్నది మీ కోరిక? మీ కుటుంబం, పిల్లలు, స్నేహితులూ మీ గురించి ఎలాటి విషయాలు జ్ఞాపకం పెట్టుకోవాలనుకుంటున్నారు? వాళ్లతో మీ గురించి అందరూ ఎలాటి మాటలు మాట్లాడాలని అనుకుంటున్నారు?

ఈరోజు మీ గురించి అందరూ ఏమనుకుంటున్నారు? భవిష్యత్తులో మీ కీర్తి ఎలా ఉండాలన్నది మీ కోరిక? మీరు కోరుకునే కీర్తి ప్రతిష్ఠలను పొందేందుకు ఈరోజు మీరు ప్రారంభించవలసిన పని ఏది?

## మీ గతం మీ భవిష్యత్తు కాదు

చాలామందికి ఎదిగేప్పుడు కష్టాలు అనుభవంలోకి వచ్చాయి. జీవితంలో ఒకదాని తరవాత ఒకటిగా కష్టాలు పడుతూ, చెడ్డవాళ్లతో స్నేహాలు కూడా చేసుకున్నారు. వాళ్ల ప్రవర్తన చట్టవిరుద్ధంగానూ, సమాజం అంగీకరించని ధోరణిలోనూ ఉండేది. కొంతమంది తాము చేసిన నేరాలకిగాను జైలు పాలయ్యారు. కానీ జీవితంలో ఏదో ఒక దశలో, వాళ్లు మారాలని నిర్ణయించుకున్నారు. భవిష్యత్తులో తాము ఏరకమైన మనిషిగా పేరు తెచ్చుకోవాలనుకున్నారో, దాన్ని గురించి గంభీరంగా ఆలోచించారు. ఏ విలువలతోనైతే వాళ్లు జీవిస్తున్నారో, వాటిని మార్చుకోవాలని నిశ్చయించుకున్నారు. అటువంటి నిర్ణయాలు తీసుకుని, వాటికి కట్టుబడి, తమ జీవితాలని మార్చుకున్నారు. ఇంకొకరు చేసిన పని మీరు కూడా చెయ్యొచ్చు.

గుర్తుంచుకోండి : **మీరు ఎక్కణ్ణించి వస్తున్నారనేది ముఖ్యంకాదు; నిజంగా ముఖ్యమైనది మీరు ఎక్కడికి వెళ్తున్నారు, అనేదే.**

అన్ని రకాలుగానూ మీరొక అసాధారణమైన వ్యక్తి అయితే, అవతలివాళ్లతో మీ

ప్రవర్తన ఎలా ఉంటుంది? ఎవరినైనా కలిసి మాట్లాడిన తరవాత వాళ్లమీద మీ ప్రభావం ఎలాటిదై ఉంటుంది? మీరు అత్యద్భుతమైన వ్యక్తినని ఒకసారి ఊహించుకోండి. ఈరోజు ఉన్నదానికన్నా భిన్నంగా మీరెలా ఉండాలనుకుంటున్నారు?

## మీరంటే మీకెంత ఇష్టం

మీలో ఆత్మగౌరవం ఎంత ఉంటే మీరు అంత ఆనందంగా ఉండగలుగుతారని మనస్తత్వశాస్త్రం చెపుతుంది. ఆత్మగౌరవానికి నిర్వచనం చెప్పాలంటే, 'మీరంటే మీకుండే ఇష్టం ఎంత' అని. మీగురించి మీకున్న అభిప్రాయం మీ ఆత్మగౌరవాన్ని నిర్ధారణ చేస్తుంది. ఎదుటివారితో రోజువారీగా మీ ప్రవర్తనలో మీగురించి మీరు అనుకునేదీ, మిమ్మల్ని మీరు అంచనా వేసుకునేదే ఆ అభిప్రాయం. మీగురించి మీకున్న అభిప్రాయం మీరు ఏర్పరచుకున్న ఆదర్శాలనిబట్టి రూపుదిద్దుకుంటుంది. మీలోని మంచి గుణాలు, విలువలు, లక్ష్యాలు, ఆశలు, కలలూ, అభిలాషల సమాహారమే మీ ఆదర్శాలు.

మనస్తత్వవేత్తలు కనుగొన్నదేమిటో చూద్దాం : మీ ప్రవర్తన, మీరు ఏర్పరచుకున్న ఆదర్శమైన ప్రవర్తనకి ఎంత అనుగుణంగా ఉంటే, మీకు మీరంటే అంతగా ఇష్టం పెరుగుతుంది, ఆత్మగౌరవం, ఆనందం కూడా వృద్ధి చెందుతాయి.

## మీకు చేతనైనంత బాగా పనిచెయ్యండి

మీ అత్యున్నత ఆదర్శాలకి అనుగుణంగా నడవటం, మాట్లాడటం, నడుచుకోవటం ప్రారంభించిన మరుక్షణం, మీ దృష్టిలో మీరు మెరుగైన రూపం సంతరించుకుంటారు, మీ ఆత్మగౌరవం ఇనుమడించి, మీరు ఎక్కువ సంతోషంగా ఉండగలుగుతారు.

ఉదాహరణకి, మిమ్మల్ని ఎవరైనా మెచ్చుకున్నా, పొగిడినా, లేదా విజయానికి చిహ్నంగా ఏదైనా బహుమతిగాని, పురస్కారంగాని అందుకున్నా, మీ ఆత్మగౌరవం పెరుగుతుంది, ఒక్కోసారి చాలా నాటకీయంగా. మీపట్ల మీరు చాలా సంతోషంగా ఉంటారు. మీ జీవితమంతా సామరస్యంతో నిండి ఉందనీ, మీ ఉన్నతమైన ఆదర్శాలకి కట్టుబడి జీవిస్తున్నారనీ మీకు అనిపిస్తుంది. విజేతలాగానూ, ఎంతో విలువైన వ్యక్తిలాగానూ మీరు మీకు కనిపిస్తారు.

మీరు చేసే ప్రతి పనిలోనూ బుద్ధిపూర్వకంగా, క్రమపద్ధతిలో ఆత్మగౌరవాన్ని పెంచే పరిస్థితులని సృష్టించుకోవటం మీ లక్ష్యం కావాలి. రాబోయే కాలంలో అసాధారణ వ్యక్తిగా పేరు తెచ్చుకోవాలనుకునే మీరు, ఇప్పుడే అటువంటి అసాధారణ వ్యక్తి అన్నట్టుగా జీవితాన్ని గడపాలి.

## మీ నమ్మకాలని తెలుసుకోండి

మీరు చేసే పనికీ, వృత్తికీ సంబంధించిన విలువలు, మీకు ఈ రోజున ఉన్నవి ఎటువంటివి? చిత్తశుద్ధి, కష్టపడి పనిచెయ్యటం, విశ్వాసంగా ఉండటం, సృజనాత్మకత, సహకారం, గౌరవ, ఆకాంక్ష, అందరితో చక్కటి సంబంధాలు కలిగి ఉండటం లాటి విలువలమీద మీకు నమ్మకం ఉందా? తాము పనిచేసేచోట ఇటువంటి విలువలతో జీవించేవాళ్ళకి, ఈ విలువలు లేనివాళ్ళకన్నా ఎక్కువ గౌరవం, విజయాలూ లభిస్తాయి.

మీ కుటుంబం విషయంలో మీ విలువలు ఎటువంటివి? షరతులు లేని ప్రేమ తాలూకు ప్రాధాన్యంలో మీకు నమ్మకం ఉందా? ఎడతెగని ప్రోత్సాహం, ఆసరా ఇవ్వటం, ఓరిమి, క్షమ, ఉదారగుణం, ఆప్యాయత, పట్టించుకోవటం లాటివి ముఖ్యమని మీరు నమ్ముతారా? తమ జీవితంలో ముఖ్యమనుకునే వారితో ఇటువంటి విలువల సాయంతో సంబంధాలు కలిగిఉండేవాళ్లు, అది లేనివాళ్ళకన్నా ఆనందంగా జీవిస్తారు.

డబ్బు, ఆర్థిక విజయాల గురించి మీరెటువంటి విలువలని ఏర్పరచుకున్నారు? నిజాయితీ, శ్రమ, పొదుపు, తక్కువ ఖర్చుపెట్టటం, విద్య, అత్యుత్తమమైన క్రియాశీలత, నాణ్యత, పట్టుదల ముఖ్యమని మీరు నమ్ముతారా? వీటిని పాటించని వారికన్నా, జీవితంలో ఈ విలువలని పాటించేవాళ్ళే ఎక్కువ ఆర్థిక విజాయలని సాధిస్తారు, అంతే కాదు, ఆర్థిక లక్ష్యాలని మరింత వేగంగా కూడా చేరుకుంటారు.

మీ ఆరోగ్యం మాటేమిటి? క్రమశిక్షణ కలిగి ఉండటం, నైపుణ్యం సాధించటం, భావనలనీ, చర్యలనీ అదుపులో పెట్టుకోవటం వంటివి ఆహారం విషయంలో, వ్యాయామం, విశ్రాంతి లాటి విషయాల్లో పాటిస్తారా? ఆరోగ్యానికీ, శరీరదారుఢ్యానికీ ఉన్నత ప్రమాణాలని పాటిస్తూ, రోజూ వాటిని చేరుకునేందుకు ప్రయత్నాలు చేస్తున్నారా? ఈ విలువలని పాటించనివాళ్ళకన్నా, పాటించేవాళ్లు ఎక్కువకాలం బతుకుతారు, ఆరోగ్యంగా బతుకుతారు.

## మీకు కావలసినదాన్ని గురించి మాత్రమే ఆలోచించండి

మీరు దేన్ని గురించైతే ఎక్కువగా ఆలోచిస్తారో మీ స్వభావం అలాగే తయారవుతుందని గుర్తుంచుకోండి. విజేతలూ, సంతోషంగా ఉండేవాళ్లూ తమ విలువల గురించీ, తమ జీవితాలలోని ప్రతి రంగంలోనూ, ప్రతిరోజూ వాటిని ఎలా పాటించాలి అనేదాన్ని గురించీ ఆలోచిస్తూ ఉంటారు. మీ విలువలకి అనుగుణంగా ఎంత ఎక్కువగా జీవిస్తే అంత సంతోషంగా, ఆరోగ్యంగా, సానుకూలంగా, చైతన్య వంతంగా మీరు తయారవుతారు అనేది దీనివల్ల ఒనగూడే గొప్ప లాభం.

## మీ పట్ల మీరు నిజాయితీగా ఉండండి

చిత్తశుద్ధి అనేది బహుశా విలువలన్నిటిలోకీ ముఖ్యమైనది. ఒక కోటీశ్వరుడు ఒకసారి నాతో ఏమన్నాడంటే, "చిత్తశుద్ధి అనేది కేవలం ఒక విలువ మాత్రమే కాదు; మిగతా అన్ని విలువలకీ హామీ ఇచ్చే ఒకేఒక విలువ అది."

ఇది నాకు చాలా గొప్ప కనువిప్పు కలిగించింది. ఒకసారి ఒకానొక విలువకి కట్టుబడి జీవిస్తానని నిర్ణయించుకున్నాక, దాన్ని కొనసాగించేందుకు కావలసినంత చిత్తశుద్ధి మీలో ఉంటేనే అది సాధ్యమవుతుంది. అలా అత్యుత్తమమైన విలువలతో జీవించేందుకు మీకు ఎంత ఎక్కువ క్రమశిక్షణ ఉంటే, మీలోని చిత్తశుద్ధి కూడా అంతగా పెరుగుతుంది. ఇక మీలోని చిత్తశుద్ధి ఎంత ఉన్నతంగా ఉంటే, మీలోని సంతోషం, స్ఫూర్తి అంతగా ఇనుమడించి, అవి మీరు చేసే ప్రతిపనిలోనూ కనిపిస్తాయి.

నిజమైన గొప్ప స్త్రీలూ, పురుషులూ ఎప్పుడూ చిత్తశుద్ధి గలవారుగా వర్ణింపబడతారు. వాళ్లకున్న అత్యుత్తమ విలువలని కాపాడుకుంటూ జీవిస్తారు వాళ్లు, ఎవరూ గమనించకపోయినా సరే. మధ్యరకం సగటు మనుషులు, అడ్డదారుల్ని వెతుక్కుంటూ తమ చిత్తశుద్ధిని పక్కనపెట్టి బతుకుతారు, ముఖ్యంగా ఎవరూ చూడనప్పుడు.

## మీపట్లా, ఇతరులపట్లా ఎప్పుడూ నిజాయితీ కనబరచండి

గౌరవింపబడే వ్యక్తిగా ఉండాలని ఇవాళే నిర్ణయించుకోండి. ఎప్పుడూ నిజమే చెపుతాననీ, మీపట్లా, ఇతరులపట్లా ఎప్పుడూ నిజాయితీగా ఉంటూ జీవిస్తాననీ సంకల్పించండి. ఒక్కొక్క జీవన పార్శ్వంలోనూ మీ విలువలని స్పష్టంగా తెలుసుకోండి. వాటిని రాసిపెట్టుకోండి. ఆ విలువలకి కట్టుబడితే జీవితం ఎలా ఉంటుందో ఊహించుకోండి. వాటిని ఏ కారణంగానూ వదులుకోకూడదని నిశ్చయించుకోండి.

మీ జీవితానికి మీదే పూర్తి బాధ్యత అనీ ఏం జరిగినా అది మీవల్లనేననీ ఒప్పుకున్న తరవాత, మీ నిర్దుష్టమైన భవిష్యత్తు గురించి ఆదర్శమైన ఒక ఊహాచిత్రాన్ని మనసులో చిత్రించుకుని, మీ విలువలని స్పష్టం చేసుకుని, అప్పుడు మీ లక్ష్యాలని స్పష్టంగా, మీ జీవితంలో ఏర్పరుచుకునేందుకు సిద్ధంకండి. మీరిప్పుడు ఎగరటానికి, నక్షత్రాల వైపుకి దూసుకువెళ్లేందుకు సిద్ధంగా ఉన్నారు.

## మీ విలువలని స్పష్టంగా తెలుసుకోండి

1. ఈరోజు మీ జీవితంలోని మూడునుంచి ఐదు ముఖ్యమైన విలువల పట్టీని తయారుచేసుకోండి. మీరు దేన్ని నిజంగా నమ్మి, సమర్థిస్తున్నారు?
2. మీకు పరిచయమున్న వాళ్లు ఈరోజు మీలోని ఎటువంటి గుణాలనీ, విలువలనీ ఎక్కువ చెప్పుకుంటున్నారు?
3. మీ జీవితంలో ఇతరులతో మీకున్న సంబంధాల దిశానిర్దేశం చేసేవి ఎటువంటి విలువలు?
4. డబ్బు, ఆర్థిక విజయం గురించి మీకున్న విలువలు ఎటువంటివి? మీరు ఈ విలువలని రోజూ పాటిస్తున్నారా?
5. ఆదర్శమైన వ్యక్తి – మీకే కనక ఎటువంటి హద్దులూ లేకపోతే మీరు తయారవాలనుకుంటున్నలాటి ఆదర్శ వ్యక్తి – అంటే మీదృష్టిలో ఎలాటి వాడు?
6. మీరు చనిపోయాక, మీ స్నేహితులు, కుటుంబ సభ్యుల ముందు చదవాలని మీరనుకునే సంస్మరణని మీరే రాసుకోండి, అందరూ మిమ్మల్ని ఎలా గుర్తుపెట్టుకోవాలని మీరు అనుకుంటున్నారో సరిగ్గా అలాగే.
7. భవిష్యత్తులో మీ విలువలకి ఇంకా అనుగుణంగా బతికేందుకు, ఈరోజు మీ ప్రవర్తనలో ఎటువంటి మార్పు చేసుకోవాలనుకుంటున్నారు?

# 5

# మీరు నిజంగా కోరుకునే లక్ష్యాలని నిర్ణయించుకోండి

*మీకేం కావాలో తెలుసుకోండి. దానివల్ల మీరు సీతాకోకచిలుకల వెంటపడటం మానేసి బంగారంకోసం తవ్వటం ప్రారంభిస్తారు.*
**– విలియమ్ మౌల్టన్ మార్స్‌డెన్**

లక్ష్యాన్ని ఏర్పరచుకోవటంలోనూ, విజయం విషయంలోనూ నాకిష్టమైన మాట "స్పష్టత". మీరేమిటో, మీకేంకావాలో ఎంత స్పష్టంగా మీకు తెలుసు అనేదానికీ, మీరు జీవితంలో సాధించే విజయాలన్నిటికీ చాలా సంబంధం ఉంది.

విజేతలెప్పుడూ ఆ స్పష్టతని పొందేందుకు అవసరమైన సమయాన్ని వెచ్చిస్తూనే ఉంటారు. అంటే ఒక కట్టడాన్ని కట్టేముందు దాని తాలూకు బ్లూప్రింట్‌ని సిద్ధం చేసుకున్నట్టు. చాలామంది ఒక కుక్క కారు వెంట పడ్డట్టుగా ఏది కనిపిస్తే దానివెంట పరిగెత్తుతూ, దేన్నీ అందుకోలేక, పనికొచ్చేది ఏదీ పొందలేక వ్యర్థజీవితాలు గడుపుతూ ఉంటారు.

హెన్రీడేవిడ్ థోరో ఒకచోట ఇలా అంటాడు, "మీరు గాలిలోమేడలు కట్టుకున్నారా? మంచిది. వాటిని కట్టాల్సింది అక్కడే. ఇక ప్రారంభించండి, వాటికింద పునాదులు కట్టండి."

ఈ అధ్యాయంలో, మీ భవిష్యత్తుకి సంబంధించిన ఊహలనీ, విలువలనీ ప్రతిరోజూ చేరుకోటానికి ప్రయత్నించదగ్గ స్పష్టమైన లక్ష్యాలుగానూ, ఉద్దేశాలుగానూ మలుచుకోవటం ఎలాగో తెలుసుకుంటారు.

## మీ లక్ష్యాలని వ్యక్తిగతమైనవిగా చేసుకోండి

గొప్ప లక్ష్యాలని సాధించాలంటే, అడ్డం వచ్చే అవరోధాలని అధిగమించేందుకు తీవ్రమైన కోరిక చాలా ముఖ్యం అని ముందే చెప్పాను.

మీకోరికలో తగినంత తీవ్రత ఉండాలంటే, మీ లక్ష్యాలు మీకు సంబంధించినవి

కావాలి. మీకోసం మీరు ఎంచుకున్నవే తప్ప, ఎవరో సూచించినవో, లేక ఎవరి సంతృప్తికోసమో మీరు చేపట్టినవో కాకూడదు. లక్ష్యాలని ఏర్పరచుకోవటంలో, ఆ ప్రక్రియ ఫలితాలని ఇవ్వాలంటే, మీకు నిజంగా ఏం కావాలి అన్నదాన్ని గురించి మీరు పూర్తి స్వార్థంతో ఆలోచించాలి.

అంటే మీరు ఇంకొకరికోసం ఏమీ చెయ్యకూడదని అర్థం కాదు. ఇంటా, బైటా కూడా మీరు ఇతరులకోసం ఏమైనా చెయ్యచ్చు. ఇక్కడ చెప్పేది ఏమిటంటే, మీ జీవితంలో లక్ష్యాలని ఎంచుకునేప్పుడు మీతోటే మొదలుపెట్టి ముందుకి పోవాలి.

## గొప్ప ప్రశ్న

లక్ష్యనిర్మాణంలో ఎదురయే ముఖ్యమైన ప్రశ్నల్లో ఇది కూడా ఒకటి : **నా జీవితంతో నేనేం చెయ్యాలని అనుకుంటున్నాను?** జీవితంలో మీరు ఏదైనా చెయ్యాలన్నా, ఎలాగైనా తయారవాలన్నా, మీకు ఏమన్నా కావాలన్నా అదేమై ఉంటుంది? గుర్తుంచుకోండి, కనబడని లక్ష్యాన్ని మీరు ఛేదించలేరు. ఈ ప్రశ్నని మీరు మళ్లీమళ్లీ, రాబోయే నెలల్లో, సంవత్సరాల్లో వేసుకుంటూనే ఉండాలి.

మీ నిజమైన లక్ష్యాలని నిర్ణయించటంలో, మీరు మీ ఊహలతోనూ, విలువలతోనూ, మీ ఆదర్శాలతోనూ ప్రారంభించండి. మొదలుపెట్టినప్పుడు ఇవన్నీ మీకు వాస్తవానికి దూరంగా, ఊహాగానాల్లాగ అనిపిస్తాయి. అయినా, మీ కలలసౌధాన్ని కాయితంమీద బొమ్మ గీసినట్టు మీపని వాటిని నిజం చెయ్యటం.

## మీకు *నిజంగా* ఏం కావాలో నిర్ణయించుకోండి

ముందు సాధారణమైన లక్ష్యాలతో ప్రారంభించి ఆ తరవాత మరింత నిర్దిష్టమైన లక్ష్యాలవైపుకి సాగండి :

1. మీ వ్యాపారానికీ, వృత్తికీ సంబంధించిన మూడు అతిముఖ్యమైన లక్ష్యాలు ప్రస్తుతం ఏవి?
2. ఆర్థిక లక్ష్యాలలో మీకు అన్నిటికన్నా ముఖ్యమైన లక్ష్యాలు ప్రస్తుతం ఏవి?
3. మీ కుటుంబానికీ, బంధుత్వాలకీ సంబంధించిన మూడు అతిముఖ్యమైన లక్ష్యాలు ప్రస్తుతం ఏవి?
4. ఆరోగ్యానికీ, శరీర దారుఢ్యానికీ సంబంధించిన లక్ష్యాలలో మీకు అన్నిటికన్నా ముఖ్యమైన మూడు లక్ష్యాలు ప్రస్తుతం ఏవి?

## మీకు అన్నిటికన్నా ఎక్కువ ఆందోళన కలిగించేవి ఏమిటో గుర్తించండి

పై ప్రశ్నకి మరో పార్శ్వం ఇదీ : **నాకున్న ఆందోళనల్లో ప్రస్తుతం అన్నిటికన్నా పెద్దవి మూడు ఏవి?** మీకు ఎక్కువ ఇబ్బందినీ, ఆందోళననీ, విచారాన్నీ కలిగిస్తూ, రోజువారీ

జీవితంలో మీ ఆలోచనల్ని ఆక్రమించుకున్నది ఏది? మిమ్మల్ని చికాకు పెట్టేదీ, మీకు కోపం తెప్పించేదీ ఏది? మీ ఆనందాన్ని దోచుకునే అన్నిటికన్నా పెద్ద సమస్య ఏది? నా స్నేహితుడు తరచు అడుగుతూ ఉంటాడు, "ఎక్కడ నీకు నొప్పి?" అని.

మీ అతిపెద్ద సమస్యలనీ, ఆందోళనలనీ, విచారాన్నీ గుర్తించాక, మిమ్మల్ని మీరు ఇలా ప్రశ్నించుకోండి,

1. ఈ సమస్యలకి ఒక్కొక్కదానికీ అత్యుత్తమమైన పరిష్కారాలు ఏవి?
2. వెంటనే ఈ సమస్యలనీ, ఆందోళనలనీ వదిలించుకోవాలంటే ఎలా?
3. ఒక్కొక్క సమస్యనీ అతివేగంగా, డొంకతిరుగుడు లేకుండా పరిష్కరించుకునే మార్గం ఏది?

## గొప్ప ఆలోచనా పరికరం

1142లో, విలియమ్ ఓక్‌హామ్ అనే బ్రిటిషు తాత్వికుడు, సమస్యలని పరిష్కరించుకునేందుకు ఒక మార్గాన్ని సూచించాడు. దాన్నిప్పుడు అందరూ "ఓక్‌హామ్స్ రేజర్" అంటున్నారు. ఎన్నో శతాబ్దాలుగా ఈ ఆలోచనాపద్ధతి పేరుప్రతిష్ఠలనీ, ప్రజాదరణనీ సంపాదించుకుంది. ఓక్‌హామ్ అంటాడు, "ఏ సమస్యకైనా సామాన్యంగా అతికొద్ది ఉపాయాలతో, సూటిగా లభించే చాలా సరళమైన పరిష్కారమే ఎప్పుడూ సరైనది అవుతుంది."

చాలామంది లక్ష్యాలనీ, సమస్యలనీ మరీ ఎక్కువ క్లిష్టం చేసుకుంటారు, అది తప్పు. పరిష్కారం ఎంత క్లిష్టంగా ఉంటే దాన్ని అమలుచెయ్యటం అంత కష్టం, అంతేకాక ఫలితాలు లభించటంకూడా అంతే ఆలస్యం అవుతుంది. పరిష్కారాన్ని సరళంగా ఉండేట్టు చూసుకుని తిన్నగా లక్ష్యాన్ని వీలైనంత వేగంగా చేరుకోవటమే మీరు చెయ్యాల్సింది.

## మీ ఆదాయాన్ని రెండింతలు చేసుకోండి

చాలామంది తమ ఆదాయాన్ని రెండింతలు చేసుకోవాలని ఉందని నాకు చెపుతూ ఉంటారు. వాళ్లు అమ్మకాలు చేస్తున్నవాళ్లయితే, "మీ ఆదాయాన్ని రెండింతలు చేసుకునేందుకు అన్నిటికన్నా వేగమైన, సూటిఅయిన మార్గం ఏది?" అని అడుగుతాను. వాళ్లూ దానికి ఎన్నో రకాల జవాబులు ఇస్తారు. అన్నీ విన్నాక నా ఉద్దేశంలో అన్నిటికన్నా మంచి జవాబు అనుకున్నదాన్ని వాళ్లకి చెప్తాను : "అర్హులైన కొనుగోలుదార్లతో ముఖాముఖి మీరు గడిపే సమయాన్ని రెండింతలు చెయ్యండి."

మీ అమ్మకాలని పెంచుకునేందుకు అన్నిటికన్నా సూటి అయిన మార్గం ఎప్పట్నుంచో అదే : మెరుగైన కొనుగోలుదార్లతో ఎక్కువ సమయాన్ని గడపటం. మీ నైపుణ్యాన్ని పెంచుకోకపోయినా, మీరు చేసే పనిలో ఎటువంటి మార్పు చోటు చేసుకోకపోయినా,

కొనుగోలుదార్లతో ముఖాముఖి మీరు ప్రతిరోజూ గడిపే నిమిషాలని రెండింతలు చేస్తే చాలు, బహుశా మీ అమ్మకాలవల్ల లభించే ఆదాయం రెండింత లవుతుంది.

ఎప్పుడో 1928 నుంచి ఈనాటి వరకూ చేసిన అధ్యయాలని బట్టి, ఈ రోజుల్లో సగటు అమ్మకందారు రోజుకి గంటన్నరసేపు కొనుగోలుదార్లతో ముఖాముఖి మాట్లాడుతూ గడుపుతాడని తేలింది. అందరికన్నా ఎక్కువ జీతం తెచ్చుకునే అమ్మకందార్లు దానికి రెండుమూడురెట్లు సమయాన్ని కొనుగోలుదార్ల దగ్గర గడుపుతారు. వాళ్లు తమ సమయాన్ని సామర్థ్యంతో నిర్వహిస్తూ, తమ వస్తువులనీ, సేవలనీ కొనే అవకాశం ఉన్నవారితో ఎక్కువకాలాన్ని గడుపుతారు. ఇక అలా ఎక్కువ సమయాన్ని గడిపినకొద్దీ వాళ్లు అమ్మటంలో ఎక్కువ నైపుణ్యాన్ని సాధిస్తారు. అలా సామర్థ్యం పెంచుకున్న కొద్దీ అమ్మకాలు ఎక్కువచేసి, తక్కువ సమయంలో ఎక్కువ సంపాదించు కుంటారు.

## మీ ఉత్పాదకతని రెండింతలు చేసుకోండి

మీరు చేసే పనిని ఒకసారి గమనించండి. మీరు చేసే 20 శాతం పనికి 80 శాతం ఫలితం మీకు లభిస్తోందని తెలుసుకుంటారు. మా అగ్రశిక్షణా కార్యక్రమంలో తమకి ఎక్కువ విలువనిచ్చే ఆ 20 శాతం పనులని గుర్తించి, వాటిని రెండురెట్లు చెయ్యమని మా క్లయింట్లకి చెపుతాం.

తమకున్న సమయంతో కుస్తీ పడుతూ తెలివితేటలన్నిటినీ ఉపయోగించి ఎక్కువ పనులు చెయ్యటం కన్నా ఎక్కువ విలువైన తక్కువ పనులు చెయ్యటం మేం వారికి నేర్పుతాం. ఈ మార్గాన్ని అనుసరించి వాళ్లలో కొంతమంది తమ ఉత్పాదకతనీ, తద్వారా తమ ఆదాయాన్నీ నెలరోజుల్లోనే రెండింతలు చేసుకుంటారు. వాళ్లు పనిచేస్తున్నది అదే హోదాలో ఎన్నేళ్లనించైనా కానివ్వండి.

మీరున్నచోటినించి వెళ్లదల్చుకున్న చోటికి సరళమైనదీ, సూటిగా ఉండేదీ అయిన మార్గాన్నే ఎన్నుకోండి. తక్కువ మెట్లు ఎక్కి పరిష్కారాన్ని చేరుకునే మార్గాన్ని వెతకండి. అన్నిటికన్నా ముఖ్యం, పనిచెయ్యండి! కదలండి. పనిలో మునగండి. “అత్యవసరంగా చెయ్యాలి” అనుకోండి. ప్రపంచంలోని ఎంతో గొప్ప ఆలోచనలు కూడా ఆచరణలోపెట్టేదాకా విలువైనవి కాలేవు. జాన్ గ్రీన్‌లీఫ్ విట్టియర్ అనే కవి చెప్పినట్టు, “నాలుకనుంచిగాని, కలంనుంచిగాని వచ్చిన విచారకరమైన మాటల్లోకల్లా అత్యంత విచారకరమైనవి : అలా జరిగి ఉండచ్చు!”

## మంత్రదండాన్ని ఝుళిపించండి

మీ లక్ష్యాలని నిర్ణయించేప్పుడు “మంత్రదండాన్ని” ఉపయోగించండి. మీ జీవితంలో ఏదో ఒక పార్శ్వంమీద మీరు మంత్రదండాన్ని ఝుళిపించగలరని ఊహించుకోండి. దాన్ని అలా తిప్పగానే మీ కోరికలు నిజమవుతాయి!

మీ వ్యాపారం, వృత్తిమీద కూడా మంత్రదండాన్ని తిప్పండి, మీరు చేసేపనిలో మీరు కోరుకునే మూడు కోరికలు ఏవయి ఉంటాయి? మీ ఆర్థిక జీవితం మీద మంత్రదండాన్ని తిప్పండి. ఆర్థిక జీవితంలో మీకుండే మూడు కోరికలు ఏవి?

మీ కుటుంబ జీవితంమీద, బంధుత్వాలమీద మంత్రదండాన్ని తిప్పండి. ఆ విషయంలో మీ మూడుకోరికలేమిటో చెప్పండి. మీ కుటుంబజీవితం అన్ని విధాలా ఆదర్శవంతంగా మారితే, అప్పుడదెలా కనిపిస్తుంది?

మీ ఆరోగ్యం మీద మంత్రదండాన్ని తిప్పండి. మీ శరీరం గురించీ, మీ ఆరోగ్యం గురించి మీకున్న మూడు కోరికలు ఏవి? మీ ఆరోగ్యం ఒకవేళ నిర్దుష్టంగా ఉన్నట్టయితే, ఇవాల్టితో పోలిస్తే దానిలో ఏం తేడా ఉంటుంది?

మీ నైపుణ్యం, సామర్థ్యం మీద మంత్రదండాన్ని తిప్పండి. ఏవైనా మూడురకాల నైపుణ్యమూ, సామర్థ్యమూ కోరుకోమంటే, మీరు వేటిని కోరుకుంటారు? అవి మిమ్మల్ని హెచ్చుస్థాయికి తీసుకెళ్లేట్టు ఉండాలంటే ఏ రంగాల్లో వాటిని మెరుగుపరుచు కోవటం అవసరం?

ఈ మంత్రదండం తిప్పటం అనేది ఒకపక్క సరదాగా అనిపిస్తుంది కానీ, మరోపక్క మనకి కొత్తదారులు చూపిస్తుంది. మీ దగ్గర మంత్రదండం ఉందని ఊహించుకున్నప్పుడల్లా, ఆ విషయానికి సంబంధించిన మీ లక్ష్యాలు కనబడతాయి. వాళ్లకేం కావాలో, ఎక్కడికెళ్తున్నారో ఇదమిత్థంగా తెలీనివాళ్లకి కూడా మీరు ఈ మంత్ర దండాన్ని ఉపయోగించి సాయం చెయ్యొచ్చు. ఈ ప్రశ్న అడిగినప్పుడల్లా వచ్చే సమాధానాలు అబ్బురపరుస్తాయి.

## ఇక బతికి ఉండేది ఆరునెలలే

లక్ష్య నిర్మాణానికి ఇక్కడ మరో ప్రశ్నని ఇస్తున్నాను. అది మీ నిజమైన విలువలని ప్రతిఫలిస్తుంది. మీరొక డాక్టర్ దగ్గరకి పూర్తి మెడికల్ చెకప్‌కోసం వెళ్లారని ఊహించు కోండి. మీ డాక్టర్ కొన్నాళ్లయాక మీకు ఫోన్ చేసి, “ఒక మంచివార్త, ఒక చెడువార్తా మీగురించి చెప్పాలనుకుంటున్నాను. మంచి వార్తేమిటంటే రాబోయే 6 నెలల్లో మీరు ఎన్నడూ లేనంత ఆరోగ్యంగా, ఉత్సాహంగా, మీరు ఊహించలేనంత బాగా బతక బోతున్నారు. ఇక చెడువార్త, ఆ 180 రోజులూ గడిచిపోయాక, నయంకాని రోగంతో మీరు చనిపోతారు!” అంటాడు.

ఈరోజు మీరింక ఆరునెలలే జీవించి ఉండబోతున్నారని మీకు తెలిస్తే, ఈ భూమ్మీద ఆ ఆఖరి ఆరునెలలనీ ఎలా గడుపుతారు? ఆ సమయాన్ని ఎవరితో గడుపుతారు? ఎక్కడికెళ్తారు? దేన్ని పూర్తిచెయ్యటానికి ప్రయత్నిస్తారు? ఎక్కువగా ఏ పనిచేస్తారు, తక్కువగా ఏం చేస్తారు?

మిమ్మల్ని మీరు ఈ ప్రశ్నలు వేసుకుంటే, మీ మనసులో అన్నిటికన్నా పైన తేలే

సమాధానాలు మీ అసలు విలువలని ప్రతిఫలిస్తాయి. ప్రతిసారీ మీ సమాధానంలో తప్పకుండా మీ జీవితంలోని ముఖ్యమైన మనుషుల పేర్లే ఉంటాయి. ఇలాటి పరిస్థితిలో చాలాకొద్దిమంది, "నాకు ఆఫీసుకెళ్లి కొన్ని ఫోన్లు చేసుకోవాలనుంది," అంటారు.

## మీ కలల జాబితాని తయారుచేసుకోండి

లక్ష్యనిర్మాణంలో భాగంగా మీకు ఎటువంటి హద్దులూ లేవని ఊహించుకోటంతో పాటు, ఒక కలలజాబితాని కూడా తయారుచేసుకోండి. ఎటువంటి హద్దులూ లేనట్టయితే, మీరు జీవితంలో ఏం చెయ్యదల్చుకున్నారు? ఏం అవదల్చుకున్నారు? ఏం సాధించదల్చుకున్నారు అనే వాటన్నిటి జాబితాయే కలలజాబితా అంటే.

మార్క్ విక్టర్ హాన్సెన్, చికెన్ సూప్ ఫర్ ది సోల్ అనే పుస్తకానికి సహరచయిత, మిమ్మల్నొక చిన్న నోట్‌పుస్తకం, లేదా కాయితం తీసుకుని, మీ జీవితంలో మీరు సాధించదల్చుకున్న కనీసం వంద లక్ష్యాలని రాయమంటాడు. ఆ తరవాత మీ దగ్గర వాటిని సాధించేందుకు కావలసిన తీరిక, డబ్బు, స్నేహితులు, సామర్థ్యం, వనరులు ఉన్నాయని అనుకోమంటాడు. మీరు కలలు కనాలి, ఊహాగానాలు చెయ్యాలి. మీకు ఎటువంటి హద్దులూ లేవనుకుని, మీరు కోరుకునేవన్నీ ఈ కాయితం మీద రాసుకోండి.

ఆ తరవాత ఫలితాన్ని చూసి మీరు నిర్ఘాంతపోతారు, అలా వంద లక్ష్యాలని రాసిన ముప్ఫైరోజులలోగా, అద్భుతమైన సంఘటనలు జరగటం మొదలవుతుంది. ఈరోజు మీరు ఊహించలేనంత వేగంగా మీ లక్ష్యాలన్నీ నెరవేరుతాయి. కనీసం వంద లక్ష్యాలు రాసిపెట్టుకున్న వాళ్లందరికీ ఇలా జరగటం చూస్తాం. మీరు ప్రయత్నించి చూడండి. ఫలితాలు మిమ్మల్ని ఆశ్చర్యపరచచ్చు.

## క్షణంలో లక్షాధికారి

లక్ష్య నిర్మాణానికి పనికివచ్చే మరో ప్రశ్న : రేపు మీరొక లక్షడాలర్ల నగదు గెలుచుకుంటే, - అది కూడా పన్ను చెల్లించకుండా - మీ జీవితంలో ఎటువంటి మార్పు చేసుకుంటారు? భిన్నంగా ఎలా ప్రవర్తిస్తారు? ఎందులోకి ప్రవేశిస్తారు, ఎందులోంచి బైటపడతారు? దేన్ని ఎక్కువగా, దేన్ని తక్కువగా చేస్తారు? మీరు చేసే మొట్టమొదటి పని ఏది?

ఈ ప్రశ్నని మరోలా అడగాలంటే, మీకే కనక ఎంచుకునేందుకు పూర్తి స్వేచ్ఛ ఉంటే మీ జీవితాన్ని ఏ విధంగా మార్చుకుంటారు? మనకి అంత అనువుగా లేని పరిస్థితుల్లోంచి బైటపడలేకపోవటానికి ప్రధాన కారణం మార్పంటే మనకున్న భయమే. కానీ మీకిష్టమైనది చేసేందుకూ, ఇష్టమైనట్టు ఉండేందుకూ కావలసినంత డబ్బు మీ దగ్గరుందని ఊహించుకుంటే, మీ నిజమైన లక్ష్యాలు వాటంతటవే కనిపిస్తాయి.

ఉదాహరణకి, ప్రస్తుతం మీరు చేస్తున్న ఉద్యోగం మీకు సరిపడకపోతే, ఒక పెద్ద మొత్తాన్ని బహుమతిగా గెలుచుకోవటం అనే ఊహ వెంటనే మీరు ఆ ఉద్యోగాన్ని వదిలిపెట్టేట్టు చేస్తుంది. మీరు చేస్తున్నపని మీకు నచ్చినదైతే, ఎంత పెద్ద మొత్తాన్ని గెలుచుకున్నా మీ ఉద్యోగం ఎంపికమీద దాని ప్రభావం ఉండనే ఉండదు. ట్యాక్స్‌ఫ్రీ మొత్తం లక్షడాలర్లు నేను రేపే సంపాదించుకుంటే ఆ డబ్బుతో నేనేం చేస్తాను? అని ప్రశ్నించుకోండి.

## ఓటమి గురించి భయం లేదు

మీ నిజమైన లక్ష్యాలని స్పష్టం చేసుకోవటానికి సాయంచేసే మరో ప్రశ్న : **మీరు ఎప్పుడూ చెయ్యాలనుకుంటూ, చెయ్యటానికి భయపడిన పని ఏది?** మీచుట్టూ ఉండే ప్రపంచాన్ని ఒకసారి కలయజూస్తే మీరు మెచ్చుకునే పనులు ఇంకెవరో చెయ్యటం మీకు కనిపిస్తుంది. వాటిలో వేటిని మీరు ఎప్పుడూ చెయ్యాలని ఆశించారు?

మీ సొంత వ్యాపారాన్ని ప్రారంభించాలనుకున్నారా? ఎన్నికల్లో పోటీ చెయ్యాలనుకున్నారా? ఒక కొత్త పనిని ప్రారంభించాలని అనుకున్నారా? ఏపని మీరు చెయ్యాలని అనుకుంటూ కూడా చేసేందుకు భయపడ్డారు?

## మీకు ఎంతో ఇష్టమైన పనినే చెయ్యండి

మీ జీవితంలో లక్ష్యాలని ఏర్పరుచుకునేందుకు - తాత్కాలికమైనవీ, దీర్ఘకాలికమైనవీ - మిమ్మల్ని మీరు నిరంతరం ఇలా ప్రశ్నించుకుంటూ ఉండాలి, నా జీవితంలోని ప్రతి పార్శ్వంలోనూ నేను ఏపనిచేస్తే నాకెక్కువ ఆనందం కలుగుతుంది? ఉదాహరణకి, మీరు పనిచేసేప్పుడు రోజంతా ఒకే పని చెయ్యదల్చుకుంటే, అదేమై ఉంటుంది? ఏదైనా ఉద్యోగంగాని, రోజంతా చేసే పనిగాని, జీతం లేకుండా, ఎంచుకోమంటే మీరు దేన్ని ఎంచుకుంటారు? ఎటువంటి పని మీకు అన్నిటికన్నా ఎక్కువ ఆనందాన్నీ, సంతృప్తినీ ఇస్తుంది?

అబ్రహామ్ మాస్లో అనే మనస్తత్వవేత్త "అత్యున్నత అనుభవాలు" అనేవాటిని నిర్ధారణ చేశాడు. అంటే ఒక వ్యక్తి అత్యధికమైన ఆనందానికీ, సంతోషానికీ, ఉత్సాహానికీ గురయే క్షణాలు. మీ జీవితలక్ష్యాల్లో ఒకటి అటువంటి అనుభవాలని వీలైనంత ఎక్కువగా సొంతం చేసుకోవటం. దీనికి ఒక మార్గం, గతంలో మీకు అంత ఆనందానుభూతిని ఇచ్చిన అనుభవాలని గుర్తుచేసుకుని, వర్తమానంలోనూ, భవిష్యత్తులోనూ అటువంటి అనుభూతిని ఇచ్చినవాటిని మళ్లీ ఒకసారి చేసే ప్రయత్నం చెయ్యటం. ఇంతవరకూ మీ జీవితంలో అటువంటి అనుభూతిని కలిగించిన క్షణాలు ఏవి? భవిష్యత్తులో అలాటి క్షణాలని అనుభవంలోకి ఎలా తెచ్చుకోగలరు? మీరు చెయ్యటానికి అత్యధికంగా ఇష్టపడే పని నిజంగా ఏది?

## మార్పు తీసుకురండి

సామాజిక, సాముదాయికమైన విషయాల్లో పాల్గొనటం, దోహదం చెయ్యటం లాటి లక్ష్యాలుకూడా మీరు ఏర్పరచుకోవాలి. **మీ ప్రపంచంలో మీరు ఎటువంటి మార్పు తీసుకురావాలని అనుకుంటున్నారు**? ఎటువంటి సంస్థల్లో, అవసరాలకి, సామాజిక సమస్యలకి, ఉద్దేశాలకి మీరు మీ సేవలని అందించాలనుకుంటున్నారు? ఎటువంటి మార్పుల్ని చూడాలనుకుంటున్నారు? మీరు సాయం చెయ్యాలనుకునేవాళ్లు - మీకన్నా దురదృష్టవంతులు - ఎవరున్నారు?

మీకు సొంతంగా ఆస్తి అంటూ ఉంటే, మీరు ఎటువంటి విషయాలకి మద్దతు ఇస్తారు? అన్నిటికన్నా ముఖ్యంగా, మీ ప్రపంచంలో మార్పు తీసుకొచ్చేందుకుగాను మీరు ఈరోజు ఏం చేస్తారు? భవిష్యత్తులో అంతా సవ్యంగా ఉండే ఒక తేదీ కోసం వేచి చూడకండి. ఈరోజే ఏదో ఒక రకంగా పనిని ప్రారంభించండి.

## స్పష్టమైన ఆర్థికలక్ష్యాలని ఏర్పరచుకోండి

లక్ష్యనిర్మాణంలో అతిముఖ్యమైన వాటిలో ఒకటి మీ ఆర్థిక జీవితం. మీకు అవసరమైనంత మొత్తం డబ్బుని మీరు సంపాదించుకుని కూడబెట్టగలిగితే, ఆర్థిక సంబంధం లేని మిగతా లక్ష్యాలన్నిటినీ దాదాపుగా మీరు మరింత వేగంగానూ, సులువుగానూ సాధించుకోగలుగుతారు.

మీ జీవితం ఆదర్శప్రాయంగా ఉంటే, మీకు నెలకి ఎంత సంపాదన అవసరమవుతుంది? ఏడాదికి ఎంత డబ్బు కావల్సివస్తుంది? ప్రతినెలా, ప్రతి ఏడాదీ ఎంత పొదుపు చేద్దామనుకుంటున్నారు? ఎంత మదుపు పెట్టాలనుకుంటున్నారు? భవిష్యత్తులో మీ ఆస్తి ఎంత ఉండాలని మీ ఉద్దేశం? మీరు రిటైరెప్పుడవుతారు? రిటైరయాక ఎటువంటి స్థిరాస్తిని సంపాదించుకోవాలనుకుంటున్నారు? చాలామంది తమ ఆర్థికలక్ష్యాల గురించి పూర్తిగా అయోమయంలో పడి కొట్టుకుంటూ ఉంటారు. కానీ ఒకసారి అవి మీకు స్పష్టంగా తెలిసిపోయాయంటే, వాటిని సాధించే సామర్థ్యం నాటకీయంగా పెరిగిపోతుంది.

## స్పష్టత మీ కలలని వాస్తవాలుగా మారుస్తుంది

మీకేం కావాలో మీకు పూర్తి స్పష్టంగా తెలిస్తే, అప్పుడిక మీ సమయాన్నంతా లక్ష్యాలగురించి ఆలోచిస్తూ గడపచ్చు. ఇకవాటిగురించి మీరు ఆలోచించినకొద్దీ, అంత త్వరగానూ అవి సాకారమవుతాయి.

ఇలా ప్రతిసారీ మీ జీవితలక్ష్యాలగురించి మిమ్మల్ని మీరు ప్రశ్నించుకోవటం అనే ప్రక్రియ వల్ల మీ ఆలోచనలు మరింత స్పష్టంగా అవుతూ, మీ దృష్టిని కేంద్రీకరించి, సార్థకతని సాధిస్తారు. జిగ్‌జిగ్లర్ అన్నట్టు, "నిలకడగా ఉండకుండా, సంచరిస్తూ ఉండే మామూలు మనిషి స్థానం నుంచి, సార్థకతగల ఒక విశిష్ట వ్యక్తిగా రూపొందుతారు."

అన్నిటికన్నా ముఖ్యంగా, మీ జీవితానికి ఉన్న ముఖ్యమైన ప్రయోజనాన్ని ఖచ్చితంగా తెలుసుకుని, నిర్ణయించే బిందువుకి చేరుకుంటారు. గొప్ప విజయాలకీ, అసాధారణమైన సాఫల్యాలకి ప్రారంభస్థానం ఇదే.

మీ ముఖ్యమైన, ఖచ్చితమైన ప్రయోజనం గురించి తరువాతి అధ్యాయంలో చూద్దాం. దాన్ని ఎలా సాధ్యం చేసుకోవాలో కూడా రాబోయే అధ్యాయంలో చూడచ్చు.

## మీరు నిజంగా కోరుకునే లక్ష్యాలని నిర్ణయించుకోండి

1. మీ జీవితంలోని మూడు ముఖ్యమైన లక్ష్యాలని ఇప్పుడే రాసిపెట్టుకోండి.
2. ప్రస్తుతం మీకున్న మూడు పెద్ద సమస్యలు, లేదా ఆందోళనలు ఏవి?
3. మీకు పదిలక్షలడాలర్లు నగదు రూపంలో, ట్యాక్స్ లేకుండా, రేపే దొరికితే, వెంటనే మీ జీవితంలో ఎటువంటి మార్పులు చేసుకుంటారు?
4. మీకు నిజంగా అన్నిటికన్నా ఇష్టమైన పని ఏది? మీకు విలువ, ప్రాధాన్యం, సంతృప్తి అనే గొప్ప భావాలని కలగజేసే విషయం ఏది?
5. మీ జీవితం మీద ఒక మంత్రదండాన్ని తిప్పి మీరేం కోరుకుంటే అది దొరికే అవకాశం వస్తే, మీరేం కోరుకుంటారు?
6. ఇంక ఆరునెలలే బతుకుతారని తెలిస్తే, మీరేం చేస్తారు? మీ సమయాన్ని ఎలా గడుపుతారు?
7. మీకు హద్దులనేవి లేనట్టయితే జీవితంలో మీరు నిజంగా చెయ్యాలని కోరుకునేది ఏది?

# 6

# ముఖ్యమైన, నిర్దిష్టమైన లక్ష్యాన్ని ఏర్పరచుకోండి

*విజయం సాధించటానికి ప్రతిఒక్కరిలోనూ ఒక గుణం తప్పక ఉండాలి. అదే నిర్దిష్టమైన లక్ష్యం - తనకేం కావాలన్నది తెలుసుకోవాలి, దానిని పొందాలన్న తీవ్రమైన కోరిక ఉండాలి.*

**– నెపోలియన్ హిల్**

మీరు దేనిగురించి తరచు ఆలోచిస్తుంటారో అలాగే మీరు రూపొందుతారు కనుక ఒక ముఖ్యమైన నిర్దిష్టమైన లక్ష్యం మీరు మెలకువగావున్న ప్రతీక్షణంలోనూ మీరు దానిపై ధ్యాస ఉంచేలా చేస్తుంది. "ఏదైనా ఒక పని సమగ్రంగా జరగటాన్ని మీరు చూసినప్పుడు, దానివెనక ఏకాగ్రచిత్తంతోవున్న వ్యక్తిని చూస్తారు," అని పీటర్ డ్రకర్ అంటాడు.

మీరు ముఖ్యమైన, నిర్దిష్టమైన లక్ష్యం గురించి ఆలోచిస్తూ దానిని సాధించాలని అనుకున్నప్పుడు, మీరు మీ జీవితంలో ఆకర్షణ సిద్ధాంతాన్ని మరింతంగా చైతన్యవంతం చేస్తారు. మీరు జనాన్ని, అవకాశాలని, ఆలోచనలనీ, వనరులనీ ఆకర్షించటం ప్రారంభిస్తారు. దానిమూలంగా మీరు మీ లక్ష్యంవేపు వేగంగా కదులుతారు, మీ లక్ష్యం మీవేపు వేగంగా రావడం మొదలవుతుంది.

సంవాద నియమానుసారంగా (Law of Correspondence) మీ బాహ్య ప్రపంచంలోని అనుభవ జ్ఞానం, మీలో అంతర్గతంగా ఉన్న లక్ష్యాల ప్రపంచంతో సంపర్కం ఏర్పరచుకుని సామరస్యాన్ని నెలకొల్పుతుంది. మీకొక ముఖ్యమైన ఖచ్చితమైన ఉద్దేశం ఉండి దానిగురించి ఎల్లప్పుడూ మీరు ఆలోచిస్తూ, మాట్లాడుతూ, దాన్ని సాధించడానికి పనిచేస్తున్నప్పుడు మీ బాహ్య ప్రపంచం దానిని ఒక అద్దంలా ప్రతిబింబిస్తుంది.

ఒక ముఖ్యమైన, నిర్దిష్టమైన లక్ష్యం మీ సుప్తచేతనాత్మకమైన మనసుని కూడా చైతన్యవంతంగావిస్తుంది. మీరు ఏ ఆలోచన, ప్రణాళిక లేక లక్ష్యాన్ని మీ సుప్తచేతనాత్మక మనసులో స్పష్టంగా ఉంచుకుంటారో, దానిని మీ చేతనాత్మక మనసు

(అంతేకాదు, మీ అతిచేతనాత్మక మనసు కూడా–దీని గురించి తరవాత చర్చించుకుందాం) తక్షణం నిజం చేస్తుంది.

## మీ రెటిక్యులర్ కార్టెక్స్‌ను ఉత్తేజపరచండి

ప్రతి వ్యక్తి మెదడులో ఒక విశేషమైన అంగం ఉంటుంది. దానిని 'రెటిక్యులర్ కార్టెక్స్' (Reticular Cortex) అని అంటారు. అది మెదడులోని రెటిక్యులర్ ఉత్తేజన వ్యవస్థ. మెదడులో వేలంత ఉన్న ఈ చిన్న భాగం ఒక పెద్ద ఆఫీసు భవనంలోనున్న టెలిఫోను స్విచ్‌బోర్డులా పనిచేస్తుంది - టెలిఫోన్ కాల్స్ అన్నీ ముందుగా స్విచ్‌బోర్డుకి వస్తాయి, ఆ తరవాతే ఎవరికి సంబంధించిన కాల్ వారికి యివ్వబడుతుంది, అలాగే మీ ఇంద్రియాలకు యివ్వవలసిన సమాచారమంతా మీ రెటిక్యులర్ కార్టెక్స్ ద్వారా మీ మెదడు లేక మీ అవగాహనకు సంబంధించిన సరైన భాగానికి చేరుతుంది.

మీ రెటిక్యూలర్ కార్టెక్స్‌లో మీ రెటిక్యులర్ ఉత్తేజనవ్యవస్థ ఉంటుంది. లక్ష్యానికి సంబంధించిన సందేశాన్ని మీరు మీ రెటిక్యులర్ కార్టెక్స్ కు పండినప్పుడు, అది తక్షణం మీ పరిసరాలలో ఉన్న జనం, సమాచారం, అవకాశాల గురించి మిమ్మల్ని జాగరూకులుని చేసి అప్రమత్తులుగా ఉంచుతుంది, అది మీరు మీ లక్ష్యాన్ని సాధించటంలో తోడ్పడుతుంది.

## ఎర్రరంగు స్పోర్ట్స్‌కారు

ఉదాహరణకు, మీరు మీకొక ఎర్రరంగు స్పోర్ట్స్‌కారు కావాలని నిర్ణయించుకున్నట్టు ఊహించుకోండి. దీనిని ఒక లక్ష్యంగా మీరు రాసిపెట్టుకోండి. దీని గురించి మీరు ఆలోచించడం మొదలుపెట్టండి, మీ మనసులో ఒక ఎర్రరంగు స్పోర్ట్స్‌కారు ఊహాచిత్రాన్ని చూడండి. అది మీకిప్పుడు ఎంతో ముఖ్యమైనది అన్న సందేశాన్ని ఈ ప్రక్రియ మీ రెటిక్యులర్ కార్టెక్స్‌కు పంపుతుంది. ఒక ఎర్రరంగు స్పోర్ట్స్‌కారు యొక్క చిత్రం తక్షణం మీ మానసిక రాడార్ తెరపైన ప్రత్యక్షమవుతుంది.

అక్షణంనుంచి మీరు ఎక్కడకి వెళ్లినా అక్కడ ఎర్రరంగు స్పోర్ట్‌కారులని గమనించడం ప్రారంభిస్తారు. ఆ కారు రోడ్డుపైన పోతున్నట్టు దూరంగా కొన్ని బ్లాకుల తర్వాత అది వేరే దారిలో మలుపు తిరుగుతుండడాన్ని కూడా మీరు చూస్తారు. అది పార్కుచసిఉండడం చూస్తారు, షోరూంలో ఉండటాన్ని చూస్తారు. మీరు ఎక్కడికి వెళ్లినా, మీ ప్రపంచం అంతా ఎర్రరంగు స్పోర్ట్స్ కారులతో పూర్తిగా నిండిఉన్నట్లు కనిపిస్తుంటుంది.

మీరొక మోటర్‌సైకిల్‌ని కొనాలని నిశ్చయించుకున్నప్పుడు, మీకు ప్రతీచోటా మోటర్ సైకిల్స్ కనిపించడం మొదలవుతుంది. మీరు హవాయి వెళ్లాలని అనుకున్నప్పుడు, హవాయిలో సెలవలు ఎలా గడపవచ్చో సూచించే వాల్‌పోస్టర్లు, ప్రకటనలు, బ్రోషర్లు, టెలివిజన్ కార్యక్రమాలు మీదృష్టిలోకి వస్తాయి. మీలక్ష్యానికి సంబంధించిన ఏ

సందేశాన్ని మీరు మీ రెటిక్యులర్ కార్టెక్స్‌కు పంపినా, అది మీ రెటిక్యులర్ ఉత్తేజవ్యవస్థను ఉత్తేజపరిచి ఆ లక్ష్యాన్ని నిజం చేసేటందుకు సాయపడే వీలైన దారులన్నిటి గురించి మిమ్మల్ని అప్రమత్తులని చేస్తుంది.

## ఆర్థిక స్వాతంత్ర్యాన్ని సాధించండి

మీరు ఆర్థికంగా స్వాతంత్ర్యం సంపాదించుకోవాలని నిర్ణయం తీసుకున్నప్పుడు, ఆర్థిక స్వాతంత్ర్య లక్ష్యాలు పొందటానికి అనుకూలించే అన్ని రకాల అవకాశాలు, సంభావ్యతలను మీరు మీ పరిసరాల్లో గమనించటం తక్షణం ప్రారంభిస్తారు. వార్తాపత్రికల్లో దానికి సంబంధించిన కథలను చూస్తారు, ఆ విషయంపై రాయబడ్డ పుస్తకాలని మీరు ఎక్కడకి వెళ్లినా మీరు గుర్తిస్తారు. దానిగురించి పూర్తి సమాచారం ఉత్తరాలలో వస్తుంటుంది. డబ్బు సంపాదించటం గురించి, పెట్టుబడులగురించి మీసంభాషణల్లో చోటుచేసుకుంటుంది. మీరు మీ ఆర్థికలక్ష్యాలు సాధించటానికి సాయపడే ఆలోచనలూ, సమాచారం మీచుట్టూ నెలకొన్నట్టు గ్రహిస్తారు.

మరోవైపు, మీరు సరైన సూచనలను మీ రెటిక్యులర్ కార్టెక్స్‌కు, సుప్తచేతనాత్మక మనసుకు అందించకపోతే, పొగమంచునిండిన దారిలో డ్రైవ్ చేస్తున్నట్టు మీరు మీ జీవితాన్ని గడుపుతుంటారు. మీ చుట్టూ ఉన్న ఈ అవకాశాలనీ, సంభావ్యతలనీ మీరు చాలావరకు తెలుసుకోలేరు. వాటిని మీరు అరుదుగా చూస్తారు, లేదా అతికష్టం మీద గమనిస్తారు.

'జీవితంలో ధ్యాస కీలకమైంది' అని అంటారు. మీ ధ్యాస ఎటువేపు వెళ్తే అటువేపు మీ జీవితం సక్రమంగా నడుస్తుంది. మీరు మీ ముఖ్యమైన నిర్దిష్టమైన లక్ష్యాన్ని నిశ్చయించుకున్నప్పుడు, మీరు మీ ధ్యాస స్థాయిని పెంచుకుంటారు. మీ పరిసరాల్లో మీలక్ష్యం వేగంగా చేరుకోవటానికి సాయపడే ఏ విషయమైనా, దాని పట్ల సున్నితంగా వ్యవహరించటం మొదలుపెడతారు.

## మీ ప్రధానమైన ఖచ్చితమైన ఉద్దేశం

మీ ప్రధానమైన ఖచ్చితమైన ఉద్దేశాన్ని ఈ క్షణంలో మీకు ఎంతో ముఖ్యమైన లక్ష్యంగా నిర్వచించవచ్చు. సాధారణంగా ఈ లక్ష్యం మీరు చేద్దామనుకున్న పనులలోకన్నా ఎక్కువ యితర లక్ష్యాలని మీరు సాధించటంలో మీకు తోడ్పడుతుంది.

దీనిలో ఈ దిగువనిచ్చిన గుణాలు ఉండాలి :

1. మీరు వ్యక్తిగతంగా నిజంగా కావాలని అనుకున్నదేదో అయియుండాలి అది. ఈ లక్ష్యం సాధించాలన్న మీకోరిక ఎంత తీవ్రంగా ఉండాలంటే, మీ ముఖ్యమైన నిర్దిష్టమైన ఉద్దేశం పొందాలన్న ఆలోచనే మిమ్మల్ని ఎంతో ఉత్సాహపరుస్తూ మీకు సంతోషాన్ని కలిగించాలి.

2. అది స్పష్టంగా ఒక ప్రత్యేకత కలిగి ఉండాలి. దానిని మాటలలో మీరు స్పష్టం చేయగలగాలి. ఒక చిన్న పిల్లవాడు చదవగలిగేటంత స్పష్టంగా మీరు దానిని రాయగలగాలి, దానిని చదివాక మీరు నిజంగా ఏం కావాలనుకుంటున్నారో తెలుసుకుని మీరు దానిని సాధించగలరా లేదా అని తెలుసుకోగలగాలి.

3. అది లెక్కపెట్టడానికి వీలుగా ఉండాలి, సంఖ్యల్లో చెప్పగలిగేలా ఉండాలి. 'నాకు చాలా డబ్బు సంపాదించాలని ఉంది' అనడానికి బదులుగా 'నేను సంవత్సరానికి లక్షడాలర్లు (ఫలానా తారీకు నుంచి) సంపాదిస్తాను,' అని ఉండాలి.

4. అది నమ్మదగినదిగా, సాధించటానికి వీలయేలా ఉండాలి. పూర్తిగా సాధించటానికి వీలులేనంత పెద్దదిగా లేక మూర్ఖంగా మీ ముఖ్యమైన ఖచ్చితమైన లక్ష్యం ఉండకూడదు.

5. మీ ముఖ్యమైన నిర్దిష్టమైన లక్ష్యం సాధించటంలో, మీరు విజయం పొందటానికి సహేతుకమైన సంభావ్యతలు ఉండాలి – మీరు మొదలుపెట్టాక యాభైశాతమైనా ఉండాలి. ఇంతకుముందు మీరు ఒక ముఖ్యమైన లక్ష్యాన్ని సాధించలేకపోయినప్పుడు, ఎనభై లేదా తొంభై శాతం విజయం సాధించటంలో సంభావ్యత ఉన్న లక్ష్యాన్ని మీముందు ఉంచుకోండి. కనీసం ప్రారంభంలో దానిని కాస్తా సులభమైనదిగా ఉండేటట్టు చూడండి. ఆ తరవాత, అతి తక్కువ సంభావ్యతలున్న పెద్దపెద్ద లక్ష్యాలను మీరు ఎంచుకోవచ్చు. అయినా వాటిని సాధించటానికి మీకు ప్రేరణ లభిస్తుంది. కాని మొదట్లో నమ్మదగిన, సాధించదగిన లక్ష్యాలనే మీ ముందు ఉంచుకోండి, వాటిలో విజయం సాధించే అవకాశాలు మెండుగా ఉంటాయి కనక ప్రారంభంనుంచి మీరు విజయం సాధించగలరన్న ధీమా కలుగుతుంది.

6. మీ ముఖ్యమైన నిర్దిష్టమైన లక్ష్యానికి తదితర లక్ష్యాలకి మధ్య సామరస్యం ఉండాలి. ఒకవేపు మీరు మీవృత్తిలో ఆర్థికంగా స్వాతంత్ర్యం కలిగివుండాలని అనుకుంటూ మరోవేపు మీకాలమంతా గోల్ఫ్ ఆడటంలో వెచ్చించలేరు. మీరు పాటించే విలువలకు అనుగుణంగా మీ ముఖ్యలక్ష్యాలకు, మీ అనావశ్యక లక్షాలకు మధ్య సామరస్యం నెలకొని ఉండాలి.

## మీ పాదాలని నేలమీద ఉంచండి

నేను నిర్వహిస్తున్న ఒక సమావేశంలో ఒకామె నన్ను కలుసుకుని, తాను తన ముఖ్యమైన ఖచ్చితమైన లక్ష్యాన్ని నిర్ణయించుకున్నట్టు నాతో చెప్పింది. అదేమిటని నేను ఆమెని అడిగాను. 'నేనొక సంవత్సరంలో మిలియనేర్‌ని అవబోతున్నాను,' అందామె.

కుతూహలంతో ఇప్పుడు ఆమెదగ్గర ఆస్తి ఎంతుంది అని అడిగాను. నిజానికి ఆమె ఆర్థికంగా బాగా చితికిపోయివుంది. ఆమె ఏం చేస్తూంటుందని అడిగాను. అసమర్థతవల్ల ఆమ తన ఉద్యోగంలోంచి తొలగించబడిందని తెలుసుకున్నాను. ఈ పరిస్థితులలో ఆమె ఒక సంవత్సరంలో మిలియన్ డాలర్లు సంపాదించగలగాలన్న లక్ష్యాన్ని ఎందుకు ఎంచుకుందని అప్పుడు నేను అడిగాను.

మీ మనసులో అది స్పష్టంగా ఉన్నాక మీరు కావాలనుకున్న ఏ ముఖ్యమైన లక్ష్యాన్నైనా ఎంచుకోవచ్చని నేనన్నానని ఆమె నాకు చెప్పింది. అందుకే ఆమె విజయం సాధించటానికి అది ఉంటే చాలని దృఢంగా నమ్మింది. తనముందు ఉంచుకున్న లక్ష్యం ఆమె ప్రస్తుతం ఉన్న పరిస్థితుల్లో అస్వాభావికమనీ, అసాధ్యమనీ, ఆ లక్ష్యానికి తను దూరంగా ఉండటం తాను గ్రహించాక ఆమె నిరుత్సాహం చెందుతుందని నేను ఆమెకు వివరించాను. ఆమె రాబోయే సంవత్సరాలలో ఆర్థిక స్వాతంత్ర్యం పొందేటందుకు ఏం చేయాలో అటువంటి లక్ష్యం నిజంగా ప్రేరణ కలిగించదు, ప్రేరణను పెంపొందించటానికి బదులు తగ్గిస్తుంది.

## మీరు మీపట్ల నిజాయితీగా ఉండండి

నా సమావేశాల్లో ఒకతను తన ప్రధానమైన ఖచ్చితమైన లక్ష్యం 'విశ్వశాంతి' అని నాకు చెప్పాడు. తాను ఏదైనా మహాశక్తివంతమైన దేశానికి అధ్యక్షుడైతే తప్ప అతను విశ్వశాంతి గురించి అంతగా ప్రభావితం చేయలేడని ఆయనకు వివరించాను. తను ప్రతిరోజూ దానికోసం కృషిచేస్తూ సాధించగల వ్యక్తిగత లక్ష్యానికి అటువంటి విశాలమైన లక్ష్యం అతన్ని దూరంగా ఉంచుతుందని అన్నాను. అది విన్నాక ఆయన కోపంతో వెళ్లిపోయాడు, తన విపరీతభావనను ప్రోత్సహించడానికి నేను అయిష్టత చూపించడం ఆయనకు ఆనందాన్నివ్వలేదు.

ఈ రెండువిషయాల్లోనూ, జనం తమ లక్ష్యాలను ఏర్పరచుకోవటంలో తమకు తామే ఎదురుతిరుగుతున్నారు. పొందటం సాధ్యంకాని లక్ష్యాలను వారు ఏర్పరచుకుంటూ తమంత తామే ఓటమికి సిద్ధమవుతున్నారు, త్వరలోనే వారు నిరుత్సాహం చెందుతారు, అసలు ప్రయత్నించడమే మానుకుంటారు.

మీకోసం మీరు గొప్ప లక్ష్యాలు ఎన్నుకోడంలో నిజమైన ప్రమాదం ఉంది. దానిని తప్పించుకోడంలో మీరు జాగ్రత్తవహించాలి. ఆదారి ఎక్కడకీ వెళ్లకపోవచ్చు, అది మిమ్మల్ని నిరుత్సాహపరుస్తుంది, మీకు ఉత్తేజం ఉత్సాహం కలిగించేబదులు మిమ్మల్ని హతాశులని చేస్తుంది.

## మిమ్మల్ని మీరు వెన్నుపోటు పొడుచుకోకండి

నేను నా యవ్వనంలో యిటువంటి పొరపాటే చేశాను. మొదట్లో లక్ష్యాలు ఏర్పరచుకునేటప్పుడు, నేనొక ఆర్థిక లక్ష్యాన్ని నాముందు ఉంచుకున్నాను, అది

నాజీవితంలో అంతవరకు నేను సంపాదించినదానికన్నా పదిరెట్లు ఎక్కువ. ఎటువంటి పురోగతి లేకుండా కొన్ని నెలలు గడిచాక నా లక్ష్యం నాకు ఏ విధంగా సాయపడటం లేదని గ్రహించాను. దానికి ఎటువంటి ప్రేరణ శక్తిలేదు ఎందుకంటే నేను దాని దరిదాపులకు కూడా చేరలేకపోయాను. నేను హృదయపూర్వకంగా దానిని కావాలని కోరుకున్నప్పటికీ అది సాధ్యమవుతుందని నేను నిజంగా నమ్మలేదు. అది సాధ్యమవుతుందని నేను నమ్మకంపోవటం వలన నా సుప్తచేతనాత్మక మనసు దానిని తోసిపుచ్చింది, నా రెటిక్యులర్ కార్టెక్స్ పనిచేయడం మానేసింది. అది మీ విషయంలో జరగకుండా చూసుకోండి.

## పెద్ద ప్రశ్న

మీ ప్రధానమైన ఖచ్చితమైన లక్ష్యాన్ని నిశ్చయించేటందుకు మీకు పనికివచ్చే ముఖ్యమైన ప్రశ్న యిదుగో: మీరు **అపజయం పాలవరని తెలిసినప్పుడు. మీరు ఏ గొప్పవిషయంగురించి కలలుకనటానికి సాహసిస్తారు?**

మీరు ఏ లక్ష్యం అయినా – చిన్నదైనా, పెద్దదైనా, తాత్కాలికంగా తీసుకునేదైనా దీర్ఘకాలికమైనదైనా – సాధించటంలో నిశ్చయంగా విజయం సాధిస్తారన్న గారంటీ ఉన్నప్పుడు, ఆ లక్ష్యం ఏమయిఉంటుంది? ఈ ప్రశ్నకు మీ సమాధానం ఏదైనప్పటికీ, మీరు దానిని రాసి ఉంచగలిగితే, మీరు బహుశా దానిని సాధించగలరు. ఆ తర్వాతనుంచి, మీరు అడగవలసిన ఒకే ఒక ప్రశ్న – ఎలా? అని. దానికున్న ఒకే ఒక పరిమితి మీరు దాన్ని ఎంత తీవ్రంగా కావాలనుకుంటున్నారనేది, దానిని పొందటానికి మీరు ఎంతకాలం పనిచేయడానికి యిష్టపడుతున్నారనేది!

## నోబెల్ పురస్కార విజేత

నా సమావేశాల్లో పాల్గొనే ఒకాయన ఒక పేరొందిన విశ్వవిద్యాలయంలో రసాయనశాస్త్రంలో ప్రొఫెసర్‌గా ఉన్నాడు, మరో యిద్దరు శాస్త్రవేత్తలతో కలసి రెండేళ్ల క్రితం ఆయన కెమిస్ట్రీలో నోబెల్ పురస్కారాన్ని గెలుచుకున్నాడు. ఇరవై దశకంలో తాను యూనివర్శిటీలో తన వృత్తి జీవితాన్ని ప్రారంభించినప్పుడు రసాయనశాస్త్రరంగంలో విశేషమైన కృషి చేయదలచుకున్నట్టు నిర్ణయం తీసుకున్నానని ఆయన నాకు చెప్పాడు. అది ఆయన ముఖ్యమైన నిర్దిష్టమైన లక్ష్యం. పాతికేళ్లకుపైగా ఆయన దానిపైన తన దృష్టిని కేంద్రీకరించాడు, చివరకి విజయం సాధించాడు.

ఆయన నాతో అన్నాడు, "మొదటినుంచీ నేను నా లక్ష్యం విషయంలో స్పష్టంగా ఉన్నాను. నేను రసాయనశాస్త్ర రంగంలో విశేషమైన కృషి చేసి, నోబెల్ పురస్కారాన్ని గెలుచుకుంటానన్న విషయంలో నాకెప్పుడూ సందేహంకలగలేదు. నోబెల్ పురస్కారాన్ని అందుకోవటం నాకెంతో ఆనందాన్ని కలగజేసింది, కాని నాకది ఆశ్చర్యాన్ని కలగ చేయలేదు."

## మూల్యం చెల్లించడానికి సిద్ధంగా ఉండండి

ప్రతిఒక్కరూ మిలియనేర్ అవాలనో లేక మల్టీమిలియనేర్ అవాలనో కోరుకుంటారు. అయితే ఆ ఆర్థికలక్ష్యం చేరుకోడానికి పట్టే అన్ని సంవత్సరాల కాలంలో అవసరమైనదంతా చేయడానికి మీరు సిద్ధంగా ఉన్నారా లేదా అన్నదే ప్రశ్న. మీరు గాని సిద్ధంగా ఉన్నట్టయితే, మిమ్మల్ని ఆపేశక్తి యించుమించు ఏదీ లేదు.

## పదిలక్ష్యాల అభ్యాసం

ఇదిగో మీకొరకొక అభ్యాసం : కాగితాన్ని అందుకోండి, రాబోయే కాలంలో మీరు సాధించాలనుకున్న పదిలక్ష్యాల లిస్టుని రాయండి. ఆ లక్ష్యాలని మీరు సాధించినట్టేనని అనుకుని వాటిని వర్తమాన కాలంలో రాయండి. ఉదాహరణకి, మీరిలా రాయండి, 'నా బరువు xxx పౌండ్లు, 'నేను సంవత్సరానికి xxx డాలర్లు సంపాదిస్తుంటాను."

మీరు మీ పదిలక్ష్యాల జాబితాను పూర్తిచేశాక, మరోసారి ఆ లిస్టుని చదవండి, మిమ్మల్ని మీరో ప్రశ్న వేసుకోండి. ఈ జాబితాలో నేను తక్షణం సాధించగలిగే ఏ లక్ష్యం నా జీవితం మీద అత్యంత సానుకూల ప్రభావాన్ని చూపించగలదు?

ఇంచుమించు ప్రతీ కేసులోనూ, ఈ ఒక్కలక్ష్యం మీ ముఖ్యమైన నిర్దిష్టమైన లక్ష్యం అయుంటుంది. ఈ లక్ష్యం మీ జీవితం మీద ఎంతో ప్రభావాన్ని చూపుతుంది, అదే సమయంలో మీరు మీ మిగతా లక్ష్యాలని కూడా సాధిస్తారు.

మీరు ఏ లక్ష్యాన్ని ఎనుకున్నా, వేరే కాగితం మీద దానిని రాసి పెట్టుకోండి. ఆ లక్ష్యాన్ని సాధించటంకోసం మీరు ఏం చేయగలరని అనుకుంటున్నారో ఆ ఆలోచనని వివరంగా రాయండి, తరవాత మీ జాబితాలోని కనీసం ఒకదాని విషయంలో చర్య తీసుకోండి. ఈ లక్ష్యాన్ని మూడు బై ఐదు అంగుళాల ఇండెక్స్ కార్డ్‌పై రాసిపెట్టుకుని దానిని మీ దగ్గరే ఉంచుకుని, తరచూ సమీక్షిస్తూండండి. పొద్దున్న మధ్యాన్నం, రాత్రి ఈ లక్ష్యం గురించి ఆలోచిస్తూ ఉండండి. దానిని సాధించటానికి మార్గాలని నిరంతరం అన్వేషిస్తూండండి ఇక మీరు అడగవలసిన ఒకే ఒక ప్రశ్న, ఎలా?

## మీ లక్ష్యం గురించి ఆలోచిస్తుండండి

ఒక ముఖ్యమైన నిర్దిష్టమైన లక్ష్యాన్ని మీరు ఎంపికచేసుకోవడం, దానిపై ఏకాగ్రతతో దృష్టిని కేంద్రీకరించాలన్న మీ నిర్ణయం, ఆ లక్ష్య సాధనలో మార్గమధ్యంలో ఎదురయే అన్ని అడ్డంకులనీ, కష్టాలనీ అధిగమించడం – మీరు తీసుకునే మరే యితర నిర్ణయం చెయ్యలేనంతగా మీ జీవితాన్ని మార్చి మెరుగు పరుస్తుంది. మీ ప్రధానమైన, ఖచ్చితమైన లక్ష్యం ఏదయినప్పటికీ దానిని రాసి ఉంచుకోండి, ఇవాల్టి నుంచే దానికోసం ప్రయత్నించడం మొదలుపెట్టండి.

## మీ ముఖ్యమైన ఖచ్చితమైన లక్ష్యాన్ని ఎన్నుకోండి

1. అపజయంపాలవరని మీకు తెలిసినప్పుడు, ఏ గొప్ప విషయం గురించి కల కనటానికి మీరు సాహసిస్తారు?
2. రాబోయే నెలల్లో, సంవత్సరాలలో మీరు సాధించదలచుకున్న పది లక్ష్యాల జాబితాను వర్తమానకాలంలో రాసి, తయారు చేసుకోండి. ఆ జాబితాలోంచి మీ జీవితాన్ని అత్యధికంగా ప్రభావితం చేస్తుందని అనుకున్న ఒక లక్ష్యాన్ని ఎంపిక చేసుకోండి.
3. ఈ లక్ష్యసాధన దిశగా మీరు చేస్తున్న ప్రయత్నాల ప్రగతిని ఎలా కొలవాలో, అంచనా వేయాలో నిర్ణయించండి. దానిని రాసి పెట్టుకోండి.
4. మీ లక్ష్యం దిశగా మిమ్మల్ని తీసుకెళ్లే ప్రతీ అంశాన్ని జాబితాలోకి ఎక్కించండి. వాటిలో ఏదైనా ఒక విషయంపై పనిచెయ్యడం తక్షణం ప్రారంభించండి.
5. మీ లక్ష్యసాధనకోసం మీరు చెయ్యవలసిన అదనపు ప్రయత్నం, దానికి పట్టే సమయం, మీ నిబద్ధతల విలువలను నిర్ధారించండి, తర్వాత వాటి మూల్యం చెల్లించడానికి సంసిద్ధులుకండి.

# 7

# మీ నమ్మకాలని విశ్లేషించుకోండి

*మనిషికీ అతను తన జీవితంనుంచి ఏం కోరుకుంటున్నాడనే దానికీ మధ్య తరచూ నిలబడి ఉండేది – దానిని సాధించటానికి తను చెయ్యాల్సిన ప్రయత్నం, యింకా దానిని పొందటం సాధ్యమే అన్న నమ్మకం!*

**– రిచర్డ్ ఎం. దేవాస్**

నమ్మకం అనే నియమం (Law of Belief) బహుశా మానసిక నియమాలన్నిటి లోకి ఎంతో ముఖ్యమైనది. **దేన్నైనా మీరు గట్టిగా నమ్మితే అది నిజం అవుతుందని** ఈ నియమం చెపుతుంది. మీరు చూసేదానిని నమ్మరు, మీరు దేన్నైతే నమ్ముతారో దాన్నే చూస్తారు. మీ నమ్మకాలు, ధోరణులు, పక్షపాత వైఖరి, ముందుగా ఏర్పరచుకున్న అభిప్రాయాల కళ్లద్దాలలోంచి మీరు ప్రపంచాన్ని నిజానికి చూస్తుంటారు. మీగురించి మీరు ఏమనుకుంటున్నారో, మీరు అదికాదు, కాని మీరు మీగురించి ఏమని ఆలోచిస్తుంటారో మీరు అలాగే అవుతారు.

ప్రోవర్బ్ 23:7లో మనిషి "తన హృదయంలో ఏమని ఆలోచిస్తాడో, అలాగే అతను రూపొందుతాడు," అని చెప్పబడింది. దీని అర్థం – మీరు మీ మనసులోతుల్లో మీగురించి ఏర్పరచుకున్న నమ్మకాలు, విశ్వాసాలు ఆధారంగానే మీరు ఎల్లప్పుడూ బయటి ప్రపంచంలో ప్రవర్తిస్తారని.

మాథ్యూ 9:29లో, క్రీస్తు, "మీ నమ్మకానికి అనుగుణంగానే మీకు ఫలితాలు దొరుకుతాయి," అని అంటారు. మీ దృఢమైన విశ్వాసాలే వాస్తవాలుగా రూపొందుతా యన్న విషయాన్ని యిది మరోలా వ్యక్తపరుస్తోంది. మీపట్ల ఏం జరగబోతోందన్న దానిని అవి నిర్ధారిస్తాయి.

హార్వర్డ్‌కి చెందిన డా. విలియమ్ జేమ్స్, 1905లో, "విశ్వాసం వాస్తవిక సత్యాలని సృష్టిస్తుంది," అన్నారు. ఆయన యింకా యిలా అంటారు : "వ్యక్తులు తమ మానసిక ధోరణులను మార్చుకోవడంద్వారా తమ జీవితాల్లోని బాహ్య అంశాలను మార్చుకోగలరు అన్నది మా తరంలో కనుక్కున్న అత్యంత విప్లవాత్మక అన్వేషణ."

## మీ ఆలోచనా విధానాన్ని మార్చుకోండి, మీ జీవితాన్ని మార్చుకోండి

మీ జీవితంలోని అభివృద్ధి అంతా మీరు మీగురించి ఏర్పరచుకున్న నమ్మకాలను, సంభావ్యతలను మార్చుకోవడం ద్వారానే సాధ్యమవుతుంది. వ్యక్తిత్వ వికాసం మీరేం చెయ్యగలరు, మీకు ఏదిసాధ్యం అనేదానిపై మీకున్న నమ్మకాలని మార్చుకోవటం ద్వారా సంభవిస్తుంది. మీరు మీ ఆదాయాన్ని రెండింతలు చేయాలని అనుకుంటున్నారా? ఔను, మీరు అలాగే అనుకుంటారు! అయితే యిదిగో మీకో ప్రశ్న; అది సాధ్యమని మీరు నమ్ముతున్నారా? మీ ఆదాయాన్ని మూడింతలు చెయ్యదలుచుకున్నారా? అది కూడా సాధ్యమేనని మీరు నమ్ముతున్నారా?

మీ అపనమ్మకం స్థాయి ఏదైనప్పటికీ, మిమ్మల్నో ప్రశ్న అడగనీయండి నన్ను. మీరు మీ మొట్టమొదటి ఉద్యోగంలో చేరాక, మీ ఆదాయం ఈపాటికే రెండింతలు లేదా మూడింతలు అవలేదా? మీరు ప్రారంభించిన కొత్తలో సంపాదించిన దానికన్నా ఎన్నోరెట్లు అధికంగా యిప్పుడు సంపాదించటంలేదా? మీ సంపాదనను రెండింతలు, మూడింతలు చెయ్యటం సాధ్యమేనని మీ అంతట మీరే నిరూపించారు కదా! ఇంతకు ముందు మీరు చేసినట్లు, మీరు మళ్లీ చెయ్యగలరుకదా - బహుశా మళ్లీ, మళ్లీ - అది ఎలా చెయ్యాలో నేర్చుకుంటే, అది సాధ్యమని మీరు నమ్మక తప్పదు.

నెపోలియన్ హిల్ యిలా అంటారు; "మనిషి తన మెదడుతో ఏది ఆలోచించినా, నమ్మినా, దానిని అతను సాధించగలడు."

## విజయానికి మీ మాస్టర్‌ప్రోగ్రాం

బహుశా ఇరవైయవ శతాబ్దంలో మానవసామర్థ్యం అనే రంగంలో అత్యంత విప్లవాత్మకమైన ఆవిష్కరణ - ఆత్మభావన (self-concept) ను కనిపెట్టటమే. మీరు చేసే ప్రతీపనిని, మీరు మీ జీవితంలో సాధించే ప్రతిదానినీ, మీ ఆలోచననీ, భావననీ, చర్యనీ మీ ఆత్మభావన తన అధీనంలో ఉంచుకుని దానిని నిర్ధారిస్తుంది. **మీరు చేసే ప్రతిపనికి మీ ఆత్మభావన ముందు వచ్చి, మీ కార్యనిర్వహణ, మీ సామర్థ్యం స్థాయిల భవిష్యత్తును తెలుపుతుంది.** మీ ఆత్మభావన మీ మానసిక కంప్యూటర్ యొక్క మాస్టర్ ప్రోగ్రాం. అది దాని ప్రాథమిక ఆపరేటింగ్ సిస్టమ్. మీరు మీ బాహ్యప్రపంచంలో సాధించినదంతా మీ ఆత్మభావన వలన కలిగే ఫలితమే.

మీ గురించి, మీ ప్రపంచం గురించి మీకున్న నమ్మకాలు, ధోరణులు, అనుభూతులు, అభిప్రాయాలు అన్నిటితో కలిసి మీ ఆత్మభావన రూపొందినట్లు మానసికశాస్త్రవేత్తలు కనుగొన్నారు. దీని మూలంగా మీరు మీ ఆత్మభావనకు - అది సానుకూలమైనా, ప్రతికూలమైనా - అనుగుణంగా మీరు ఎప్పుడూ ప్రవర్తిస్తుంటారు.

## చెత్త లోపలికి, చెత్త బైటకి

ఆత్మభావన గురించి మరొక ఆసక్తిదాయకమైన సంగతిని కనుక్కున్నారు. మీ గురించి, మీ ప్రపంచం గురించి మీకున్న ఆత్మభావన భ్రమపూరిత విశ్వాసాలపై ఆధారపడి వున్నప్పటికీ, అవే నిజాలై కూర్చుంటాయి, మీరు ఆ విధంగానే ఆలోచిస్తారు, అనుభూతి చెందుతారు, ప్రవర్తిస్తారు.

అదే రకంగా మీగురించి మీరు ఏర్పరచుకున్న నమ్మకాలు చాలావరకు వ్యక్తిగతమైనవి (subjective). అవి తరచూ వాస్తవాలమీద ఆధారపడి వుండవు. మీరు జీవితాంతం సేకరించిన సమాచారం, ఆ సమాచారాన్ని మీరు ఉపయోగించిన విధం యొక్క పరిణామమే అవి. మీ బాల్యం, మీ స్నేహితులు, సహచరులు, మీరు చదివే పుస్తకాలు, విద్యాభ్యాసం, మీ అనుభవాలు - అనుకూలమైనవి, ప్రతికూలనమైనవి కూడా - యింకా మరో వెయ్యి యితర అంశాలు మీ విశ్వాసాలను తీర్చిదిద్ది రూపొందిస్తాయి.

అన్ని నమ్మకాలలోకీ చెడ్డది **మీకు మీరే పరిమితులని ఏర్పరచుకునే నమ్మకాలు** (self limiting beliefs). మీరు ఏదో ఒక రకంగా కొన్ని పరిమితులకు లోబడి ఉన్నామని భావిస్తే - అది నిజమే అయినా, అబద్ధమైనా - ఆ భావన మీపట్ల నిజమవుతుంది. మీరు దానిని నమ్మితే, ఆ రంగంలో మీ ప్రతిభ, నైపుణ్యం మీకు కొరవడినట్లు అనుకుంటూ మీరు ప్రవర్తిస్తారు. మీకు మీరే పరిమితులని ఏర్పరచుకున్న నమ్మకాలను, మీకై మీరు విధించుకున్న ప్రతిబంధకాలను అధిగమించటం తరచూ మీకూ, మీ సంపూర్ణ సామర్థ్యాన్ని పూర్తిగా సాకారం చేసుకోటానికీ మధ్య ఒక పెద్ద అడ్డుగోడగా నిలుస్తుంది.

## నిపుణుల మాటలని పట్టించుకోకండి

ఆల్బర్ట్ ఐన్‌స్టీన్‌కు నేర్చుకునే శక్తి లేదని చిన్నతనంలో స్కూల్‌నుంచి ఇంటికి పంపేశారు. అతనికి చదువు నేర్పడం అసాధ్యమని అతని తలిదండ్రులతో అన్నారు. అయితే వారు ఈ అభిప్రాయంతో ఏకీభవించలేదు, చివరకి అతను ఉత్కృష్టమైన విద్య నేర్చుకునే ఏర్పాటు చేశారు.

డా. ఆల్బర్ట్ స్విట్జర్‌కు కూడా కుర్రాడుగా ఉన్నప్పుడు స్కూల్లో యిటువంటి సమస్యలే ఎదురయాయి. ఒక చెప్పులుకుట్టేవాడిదగ్గర అతన్ని సహాయకుడిగా చేర్పిస్తే పనినేర్చుకుని పెరిగి పెద్దయాక భద్రతకలిగున్న సురక్షితమైన పని దొరుకుతుందని అతని తలిదండ్రులను ప్రోత్సహించారు. ఐన్‌స్టీన్, స్విట్జర్‌లు యిద్దరూ తమకి యిరవై సంవత్సరాలు నిండకముునుపే డాక్టరేట్లు సంపాదించారు, ఇరవైయవ శతాబ్దపు చరిత్రపై తమ చెరగని ముద్రలు విడిచిపెట్టారు.

వ్యాపారంలో జ్ఞానం సంపాదించటంలోని అశక్తతలమీద ఫార్చ్యూన్ (Fortune)

మాగజైన్‌లో ప్రచురింపబడిన ఒక వ్యాసం ప్రకారం ఈనాడు ఫార్ఛ్యూన్ 500 కార్పొరేషన్స్‌లోని ఎంతోమంది అధ్యక్షులు, సీనియర్ ఎగ్జిక్యూటివ్‌లూ ప్రత్యేకమైన తెలివితేటలూ, సామర్థ్యంలేనివారుగా గుర్తింపబడ్డారు. అయితే వారు తమ ఉద్యోగాల్లో ఎంతో కష్టపడి తమ పరిశ్రమలు విజయం సాధించటంలో కృతకృత్యులయారు.

థామస్ ఎడిసన్ ఆరోగ్రేడ్ విద్యార్థిగా ఉన్నప్పుడు స్కూలువాళ్లు అతన్ని బహిష్కరించారు. టీచర్లు అతని తలిదండ్రులతో అతన్ని చదివించటంకోసం డబ్బు ఖర్చుపెట్టటం వృధా అని అన్నారు, ఎందుకంటే ఏదీ నేర్చుకునే శక్తి అతనికి లేదు. ఎడిసన్ ఆ తర్వాత ఆధునికయుగంలోని గొప్ప ఆవిష్కర్తలలో ఒకడయాడు. ఈ రకం కథ కొన్నివేలసార్లు మళ్లీ మళ్లీ చెప్పబడింది.

ఒకానొక అనుభవం లేదా యథాలాపంగా అన్న మాటమీద ఆధారపడి స్వయంగా ఏర్పరచుకున్న పరిమితులు కొన్ని సంవత్సరాలపాటు మిమ్మల్ని పట్టివుంచి ముందుకు పోకుండా చెయ్యవచ్చు. ఒక రంగంలో తమకు ఎటువంటి నైపుణ్యం లేదని భావిస్తూ, అదే రంగంలో, తర్వాత తాము ప్రతిభ కనబరచటం చూసి తమకు తాము ఎంతో ఆశ్చర్యపడుతూ ఉంటారు. బహుశా యిలా మీ విషయంలోకూడా జరిగి వుండవచ్చు, మీ గురించి ఆ రంగం స్వయంగా ఏర్పరచుకున్న పరిమితులు అసలు వాస్తవాల మీద ఆధారపడలేదని మీరు హఠాత్తుగా గ్రహిస్తారు.

## మీరు మీగురించి ఊహించుకునేదానికన్న మెరుగైనవారు

లూయిస్ హే అనే రచయిత, "నేను పనికిమాలినవాడిని" అనే భావన మన జీవితంలోని అనేక సమస్యలకు మూలకారణం అని అంటారు. డా. ఆల్‌ఫ్రెడ్ ఎడ్లర్, పాశ్చాత్యవ్యక్తికి న్యూనతాభావాలు సహజ వారసత్వంగా వస్తాయని, బాల్యంలో ఏర్పడ్డ ఆ భావన తరచుగా అతని జీవతాంతంవరకూ ఉండిపోతుందని చెబుతారు.

తమ ప్రతికూల నమ్మకాల కారణంగా - చాలావరకు అవి తప్పుడు నమ్మకాలే - చాలామంది జనం తమలో తెలివితేటలు, ప్రతిభ, సామర్థ్యం, సృజనాత్మకత లేదా ఏదో ఒక నైపుణ్యం తక్కువగా ఉన్నట్లు పొరపాటుపడతారు. ఇంచుమించు ప్రతీవారి విషయంలోనూ ఈ నమ్మకాలు నిజం కావు.

నిజానికి మీలో సామర్థ్యం ఎంత ఎక్కువగా ఉందంటే, దానిని మీరు మీ జీవితకాలం మొత్తంలో వాడుకోలేరు. మీకన్నా మెరుగైనవారు ఎవరూలేరు, ఎవరూ మీకన్నా చురుకుగా లేరు. విభిన్న రంగాల్లో, విభిన్న సమయాలలో జనం మరింత మెరుగ్గా, మరింత చురుకుగా ఉంటారు, అంతే!

## మీరు కూడా జీనియస్ కాగలరు

బహువిధమైన తెలివితేటలు (multiple intelligences) అనే భావన యొక్క వ్యవస్థాపకులు, హార్వర్డ్ విశ్వవిద్యాలయంలోని డా. హవర్డ్ గార్డనర్ ఉద్దేశంలో మీలో

కనీసం పది విభిన్నమైన తెలివితేటలుంటాయి, వాటిలో ఏదోఒకదానిలో మీరు జీనియస్ కాగలరు.

దురదృష్టవశాత్తూ, స్కూలు, విశ్వవిద్యాలయాల్లో రెండురకాల తెలివితేటలను మాత్రం కొలుస్తుంటారు, అవి నోటిమాటకు, లెక్కలకు సంబంధించినవి. కాని మీరు విజియో-స్పేషల్ తెలివితేటలు (కళ, డిజైన్) పారిశ్రామికుని తెలివితేటలు (వ్యాపారాన్ని నెలకొల్పటం), శారీరక, కైనెస్థిటిక్ బుద్ధి (క్రీడలు), సంగీతపరమైన మేధ (సంగీత వాద్యాలను వాయించటం, సంగీతాన్ని కూర్చటం), సామాజిక బుద్ధి (ఇతరులతో కలసిమెలసి ఉండటం), ఇంట్రాపర్సనల్ మేధ (మిమ్మల్ని మీరు లోతైన స్థాయితో అర్థం చేసుకోవటం), సహజ జ్ఞానం (సరైనపని లేదా సరైన మాటను ఎంచుకునే నేర్పు), కళాత్మకమైన బుద్ధి (కళాఖండాలని సృష్టించడం) లేక అరూపజ్ఞానం (భౌతికం, విజ్ఞానం) లాంటి మేధారంగాలలో జీనియస్ కాగలరు.

ఒక సిటీస్కూల్ గోడమీద రాసినట్టు, 'దేవుడు చెత్తని తయారుచేయడు'. ప్రతీ వ్యక్తిలోనూ ఏదో ఒక రంగంలో ఏదో ఒక విధంగా ఉత్కృష్టతను సాధించగల సామర్థ్యం వుంటుంది. సరిగ్గా ఈ సమయంలోనే మీలో కనీసం ఒకదానిలో, బహుశా అనేక వివిధ తెలివితేటల్లో జీనియస్ అవటానికి లేదా అసాధారణ స్థాయిల్లో పని చేయటానికి గల సామర్థ్యం వుంది. మీరు తెలుసుకోవలసిందల్లా ఆ తెలివితేటలు ఏమిటి అనేదానిగురించి.

మీకు పరిమితులున్నాయని మీరే నమ్మటాన్ని విడిచిపెట్టే బాధ్యత మీమీద వుంది, మీరొక అసాధారణమైన ప్రతిభావంతులని అంగీకరించాలి. మీలో గొప్పవారి లక్షణా లున్నాయి, విజయం సాధించటంకోసమే మీరున్నారు. మీలోని సామర్థ్యం, యోగ్యతలు యింతవరకు ఉపయోగించబడలేదు. ఈ క్షణంలో కూడా మీరు సాధించాలనుకున్న ఏ లక్ష్యాన్నైనా సాధించగల సామర్థ్యం వుంది. మీరు దానికోసం ఎంత సమయమైనా వెచ్చించదలుచుకోవాలి, ఎంత కష్టమైనా పడటానికి సిద్ధపడాలి, అంతే!

## మీరు నమ్మకాలని అలవరచుకుంటారు అవి సహజసిద్ధంగా సంక్రమించినవి కావు

నమ్మకాల గురించి ఒక మంచివార్త ఏమిటంటే నేర్చుకోవటం ద్వారానే నమ్మకాలన్నీ కలుగుతాయి. అందుకే వాటిని మరచిపోవచ్చు - ముఖ్యంగా వాటివల్ల ప్రయోజనం లేనప్పుడు. మీరు ప్రపంచంలోకి వచ్చినప్పుడు మీకు - మీగురించి, మీ మతంగురించి, మీ రాజకీయపార్టీ గురించి, యితరులగురించి, లేదా సామాన్యంగా ఈ ప్రపంచం గురించి - ఎటువంటి నమ్మకాలు లేవు. ఈనాడు మీకు చాలా విషయాలు "తెలుసు". కాని హాస్యగాడైన జోష్ బిల్లింగ్స్ ఒకసారి యిలా రాశాడు, "ఒక మనిషికి బాధ కలిగించేది తనకు ఏం తెలుసన్నదికాదు, అతనికి బాధకలిగేది తనకు తెలుసని అనుకున్నది తనపట్ల నిజం కానప్పుడు."

మీగురించి మీరు తెలుసుకున్న అనేక విషయాలు నిజం కావు. చాలావరకు అవి మిమ్మల్ని తక్కువగా అంచనా వేసుకున్న నమ్మకాలే. మీకున్న పూర్తి సామర్థ్యాన్ని వినియోగించటానికి మీరు ప్రప్రథమంగా చేయవలసింది మీరు ఏర్పరచుకున్న స్వయంపరిమితుల నమ్మకాలను గుర్తించాక, మీకు మీరు ఒక ప్రశ్న వేసుకోవడం, "అవి అసలు నిజం కాకపోతేనో?"

అమ్మకాలు, పరిశ్రమలు నడపటం, ఉపన్యాసాలు యివ్వడం, ధనం సంపాదించడం లాంటి రంగాలలో అంతగా రాణించలేనని మీకు మీరే భావిస్తున్నప్పటికీ, ఆ రంగాలలో అసాధారణమైన ప్రతిభాసామర్థ్యాలు మీరు కలిగి ఉండవచ్చు.

## మీగురించి మీరు భిన్నంగా ఆలోచించండి

నేను వెళ్లిన ప్రతీచోటా ప్రపంచవ్యాప్తంగా కొన్నిలక్షలమంది జనానికి ఈ సిద్ధాంతాలని నేర్పాను. నా డ్రాయరు నిండా జనం రాసిన ఉత్తరాలు, ఇ-మెయిల్స్ ఉన్నాయి, వాళ్లు యింతవరకు 'మనకు సామర్థ్యం లేదనుకునే నమ్మకాలు' ఉంటాయన్న ఈ ఆలోచన గురించి వినలేదు. కాని ఒకసారి వాళ్లు తెలుసుకున్నాక వారిపట్ల వారికన్న వైఖరులను పూర్తిగా మార్చుకున్నారు. వారి జీవితాల్లోని ప్రముఖరంగాల్లో యింతకుముందుకన్నా సమర్థులుగా యోగ్యులుగా భావించసాగారు.

అతికొద్దికాలంలోనే వారు తమ జీవితాలను వాటి ఫలితాలను మార్చుకున్నారు. వారి ఆదాయం రెండింతలు, మూడింతలు, నాలుగింతలు పెరిగింది. వారిలో చాలామంది మిలియనేర్లు, మల్టిమిలియనేర్లయారు. వారు తమ కంపెనీలలో అట్టడుగు స్థాయినుంచి శిఖరాగ్రస్థాయికి చేరుకున్నారు. అమ్మకాల బృందంలో అమ్మకాలు అసలు చేయలేకపోయిన సేల్స్‌మాన్ స్థాయినుంచి వాళ్ల కంపెనీలలో అత్యధిక ఆదాయం సంపాదించుకున్న వ్యక్తుల స్థాయికి ఎదిగిపోయారు.

వారు తమ గురించి ఏర్పరచుకున్న నమ్మకాలను మార్చుకున్నాక, తమ వ్యక్తిగత సామర్థ్యాలను గుర్తించాక, కొత్త మెలకువలను, నైపుణ్యాలను నేర్చుకున్నారు, సరికొత్త సవాళ్లను స్వీకరించారు. గొప్ప లక్ష్యాలను తమ ముందుంచుకుని, వాటిని సాధించటం మీద మనసు పెట్టారు. తమ నమ్మకాలని ప్రశ్నించటం ద్వారా, తమకేదో సామర్థ్య లోపం వుందని ఒప్పుకోకపోవడం ద్వారా, వారు తమ జీవితాలను, ఉద్యోగాలనూ పూర్తిగా తమ చేతుల్లోకి తీసుకుని తమ కలలని సాకారం చేసుకోగలిగారు. లెక్కలేనంతమంది ఇతరులు చేయగలిగింది మీరు కూడా చేయగలరు.

## మీరు కోరుకున్న నమ్మకాలని ఎంపిక చేసుకోండి

ఏ ప్రోగ్రాం కావాలంటే ఆ ప్రోగ్రాం దొరికే ఒక కంప్యూటర్ సాఫ్ట్‌వేర్ స్టోర్‌లా, మీ సుప్తచేతనాత్మక మనసులో ప్రోగ్రామింగ్ చేయటంకోసం ఒక నమ్మకం దొరికే

'నమ్మకాల స్టోర్'ని ఊహించుకోండి. కొన్ని నమ్మకాలను మీరు ఎంపిక చేయదలచుకుంటే, ఏయే నమ్మకాలు మీకు అత్యంత సహాయకారిగా ఉంటాయి?

ఇది నా సలహా. ఈ నమ్మకాన్ని ఎంచుకోండి : **"నేను జీవితంలో ఒక గొప్ప విజయం సాధించబోతున్నాను."**

మీకు జీవితంలో ఒక గొప్ప విజయం తథ్యం అని మీరు పూర్తిగా నమ్మినప్పుడు మీరు మీ జీవితంలో జరిగే ప్రతీ సంఘటన మీకు విజయం చేకూర్చే మహా ప్రణాళికలోని భాగంగానే భావిస్తూ, అలాగే నడుస్తూ, మాట్లాడుతూ, ప్రవర్తిస్తూంటారు. అలాగే జరుగుతూంటుంది, ప్రతీరంగంలోని అగ్రగాములు యిలాగే ఆలోచిస్తుంటారు.

## మంచినే వెతకండి

ప్రతి పరిస్థితిలోనూ విజేతలు మంచికోసమే వెతుకుతారు. అది ఎప్పుడూ అక్కడ ఉంటుందని వారికి తెలుసు. వారికి ఎన్ని ఎదురుదెబ్బలు తగిలినా, వారు ఎన్ని ఒడిదొడుకులని అనుభవించినా, తమకు జరిగిన ప్రతీ సంఘటననుంచి మంచినే ఆశిస్తారు. ప్రతీ విపత్తూ ఒక మహాపథకంలోని భాగంగాను, అదే తాము సాధించ దలచుకున్న లక్ష్యంవేపు తీసుకెళ్తున్నట్టు వారంతా నమ్ముతారు.

మీనమ్మకాలు సానుకూలమైనవి అయినప్పుడు, ప్రతీ ఎదురుదెబ్బలోనూ, కష్టంలోనూ మీరు ఒక విలువైన పాఠాన్ని నేర్చుకుంటారు. మీరు పయనించే దారిలో విజయం సాధించటానికి, అంతిమ విజయాన్ని మీతో ఉంచుకునేందుకు మీరు నేర్చుకోవలసిన పాఠాలు ఎన్నో వున్నాయని మీరు విశ్వసనీయంగా నమ్ముతారు. అందుకే మీరు ప్రతీ సమస్యను ఒక నేర్చుకోదగ్గ అనుభవంగా పరిగణిస్తారు. నెపోలియన్ హిల్ యిలా రాశాడు; "ప్రతీకష్టంలోనూ, అడ్డంకిలోనూ దానికి సమానమైన లేదా దానినిమించిన లాభం, ప్రయోజనాల విత్తనం దాగివుంటుంది."

ఈ రకమైన వైఖరిని అలవరచుకుంటే, మీకు సంభవించే ప్రతీదానినుంచి – అది సానుకూలమైనా, వ్యతిరేకమయినా – మీరు మీ ముఖ్యమైన ఖచ్చితమైన లక్ష్యసాధనలో ముందుకు దూసుకుపోతున్నప్పుడు మీరు లాభం పొందుతారు.

## పనిచెయ్యటం ద్వారా భావనని పొందండి

మనస్తత్వశాస్త్రంలోనూ, తత్వజ్ఞానశాస్త్రంలోనూ 'వెనక్కి మరలటం' అనే నియమం (Law of Reversibility) అనేదేమంటే, "మీరు ఒకపనిచేసే తీరునిబట్టి భావనని అనుభూతి చెందటం జరగచ్చు, కానీ భావన ప్రేరేపణతో ఒక పనిచేసే అవకాశం తక్కువ."

దీని అర్థం ఏమిటంటే, మీరు పని ప్రారంభించేటప్పుడు, బహుశా మీరు సాధించబోయే అపూర్వవిజయాన్ని మీరు ఆశించినట్లుగా అనుభూతి చెందలేకపోవచ్చు. ఇంతకుమునుపు సాధించిన విజయాల రికార్డు కలిగించిన ఆత్మవిశ్వాసం మీలో

వుండదు. మీ శక్తిసామర్థ్యాలను మీరు తరచూ సందేహిస్తారు, ఓటమికి భయపడతారు, మీకు తగిన సామర్థ్యంలేదని అనుకుంటారు, కనీసం దానికోసం మరికొంత సమయం పట్టవచ్చని భావిస్తారు.

కాని అప్పటికే మీరు అవాలనుకున్న వ్యక్తిగా అయానని, మీరు కోరుకున్న గుణాలు, ప్రతిభ మీలో వున్నాయని భావిస్తూ, మీరు చర్యతీసుకుంటే, మీ చర్యలకు అనుగుణమైన భావనలు రేకెత్తుతాయి. నిజానికి 'వెనక్కి మరలటం' అనే నియమాన్ని అనుసరించి, మీరు పనిచేస్తూనే, మీరు ఆశించే అనుభూతిని పొందుతారు.

మీరు మీ బిజినెస్‌లో శిఖరాగ్రంలో ఉన్నవారిలా ఉండాలనుకున్నప్పుడు, శిఖరాగ్రంలో ఉన్నవారు ధరించే దుస్తులని మీరూ ధరించండి. శిఖరం ఎత్తుకు చేరుకున్నవారిలా వ్యవహరించండి. మీరు పనిచేసేతీరుని వారుచేసే విధంగా మలుచుకోండి. మీరంగంలో అత్యధికంగా విజయం సాధించినవారిని ఎన్నుకోండి, వారిని మీ రోల్‌మోడల్స్‌గా చేసుకోండి. వీలైతే వారి దగ్గరకి వెళ్లండి, ముందుకు వేగంగా ఎలా దూసుకుపోవాలో వారిని సలహా అడగండి. వారు మీకు ఏ సలహా యిచ్చినా, తక్షణం దానిని అనుసరించండి. చర్య తీసుకోండి.

అత్యున్నతస్థానం సంపాదించుకున్నవారిలా నడుస్తూ, మాట్లాడుతూ, దుస్తులు ధరిస్తూ ప్రవర్తించడం ప్రారంభించినప్పుడు, మీరు త్వరలోనే అత్యున్నతస్థానం సంపాదించుకున్నవారిలా అనుభూతిచెందడం మొదలవుతుంది. మీరు యితరులతో అత్యున్నతస్థానం సంపాదించుకున్నవారిలా వ్యవహరిస్తారు. వారు పనిచేసిన పద్ధతి ప్రకారం పనిచేస్తారు. అత్యున్నతస్థానం సంపాదించుకున్నవారికి లభించే ఫలితాలే మీకూ రావడం మొదలవుతుంది. వారిలో ఒకరుగా మీరూ అవుతారు. 'మీరు వారు అయేదాకా, వారిని అనుకరిస్తూ పోండి,' అని అనటం చప్పగా వున్నప్పటికీ, దానిలో నిజం ఎంతైనా వుంది.

## విజయం సాధించిన సేల్స్‌మేనేజర్ రహస్యం

నా స్నేహితుడొకడు సేల్స్‌మేనేజర్‌గా ఎంతో విజయం సాధించాడు. ఎంతో జాగ్రత్తగా పరీక్షించి ఒక కొత్త సేల్స్‌మేన్‌ని ఎంపికచేశాక అతను ఆ సేల్స్‌మేన్‌ని కాడిలాక్ కార్లు అమ్మే ఆఫీసుకి తీసుకెళ్లి తన పాత కారుకి బదులు కొత్త కాడిలాక్ కారుని కొనమని అడుగుతాడు. సాధారణంగా కొత్త సేల్స్‌మేన్ ఆ ఆలోచనని వ్యతిరేకిస్తాడు. కారు ధర, నెలనెలా కట్టాల్సిన భారీ వాయిదా సొమ్ము చూసి బెంబేలు పడతాడు. కాని సేల్స్‌మానేజర్ ఉద్యోగం కావాలంటే షరతుగా కొత్త కాడిలాక్ కొనాల్సిందే అని పట్టుబడతాడు.

ఆ తరవాత ఏం జరిగిందని మీరు అనుకుంటున్నారు? ముందు, ఆ సేల్స్‌మాన్ కారుని తన ఇంటికి తీసుకెళ్తాడు. తన భర్త ఒక కొత్త కాడిలాక్ కారు కొనడం చూస్తూనే అతని భార్యకు హార్ట్‌అటాక్ వచ్చినంత పనవుతుంది. కాని ఆమె కాస్త కుదుటపడ్డాక,

అతను కొత్తకారులో ఆమెని తన ఇంటిప్రాంతంలో తిప్పి తీసుకొస్తాడు. దారిలో యిరుగుపొరుగువారికేసి చేతులూపుతున్న అతను కొత్త కాడిలాక్ కారు నడపటాన్ని అందరూ చూస్తారు. తన ఇంటిముందు కారు డ్రైవ్‌వేలో అతను తన కొత్త కాడిలాక్ కారుని నిలుపుతాడు. జనం దగ్గరకి వచ్చి దానిని మెచ్చుకుంటారు. అంచెలంచెలుగా, అతనికి తెలియకుండానే, సుప్తచేతనావస్థ స్థాయిలో తనపట్ల తన ఆదాయంపట్ల వున్న అతని వైఖరి, మార్పుచెందటం జరుగుతుంది.

కొద్దిరోజుల్లో, అతను తనను తాను కొత్త కాడిలాక్ కారును నడిపే సొంతదారునిలా చూసుకోవడం మొదలుపెడతాడు. తన రంగంలో అత్యధికంగా డబ్బు సంపాదించే వ్యక్తిగా తను కనిపిస్తాడు, పరిశ్రమలో తను అత్యున్నతస్థానంలో వున్న జనంలో ఒకరిగా భావిస్తాడు. ప్రతీసారి అపజయం అన్నది యించుమించు ఎరగకుండా ఈ సంస్థలోని సేల్స్‌పీపుల్ సేల్స్‌సూపర్‌స్టార్స్ అవుతుంటారు. ఇంతకుమునుపు ఎన్నడూ లేనంత సంపాదనతోపాటు, వారి అమ్మకాల నిర్వహణ అత్యధికంగా పెరుగుతుంది. త్వరలోనే కొత్త కాడిలాక్ కారుకోసం చెల్లించాల్సిన నెలసరి వాయిదాలు లెక్కలోకి రావు. ఎందుకంటే వారి ఆదాయాలు దానికన్నా ఎన్నోరెట్లు అధికం కనుక.

## మానసిక సమతుల్యతని సృష్టించుకోండి

ఆధ్యాత్మిక గురువు ఎమ్మెట్‌ఫాక్స్ ఒకసారి యిలా అన్నాడు : “మీ బాహ్య ప్రపంచంలో దేనిని సాకారం చేసుకుని ఆనందించాలని అనుకుంటారో, దాని మానసిక సమతుల్యాన్ని మీలో మీరు సృష్టించుకోవడం మీరు జీవితంలో చెయ్యాల్సిన ముఖ్యమైన పని.”

మీరు నమ్మకాలను మీలోపలే సృష్టించుకోవాలి, దానిపైనే మీ ధ్యాసవుంచాలి, ఆ నమ్మకాలు మీరు బయటి ప్రపంచంలో మీరు సాధించదలచుకున్న విజయాలకి అనుగుణంగా వుండాలి. మిమ్మల్ని మీరే తక్కువ చేసుకుని చూసుకునే నమ్మకాలని ఎదిరిస్తూ, తోసివేస్తూ, అలాటివి అసలు లేవని అనుకుంటూ కార్యోన్ముఖులవుతున్నప్పుడు మీరు దీనిని సాధించగలరు.

మీరు మీ రంగంలోని మీ పరిజ్ఞానాన్ని, నైపుణ్యాన్ని పెంపొందిస్తూ నూతన విశ్వాసాల అభివృద్ధికి కొత్తశక్తిని అందజేయగలరు. అప్పుడు మీరు ఎటువంటి సవాలునైనా ఎదుర్కొనే స్థాయికి చేరుకుంటారు. మీరు ప్రతీరంగంలోనూ గొప్ప, ఉత్సాహభరితమైన లక్ష్యాలను ముందుంచుకుంటారు, కొత్త, సానుకూలమైన నమ్మకాల అభివృద్ధిని తేజోవంతం చేస్తారు. చివరగా, మీరు ఎటువంటి వ్యక్తి అవాలనుకున్నారో, అలాగ నిరంతరం ప్రవర్తిస్తారు.

మీరు చెయ్యవలసింది, మీ సుప్తచేతనని విజయానికి అనుగుణంగా సిద్ధం చేసుకోవటం. అది చెయ్యాలంటే, మీరు చేసే ప్రతి పనిలోనూ, చెప్పే మాటల్లోనూ మానసికమైన సమతుల్యాన్ని సృష్టించుకోవాలి.

## మీరు కొత్తగా సంపాదించుకున్న ఆత్మస్వరూపానికి తగ్గట్టు ప్రవర్తించండి

కొన్ని నమ్మకాలకి అనుగుణమైన చర్యలు చేపట్టటం ద్వారా మీరు కొత్త నమ్మకాలని కలిగించుకుంటారు. మీలో అటువంటి శక్తిసామర్థ్యాలు ఇంతక్రితమే ఉన్నాయని నమ్మినట్టే మీరు ప్రవర్తిస్తారు. మీరు ఒక సానుకూలమైన, ఆశావాదిలా, ఎప్పుడూ సంతోషంగా ఉండే వ్యక్తిలా అందరితోనూ వ్యవహరిస్తారు. మీ విజయానికి హామీ దొరికినట్టే ప్రవర్తిస్తారు. **మీ దగ్గర విజయానికి అవసరమైన రహస్యమైన హామీ ఉన్నట్టూ, మీకొక్కరికే దాన్ని గురించి తెలిసినట్టూ నడుచుకుంటారు.**

ప్రతి ఒక్కరోజు మీరు చేసే పనులవల్లా, మాట్లాడేమాటలవల్లా, మీ వ్యక్తిత్వాన్నీ, నడవడినీ మీరే అదుపులో ఉంచుకుంటున్నారనీ, మీలో జరిగే వికాసాన్ని తీర్చిదిద్దేది కూడా మీరేననీ తెలుసుకుంటారు.

ఇక మీరు ఆలోచించినట్టే మీరు తయారవటం వల్ల, మీరు ఆదర్శంగా ఉండటానికి అనుగుణంగా ఉండే విధంగా పనులు చెయ్యాలి, మాట్లాడాలి. మీరు ఎంతో తీవ్రంగా వాంఛించే వ్యక్తిగా మారేందుకు, భవిష్యత్తు గురించి మీకున్న దీర్ఘకాలిక ఆదర్శాల ప్రణాళికలు విజయవంతమయేందుకు, మీరు కోరుకునే వ్యక్తిగా తయారయేందుకు, మీరు సాధించాలనుకున్న లక్ష్యం వైపుకి మిమ్మల్ని తీసుకెళ్లే గుణాలూ, ప్రవర్తన మాత్రమే మీకు ముఖ్యం.

## నిర్ణయం తీసుకోండి

మిమ్మల్ని పట్టి బంధించే నమ్మకాలని సవాలు చేస్తాననీ, నిరాకరిస్తాననీ ఈరోజే నిర్ణయించుకోండి. మీలోకి మీరు తొంగి చూసుకుని, మీ జీవితంలోని ఏవైనా పార్శ్వాలు మీ సామర్థ్యాన్నీ, ప్రతిభనీ సందిగ్ధంలో పడేసేట్టుంటే, వాటిని ప్రశ్నించండి. మీలో వాళ్లకి ఏవైనా వ్యతిరేకమైన నమ్మకాలు కనిపిస్తున్నాయా, అని మీ కుటుంబ సభ్యులనీ, స్నేహితులనీ అడిగి చూడండి.

తరచు, మిమ్మల్ని ఒక పరిధిలో ఉంచే నమ్మకాలు మీలో వాళ్లకి కనిపిస్తాయి, కానీ వాటిని మీరు గ్రహించలేరు. ఈ వ్యతిరేకమైన నమ్మకాలని గుర్తించిన ప్రతిసారీ, మిమ్మల్ని మీరిలా ప్రశ్నించుకోండి, ఒకవేళ దీనికి వ్యతిరేకమైన నమ్మకం నిజమైతేనో?

ప్రస్తుతం మీకు సందేహాస్పదంగా ఉన్న పార్శ్వంలో మీరు ఒకవేళ అసాధారణ విజయాన్ని సాధించగల సామర్థ్యం కలిగి ఉంటేనో? పుట్టినప్పట్నించే ఏదో ఒక విషయంలో మీకు అద్భుతమైన మేథాశక్తి ఉంటేనో? ఉదాహరణకి, మీలో, ప్రస్తుతం, మీరు కోరుకున్నంత డబ్బు సంపాదించి, జీవితాంతం ఆ సంపాదనని అనుభవించగల సామర్థ్యం ఉంటేనో? డబ్బు విషయంలో మీరు “పట్టిందల్లా బంగారం” అయే అదృష్టం మీకుంటేనో?

ఈపై ఆలోచనలు తప్పకుండా నిజమేనని మీరు పూర్తిగా నమ్మితే, ఈరోజు మీరు చేసేపనికి భిన్నంగా ఏం చేస్తారు?

## మీ మాటల్లోనూ చేతల్లోనూ నిలకడ ఉండేట్టు చూసుకోండి

మీ నమ్మకాలు మీ మాటల్లోనూ, చేతల్లోనూ బైటపడతాయి. ఇకనుంచీ మీ మాటలూ, చేతలూ మీ నమ్మకాలకీ మీరు ఏరకం వ్యక్తిగా తయారవాలనుకుంటున్నారో దానికీ అనుగుణంగా ఉండేట్టు చూసుకోండి. కాలక్రమాన మిమ్మల్ని ఒక పరిధిలో బంధించే నమ్మకాల స్థానంలో జీవితాన్ని విస్తృతం చేసే నమ్మకాలని సంపాదించు కుంటారు. కొంతకాలానికి మిమ్మల్ని మీరు విజయానికి అనుగుణంగా పూర్తిగా తీర్చిదిద్దుకుంటారు. ఇది జరిగినప్పుడు, మీ బాహ్యజీవితంలో చోటుచేసుకునే మార్పు మీకే కాక మీచుట్టూ ఉన్నవాళ్లకి కూడా ఆశ్చర్యం కలిగిస్తుంది.

## మీ నమ్మకాలని విశ్లేషించుకోండి

1. "అలా ఉన్నట్టు నటించండి!" మీ రంగంలో మీరే అందరికన్నా సామర్థ్యమూ, గౌరవమూ ఉన్నవారిలో ఒకరైతే, మీరు ఎలా ఆలోచిస్తారు? ఎలా పనిచేస్తారు? ఈరోజులేని తేడా మీకు మీలో ఏది కనిపిస్తుంది?
2. డబ్బు విషయంలో మీరు "పట్టిందల్లా బంగారం" అవుతుందని ఊహించుకోండి. ఆర్థిక విషయాలలో మీరొక గొప్ప సామర్థ్యం గలవారైతే, మీ నిధులని ఎలా సమకూర్చుకుంటారు?
3. మిమ్మల్ని ఒక పరిధిలో బంధించే నమ్మకాలని గుర్తించండి. అవి మిమ్మల్ని ముందుకి పోకుండా పట్టి ఉంచుతున్నాయేమో చూడండి. అవి పూర్తిగా అసత్యాలైతే మీరేం చేస్తారు? ఎలా ప్రవర్తిస్తారు?
4. మీ మనసు లోతుల్లో మీ గురించి మీరు ఏర్పరచుకోవాలనుకునే నమ్మకాన్ని ఎంచుకోండి. మీ విషయంలో అది ఈసరికే నిజమైన నమ్మకమని నటించండి.
5. ప్రస్తుతం మీరు సతమతమవుతున్న అతిక్లిష్టమైన పరిస్థితిని పరిశీలించండి. భవిష్యత్తు ఇంకా మెరుగ్గా ఉండేందుకు ఆ పరిస్థితినించి మీరు నేర్చుకోగల విలువైన పాఠాలేవైనా ఉన్నాయా?

# 8

# ఆరంభం నుంచి ప్రారంభించండి

*మీ సమస్య మీరు ప్రస్తుతం వున్న చోటుకీ మీరు చేరాలనుకుంటున్న లక్ష్యాలకీ మధ్య వారధిని నిర్మించడం.*
**- అర్ల్ నైటింగేల్**

మీరు ఏదో ఒక దూరప్రాంతానికి వెళ్లాలని అనుకుంటున్నట్టు ఊహించుకోండి. ముందుగా మీరేం చేస్తారు? మీదు వెళ్లవలసిన ప్రదేశాన్ని నిర్ణయిస్తారు, ఒక రోడ్‌మ్యాప్ తీసుకుని, అక్కడకి చేరుకోవడానికి సరైన దారిని తెలుసుకుంటారు. ప్రతిరోజూ బయలుదేరేముందు, మ్యాప్‌లో మీరు యిప్పుడున్న ప్రదేశాన్నీ కొన్నిగంటల తర్వాత మీరు చేరవలసిన ప్రదేశాన్నీ గుర్తుపెట్టుకుంటారు. చాలవరకు జీవితం కూడా అంతే!

మీ విలువలు, స్వప్నం, లక్ష్యం, ఉద్దేశ్యం, గమ్యాలని మీరు ఒకసారి నిర్ణయించుకున్నాక, మీ తరువాతిమెట్టు ఆరంభించిన పరిస్థితులని విశ్లేషణ చేసుకోవడమే. మీ జీవితంలో ప్రాధాన్యమైన ప్రతీరంగంలో, ఆయారంగాలు మీ లక్ష్యాలకు సంబంధించినంతవరకు ఈరోజు సరిగ్గా మీరెక్కడ వున్నారు, ఏం చేస్తున్నారు? అనేదే ప్రశ్న.

## వాస్తవికత సిద్ధాంతాన్ని (Reality Principle) అభ్యసించండి

నాయకత్వానికి ఉండవలసిన ప్రధాన లక్షణం 'వాస్తవికత సిద్ధాంతం' అని, అనేక సంవత్సరాలు జనరల్ ఎలక్ట్రిక్ సంస్థకు సీయీఓగా ఉన్న జాక్ వెల్చ్ ఒకసారి అన్నారు. అది ప్రపంచం ఎలావుందో అలా దాని నిజరూపాన్ని చూడగల శక్తి అని, అంతేకాని మీరు కోరుకుంటున్న ప్రపంచాన్ని చూడటం కాదని, ఆయన దానిని నిర్వచించారు. ఒక లక్ష్యాన్ని లేదా ఒక సమస్యని చర్చించే ప్రతీ సమావేశాన్నీ ఆయన ఒక ప్రశ్నతో ప్రారంభించేవారు : "వాస్తవిక పరిస్థితులు ఏమిటి?"

ఈ గుణాన్ని పీటర్ డ్రకర్ 'మేధా సంబంధిత నిజాయితీ' అని పిలుస్తాడు. ఒక సమస్యకు పరిష్కారం కనుక్కునేముందు లేదా ఒక నిర్ణయం తీసుకునేముందు, వాస్తవాలను యథాతథంగా పరిగణనలోకి తీసుకోవడమే దీని లక్షణం. తన ఆత్మను యధార్థంగా ఆవిష్కరించగల వ్యక్తియొక్క మొట్టమొదటి గుణం తనతో పూర్తి నిజాయితీతోనూ నిష్పక్షపాతంగా వ్యవహరించడం అని అబ్రహం మాస్లో రాశాడు. ఇది మీకు కూడా వర్తిస్తుంది.

మీరు ఉత్తమంగా ఉండదలుచుకుంటే, మీకు నిజంగా సాధ్యమయేదానిని సాధించదలచుకుంటే, మీరు మీపట్ల ప్రారంభించదలచుకున్న మీ ప్రస్థాన బిందువు పట్ల కఠోరమైన నిజాయితీతో ఉండాలి. ప్రతీరంగంలో ఈరోజు సరిగ్గా మీరు ఎక్కడున్నారో తెలుసుకోడానికి కూర్చుని మీరు మీగురించి వివరంగా విశ్లేషించుకోవాలి.

## ఆరంభంనుంచి ప్రారంభించండి

ఉదాహరణకి, మీరు బరువు తగ్గాలని అనుకుంటున్నారనుకోండి. మొట్టమొదటగా మీరు చెయ్యవలసింది, మీరు బరువు ఎంత వున్నారో చూసుకోవడం – అప్పటినుంచీ, మీరు మీ లక్ష్యం సాధించటంలో పురోగతి వుందో లేదో తెలుసుకోవటం కోసం ఆ బరువుని మీ కొలమానంగా అవిచ్ఛిన్నంగా వాడుతూపొండి.

మీరొక వ్యక్తిగత వ్యాయామకార్యక్రమాన్ని మొదలుపెట్టాలని నిర్ణయించినప్పుడు, మీరు తీసుకోవలసిన మొదటిచర్య ఈరోజున మీరు ఎంతసేపు వ్యాయామం చేశారో నిర్ధారించడం. రోజుకి ఎన్ని నిమిషాలు, వారంలో ఎంతసేపు, వ్యాయామం చెయ్య గలుగుతున్నారు? ప్రతీసారి ఎంత ఉత్సాహంగా చేస్తున్నారు? ఏరకమైన వ్యాయామం చేస్తున్నారు? మీ సమాధానం ఏదైనప్పటికీ, వీలైనంత నిర్దుష్టంగా అది వుండటం ఎంతో ముఖ్యం. అప్పుడు మీరు ఈ జవాబుని మొదటిమెట్టుగా వాడుతూ, దానిపై ఆధారం చేసుకుని భవిష్యత్తులో మీ వ్యాయామ కార్యక్రమాలని రూపొందించుకోవచ్చు.

## ఒకగంటలో మీ ఆదాయం ఎంతో నిర్ధారించండి

మీరు అధికంగా డబ్బు సంపాదించాలని అనుకుంటే, మీరు మొట్టమొదట చెయ్యాల్సిన పని, తాపీగా కూర్చుని ప్రస్తుతం మీ సంపాదన సరిగ్గా ఎంత అని నిర్ధారించడం. గత సంవత్సరం మీ ఆదాయం ఎంత, అంతకుముందు సంవత్సరం ఎంత సంపాదించారు? ఈ సంవత్సరం ఎంత సంపాదించబోతున్నారు? ప్రతినెలా ఎంత సంపాదిస్తున్నారు? అన్నిటికన్నా ఉత్తమమైన కొలమానం ప్రస్తుతం మీరు ప్రతిగంట ఎంత సంపాదిస్తున్నా రనేది.

మీరు గంటకి ఎంత సంపాదిస్తారన్నది యిలా నిర్ధారించవచ్చు. ప్రతి సంవత్సరం మీరు సుమారుగా 2000 గంటలు పనిచేస్తారు, మీ వార్షిక ఆదాయాన్ని ఈ 2000 సంఖ్యచేత భాగిస్తే, గంటకి మీ సంపాదన ఎంతో తెలుస్తుంది. అంతకన్నా

మెరుగైన పద్ధతి మరొకటి ఉంది. ప్రతీనెల మీరు సగటున పనిచేసే గంటలని మీ నెలసరి ఆదాయాన్ని 172 చేత భాగించండి.

నా క్లయింట్లు చాలామంది ప్రతీవారం గంటకి వారు సంపాదించే ఆదాయాన్ని లెక్కవేసి గతవారాల్లోని ఆదాయంతో పోల్చి చూసుకుంటారు. ఆతర్వాత వారు ఒక లక్ష్యాన్ని ముందుంచుకుంటారు, వారి వర్తమాన ఆదాయాన్ని పెంపొందించుకోవటానికి గాను తమ ప్రతిగంటా మూల్యాన్ని పెంచడానికి ప్రయత్నిస్తారు. మీరుకూడా అలాగే చేయండి.

## నిర్ణీతమైన సమయపాలన, ఆర్థికపరమైన చర్యలు ద్వారా అభివృద్ధిని సాధిస్తారు

మీ ఆదాయం గురించి గాని లేక మరే రంగం గురించి గాని మీరు దృఢమైన, సరైన అంచనాలు వెయ్యగలిగినప్పుడు, మీరు మెరుగైనరీతిలో పనిచేస్తూ ఆయారంగాల్లో అభివృద్ధిని వేగంగా సాధించగలరు. ఉదాహరణకి, మనలో చాలామంది నెలజీతాలు లేక వార్షిక జీతాల నేపథ్యంలోనే ఆలోచిస్తారు. దీనిని విశ్లేషించడం, పెంచడం చాలా కష్టం. అయితే దీనికి విరుద్ధంగా విజేతలు తమ సంపాదన రేటును గంటల్లో ఆలోచిస్తారు, దీనిని ప్రతీనిమిషం చేసే పని ఆధారంగా అభివృద్ధి సాధించటం వీలవుతుంది.

మీరు మీ వ్యక్తిగత సేవల సంస్థకు అధ్యక్షులు కనక, మీకు మీరే జీతం యిస్తున్నట్లు భావించగలరు. గంటకి యింతని జీతం మీకు మీరు యిచ్చు కుంటున్నట్లు ఊహించుకోండి. మీరు మీదగ్గర పనిచేస్తున్న ఒక వ్యక్తినుంచి ఎంత పనిని ఆశిస్తారో, మీరు మీనుంచికూడా అంతే ఆశించండి. మీరు ఒక గంటపనికి ఆశించినంత దొరకని ఏపనైనా చెయ్యడానికి ఒప్పుకోకండి.

## మీ వర్తమాన నికర విలువ (Net worth)

మీరు దీర్ఘకాలిక ఆర్థికలక్ష్యాన్ని ఎంచుకున్నప్పుడు, తీసుకోవలసిన మొట్టమొదటి చర్య ఈ రోజు ఆర్థికపరంగా మీ నికరవిలువ సరిగ్గా ఎంత అని నిర్ధారించడం, రాబోయే సంవత్సరాలలో మీరు మిలియనేర్ అవాలన్నది మీ లక్ష్యం అయినప్పుడు, ఇవాల్టి తారీకున సరిగ్గా మీరు ఎంత సంపాదించారన్నది లెక్కకట్టడం చెయ్యాలి.

చాలామంది ఈ లెక్కవేయడంలో తప్పులు చేస్తుంటారు, లేదా నిజాయితీతో వ్యవహరించరు. ఈరోజు మీదగ్గరున్న ఆస్తినంతా ఈనాడున్న మార్కెట్‌రేటుకి అమ్మి మీకున్న అప్పులన్నీ తీర్చాక మీకు మిగిలివున్న సొమ్ము మీ నిజమైన నెట్‌వర్త్.

అనేకమంది తమ వ్యక్తిగత ఆస్తుల విలువను కాస్త ఎక్కువగానే లెక్కకడతారు. తమ బట్టలు, కార్లు, ఫర్నిచర్, టీవీలాటి ఎలక్ట్రానిక్స్ సామానులు ఎంతో విలువైనవని వారు అనుకుంటారు. కాని ఇలాటి వస్తువుల అసలు విలువ వాళ్లు వాటికోసం చెల్లించిన సొమ్ములో పదిశాతం లేక ఇరవైశాతంకన్నా ఎక్కువ వుండదు.

## దీర్ఘకాలిక ఆర్థిక ప్రణాళికలను వేయండి

సరైన ఆర్థికప్రణాళిక వెయ్యటంకోసం, నేటి మీ నెట్‌వర్త్ ఎంతో తెలుసుకోండి, తర్వాత ఆ సొమ్ముని మీ దీర్ఘకాలిక ఆర్థికలక్ష్యంలోంచి తీసివేయండి. ఆ ఆర్థికలక్ష్యాన్ని మీరు చేరుకోవటంకోసం మీరు ఎన్ని సంవత్సరాలు పనిచేయదలచుకున్నారో ఆ సంఖ్యచేత ఈ ఫలితాలని భాగహారం చేయండి. ఈ రకంగా ఆర్థికస్వాతంత్ర్యం సాధించడానికి ప్రతి సంవత్సరం మీరెంత ఆదాచేయాలో, పెట్టుబడిపెట్టాలో, కూడబెట్టాలో మీకు తెలుస్తుంది.

ఇవాళ మీరెక్కడున్నారో, అక్కడనుంచి మీరు చేరదలచుకున్న లక్ష్యాన్ని చేరడం కోసం మీరు కేటాయించిన సమయం సరైనదేనా? మీ లక్ష్యం సాధ్యమైనదేనా? మీ లక్ష్యం అసాధ్యమైనదయినప్పుడు, మీరు పూర్తిగా నిజాయితీతో వ్యవహరించండి. మీ లెక్కలను, మీ భవిష్యత్తు ఊహలు, అంచనాలను సరిదిద్దుకోండి.

## శూన్యాన్ని ఆధారం చేసుకుని ఆలోచించడాన్ని (zero-based thinking) అభ్యసించండి

మీరు దీర్ఘకాలిక భవిష్యత్తు యొక్క ప్రణాళిక తయారుచేసేటప్పుడు, ఒక విలువైన అభ్యాసం అభ్యసించాలి. దానిని 'శూన్యం ఆధారంగా ఆలోచన' (zero based thinking) అని అంటారు. 'శూన్యం ఆధారంగా చేసే ఆలోచన'లో, మీరో ప్రశ్న అడుగుతారు: ఇప్పుడు నేనేం చేస్తున్నానో నాకు తెలుసు, అయితే ఈరోజు నేను చేస్తున్న ఏపనైనా, భవిష్యత్తులో మళ్లీ నేను చేయవలసివస్తే, మళ్లీ దానిని మొదలుపెట్టడానికి యిష్టపడను, అటువంటి దేమైనా వుందా?

మీరు ఎవరైనప్పటికీ, మీరు చేస్తున్న పని ఏదైనప్పటికీ మీ జీవితంలో కొన్ని కార్యకలాపాలూ, సంబంధాలూ తప్పకుండా వుంటాయి - మీరు వర్తమానంలోని మీ అనుభవం మూలాన వాటిలో మళ్లీ మీ తల దూర్చాలని అనుకోరు.

మీరు గతంలో తీసుకున్న నిర్ణయాలు మిమ్మల్నిపట్టి వెనక్కిలాగుతుంటే మీరు మీ జీవితంలో పురోగతి సాధించటం కష్టం, యించుమించు అసాధ్యం. ఈ రోజు మీరు మళ్లీ చేయడానికి యిష్టపడనిది మీ జీవితంలో ఏదైనా వుంటే, మీరు అడగవలసిన తర్వాత ప్రశ్న : దానిని ఎలా వదిలించుకోగలను? ఎంత వేగంగా వదిలించుకోగలను?

## మీ జీవితంలోని ప్రతిరంగానికి విలువ కట్టండి

మీ వ్యక్తిగతజీవితం, మీ బిజినెస్ - ఈ రెండు రంగాల్లోని వారందరికీ 'శూన్యం ఆధారంగా ఆలోచించడం' అనే నియమాన్ని అన్వయించండి. ఇప్పుడు దానిగురించి మీకు తెలుసు, అందుకే మళ్లీ భవిష్యత్తులో దానిలో యిరుక్కోడానికి యిష్టపడరు, అలాటి సంబంధం ఏదైనా వుందా? ప్రస్తుతం పనిచేస్తున్న ఒకరితో భవిష్యత్తులో మళ్లీ

పనిచేయడం మీకిష్టం వుండదు, అలాటివారెవరైనా వున్నారా? ఈ ప్రశ్నలకి సమాధానాలిచ్చేముందు మీరు పూర్తి నిజాయితీ చూపించండి.

మీ పనిజీవితం, ఉద్యోగానికి సంబంధించిన ప్రతీ అంశాన్ని పరీక్షించండి. ఇప్పుడు దాని గురించి తెలిసాక, మళ్లీ చెయ్యడానికి మీరు యిష్టపడని ఉద్యోగంలాంటి ఉద్యోగంలో గాని మీరున్నారా? మీరు మళ్లీ చేపట్టడానికి యిష్టపడని మీ వ్యాపారానికిగాని పనికిగాని సంబంధించిన అంశం ఏమన్నా వుందా? ఇప్పుడు దానిగురించి మీకు తెలిసాక, మళ్లీ ఆపని మీరు చెయ్యాల్సివస్తే, దానిని యిప్పుడు మళ్లీ చేపట్టడానికి మీరు ముందుకురాని ఏదైనా కార్యకలాపం, ప్రక్రియ, ఉత్పత్తి, ఉద్యోగం లేక వ్యయం మీ వ్యాపారంలో ఉందా?

జనం, పనికి సంబంధించిన వివరాలని పరీక్షించాక, మీ పెట్టుబడులపై దృష్టి వుంచండి. మీరిప్పుడు వాటిగురించి తెలుసుకున్న విజ్ఞానం ఆధారంగా, మీరిప్పుడు వాటిపై మళ్లీ పెట్టుబడి పెట్టాలనిలేని కాలం, డబ్బు, అనుభూతిలాటివి ఏవన్నా వున్నాయా? మీ జవాబు 'ఔను' అయితే, మీరు అందులోంచి ఎలా బయటపడతారు–ఎంతవేగంగా బయటపడతారు?

## అవసరమైన మార్పులు చెయ్యడానికి సిద్ధంగా వుండండి

నాకో మంచి మిత్రుడున్నాడు. హైస్కూలులోనూ, విశ్వవిద్యాలయంలోనూ గోల్ఫ్ ఆడేవాడు. పెళ్లికాకముందు వారానికి ఎన్నోసార్లు గోల్ఫ్ ఆడేవాడు. తన మొత్తం జీవితాన్ని అతను గోల్ఫ్ చుట్టూ అల్లుకున్నాడు. శీతాకాలంలో దక్షిణ ప్రాంతానికి విమాన ప్రయాణం చేసేవాడు, ఎందుకంటే అక్కడ గోల్ఫ్ కోర్సులు మంచుతో నిండవు కనుక.

కొంతకాలం తర్వాత అతను తన సొంతవ్యాపారం ప్రారంభించి అభివృద్ధి చేశాడు. పెళ్లి చేసుకున్నాడు, పిల్లల్ని కన్నాడు. అయినా వారానికి అనేకసార్లు గోల్ఫ్ ఆడే ఆలోచనకు కట్టుబడేవున్నాడు. చివరకి గోల్ఫ్ ఆటకోసం అతను వెచ్చించే సమయం అతని వ్యాపారంమీద, కుటుంబజీవితంమీద, తన పిల్లలతోవున్న సంబంధాల మీద ప్రభావం చూపసాగింది.

ఒత్తిడి అధికం కాగానే అతను తన కార్యకలాపాలని పూర్తిగా తగ్గించేశాడు, శూన్యం ఆధారంగా ఆలోచించసాగాడు. ఇప్పుడు అతనికి తెలిసొచ్చింది, తను ప్రస్తుతంవున్న పరిస్థితుల్లో తన జీవితంలో యిప్పుడు మరింత ప్రాధాన్యత సంతరించుకున్న యితర లక్ష్యాలను తను సాధించాలనుకుంటే తను గోల్ఫ్ ఆటను ఆడటం బాగా తగ్గించాలి, అన్న అవగాహనకొచ్చాడు. తాను గోల్ఫ్ ఆట ఆడే సమయం తగ్గించుకోవటం మూలాన, కొద్దివారాల్లోనే అతను తన పూర్తి జీవితంలో సమతౌల్యాన్ని వెనక్కి తెచ్చుకోగలిగాడు. ఈ నియమం మీపట్ల ఎలా వర్తింపచేసుకోగలరు? మీరు అత్యధికంగా మీ సమయం వెచ్చించే ఏ కార్యకలాపాలను తగ్గించుకుంటారు? లేదా పూర్తిగా వదులుకుంటారు?

## పరిస్థితులు నిరంతరం మారుతూనే వుంటాయి

మీరు తీసుకున్న నిర్ణయాలలో పూర్తిగా 70 శాతం సరైనవి కావని కొంతకాలం గడిచాక మీకు తెలిసివస్తుంది. మీరు ఆ నిర్ణయం తీసుకున్నప్పుడు, ఆ నిబద్ధతకు కట్టుబడాలని అనుకున్నప్పుడు, బహుశా అది ఒక మంచి ఆలోచన అయివుండచ్చు, ఆ క్షణంలో నెలకొన్న పరిస్థితుల ఆధారంగా చూస్తే. కాని యిప్పుడు పరిస్థితి మారి వుండవచ్చు, అందుకే మళ్లీ 'శూన్యం ఆధారంగా' నిర్ణయం తీసుకునే సమయం వచ్చింద.

అది కలిగించే ఒత్తిడివల్ల, మీరు సాధారణంగా శూన్యం ఆధారంగా ఆలోచించే పరిస్థితిలో వున్నట్టు చెప్పగలరు. మీకు మళ్లీ ఆ పనిచేయడంలో అయిష్టత కలిగినప్పుడు ఆ విషయం యిప్పుడు మీకు అవగాహన అయినప్పుడు, మీరు ఒత్తిడికి, ఎదురుదాడికి, విసుగుదలకి, కోపానికి గురవుతారు.

ఒక వ్యాపార సంబంధం లేదా వ్యక్తిగత సంబంధంలో విజయం సాధించడానికి అప్పుడప్పుడు జనం ఎంతో సమయాన్ని వెచ్చిస్తుంటారు. కాని మీరు ఈ బాంధవ్యాన్ని శూన్యం ఆధారితంగా చేసినప్పుడు, సరైన పరిష్కారం తరచూ ఆ బాంధవ్యంలోంచి పూర్తిగా బయటపడటమే! మీరు చేసినది తప్పు అని ఒప్పుకోగల ధైర్యం వుందా లేదా, పరిస్థితిని చక్కదిద్దటానికి అనువైన చర్యలు తీసుకోగలరా లేదా అనేది నిజమైన ఒకే ఒక ప్రశ్న.

## మిమ్మల్ని ఏది వెనక్కి పట్టి ఉంచుతోంది?

కొంత డబ్బు సంపాదించాలని మీరు కోరుకున్నప్పుడు, మిమ్మల్ని మీరో ప్రశ్న వేసుకోండి. నేను ఈ డబ్బుని యింతవరకు ఎందుకు సంపాదించలేకపోతున్నాను? మిమ్మల్ని ఏది వెనక్కి పట్టివుంచుతోంది? మీరు సంపాదించాలనుకున్న డబ్బుని యిప్పటికే సంపాదించలేకపోవటానికి ప్రధానమైన కారణం ఏది? ఈసారికూడా మీరు మీపట్ల నిజాయితీతో వ్యవహరించాలి.

మీ చుట్టుపక్కల చూడండి, మీరు సంపాదించాలనుకుంటున్న డబ్బును సంపాదిస్తున్న జనాన్ని గుర్తించండి. మీకు భిన్నంగా వారేం చేస్తున్నారు? మీరింకా అభివృద్ధి చేసుకోలేని ఏ ప్రత్యేక నైపుణ్యాలు, సామర్థ్యాలు వాళ్లు అభివృద్ధి చేసుకున్నారు? వారు సంపాదిస్తున్నంతా సంపాదించడానికి మీరు ఎటువంటి నైపుణ్యాలు, సామర్థ్యాలు సంపాదించుకోవాలి? మీకు సరిగ్గా తెలియకపోతే, వెళ్లి వాళ్లని అడగండి. తెలుసుకోండి. ఇది చాలా ముఖ్యం, దీనిని ఊహించటానికి ప్రయత్నించవద్దు, అలాగే ఛాన్స్‌ను విడిచిపెట్టవద్దు.

## మీకున్న నైపుణ్యం, సామర్థ్యాల స్థాయిని తెలుసుకోండి

మీ నైపుణ్యాల జాబితాని తయారుచేయండి. ముందుగా, మీ పనిలోని కీలకమైన ఫలితాలనిచ్చే రంగాలను (Key result areas) గురించండి. మీరు మీ పనిని

సక్రమంగా నిర్వర్తించటానికి ఈ రంగాలలో మీరు మీపనిని సానుకూలంగా సమగ్రంగా చేయగలగాలి. అయితే ఆ పనులేమిటి?

ప్రతీ పనిలోనూ సాధారణంగా కీలకమైన పనిరంగాలు ఐదునుంచిఏడుకన్నా ఎక్కడ వుండవు. ఈ పనులు ఎంతో ముఖ్యమైనవి. ఏ పనికైతే మీకు జీతం ముడుతోందో దానిని సమగ్రంగా చేయటానికి మీరు ఈ ఒక్కొక్క పనినీ ఉత్కృష్టంగా చేయగలగాలి. మీలో సంపాదించగల సామర్థ్యంవుండి, సంపాదించాలనుకుంటున్న డబ్బు సంపాదించటంకోసం ఈ ఒక్కొక్కపనిలోనూ మీ నేర్పు సమర్ధంగా వుండాలి.

కొత్తగా కనుక్కున్న ఒక ముఖ్యమైన విషయం : మీలోని అత్యంత బలహీనమైన కీలకమైన నేర్పు, మీలోని ఇతర నైపుణ్యాలన్నిటినీ మీరు ఉపయోగించుకోగల స్థాయినీ, మీ రంగంలో మీ ఆదాయాన్నీ నిర్ణయిస్తుంది. మీకు అత్యుత్తమ స్థాయిలో ఎన్నోరకాల నైపుణ్యం ఉండచ్చు, ఒక్క కీలకమైన నేర్పు మాత్రమే లేకపోవచ్చు. ఆ ఒక్కటీ మిమ్మల్ని అడుగడుక్కీ వెనక్కి నెడుతూ ఉంటుంది.

మీరు చేసే పనిలో, ఏ భాగంలో, ఏ నైపుణ్యం మీకు అత్యుత్తమ స్థాయిలో ఉంది? ఈరోజు మీరు వృత్తిలో విజయం సాధించేందుకు, ఏ నేర్పు, లేదా నేర్పుల సమాహారం, మీకు తోడ్పడుతుంది? మిగతావాళ్లకి సరిసమానంగా, లేదా వాళ్లకన్నా మెరుగ్గా మీరు చెయ్యగలిగిన పని ఏది?

## మీలో అన్నిటికన్నా బలహీనమైన అంశాలని గుర్తించండి

ఒకసారి ఈ ప్రశ్నలకి జవాబులు చెప్పాక, మీరు అద్దంలోకి చూసుకుని ఇలా ప్రశ్నించుకోండి, "నాలో అన్నిటికన్నా బలహీనమైన, నేర్చుకోవలసిన విషయాలేమిటి?" మీలోని ఇతర నైపుణ్యాలని ఉపయోగించుకునేందుకు అడ్డుపడే, మీరు సరిగ్గా చెయ్యలేని ఆ ఒక్కపని ఏది? మిగతావాళ్లు మీకన్నా బాగా చెయ్యగల పని ఏది? ముఖ్యంగా, మీ విజయానికి అవసరమైన ఏ ముఖ్యమైన నేర్పులు మీలో లేవు? అవి ఏవైనా, వాటిని స్పష్టంగా గుర్తించటం అవసరం, నిజాయితీగా ఒక ప్రణాళిక ప్రకారం ఒక్కో నేర్పునే మెరుగుపరుచుకునేందుకు ప్రయత్నించండి. (దీన్ని గురించి తరువాత రాబోయే అధ్యాయంలో మరింత లోతుగా చర్చిద్దాం.)

## మళ్లీ మొదలుపెట్టడాన్ని ఊహించుకోండి

ఏదైనా ఒక గొప్ప లక్ష్యాన్ని సాధించాలనే ప్రయత్నం మొదలుపెట్టినప్పుడు, మీరు ఏ సమయంలోనైనా మీ వృత్తిని మళ్లీ ప్రారంభించవచ్చు అని ఊహించుకోవాలి. గతంలో తీసుకున్న ఏదో ఒక నిర్ణయం మిమ్మల్ని కట్టిపడెయ్యకుండా చూసుకోండి. ఎప్పుడూ భవిష్యత్తుమీదే దృష్టి ఉంచండి.

ఈ మధ్య చాలా మంది తమ చదువుసంధ్యలనీ, వ్యాపారాలనీ, పరిశ్రమలనీ,

ఎన్నో ఏళ్ల అనుభవాన్నీ విడిచిపెట్టేసి, పూర్తిగా కొత్తదీ, విభిన్నమైనదీ చేపడుతున్నారు. తాము ప్రయాణం చేస్తున్న దిశగా వెళ్తే భవిష్యత్తులో అవకాశాలు ఎక్కువ ఉండవన్న నిజాన్ని వాళ్లు తెలుసుకునేంతగా నిజాయితీ చూపిస్తున్నారు. మరిన్ని అవకాశాలని అందించే దిశగా వెళ్లి తమ భవిష్యత్తుని మెరుగుపరుచుకునేందుకు, కొత్త ప్రయత్నాలని ప్రారంభించాలని నిర్ణయించుకుంటున్నారు. మీరు కూడా అదే చెయ్యాలి.

మిమ్మల్నీ, మీ జీవితాన్నీ మొదలంటా అంచనా వేసుకోటంలో, మీరు వాస్తవాలని ఎదుర్కోవలసి ఉంటుంది... అవి ఎలాటివైనా సరే. ఐటిటికి చెందిన హెరాల్డ్ జెనీన్ చెప్పినట్టు, “వాస్తవాలు అబద్ధం చెప్పవు.” అసలు వాస్తవాలకోసం వెతకండి, పైకి కనిపించేవి కాదు, నిగూఢంగా ఉన్నవి, మీరు ఆశించినవి, లేదా కోరుకున్నవి. మంచి నిర్ణయాలు తీసుకునేందుకు మీకు అవసరమయేవి అసలు వాస్తవాలే.

## మిమ్మల్ని మీరు మళ్లీ అన్వేషించుకునేందుకు సిద్ధంగా ఉండండి

మీరు ప్రస్తుతం పని చేస్తున్న కంపెనీని, పరిశ్రమని, ప్రస్తుతం ఉన్న మీ ఉద్యోగ పరిస్థితిని పరీక్షగా చూడండి. మీ పోటీదార్లతో పోల్చి మీ అమ్మకాలు ఎలా ఉన్నాయో జాగ్రత్తగా గమనించండి. మిమ్మల్ని మీరు మళ్లీ అన్వేషించుకునే క్రమంలో, వెనక్కి తగ్గి, మీ వృత్తిని ఈరోజు కొత్తగా మళ్లీ ప్రారంభించటం గురించి, మీకు ప్రస్తుతం తెలిసిన దానిగురించి ఆలోచించండి.

మీ ఉద్యోగం, మీ పరిశ్రమ రాత్రికి రాత్రే మాయమైపోయాయని ఊహించుకోండి. మీరు సరికొత్త ఉద్యోగాలని ఎంపిక చేసుకోవలసిన సమయం వచ్చిందని ఊహించుకోండి. ఈరోజే మీరు మళ్లీ మొదలుపెట్టేట్టయితే, మీకున్న విశేషమైన నేర్పులతోనూ, ప్రతిభతోనూ, ప్రస్తుతం చేస్తున్న దానికన్నా భిన్నంగా మీరేం చేస్తారు.

## మీకున్న అన్నిటికన్నా విలువైన ఆస్తి

మీకున్న అన్నిటికన్నా విలువైన ఆస్తి, మీలోని సంపాదించే సామర్థ్యం, మీ ప్రతిభనీ, నైపుణ్యాన్నీ మార్కెట్‌లో అన్వయించుకునే సామర్థ్యం. నిజానికి, మీరు మీ ఇంటినీ, కారునీ, బ్యాంక్‌లో ఉండే డబ్బునీ, మీ ఇంట్లో ఫర్నిచర్‌నీ పోగొట్టుకుని, ఒంటిమీది బట్టలు తప్ప ఇంకేమీ లేకుండా మిగిలిపోవచ్చు. కానీ సంపాదించుకునే సామర్థ్యం ఉన్నంతకాలం, వీధిలోకెళ్లి, దాదాపు వెంటనే జీవనోపాధి మార్గాన్ని సంపాదించుకునే అవకాశం ఉంది.

సంపాదనా సామర్థ్యం మీకు చాలా విలువైనది. అది మీకు పెరిగే ఆస్తి కావచ్చు, తరిగే ఆస్తీ కావచ్చు. మీరు మరింత మదుపుపెట్టి, అభివృద్ధి చేసుకోగలిగితే, దాన్ని కొనసాగిస్తే, మీ సంపాదనాపటిమ విలువ పెరుగుతుంది. కానీ గతంలో సాధించిన దానితో తృప్తిపడి, ఏమవుతుందిలే అని నిర్లక్ష్యం చేస్తే దాని విలువ తగ్గిపోతుంది.

## వనరుల ఖజానా

ఎన్నో రకాల పనులు చెయ్యగల "వనరుల ఖజానా"లా మిమ్మల్ని మీరు అనుకోండి. మీలో ఎన్నో రకాల నేర్పులున్నాయి, సామర్థ్యాలున్నాయి, పరిజ్ఞానం, ప్రతిభ, విద్య, అనుభవం ఉన్నాయి. మీరు ఎన్నో రకాల ఉద్యోగాలూ, పనులూ చెయ్యగలరు, లేదా చెయ్యటం నేర్చుకోగలరు, వాటిని అద్భుతంగా చెయ్యగలరు. ఒకే రకమైన పనిలో మిమ్మల్ని మీరు బంధించుకోకండి, ముఖ్యంగా ఈరోజు మీరు చేస్తున్న పని మీకు నచ్చకపోయినట్టయితే.

మనసులో ఈరోజే కొత్తగా పని ప్రారంభిస్తున్నట్టు ఊహించుకుంటూ, మీ మనసులోకి కూడా తొంగిచూసుకోండి. మిమ్మల్ని ముందుకి నడిపిస్తూ, లక్ష్యం వైపుకి తీసుకెళ్తున్న మంచి అలవాట్లు మీలో ఏవి ఉన్నాయి? మిమ్మల్ని ఆపి ఉంచే చెడు అలవాట్లు ఎటువంటివి? మీ నడవడికీ, వ్యక్తిత్వానికీ సంబంధించిన అత్యుత్తమమైన గుణాలు ఏవి? మీలో అన్నిటికన్నా బలహీనమైన లక్షణాలు ఏమున్నాయి? మీనుంచి వీలైనంత ఎక్కువ సాధించేందుకు మీరు అభివృద్ధి చేసుకోవలసిన కొత్త అలవాట్లూ, గుణాలూ ఏవి? వాటిని అభివృద్ధి చేసుకునేందుకు మీరు ఎటువంటి ప్రణాళికని వేసుకోబోతున్నారు? వదిలించుకోవలసిన చెడ్డ అలవాట్లు మీలో ఏమున్నాయి? వాటిని ఎటువంటి మంచి అలవాట్ల సాయంతో వదిలించుకుంటారు?

## 'మంచి' నించి 'మహత్తరమైన' దాకా వెళ్లండి

మంచి నుంచి మహత్తరం దాకా, (Good to Great) అనే బెస్ట్‌సెల్లర్ పుస్తకం రాసిన జిమ్ కోలిన్స్, మిమ్మల్ని ముందుకు పోకుండా ఆపే అడ్డంకులని గుర్తించి, తొలగించాలనుకుంటే, మీ గురించీ, మీ బిజినెస్ గురించీ "మిమ్మల్ని మీరు కఠినమైన ప్రశ్నలు" అడిగేందుకు అంగీకరించాలి. మీ లక్ష్యాలదిశగా ప్రయాణం ప్రారంభించేముందు మిమ్మల్ని మీరు అడగవలసిన ఆ కఠినమైన ప్రశ్నలు ఎలా ఉంటాయి?

ఏదైనా కంపెనీకి నేను వ్యూహరచన చేసి ప్రణాళికలు వేసేప్పుడు, మేము సమావేశాన్ని నాలుగు ప్రశ్నలతో ప్రారంభిస్తాం. మొదటిది, ఇప్పుడు మనం ఎక్కడున్నాం? మొదలుపెట్టవలసిన స్థానం గురించి స్పష్టమైన అవగాహన కోసం, కంపెనీలోని ప్రతి విభాగం నుంచీ వివరాలూ, సమాచారమూ పోగుచేస్తాం. ముఖ్యంగా అమ్మకాలు, మార్కెట్టు పరిస్థితి, లాభాల గురించి.

రెండోది, భవిష్యత్తులో ఎక్కడ ఉంటే మనకి అన్నిటికన్నా బావుంటుంది అని ప్రశ్నించుకోవాలి. భవిష్యత్తు ఆదర్శంగా ఉండేందుకు ఆ దిశగా మనం అభ్యాసం చేస్తాం. రాబోయే కొన్నేళ్లలో మనం కంపెనీని మనకి కావలసినట్టు మలుచుకోగలం అని ఊహించుకుంటాం. అన్ని రకాలుగానూ మనం విజయాన్ని సాధించగలిగితే, కంపెనీ రూపం ఎలా ఉండబోతోందని మనం చక్కటి చిత్రాన్ని ఊహించుకోగలం.

మూడో ప్రశ్న, ఈరోజు మనం ఉన్నచోటికి ఎలా చేరుకున్నాం? మనం చేసిన సరైన పని ఏమిటి? మనం భిన్నంగా ఏం చేస్తాం? ఇంతవరకూ మనం సాధించిన అతిపెద్ద విజయాలు ఏవి? అవి ఎలా సాధ్యమయాయి? మనం ఎక్కడ వైఫల్యాన్ని చవిచూశాం, దానికి కారణాలేవి? జార్జి శాంతాయన చెప్పినట్టు, "గతాన్ని గుర్తించుకోలేని వాళ్లు, దాన్ని మళ్లీ మరోసారి చేసి దురదృష్టాన్ని కొనితెచ్చుకుంటారు."

నాలుగో ప్రశ్నా, జవాబూ ఎప్పుడూ కూడా, "ఇప్పుడు మనం ఉన్నచోటినించి వెళ్లాలనుకునేచోటికి చేరుకునేందుకు మనమేం చెయ్యాలి? మన అనుభవాల ఆధారంగా, మనం ఏపని ఎక్కువ చెయ్యాలి, ఏది తక్కువ చెయ్యాలి? ఈరోజు చెయ్యని ఏ పనిని మనం చెయ్యటం ప్రారంభించాలి? ఏ పనిచెయ్యటం పూర్తిగా మానెయ్యాలి? అనేవే!

## మీ సొంత వ్యూహంతో ప్రణాళికని రూపొందించండి

మంచి వార్త ఏమిటంటే, మనం మొదటి మూడు ప్రశ్నలకీ, సరైన సమాధానాలు చెప్పినట్టయితే, వ్యూహంతో నిర్మించే ప్రణాళిక, లేక బ్లూప్రింట్ సులువుగా తయారవుతుంది. కానీ మనం ఎక్కడున్నామో, అక్కడికెలా చేరుకున్నామో తెలికపోతే, ప్రణాళిక వెయ్యటం అంత సులువుగా సాధ్యం కాదు.

ఒక పాత నానుడి ఉంది, "సవ్యంగా మొదలుపెట్టిన పని సగం పూర్తయినట్టే." డాక్టర్లు, "సరైన రోగనిర్ధారణ సగం చికిత్సకి సమానం" అని అంటారు. మీ లక్ష్యాన్ని సాధించే ప్రయాణం ప్రారంభించేముందు, మీ పరిస్థితిని నిజాయితీగా, తాపీగా అంచనా వేసుకోవటం వల్ల, మీకు కొన్ని నెలలు, ఒక్కోసారి కొన్నేళ్లు కలిసివస్తాయి. చాలాసార్లు, మీ లక్ష్యాలని పునర్మూల్యాంకనం చేసుకోమనీ, అత్యున్నతమైన స్థాయిలో విశ్లేషించుకోమనీ, పరిజ్ఞానాన్ని పెంచుకోమనీ అవి ఒత్తిడి చేస్తాయి. మీరు ప్రయాణం మొదలుపెట్టాక, అవి మీ ప్రయాణాన్ని నాటకీయంగా మెరుగుపరిచి, వేగాన్ని పెంచుతాయి.

## ఆరంభం దగ్గర్నుంచి ప్రారంభించండి

1. మీ ముఖ్యమైన లక్ష్యాలతో పోలిస్తే మీ ప్రస్తుత పరిస్థితి నిజంగా ఎలా ఉందో నిర్ధారణ చేసుకోండి. మీరిప్పుడు ఎక్కడ ఉన్నారు, ఇంకా ఎంతదూరం వెళ్లాలి?
2. మీ జీవితంలో ప్రతి పార్శ్వానికీ శూన్యాన్ని ఆధారం చేసుకుని ఆలోచించటం అనేదాన్ని అన్వయించండి. ఇప్పుడు మీరు తెలుసుకున్నదానివల్ల, ఈ రోజు చేస్తున్నదాన్ని మళ్లీ చెయ్యవలసి వస్తే, దానిలో జోక్యం కలిగించుకోకుండా ఉండేందుకు ప్రయత్నించే పని ఏది?
3. మీ జీవితంలో ఆర్థిక విశ్లేషణని పూర్తిగా చెయ్యండి. ఈరోజు ఎంత సంపాదిస్తున్నారు? మీ ఆస్తి ఎంత? ఆ రంగంలో మీ లక్ష్యాలేవి?
4. మిమ్మల్నీ, మీ పనినీ మీ నేర్పుల ఆధారంగా పూర్తిగా విశ్లేషించుకోండి. మీరే పని చక్కగా చెయ్యగలరు? ఎక్కడ ఇంకా మెరుగ్గా చెయ్యటం అవసరం?
5. ప్రతి గంటా మీరెంత సంపాదిస్తారో, దాన్ని ఎలా సంపాదిస్తారో ఖచ్చితంగా నిర్ధారించండి. రాబోయే నెలల్లో గంటకి మీరు ఇప్పుడు తెచ్చుకునే సంపాదనని ఎలా పెంచుతారు?
6. మీ భవిష్యత్తు అన్ని విధాలుగానూ నిర్దుష్టంగా ఉందని అనుకోండి. ఆ ఊహని నిజం చేసుకునేందుకు ఏం జరగాల్సి ఉంటుంది?

# 9

# మీ పురోగమనాన్ని కొలవండి

*దృఢనిశ్చయంతో కావాలని, అనవసరంగా తొందరపడకుండా ముందుకెళ్లే వ్యక్తికి ఏ మార్గమూ కూడా చాలా పొడవుగా ఉందని అనిపించదు; ఓర్పుతో వాటికోసం తననుతాను సిద్ధం చేసుకునే మనిషికి ఎటువంటి సత్కారాలూ ఎక్కువ కాలం దూరంగా ఉండలేవు.*

**– జీన్ డి లా బ్రూయర్**

మీరు పూర్తిగా ఉపయోగించుకోకుండా వదిలేయటానికి అలవాటుపడ్డ, అద్భుతమైన మానసికశక్తులు మీలో ఉంటాయి. పద్ధతిప్రకారం మీ జీవితానికి కొన్ని లక్ష్యాలని ఏర్పరచుకోవటం, వాటిని సాధించేందుకు వివరంగా ప్రణాళికలని రూపొందించటం వల్ల, ఒక విజయాన్ని సాధించేందుకు ఎన్నో ఏళ్లు కష్టపడకుండా ఉండగలుగుతారు. లక్ష్యాన్ని ఎంచుకోవటంవల్ల, మిగతా ఎంతోమందికన్నా మీ ఆలోచనాశక్తిని విస్తృతంగా ఉపయోగించుకునే వెసులుబాటు మీకు లభిస్తుంది.

మీ చైతన్యవంతమైన మనసు మీ జీవితానికి "హెడ్ ఆఫీసు" (ముఖ్య కార్యాలయం) మీ చుట్టుపక్కల ఉండే వాతావరణంలోని సమాచారాన్ని నిర్వహించటం దాని పాత్ర. ఆ సమాచారాన్ని అది గుర్తించి, విశ్లేషించి, మిగతా సమాచారంతో పోల్చి చూసుకుంటుంది; ఆ తరవాత ఏం చెయ్యాలో నిర్ణయించుకుంటుంది.

కానీ మీ సుప్తచేతనలో ఇంకా గొప్ప శక్తులుంటాయి. అవి ఇంతకుముందు ఎన్నడూ సాధించలేనంత విస్తృతంగా సాఫల్యాన్ని సాధించేందుకు దోహదం చేస్తాయి. మీ మానసికశక్తుల్లో కనీసం 90 శాతమో, ఇంకా ఎక్కువో "ఉపరితలం కింద" ఉంటుంది. వీటిని ప్రేరేపించి, ఉత్సాహపరిచి, పనిచేసేట్టు చెయ్యటం నేర్చుకోవాలి, అది ముఖ్యం. అప్పుడవి లక్ష్యాలని సాధించేందుకు మిమ్మల్ని ముందుకి నడిపిస్తాయి.

## లక్ష్యాలతో మిమ్మల్ని మీరు సిద్ధం చేసుకోండి

స్పష్టమైన లక్ష్యాలున్నప్పుడే మీ సుప్తచేతన అత్యుత్తమంగా పనిచేస్తుంది. అలా పనిచేసేందుకు కొన్ని ఎంపికచేసుకున్న పనులు, ముందుగా నిర్ణయించుకున్న కొలమానాలు, ఖచ్చితమైన గడువులూ కూడా అవసరం. మీ సుప్తచేతన అనే

కంప్యూటర్‌లో వీటిని ఎంత ఎక్కువగా ప్రోగ్రామింగ్ చేసుకుంటే, అది మీకోసం అంత బాగా పనిచేస్తుంది, అదేవిధంగా తక్కువ సమయంలో ఎక్కువ సాఫల్యాన్ని కూడా పొందగలుగుతారు.

మీరు లక్ష్యాలని ఎంచుకుని వాటివైపుకి కదలటం ప్రారంభించినప్పుడు, మీ పురోగమనాన్ని అంచనా వేసేందుకు మీరు వరసగా కొన్ని ప్రమాణాలు, లేదా కొలమానాలు తయారుచేసుకోవటం చాలా అవసరం. వీటి సాయంతో మీరు గంట గంటకీ, ప్రతిరోజూ మీ పురోగమనాన్ని అంచనా వేసుకోవలసి ఉంటుంది. ఆ కొలమానాలు ఎంత స్పష్టంగానూ, నిర్దుష్టంగానూ ఉంటే, మీ లక్ష్యాన్ని అంత సూటిగా సరైన సమయానికి చేరుకోవటం సాధ్యమవుతుంది.

మీ సుప్తచేతనకి ఒక "ఒత్తిడి కలిగించే" వ్యవస్థ అవసరం ఉంటుంది. అందులో పనులు పూర్తిచేసేందుకూ, లక్ష్యాన్ని సాధించేందుకూ మీకు మీరే స్వయంగా విధించుకునే గడువులు ఉంటాయి. ఒక ఒత్తిడితెచ్చే వ్యవస్థ లేకపోతే, మీకు మీపనిని వాయిదా వెయ్యటం, ఆలస్యం చెయ్యటం సులభమయి, అసలు మీరు వాటిని ఎప్పుడైనా చేసేట్టుంటే, తరవాతెప్పుడో చేద్దాంలే అనుకుని ముఖ్యమైన పనులని కూడా చెయ్యటం మానేస్తారు.

## అత్యున్నతమైన పనితీరుకి మూడు కీలకమైన అంశాలు

మీ లక్ష్యాలని సాధించేందుకు మీరు చేసే అత్యుత్తమమైన పనితీరుకి అవసరమైన మూడు ముఖ్యమైన అంశాలు, *నిబద్ధత, పూర్తిచెయ్యటం, ముగించటం.*

ఒక లక్ష్యాన్ని ఎంచుకుని దాన్ని సాధించాలని దృఢంగా నిశ్చయించుకోవటం, అన్ని సాకులనీ పక్కన పెట్టటం, మీ సుప్తచేత తాలూకు ఏక్సిలరేటర్ మీద కాలుతో తొక్కటం లాటిదే. మీరు మునుపెన్నడూ లేనంత సృజనాత్మకంగా, నిర్ణయంతో, దృష్టి కేంద్రీకరించి పనిచేస్తారు. ఏం జరిగినా, తాము తీసుకున్న స్పష్టమైన, నిస్సందేహమైన నిర్ణయాలు తీసుకునే స్త్రీలు, పురుషులే గొప్పవాళ్ళుగా పేరు గడిస్తారు.

పూర్తిచెయ్యటం అనేది అత్యున్నతంగా పనిచేసేందుకు అవసరమైన రెండో అంశం. పనిని 95 శాతం చెయ్యటంలోనూ, 100 శాతం చెయ్యటంలోనూ బ్రహ్మాండమైన తేడా ఉంది. నిజానికి, ఎవరైనా చాలా శ్రమపడి 90 శాతం వరకో, 95 శాతం వరకో పనిచెయ్యటం చాలా మామూలుగా జరుగుతూ ఉంటుంది. ఆ తరవాత వేగం తగ్గి, చివరి దశలో పని పూర్తి చెయ్యటానికి బద్ధకించి ఆలస్యం చేస్తారు. ఈ ప్రలోభానికి లొంగిపోకుండా మీరు ఎదురుతిరగాలి. మీమీద మీరే ఒత్తిడి తెచ్చుకుంటూ, క్రమశిక్షణ పాటిస్తూ, సహజంగా ఏర్పడే ఈ వైఖరిని అడ్డుకుని, పని పూర్తిచేసేందుకు తోసుకెళ్ళాలి.

## ప్రకృతి ప్రసాదించే అద్భుతమైన ఔషధం

మీరు ఏ పనినైనా ముగించగానే మీ మెదడు కొద్దిగా ఎండోర్ఫిన్స్ (endorphins) (నొప్పిని తగ్గించే పదార్థం) విడుదల చేస్తుంది. ప్రకృతి సిద్ధంగా తయారయే ఈ మత్తుమందు, హాయిగానూ, గొప్పగానూ ఉన్నాననే భావాన్ని మీకు కలిగిస్తుంది. మీరు ప్రశాంతంగానూ, ఆనందంగానూ ఉంటారు. అది మీ సృజనాత్మకతని మెరుగుపరచి, మీ వ్యక్తిత్వాన్ని తీర్చి దిద్దుతుంది. అదే ప్రకృతి ప్రసాదించే "అద్భుతమైన ఔషధం".

మీరు ముగించిన పని ఎంత ఎక్కువ ముఖ్యమైనదైతే, అంత ఎక్కువ మోతాదులో మీ మెదడు ఎండోర్ఫిన్స్‌ని విడుదల చేస్తుంది - ఇది చాలామటుకు ఫలితాలని సాధించినందుకు బహుమతి దొరకటం లాంటిదే. కాలం గడిచేకొద్దీ, ఈ "ఎండోర్ఫిన్ ఉధృతం" వల్ల కలిగే సుఖంగా ఉన్నాననే భావన మీకొక సానుకూలమైన వ్యసనంగా మారిపోతుంది.

ఒక చిన్న పని చేసినప్పటికీ, అది ముగియగానే మీరు సంతోషంగా ఉంటారు. అదే ఒక పెద్ద పని చేసి ముగిస్తే, మరింత సంతోషంగా ఉండగలుగుతారు. ఒక పెద్ద పనిని చేసే క్రమంలో మీరు ఎన్నోమెట్లు ఒక్కొక్కటిగా ఎక్కుతారు, దశలవారీగా దాన్ని ముగిస్తారు, అలా ఒక్కో దశనీ సాధించగానే మీలో ఎండోర్ఫిన్స్ ఉధృతంగా వెలువడతాయి. మీరు నిలకడగా ఒక ముఖ్యమైన కార్యాన్ని ముగించేందుకు పని చేస్తున్నప్పుడు మీలో సంతోషం, ఉత్సాహంతో ఉరకలు వెయ్యటం అనే భావాలు కొనసాగుతాయి.

## గెలిచామన్న భావనని సృష్టించుకోండి

ప్రతివాళ్ళకీ తాము విజేత అనుకోవాలనే ఉంటుంది. కానీ ఆ భావన కలగాలంటే మీరు విజయాన్ని సాధించాలి. ఒక పనిని 100 శాతం పూర్తిచేస్తే తప్ప విజేతననే భావన మీకు రాదు. దీన్ని మీరు మళ్ళీమళ్ళీ చేస్తే, మీరు కాలక్రమాన మొదలుపెట్టిన ప్రతి పనినీ ముగించేందుకు అలవాటు పడతారు. ఇలాటి అలవాటు మీ వ్యక్తిత్వంలో భాగంగా ఉండిపోతే, మీ జీవితం మెరుగుపడుతుంది. ఆ స్థితిని మీరు ఈరోజు ఊహించుకోనేలేరు.

మనస్తత్వశాస్త్రంలో దీనికి వ్యతిరేకంగా జరగటం కూడా ఎప్పుడూ ఉంటుంది. "పూర్తిచెయ్యని చర్య" ఒత్తిడికీ, ఆందోళనకీ అతిపెద్ద కారణం. నిజానికి జనం క్రమశిక్షణతో, నిరంతరం పనిచేస్తూ ఒక ముఖ్యమైన కార్యాన్నో, బాధ్యతనో పూర్తి చెయ్యకపోవటమే వాళ్ళు సంతోషంగా లేకపోవటానికి కారణం.

## వాయిదా వెయ్యటం అనేది బాధాకరం

మీరెప్పుడైనా ఒక ముఖ్యమైన పనిని వాయిదా వేసి ఉంటే, నేననేదేమిటో మీకు అర్థం అవుతుంది. ఒక పని ప్రారంభించేందుకు మీరు ఎక్కువ ఆలస్యం చేసినకొద్దీ గడువుతేదీ సమీపిస్తూ ఉన్నకొద్దీ, మీ ఒత్తిడి కూడా పెరిగిపోతుంది. అది మీకు రాత్రిళ్ళు

నిద్రలేకుండా చేసి, మీ వ్యక్తిత్వాన్ని దెబ్బతియ్యచ్చు. కానీ, మీరు ఎలాగైనా ఆ పనిని మొదలుపెట్టి, ముగింపుదాకా నెడితే, మీకు చాలా హాయిగానూ, సుఖంగానూ ఉన్నట్టు అనిపిస్తుంది.

అదెలా ఉంటుందంటే, మీరు సానుకూలంగానూ, జీవితాన్ని సార్ధకం చేసేదిగానూ ఉండే ప్రతిపనికీ, ప్రకృతి మీకొక బహుమతిని ప్రసాదిస్తున్నట్టు అనిపిస్తుంది. అదే సమయంలో, ముఖ్యమైన పనులు చేస్తూ, లక్ష్యం వైపుకి సాగేందుకు దోహదం చేసే పనులు మీరు చెయ్యలేకపోయినట్టయితే, ప్రకృతి మీకు ఒత్తిడినీ, అసంతృప్తినీ కలగజేసి, మిమ్మల్ని శిక్షిస్తుంది.

## సమతులమైన ఫలితాల పట్టిక

"సమతులమైన ఫలితాల పట్టిక" ఆధునిక యుగంలో మేనేజ్‌మెంట్‌కి సంబంధించి అత్యధికంగా ప్రాచుర్యం పొందినది. ఈ ఫలితాల పట్టికలని ఉపయోగిస్తూ, ప్రతి వ్యక్తీ, చేసే వ్యాపారంలోని ఒక్కొక్క స్థాయిలోనూ, విజయాలని సూచించే కీలకమైన కొలమానాలని గుర్తించేందుకు ప్రోత్సాహాన్ని అందుకుంటూ ప్రతిరోజూ, తనకి తాను వారంవారం, కీలకమైన స్థానాలలో మార్కులు వేసుకుంటూ ఉంటాడు.

ఇక్కడ ఒక ముఖ్యమైన విషయం చెప్పాలి. ఒక ఫలితాన్ని గాని, అంకెనిగాని గుర్తించి, దాన్ని జాగ్రత్తగా గమనించటం అనేదే, ఆ విషయంలో మీరు మీ పనితీరుని మెరుగుపరుచుకునేందుకు సాయపడుతుంది. ఉదాహరణకి, ఒక సభ ప్రారంభమయే ముందు, ఆ సభలో మీరెంత శ్రద్ధగా అందరి మాటలూ విన్నారనేదాన్ని అంచనా వేస్తారని మీకెవరైనా చెబితే, కొద్ది నిమిషాల్లోనే మీ వినే నైపుణ్యం నాటకీయంగా పెరుగుతుంది. సభ జరుగుతున్నంతసేపూ మీరెంతో జాగ్రత్తగా, శ్రద్ధగా వింటారు, ఎందుకంటే మీ ప్రవర్తనని ఎవరో గమనిస్తున్నారని మీకు తెలుసు.

అదే విధంగా, మీకు ముఖ్యమనిపించే ఒక లక్ష్యాన్నిగాని, కొలమానాన్నిగాని, పనినిగాని ఎంచుకున్నప్పుడు, ప్రతిరోజూ దాన్ని గమనిస్తూ, దృష్టి కేంద్రీకరిస్తున్నప్పుడు, ఆ పనిలో మీ పనితీరు మెరుగవుతుంది.

మీ వృత్తిలో మీకు అన్నిటికన్నా సహాయంచేసే చర్య, కొలమానాలని ఏర్పరచుకోవటం, ఫలితాల పట్టికలని తయారుచేసుకోవటం, ప్రమాణాలని, గడువులనీ మీరు చేసే ప్రతి కీలకమైన పనికీ, దాన్ని ముగించటానికీ ఏర్పరచుకోవటం, అలా మీ లక్ష్యాలని చేరుకోవటం. ఈ విధంగా, మీలో ఉన్న సుప్తచేతన తాలూకు ఒత్తిడితెచ్చే వ్యవస్థని మీరు ప్రేరేపిస్తారు. తరవాత ఆ వ్యవస్థ మిమ్మల్ని ఉత్సాహపరచి, ముందుకి నడిపిస్తుంది. త్వరగా మొదలుపెట్టేందుకూ, కష్టపడి పనిచేసేందుకూ, ఎక్కువసేపు మేలుకుని పనిచేసేందుకూ, అది మీ అచేతనావస్థలో పనిచేస్తుంది.

## కొసలని కలిపి వలయాన్ని సమాప్తం చెయ్యండి

నిబద్ధత, పూర్తిచెయ్యటం తరవాతది, "సమాప్తం చెయ్యటం". ఒక 'వలయం కొసలు కలవకుండా' ఉండటానికీ, కలిపి దాన్ని "సమాప్తం చెయ్యటానికీ" ఉన్న తేడా ఇదే. మీరు సంతోషంగానూ, పరిస్థితులు మీ అదుపులో ఉన్నట్టుగానూ అనుభూతి చెందాలంటే, మీ వ్యక్తిగతమైన లేదా వృత్తిపరమైన జీవితంలో ఒక విషయాన్ని సమాప్తం చెయ్యటం చాలా అవసరం.

సమాప్తం చెయ్యకపోయినట్టయితే - అసంపూర్తి వ్యాపారం, లేదా ఏదైనా కార్యం ఒత్తిడినీ, అసంతృప్తినీ, చివరికి ఓటమినీ కూడా కలిగించటానికి ఒక పెద్ద కారణం కాగలదు. అది మీ శారీరికశక్తినీ, మానసికశక్తినీ పెద్దెత్తున హరించేస్తుంది.

## కీలకమైన సామర్థ్యం

కార్యకలాపాల ప్రపంచంలో బహుశా అన్నిటికన్నా ముఖ్యమైన సామర్థ్యం "విశ్వసనీయత". మీకు అప్పజెప్పిన పనులని త్వరగానూ, సవ్యంగానూ, గడువులోపల చేసి ముగించటంవల్ల పేరుప్రతిష్ఠలు, ఎక్కువ జీతం, ఉద్యోగంలో పైహోదాకి చేరుకోవటం త్వరగా లభిస్తాయి. మరేదీ ఇలాటి లాభాలని ఇవ్వలేదు.

మీ లక్ష్యాలు ఏవైనాకానీ, ఆ లక్ష్యాలని సాధించేందుకు మీరు పూర్తిచెయ్యవలసిన పనులన్నిటినీ ఒక జాబితాలో రాసుకోండి. ఒక్కొక్కపనికీ గడువుతేదీ నిర్ణయించండి. ఆ తరవాత గడువులోపల పని ముగించేందుకు ప్రతిరోజూ, ప్రతిగంటా శ్రమించండి. ప్రతిరోజూ మీ పురోగమనాన్ని అంచనా వేసుకోండి. అవసరమైతే వేగాన్ని పెంచండి, లేనప్పుడు తగ్గించండి. కానీ ఒకటి మాత్రం గుర్తుంచుకోండి, మీరు లక్ష్యాన్ని చూడలేకపోతే దాన్ని కొట్టలేరు. గడువుతేదీల గురించీ కొలమానాల గురించీ ఎంత ఎక్కువ స్పష్టత ఉంటే, అంత ఎక్కువ ఫలితాలని సాధించి, చెయ్యవలసిన పనులని పూర్తిచేస్తారు.

గడువు తేదీలు నిర్ణయించని లక్ష్యాలుగాని, నిర్ణయాలుగాని, కేవలం చర్చలే అనిపించుకుంటాయి. దాని వెనక ప్రోత్సాహక శక్తి లేదు. అది మందుగుండు దట్టించని తూటా లాటిది. నిర్ణయించుకున్న గడువు తేదీలపట్ల మీరు నిబద్ధత పాటించనట్టయితే, జీవితంలోనూ, ఉద్యోగంలోనూ మీరు ఎప్పుడూ "గురి తప్పుతూనే" ఉంటారు.

ఒక్కోసారి కొందరు అడుగుతూ ఉంటారు, "నేను ఒక గడువు తేదీని నిర్ణయించుకుని, ఆలోపల లక్ష్యాన్ని చేరుకోలేకపోతే అప్పుడెలా?"

జవాబు చాలా సరళమైనది. గడువు తేదీలని అవసరమైతే పొడిగించుకుంటూ వెళ్లండి. గడువులనేవి, ఒక పనిపూర్తిచేసేందుకు ఎంత సమయం పట్టచ్చు, అని మనం వేసుకునే అంచనాలు. గడువులని ఏర్పరచుకుని పనిచేసినకొద్దీ, వాటిని పూర్తిచెయ్యటానికి

అవసరమయ్యే సమయాన్ని ఊహించటంలో మీరు నిర్దుష్టంగా ఉండగలుగుతారు. ప్రతిసారీ లక్ష్యాలని సాధించటంలోనూ, అనుకున్న సమయానికి పనులు పూర్తి చెయ్యటంలోనూ, మీరు రోజురోజుకీ మరింత మెరుగ్గా తయారవుతారు.

## ఏనుగుని తినటం

మీరీ ప్రశ్నని వినే ఉంటారు, "ఏనుగుని ఎలా తినాలి?"

దీనికి జవాబు, "ఒకసారికి ఒక ముక్క చొప్పున."

ఈ ఉదాహరణ ఎటువంటి పెద్ద లక్ష్యాన్ని సాధించేందుకైనా ఉపయోగపడుతుంది. ఒక బ్రహ్మాండమైన లక్ష్యాన్ని ఎలా సాధించాలి? మీరు దాన్ని ఒక్కొక్క మెట్టుగా, ఒకసారి ఒక పనిని, కొంతవరకూ చేస్తూ పూర్తిచేస్తారు.

దీర్ఘకాలిక లక్ష్యాలని ఒక ఏడాదికి, నెలకి, వారానికీ, ఇంకా మాట్లాడితే గంట గంటకీ పూర్తిచెయ్యవలసిన లక్ష్యాలుగా విడగొట్టండి. మీ దీర్ఘకాలిక లక్ష్యం ఆర్థిక స్వాతంత్ర్యం అయినప్పటికీ, దాన్ని కూడా విడగొట్టేందుకు మార్గాలు వెతికి, రాబోయే కాలంలో ఒక్కొక్క గంటనీ ఏ విధంగా వాడుకుంటే, మీకు ఆర్థిక స్వాతంత్ర్యం ఖచ్చితంగా లభించగలదు అని ఆలోచించండి.

మీ ఆదాయాన్ని పెంచుకోవాలనుకుంటే, ఆదాయం అనేది "విలువని పెంచటం" అనేదాని ఫలితమేనని మీకు తెలుసు. మీరు చేసే పనులన్నిటినీ గమనించండి, ఆ తరవాత మరింత విలువని ఎలా పెంచటం అని మిమ్మల్ని మీరు ప్రశ్నించుకోండి. ఈరోజు సంపాదించే డబ్బుకన్నా ఎక్కువ సంపాదించే అర్హత మీలో ఎలా నెలకొంటుందని ఆలోచించండి.

## మీరు చేసే పనుల్లోకల్లా విలువైనదాన్ని గుర్తించండి

మీపై అధికారిని ఇలా అడగండి, "నేను చేసే పనుల్లో మిగతా అన్నిటికన్నా విలువైనది ఏది?" అధికారి చెప్పే సమాధానం విన్నాక, ఆ పనిని మరింత ఎక్కువ గానూ, రోజురోజుకీ మెరుగ్గానూ చెయ్యటం ప్రారంభించండి.

మీ పనిని చిన్నచిన్న తుంపుల్లా, ముక్కలుగా విడగొడితే మీరెంత ఎక్కువ ఫలితాలు సాధించగలుగుతారో చూసి మీరే ఆశ్చర్యపోతారు. అదే విధంగా గడువు లోపల పనిచేసి ముగించాలని నిర్ణయించుకుని, ఒకసారి ఒకే పనిని, రోజువారీగా చేసుకుంటూపోవటం కూడా ఆశ్చర్యకరమైన ఫలితాలని అందించగలదు. మీరొక పాత నానుడి వినే ఉంటారు, "గజం దూరమంటే కష్టం; కానీ అంగుళం అంగుళం దాటటం సాధ్యం."

## నిరంతరం, అంతులేకుండా కొనసాగే అభివృద్ధి

గంటకి ఇంత అని మీకు దొరికే జీతాన్నీ, మీ ఆదాయాన్నీ పెంచుకోవాలంటే, మీరు చేసే పనులన్నిటిలోకీ ముఖ్యమైన పనిని ఇంకొంచెం బాగా చెయ్యటానికి ప్రతిరోజూ మార్గాలు వెతకండి. మీ రంగానికి సంబంధించిన పుస్తకాలని రోజుకి గంటపాటు చదవండి. ఆఫీసుకి వెళ్లేప్పుడూ, వెనక్కి ఇంటికి వచ్చేప్పుడూ దానికి సంబంధించిన ఆడియో క్యాసెట్లు వినండి. వీలైనప్పుడల్లా అదనంగా ఏవైనా కోర్సులు చెయ్యండి. ఇవన్నీ మీరు చేసే ఉద్యోగాన్ని వేగమార్గాన ముందుకి దూసుకుపోయేట్టు చేస్తాయి. మిమ్మల్ని మీరు మెరుగుపరుచుకునేందుకు అదనంగా ఒకటి రెండు గంటలు మీరు ఖర్చుపెట్టగలిగితే, ఫలితాలని సాధించే మీ సామర్థ్యం మీద దాని తాలూకు సంచితప్రభావం అసాధారణమైనదిగా ఉంటుంది.

## ఆరోగ్యాన్నీ, దృఢమైన శరీరాన్నీ సంపాదించుకోండి

మీరు బరువు తగ్గాలనుకుంటున్నారా, అయితే దానికి ఒక సరళమైన ఐదు పదాల సిద్ధాంతం ఉంది : తక్కువ తినండి ఎక్కువ వ్యాయామం చెయ్యండి.

మిమ్మల్ని మీరు క్రమశిక్షణలో ఉంచుకుంటూ, కొద్దిగా తక్కువ తినటం, కానీ మంచి నాణ్యతగల ఆహారం తినటం అలవరచుకుంటే, చేసే వ్యాయామాన్ని ప్రతిరోజూ కొద్దికొద్దిగా పెంచుకుంటూ పోతూ ఉంటే, మీరు రోజుకి ఒక ఔన్సు తగ్గటం అనేది లయబద్ధంగా కొనసాగుతుంది. ఈరోజు మీరెంత బరువున్నారు అనేది అప్రస్తుతం, కానీ రోజుకి ఒక ఔన్సు చొప్పున తగ్గితే, నెలకి అది దాదాపు రెండు పౌన్లకి సమానమవుతుంది. నెలకి రెండు పౌన్లంటే ఏడాదికి ఇరవైనాలుగు పౌన్లు. చూస్తూండగానే మీ శరీర సౌష్ఠవం మునుపటి స్థితికి చేరుకుంటుంది, మీకు ఆకలి సరిగ్గా వేస్తుంది, మీ బరువు తగ్గిపోయి, ఇంక జీవితాంతం మీరు అంతే బరువు కలిగి ఉంటారు.

## పావలాలని పొదుపుచేస్తే రూపాయలు తమని తాము కాపాడుకుంటాయి

మీరు ధనవంతులవాలని అనుకుంటున్నట్టయితే, చేసే ప్రతి ఖర్చునీ ప్రశ్నించటం ప్రారంభించండి. రోజుకి 3, 5 లేదా 10 రూపాయలు పొదుపు చేయటం లక్ష్యంగా పెట్టుకోండి. ఆ డబ్బుని సేవింగ్స్ అకౌంటులో వేసి, ఇంక దాన్ని ముట్టుకోకండి. అది పెరుగుతూ ఉంటే, దాన్ని జాగ్రత్తగా ఎంపిక చేసిన మ్యూచ్యువల్ ఫండ్స్‌లోనో, ఇండెక్స్ ఫండ్స్‌లోనో వెయ్యండి. రోజూ, వారంవారం, నెలసరి, పొదుపుచెయ్యటం, మదుపు పెట్టటం అలవరచుకోండి. దాన్ని మీరు పదవీవిరమణచేసేదాకా కొనసాగించండి.

చాలా త్వరగా, మీరు ఈ రోజు ఖర్చుపెడుతున్న డబ్బుకన్నా తక్కువ ఖర్చుతో సుఖంగా జీవించగలుగుతారు. మీ ఆదాయం పెరిగినకొద్దీ, మీరు పొదుపుచేసే మొత్తాన్ని కూడా పెంచండి. కొన్ని వారాల్లో, నెలల్లో, ఏళ్లల్లో మీరు అప్పులన్నీ తీర్చేసి,

మీకు ఉపయోగపడేందుకు బ్యాంకులో ఒక పెద్ద మొత్తాన్ని కళ్లజూడగలుగుతారు. ఇంకొన్నేళ్లు గడిచాక మీరు ఆర్థికంగా స్వతంత్రులవుతారు.

## పాండిత్యం గల వ్యక్తిగా రూపొందండి

ప్రతిరోజూ సాయంత్రం పదిహేను నిమిషాలు టీవీ చూడటానికి బదులు, ఏమైనా చదువుకుంటే, మీరు ఒక ఏడాదిలో పదిహేను పుస్తకాలు చదివేస్తారు. ప్రతిరోజూ గొప్ప ఇంగ్లీషు క్లాసిక్ పుస్తకాలు పదిహేను నిమిషాలపాటు చదివితే, మీరు ప్రపంచంలోని అతిగొప్ప వంద పుస్తకాలలోని సాహిత్యాన్ని చదివేస్తారు. మీతరం వారిలో అందరికన్నా ఎక్కువగా చదువుకుని పాండిత్యం గలవారిలో మీరు కూడా ఒకరుగా పరిగణింపబడతారు. దీన్ని సాధించటానికి నిద్రపోయేముందు ఒక్క పదినిమిషాలు చదివితే చాలు.

## మీ ఆదాయాన్ని పెంచుకోండి

మీరు సేల్స్ విభాగంలో ఉండి, ఆదాయాన్ని పెంచుకోవాలని అనుకుంటున్నట్టయితే, రోజుకి ఎన్ని కాల్స్ చేస్తున్నారు, ఎన్ని ప్రతిపాదనలూ, ప్రస్తుతీకరణలు చేస్తున్నారనేదాన్ని జాగ్రత్తగా గమనిస్తూ ఉండండి. ప్రతిరోజూ, ప్రతివారం, ప్రతినెలా ఎన్ని అమ్మకాలు చేస్తున్నారనేదాన్ని కూడా లెక్కచూసుకోండి. ఆ తరవాత ప్రతి వారం, ప్రతినెలా మీ అమ్మకాలని పెంచాలనే లక్ష్యాన్ని పెట్టుకోండి. మిమ్మల్ని మీరు మీ కొలమానాలతోనే ప్రతిరోజూ సరిచూసుకుంటూ ఉండండి.

## మీరు దాన్ని కొలవగలిగితే, దాన్ని నిర్వహించగలరు

మీ జీవితంలోని ప్రతి అంశంలోనూ, మీ కార్యకలాపాలని జాగ్రత్తగా విశ్లేషించి, ఆ విషయంలో మీ సాఫల్యం స్థాయిని అన్నిటికన్నా ఎక్కువగా నిర్ధారించే ఒక కచ్చితమైన సంఖ్యని ఎంచుకోండి. ఆ తరవాత మీ పూర్తి ధ్యాసని, రోజంతా, ఆ సంఖ్యమీదే ఉంచండి. అలా దృష్టిని కేంద్రీకరించటం అనేదే ఆ అంశాన్ని మీరు చక్కగా నిర్వహించే సామర్థ్యానికి కారణమవుతుంది – చైతన్యంగానూ, అచేతనంగానూ.

మీరు ఇంకా ఆరోగ్యంగా ఉండాలనుకుంటే, వారానికి మీరు వ్యాయామం ఎన్ని నిమిషాలు చేస్తున్నారనేది గమనించండి, లేదా రోజుకి ఎన్ని క్యాలరీల ఆహారం తీసుకుంటున్నారో చూసుకోండి. ఆర్థికంగా సాఫల్యాన్ని సాధించాలనుకుంటే, మీరు గంటకి ఎంత సంపాదిస్తున్నారు, నెలకి ఎంత పొదుపు చేస్తున్నారు అనేవాటిమీద ధ్యాస పెట్టండి. అమ్మకాల రంగంలో విజయం సాధించాలనుకుంటే, ప్రతిరోజూ ఎన్ని కాల్స్ చేస్తున్నారో, ఎన్ని అమ్మకాలు చేస్తున్నారో, ప్రతినెలా మీరు చేసే అమ్మకాల పరిమాణాన్ని గమనించండి. ఇతరులతో మీ సంబంధాలు చక్కగా ఉండాలనుకుంటే,

మీ జీవితంలో అందరికన్నా ముఖ్యమైనవాళ్లతో, ప్రతిరోజూ, ప్రతివారం, ముఖాముఖి మీరు గడిపే నిమిషాలని లెక్కించి చూసుకోండి.

మీరొక సామెత వినే ఉంటారు, “కొలతకి లొంగేది పూర్తిచేయబడుతుంది.” మరో సామెత ఉంది, “మీరు దాన్ని కొలవలేకపోయినట్టయితే, దాన్ని నిర్వహించ లేరు.” మీ లక్ష్యాలకి నిర్దుష్టమైన కొలమానాలని ఏర్పరుచుకునే మీ సామర్థ్యం, ఖచ్చితమైన రికార్డులని నమోదు చేసుకుంటూ, మీ కార్యకౌశలాన్ని ప్రతిరోజూ గమనిస్తూ ఉంటే, మీరు అనుకున్న నిర్ణీత సమయానికి – లేదా ఇంకా ముందు కూడా – మీరు మీ లక్ష్యాలని చేరుకోగలుగుతారు.

## మీ పురోగమనాన్ని కొలవండి

1. మీ జీవితంలోని ప్రతి పార్శ్వంలోనూ మీ పురోగమనాన్నీ, సాఫల్యాన్నీ కొలవటానికి ఉపయోగపడే ఒకే ఒక కొలమానాన్ని నిర్ధారించండి.
2. మీ ఉద్యోగంలో అన్నిటికన్నా ముఖ్యమైన అంశం మీ ఆదాయం మీద తన ప్రభావాన్ని చూపుతుంది, ఆ అంశం విషయంలో మీ దైనందిన కార్య కలాపాలని అంచనా వెయ్యండి.
3. ప్రతిరోజూ, వారంవారం, నెలసరి పొదుపు, మదుపు చేసే కనిష్ఠమైన మొత్తాలని ఖచ్చితంగా నిశ్చయించుకుని, ఆ మొత్తాలని పక్కనపెట్టే క్రమశిక్షణని అలవరచుకోండి.
4. ప్రతి పెద్ద లక్ష్యాన్నీ, కొలవటానికి వీలైన, చిన్నచిన్న భాగాలుగా విడదీసి, ప్రతిదానినీ నిర్ణీత సమయంలో పూర్తిచెయ్యటం మీద ధ్యాసపెట్టండి.
5. ప్రమాణాలనీ, కొలమానాలనీ, ఫలితాల పట్టికలనీ, ధ్యేయాలనీ, గడువులనీ ప్రతి ముఖ్యమైన లక్ష్యానికీ ఏర్పరుచుకోవటం ఒక ఆటలా అనుకోండి. తరవాత ఆ సంఖ్యలమీదా, తేదీలమీదా దృష్టి కేంద్రీకరించండి. అప్పుడు ఆ లక్ష్యాలు తమ సంగతి తామే చూసుకుంటాయి.
6. ప్రతిరోజూ ఒక పెద్ద లక్ష్యం తాలూకు ఒక భాగాన్ని ముగించి సాధిస్తానని సంకల్పించండి, ఏరోజూ ఆ పనిని వాయిదా వెయ్యద్దు.

# 10

# దారిలోని అడ్డంకులని తొలగించండి

*విజయాన్ని కాంక్షించే వ్యక్తి పైకి చేరుకునే ప్రక్రియలో ఓటమిని ఒక ఆరోగ్య కరమైన, అనివార్యమైన భాగంగా చూడాలి.*
**- జాయిస్ సోదరులు**

ఇక లాభం లేదు, వదిలెయ్యాలి అని అనుకోకముందు, తమ కొత్త లక్ష్యాలని అందుకునే ప్రయత్నాన్ని జనం ఎన్నిసార్లు చేస్తారనుకుంటున్నారు? సగటున ఒకసారి కన్నా తక్కువ. మొదటి ప్రయత్నం చేసేలోపలే చాలామంది దాన్ని విడిచిపెట్టేస్తారు. దానికి కారణం, అడ్డంకులూ, ఇబ్బందులూ, సమస్యలూ. ఇటువంటి దారికి అడ్డంపడే వన్నీ వాళ్లు ఇంతకుముందెన్నడూ చెయ్యనిది ఏమైనా చేద్దామని నిర్ణయించుకున్న మరుక్షణం కనబడతాయి.

నిజం చెప్పాలంటే పరాజయాన్ని పొందేవారికన్నా విజేతలే ఎక్కువగా ఓటమిని చవిచూస్తారు. విజేతలు ప్రయత్నాలు ఎక్కువగా చేస్తారు, పడిపోతారు, లేచి నిలబడతారు, మళ్లీ ప్రయత్నిస్తారు - మళ్లీ మళ్లీ - గెలిచేదాకా ప్రయత్నిస్తూనే ఉంటారు. పరాజయం పొందేవాళ్లూ చాలా తక్కువ ప్రయత్నాలు చేస్తారు, అదికూడా ప్రయత్నం చేసినప్పటి మాట! చాలా త్వరగా ఆ ప్రయత్నాన్ని విరమించుకుని, అంతకు ముందు చేస్తూఉన్న పనినే కొనసాగిస్తారు.

## ఎప్పుడూ గెలుపుకి ముందు తాత్కాలికమైన ఓటమి ఉంటుంది

మీ లక్ష్యాలని సాధించేలోపల ఎన్నిసార్లో మీరు ఓటమిని ఎదుర్కొంటారు, మీరు చేసే ప్రయత్నం సరిపోని పరిస్థితి ఏర్పడుతుంది, దీనికి మీరు సిద్ధంగా ఉండాలి. మీరు తప్పకుండా పొందబోయే విజయాన్ని చేరుకునే దారిలో ఇలాటి ఓటములూ, తాత్కాలికంగా కలిగే వైఫల్యాలూ మీరు చెల్లించే ధరగా మీరు భావించాలి. హెన్రీఫోర్డ్ ఒకచోట ఇలా అంటాడు, "మళ్లీ మరింత తెలివితేటలని ఉపయోగించి ప్రయత్నించేందుకు దొరికే అవకాశం తప్ప, ఓటమి మరేమీ కాదు."

మీ లక్ష్యాన్ని మీరు ఎంచుకున్నాక, మిమ్మల్ని మీరిలా ప్రశ్నించుకోండి. ఇంకా నేనక్కడికి ఎందుకు చేరుకోలేదు? నన్ను ఆపి ఉంచుతున్నది ఏమిటి? ఇంకా ఆ లక్ష్యాన్ని అందుకోకపోవటానికి ఏమిటి కారణం?

మీకూ మీ లక్ష్యానికీ మధ్య ఉన్న అడ్డంకులన్నిటినీ గుర్తించండి. ముందుకి పోకుండా మిమ్మల్ని ఆపేవి కాని, మీ వేగాన్ని తగ్గించేవి కాని ఏమిటని బాగా ఆలోచించి వాటిని రాసిపెట్టుకోండి.

## పరిష్కారాల దృష్ట్యా ఆలోచించండి

గుర్తుంచుకోండి, "ఎప్పుడూ మీరు దేన్ని గురించి ఆలోచిస్తారో అలాగే రూపొందుతారు." సమస్యలూ, ఇబ్బందులూ ఉన్నప్పుడు, విజేతలు ఒక ప్రత్యేకమైన పద్ధతిలో ఆలోచిస్తారు. దాన్ని "పరిష్కారదిక్సూచి" అంటాం మేము.

విజేతలెప్పుడూ పరిష్కారాల గురించి ఆలోచిస్తారు. విజయాన్ని సాధించలేనివాళ్లు ఇబ్బందుల గురించీ, సమస్యలగురించీ మాత్రమే ఆలోచిస్తారు. పరిష్కారం దిశగా చూసేవాళ్లు నిరంతరం వాళ్ల దారికి అడ్డుగావచ్చే ఇబ్బందులని ఎలా దాటాలి, ఎలా తప్పించుకుని ముందుకి పోవాలి అనే ప్రయత్నంలో మార్గాలు వెతుకుతూ ఉంటారు. సమస్యదిశగా చూసేవాళ్లు తమ సమస్యల గురించి ఆపకుండా మాట్లాడతారు, వాటిని కలిగించినది ఎవరు, ఏది అనీ, తాము ఎంత బాధపడుతూ, కోపగించుకుంటూ ఉన్నారో, అటువంటి సమస్యలు తలెత్తటం ఎంత దురదృష్టకరమో చెపుతూ ఉంటారు. పరిష్కారాలదిశగా చూసేవాళ్లు ప్రశ్నలు మాత్రమే వేస్తారు. దీన్ని మేమెలా పరిష్కరించ గలం? ఆ తరవాత ఆ పనికి పూనుకుంటారు, సమస్యతో తలపడతారు.

మీకూ, మీరు సాధించాలనుకున్న దానికీ మధ్య మీకెప్పుడూ ఏవో ఒక రకమైన సమస్యలూ, అడ్డంకులూ కనిపిస్తాయి. అందుకే ఒక్కోసారి విజయానికి సమస్యలని పరిష్కరించే సామర్థ్యం అని నిర్వచనం చెపుతారు. ఒక వ్యక్తి నాయకత్వ లక్షణాలు కలిగిఉంటే అతనిలో సమస్యలని పరిష్కరించగల సామర్థ్యం ఉన్నట్టే. కార్యసాధన అన్నా అదే. గొప్ప విజయాలు సాధించే స్త్రీపురుషులందరూ అడ్డంకులనీ, సమస్యలనీ పరిష్కరించగల సామర్థ్యం గలవారే.

## సమస్యని పరిష్కరించటం అనేది ఒక కళ

అదృష్టవశాత్తూ, సమస్యని పరిష్కరించటం ఒక కళ, సైకిల్ తొక్కటం, టైప్‌రైటర్‌మీదకాని, కీబోర్డుమీదకాని టైపు చెయ్యటం లాంటిది. దాన్ని మీరు నేర్చుకోగలరు. పరిష్కారాలమీద దృష్టిపెట్టినకొద్దీ, మరిన్ని మంచి పరిష్కారాలు తడతాయి. సమస్యలని పరిష్కరించటంలో మీరు నేర్పు సంపాదించినకొద్దీ, ఆ తరవాత ఎదురయే ఒక్కో సమస్యనీ మరింత వేగంగా పరిష్కరించగలుగుతారు. ఇందులో మీరు మరింత నేర్పునీ, వేగాన్నీ సాధించినకొద్దీ, మరిన్ని పెద్దవీ, ఖరీదైనవీ సమస్యలు పరిష్కారంకోసం మీముందుకి

వస్తాయి. చివరికి, మీకూ ఇతరులకీ ముఖ్యమైన ఆర్థిక పరిణామాలతో కూడుకున్న సమస్యలని మీరు పరిష్కరించటం మొదలుపెడతారు. ప్రపంచం ఈ రకంగానే పనిచేస్తుంది.

మీకు లక్ష్యం మీద నిజమైన ఆసక్తీ, తీవ్రమైన కోరికా ఉంటే దానికి చేరుకునే మార్గంలో ఎదురయే అడ్డంకులనీ, సమస్యలనీ ఎదుర్కొనే సామర్థ్యం మీరు సంపాదించుకోగలుగుతారు. అప్పుడు మీలో అవసరమైనంత తెలివీ, సామర్థ్యమూ చోటుచేసుకుని, ఎటువంటి అడ్డంకినైనా ఎదుర్కోగలుగుతారు.

## నిర్బంధాల సిద్ధాంతం

ద గోల్ అనే తన పుస్తకంలో ఎలియాహూ గోల్డ్‌ర్యాట్ అనే రచయిత పేర్కొన్న "నిర్బంధాల సిద్ధాంతం" (ద థియరీ ఆఫ్ కన్‌స్ట్రెయింట్స్) గత కొన్ని దశాబ్దాలలో వచ్చిన ముఖ్యమైన విప్లవాత్మక ఆలోచనలలో ఒకటి. ఈ సిద్ధాంతం ప్రకారం, మీకూ మీరు సాధించాలనుకున్న దానికీ మధ్య నిర్బంధం, మిమ్మల్ని హద్దుల్లో పట్టిఉంచే అంశం, ఒకటుంటుంది. మీరు వెళ్లదల్చుకున్న చోటికి ఎంత వేగంగా వెళ్తారని నిర్ణయించేది అదే.

ఉదాహరణకి, మీరు ఒక ఫ్రీవేలో కారు నడుపుతున్నారనుకుందాం. అక్కడ ట్రాఫిక్ కోసం ఏదో నిర్మాణం జరుగుతూ ఉంది. అందుకని కార్లన్నీ ఒకే లేన్‌లో ఒకదాని వెనక ఒకటిగా వెళ్లాల్సి వస్తోంది. ఈ ఇరుకుదారిలో ఏర్పడే ఆ అడ్డంకే మీరు గమ్యాన్ని ఎంత వేగంగా చేరుకోగలరనే విషయాన్ని నిర్ణయిస్తుంది. ఆ ఇరుకు దారిలోంచి మీరు కారుని పోనిచ్చే వేగం మీద మీ మొత్తం ప్రయాణం తాలూకు వేగం చాలావరకూ ఆధారపడి ఉంటుంది.

ఎటువంటి పెద్ద లక్ష్యాన్ని సాధించాలన్నా, మీరు ఒక నిర్బంధాన్ని, ఇరుకుదారిని దాటక తప్పదు. దాన్ని ఖచ్చితంగా గుర్తించి, ఆ ముఖ్యమైన అడ్డంకిని అధిగమించేందుకే మీ శక్తినంతటినీ కేంద్రీకరించండి. ఈ అడ్డంకిని తొలగించటం, లేదా దానితో తలపడటం మీరు వేగంగా ముందుకి పోయేందుకు సాయం చేసినట్టు, ఇంకే రకమైన ఉపాయమూ మీకు ఇంతగా సహకరించకపోవచ్చు.

## లోపలి నిర్బంధాలు - బాహ్య నిర్బంధాలు

మీకూ, మీ లక్ష్యాలకీ మధ్య ఉండే నిర్బంధాలకి 80/20 నియమం వర్తిస్తుంది. 80 శాతం నిర్బంధాలు మీ మనసులోనివే అంటుంది ఈ నియమం. బైట ఉండేవి కేవలం 20 శాతమే. అవి మిగతావారిలోనూ, పరిస్థితుల్లోనూ ఉంటాయి. ఇంకోరకంగా చెప్పాలంటే, మీకు మీరే ఒక అతిపెద్ద అడ్డంకి. మీరు కోరుకునే లక్ష్యాన్ని చేరుకునే దారిలో మీ వేగాన్ని నిర్ణయించేది కూడా అదే.

చాలామందికి దీన్ని ఒప్పుకోవటం కష్టమనిపిస్తుంది. కానీ విజేతలెప్పుడూ ఎవరు చెప్పేది సరైనది అని కాకుండా, ఏది సరైనది అనే ఆలోచిస్తారు. ఒక పరిస్థితిలోని వాస్తవాన్ని ఎక్కువగా పట్టించుకుంటూ, సమస్యని పరిష్కరించేందుకు ఏం చెయ్యాలని ఆలోచిస్తారే తప్ప, తమ అహంకారాన్ని కాపాడుకునేందుకు ప్రయత్నించరు.

## మీలోకి చూసుకోండి

మిమ్మల్ని మీరిలా ప్రశ్నించుకోండి, నాలో ఉన్న ఏ విషయం నన్ను ముందుకి పోకుండా ఆపుతోంది? మీ మనసులోతుల్లోకి తొంగిచూసుకుని, మీ వ్యక్తిత్వంలోని ముఖ్యమైన అడ్డంకి, మీ మనోవైఖరి, మీ నైపుణ్యం, సామర్థ్యం, అలవాట్లు, చదువు సంధ్యలు, లేక అనుభవాలు, వీటిలో ఏవి మీరు లక్ష్యాన్ని సాధించకుండా ఆపుతున్నాయో గుర్తించండి. నిర్దయగా ప్రశ్నించుకోండి. నిజాయితీగా జవాబులు చెప్పండి.

మీకూ, మీ లక్ష్యాలకీ మధ్య ఉండే ముఖ్యమైన అడ్డంకులు సామాన్యంగా మానసికమైనవి. అవి మనస్తత్వానికీ, భావోద్రేకాలకీ సంబంధించినవి. అవి మీచుట్టూ ఉండే పరిస్థితిలో కాక, మీలోపలే ఉంటాయి. మీకు సాధ్యమైనది ఏదైనా సాధించాలని అనుకున్నప్పుడు మీరు ఈ మానసికమైన అడ్డంకులని ఎదుర్కోవటంతోనే ప్రారంభించాలి.

## విజయానికి రెండు ముఖ్యమైన పెద్ద అడ్డంకులు

విజయానికీ, సాఫల్యానికీ రెండు ముఖ్యమైన పెద్ద అడ్డంకులు, భయం, అనుమానం. అసలు అన్నిటికన్నా ముందుగా భయపెట్టేవి ఓటమి, పేదరికం, నష్టం, ఇబ్బంది, తిరస్కారం లాటివి. ఒక వ్యక్తిని, ప్రయత్నించకుండా వెనక్కి లాగేవి ముందుగా ఇలాటివే. అందుకే లక్ష్యసాధనకోసం ఒకసారి కూడా ప్రయత్నించని వాళ్ళే ఎక్కువగా కనిపిస్తారు. లక్ష్యం గురించి ఆలోచించిన వెంటనే ఈ భయాలు వాళ్ళని తరుముకొస్తాయి, ఒక చిన్న మంటమీద ఒక బాల్టీడు నీళ్ళని ఒంపినట్టు, వాళ్ళ కోరిక చప్పగా చల్లారిపోతుంది.

రెండోరకం మానసిక అడ్డంకి, ఇది భయానికి చాలా దగ్గర సంబంధం గలది, తమమీద తమకి అపనమ్మకం ఉండటం. మన సామర్థ్యం మీద మనకి అపనమ్మకం ఉంటుంది. ఇతరులతో మనని పోల్చుకుని తక్కువగా అంచనా వేసుకుంటాం. ఎందుకోగాని అవతలివ్యక్తి మనకన్నా మెరుగైనవాడనో, తెలివైనవాడనో, సామర్థ్యం గలవాడనో అనుకుంటాం. "నాలో అంత సత్తా లేదు," అనుకుంటాం. మనం సమగ్రంగా లేమనీ, మనం సాధించాలని తీవ్రంగా కోరుకునే లక్ష్యాలని చేరుకునే దారిలో ఎదురయే సవాళ్ళని ఎదుర్కొనే సామర్థ్యం మనలో లేదనీ అనుకుంటాం.

## వ్యతిరేకమైన భావాలని వదిలించుకోవచ్చు

అదృష్టవశాత్తూ, అనుమానం, భయం అనే భావాలలో ఏదైనా మంచి ఉందీ అంటే, అవి రెండూ నేర్చుకుంటే వచ్చేవే. మీరెప్పుడైనా వ్యతిరేకమైన పసికందుని చూశారా? పిల్లలు ఈ ప్రపంచంలోకి, భయాలూ, అనుమానాలూ అనేవి లేకుండానే అడుగుపెడతారు. ఇక నేర్చుకున్నది ఏదైనా సరే, దాన్ని వదిలెయ్యటం కూడా సాధ్యమే. దానికి అభ్యాసం, పునరుక్తి అవసరం.

అనుమానానికీ, భయానికీ ముఖ్యమైన విరుగుళ్లు, ధైర్యం, విశ్వాసం. మీలో ధైర్యం, విశ్వాసం ఎంత హెచ్చుగా ఉంటే, భయం, అనుమానం అంత తక్కువస్థాయికి దిగిపోతాయి. మీ పనితీరుమీదా, ప్రవర్తనమీదా ఈ వ్యతిరేకమైన భావాల ప్రభావం కూడా తగ్గిపోతుంది.

## ధైర్యానికీ, విశ్వాసానికీ కీలకమైనవి

ధైర్యాన్నీ, విశ్వాసాన్నీ వికసింపజేసుకునే మార్గం ఒకటే, జ్ఞానాన్నీ, నేర్పునీ సాధించటం. చాలామటుకు భయాలూ, అపనమ్మకం అనేవి అజ్ఞానంవల్లే తలెత్తుతాయి. ఒక రకమైన లోటు ఉందనే భావం కలుగుతుంది. మీ లక్ష్యాలని సాధించేందుకు సంపాదించవలసిన జ్ఞానాన్ని మీరెంత ఎక్కువగా నేర్చుకోగలిగితే, అంత తక్కువ భయం వెయ్యటమే కాకుండా, మరింత ధైర్యాన్నీ, విశ్వాసాన్నీ సొంతం చేసుకోగలుగుతారు.

మొదటిసారి కారు నడపటం నేర్చుకోవటాన్ని గుర్తుచేసుకోండి. బహుశా మీరు చాలా భయపడుతూ, ఒత్తిడికి గురవుతూ, ఎన్నో తప్పులు చేసి ఉంటారు. అడ్డదిడ్డంగా కారు నడిపి, మీకూ, అవతలివారికీ ప్రమాదాన్ని కలిగించేట్టు ప్రవర్తించి ఉంటారు. కానీ కాలం గడిచినకొద్దీ, కారు నడపటం నేర్చుకుని, నైపుణ్యాన్ని సాధించిన తరవాత, మీరు మరింత చక్కగా నడుపుతూ, ఆత్మవిశ్వాసాన్ని పెంపొందించుకుని ఉంటారు.

ఇవాళ మీరు మీ కారులో కూర్చుని దేశంలో ఏ మూలకైనా భయం, ఆందోళనా లేకుండా దాన్ని నడపగలరు. కారు నడపటంలో మీరెంత ప్రావీణ్యం సంపాదించా రంటే, దాన్ని గురించి ఆలోచించక్కర్లేకుండానే ఆ పనిని మీరు చక్కగా చెయ్యగలుగు తున్నారు. మీరు నేర్చుకోవాలని అనుకునే ఏ నైపుణ్యానికైనా ఇదే సూత్రం వర్తిస్తుంది. అప్పుడు మీరు మీకోసం నిర్ణయించుకున్న ఎటువంటి లక్ష్యాన్నైనా సాధించగలుగుతారు.

## శక్తిమంతులూ-శక్తిహీనులూ

పెన్సిల్వానియా విశ్వవిద్యాలయంలోని డా. మార్టిన్ సిలిగ్మ్యాన్ 25 ఏళ్లపాటు వివరణకి అందని ఒక అద్భుతాన్ని గురించి అధ్యయనం చేశాడు. దానికాయన "నేర్చుకున్న అసహాయత" అని పేరుపెట్టాడు. కొన్నివేలమందిని అధ్యయనం, ఇంటర్వ్యూ చేశాక, 80 శాతం కన్నా ఎక్కువ జనాభా నేర్చుకున్న అసహాయతతో కొంతవరకూ, ఒక్కోసారి హెచ్చుస్థాయి వరకూ, బాధపడుతోందన్న నిర్ధారణకి వచ్చాడు.

నేర్చుకున్న అసహాయత వల్ల బాధపడేవాళ్లు, తమ లక్ష్యాలని చేరుకోవటం తమకి అసాధ్యమనీ, లేదా తమ జీవితాలని మెరుగుపరుచుకోటం సాధ్యంకాని పని అనీ అనుకుంటారు. ఈ నేర్చుకున్న అసహాయత అనేది సామాన్యంగా కనిపించేది, "నావల్లకాదు," అనే మాటల్లో. నేర్చుకున్న అసహాయులకి ఏదైనా అవకాశాన్నీ, కొత్త లక్ష్యాన్నీ, చెయ్యదగిన పనినీ అందించే ప్రయత్నం జరిగినప్పుడల్లా వెంటనే "నావల్ల కాదు," అనే జవాబే వాళ్లనుంచి వస్తుంది. ఆ తరవాత ఫలానా లక్ష్యం వాళ్లకి ఎందుకు సాధ్యం కాదో తెలియజేసేందుకు బోలెడన్ని కారణాలు ఏకరువు పెడతారు.

"నా వృత్తిలో నేను ముందుకి పోలేను. నాకు ఇంతకన్నా మంచి ఉద్యోగం రాదు. చదువుకునేందుకు నాకు తీరిక దొరకదు. నేను డబ్బు పొదుపు చెయ్యలేను. నేను బరువు తగ్గలేను. నేను సొంతంగా వ్యాపారం మొదలుపెట్టలేను. నేను రెండో వ్యాపారాన్ని సంపాదనకోసం మొదలుపెట్టలేను. నా సంబంధాన్ని మార్చుకోవటం, బాగుచేసుకోవటం నావల్లకాదు. నాకాలం నా అదుపులో ఉండదు!"

అది ఏదైనా సరే, తమని ఒక పరిధిలో బంధించి ఉంచే కారణం ఏదో ఒకటి వాళ్లకి ఉంటుంది. వాళ్ల శక్తిసామర్థ్యాలకి అది తక్షణం అడ్డుపడుతుంది. కొత్త లక్ష్యాన్ని ఏర్పరచుకోవాలనిగాని, ఉన్న స్థితిని ఏదోవిధంగా మార్చుకోవాలనిగాని అనుకున్నప్పుడు, ఆ ప్రయత్నాన్ని అది మధ్యలోనే తుంచేస్తుంది. హెన్రీఫోర్డ్ గమనించిన మరో విషయం ప్రసిద్ధి చెందిన ఆయన మాటల్లోనే చూడండి, "ఒక పనిని మీరు చెయ్యగలవనికానీ, చెయ్యలేననికానీ నమ్మినట్టయితే, రెండు సందర్భాలలోనూ మీరు చెప్పింది నిజమే అయే అవకాశం ఉంది."

## అసహాయతని వదిలివేయటం

నేర్చుకున్న అసహాయత అనేది సామాన్యంగా, చిన్నతనంలో మనసుని గాయపరిచే విధమైన విమర్శ, ఎదుగుతున్న దశలో ఎదురైన వ్యతిరేకమైన అనుభవాలు, పెద్ద వారయాక ఓటమిని ఎదుర్కోవటంలాటివాటివల్ల కలుగుతుంది. ఇలా సహజంగా మీలో ఉండే బెరుకూ, న్యూనతాభావం వదిలించుకోవాలంటే, చిన్నచిన్న లక్ష్యాలనీ, ప్రణాళికలనీ తయారుచేసుకుని, ప్రతిరోజూ వాటిని సాధించేందుకు ప్రయత్నాలు చేస్తూ ఉండండి. ఈ రకంగా, మీలో ధైర్యం, విశ్వాసం పెరుగుతాయి, ఒక కండరం పెరిగినట్టు. మీలోనూ, మీకున్న సామర్థ్యంలోనూ మీకు నమ్మకం పెరిగాక, అప్పుడు మరింత పెద్ద లక్ష్యాలని సాధించే ప్రయత్నాలు ప్రారంభించవచ్చు. కొంతకాలానికి, మీ అనుమానాలూ, భయాలూ బలహీనమై, మీలో ధైర్యమూ, విశ్వాసమూ బాగా బలపడి, అవే మీ ఆలోచనలని పూర్తిగా ఆక్రమించుకుంటాయి. చివరికి, అలా శరపరంపరగా విజయాలని సాధిస్తూ ముందుకెళ్లి, ఇంక మిమ్మల్ని ఆపటం ఎవరితరమూ కాదు అనేట్టుగా తయారవుతారు.

## సుఖమనే పరిధి తాలూకు వల

రెండో మానసిక అడ్డంకి, "సుఖమనే పరిధి". దీన్ని మీరు అధిగమించాలి. చాలామంది తాము ఉన్న స్థితితో సంతృప్తిపడతారు. ఒక ఉద్యోగంగాని, మానవ సంబంధం గాని, ఒక జీతం గాని, బాధ్యతలో ఉండే స్థాయిగాని వాళ్ళకి ఎంతో సౌకర్యంగా ఉంటుందంటే, వాళ్లు ఎటువంటి మార్పులూ చేసుకునేందుకు ఇష్టపడరు, అవి మెరుగైనవైనా సరే.

ఇలాటి సుఖమనే పరిధి ఆకాంక్షకీ, పెద్దపెద్ద కోరికలకీ, సంకల్పాలకీ, సాఫల్యాలకీ అన్నిటికన్నా పెద్ద అడ్డంకి. ఇలాటి పరిధిలో ఇరుక్కుపోయినవాళ్లు, దానికి నేర్చుకున్న అసహాయత కూడా తోడైతే, ఎటువంటి సహాయాన్నీ అందుకోలేని స్థితిలో ఉంటారు. మీకు ఇలాటి స్థితి రాకుండా చూసుకోండి.

## పెద్దపెద్ద, కష్టమైన లక్ష్యాలని ఏర్పరచుకోండి

మీ సుఖమనే పరిధినించి బైటపడేందుకూ, నేర్చుకున్న అసహాయతని వదిలించుకునేందుకూ ఉన్న ఒకే ఒక మార్గం, పెద్దవీ, సాధించేందుకు కష్టమైనవీ అయిన లక్ష్యాలని ఏర్పరచుకోవటమే. ఆ తరవాత ఈ పెద్ద లక్ష్యాలని చిన్నచిన్న పనులుగా విభజించండి, వాటిని పూర్తిచెయ్యవలసిన వ్యవధిని నిర్ణయించండి, ప్రతిరోజూ ఆ దిశగా పనిచెయ్యండి. వసంతరుతువులో హిమశకలాలు కరిగినట్టే, త్వరలోనే మీ బద్ధకం, నేర్చుకున్న అసహాయత, సౌఖ్యమనే పరిధి తొలగిపోయి, మీకు సాధ్యమైన పనులన్నిటినీ మీరు మరింత వేగంగా, పూర్తిచెయ్యగలుగుతారు.

## మీ అడ్డంకులని ప్రాధాన్యం ప్రకారం సంఘటితపరచండి

ముఖ్యమైన లక్ష్యాలని సాధించే మార్గంలో అడ్డుగా నిలిచిన అవరోధాలన్నిటినీ మీరు ఒక పట్టికలో రాసుకోండి. ఆ తరవాత ప్రాధాన్యం ప్రకారం వాటి వరుస క్రమాన్ని మార్చండి. అన్నిటికన్నా పెద్దదైన ఒక అడ్డంకి ఏది? ఒక మంత్రదండాన్ని తిప్పేసి, మీ దారిలోంచి ఒకే ఒక అడ్డంకిని తొలగించాలని అనుకున్నట్టయితే, దాన్ని తొలగించటం వల్ల మీరు మరింత వేగంగా ముందుకి పోవటం సాధ్యమవుతుందని మీకు అనిపిస్తే, ఆ అడ్డంకి ఏది?

మేనేజ్‌మెంట్ కన్సల్టెంట్ ఇయాన్ మిట్రోఫ్, సమస్యా పరిష్కారం గురించీ, అడ్డంకులని తొలగించటం గురించీ, ఆసక్తికరమైన ఆలోచనలు వెలిబుచ్చాడు. "సమస్య ఏదైనా సరే, దాన్ని పరిష్కరించేముందు, ఎన్నో రకాలుగా దాన్ని నిర్వచించండి. ఏ సమస్యకైనా ఒకే ఒక నిర్వచనం, ఒకే పరిష్కారం ఉంటే దాన్ని గురించి జాగ్రత్తపడండి," అంటాడు.

మీ లక్ష్యాన్ని గురించి, నేనింకా అక్కడికి చేరుకోలేదేం? అని మిమ్మల్ని మీరు ప్రశ్నించుకున్నప్పుడు, మీ మనసుకి తట్టే జవాబేమిటి? మిమ్మల్ని ఆపి ఉంచేదేమిటి?

మీ దారికి అడ్డం నిలిచేదేమిటి? అలాటి ప్రశ్నలు తలెత్తగానే మీరు మీ మనసు లోతుల్లోకి వెళ్ళి, బాగా ఆలోచించి, దాన్ని తొలగించేముందు, అది సరైన అడ్డంకి అవునా కాదా అని నిర్ధారించాలి.

దీన్ని చేసేందుకు మీరు మరో ప్రశ్న వేసుకోవాలి, ఇంకేదైనా సమస్య ఉండే అవకాశం ఉందా? ఈ ప్రశ్నని ఒక్కో సమస్యకీ నిర్వచనం చెప్పుకున్న ప్రతిసారీ వేసుకోవాలి.

## అమ్మకాలని విశ్లేషించటం

కార్పొరేషన్లతోనూ, వ్యక్తులతోనూ కలిసి నేను నా పని చేసేప్పుడు, మేము మొట్టమొదట ప్రారంభించేది లాభాలనీ, ఆదాయాన్నీ ద్విగుణీకృతం చేసుకునే లక్ష్యంతో. అప్పుడు వాళ్ళకి నేనొక సలహా ఇస్తాను, ప్రస్తుతం మన లాభాలూ, ఆదాయం రెండింతలుగా ఎందుకు లేవు? అని ప్రశ్నించుకోమని చెపుతాను. మళ్ళీ మళ్ళీ ప్రశ్నించుకోవటం ద్వారా, మనం తరచు జవాబుని అందుకుంటాం, కానీ అది మనం అనుకున్న జవాబుకి పూర్తి భిన్నంగా ఉంటుంది.

ఈ ప్రశ్నించుకోవటం అనే ప్రక్రియకి ఒక ఉదాహరణ చూడండి :

"మనం తగినన్ని అమ్మకాలు చెయ్యటంలేదు." సమస్యకి కారణం ఇంకేమై ఉంటుంది?

"మనం ఒక్కొక్కరం చేసే అమ్మకాలు, ఒక్కో వినియోగదారునీ దృష్టిలో ఉంచుకుని చూస్తే, తగినంత ఎక్కువగా లేవు." సమస్యకి కారణం ఇంకేమై ఉంటుంది?

"మన ప్రకటనలు తగినంతమంది వినియోగదార్లని ఆకట్టుకోటంలేదు." సమస్యకి కారణం ఇంకేమై ఉంటుంది?

వీటిలో ఏ అడ్డంకి సరైన సమస్యగా ముందుకొస్తుందో, దాన్ని పరిష్కరించేందుకు ఒక పూర్తిగా భిన్నమైన కార్యప్రణాళిక అవసరమవుతుందని, మీకు అర్థం అవుతూనే ఉండాలి. సరైనన్ని అమ్మకాలు జరుగుతూ ఉండకపోతే, అమ్మకాల సంఖ్యని పెంచాలి. ఒక్కో వినియోగదారుకీ సరిపడినన్ని అమ్మకాలు జరక్కపోతే, ప్రతి వినియోగదారుకీ అమ్మే వస్తువుల సంఖ్యని పెంచాలి. మన ప్రకటనలు తగినంతమంది కొనుగోలుదార్ల దృష్టిని ఆకర్షించనట్టయితే, ఏదో విధంగా ప్రకటనల నాణ్యతని పెంచాలి.

## మరింత లోతుకి తవ్వండి

మీరిలా అనచ్చు, "కొనుగోలుదార్లు మన దగ్గర తగినన్ని వస్తువులు కొనటంలేదు." సమస్యకి కారణం ఇంకేమై ఉంటుంది?

"కొనుగోలుదార్లు తరచు మన దగ్గర కొనటం లేదు." సమస్యకి కారణం ఇంకేమై ఉంటుంది?

"అమ్మకందార్లు కొనేవాళ్లకి తగినన్ని వస్తువులు అమ్మటంలేదు." అమ్మకం చేసే సిబ్బందిని పూర్తిగా మార్చేసి, మరింత నాణ్యత గలవాళ్లని ఎంపిక చెయ్యటం, మెరుగైన శిక్షణ నిప్పించటం, అమ్మకాల నిర్వహణ మరింత చక్కగా జరిగేట్టు చూడటం, దీనికి పరిష్కారం కావచ్చు. సమస్యకి కారణం ఇంకేమై ఉంటుంది?

"మనం తయారుచేసే వస్తువులనే మరికొన్ని కంపెనీలు మనకి పోటీగా తయారుచేస్తున్నాయి. కొనుగోలుదార్లు ఆ కంపెనీల వస్తువులనే ఎక్కువగా కొంటున్నారు." ఈ మాటలు మీ మనసులో ప్రశ్నలు తలెత్తేలా చేస్తాయి, "మన పోటీదార్ల దగ్గర ఇవే వస్తువులు కొనటంవల్ల కొనుగోలుదార్లకి వాటిలో ఎక్కువ లాభం, విలువ ఎలా కనిపిస్తున్నాయి? దీన్ని మనం ఏ విధంగా అందుకోగలం?" సమస్యకి కారణం ఇంకేమై ఉంటుంది?

"మనం చేసే అమ్మకాలనుంచి రావలసినంత లాభాలు రావటంలేదు." సమస్యకి కారణం ఇంకేమై ఉంటుంది?

"ఒక్కొక్క అమ్మకానికీ మనకి చాలా ఖర్చవుతోంది." సమస్యకి కారణం ఇంకేమై ఉంటుంది? ఇలాటివే మరెన్నో. సమస్యకి కొత్త నిర్వచనం చెప్పుకున్నప్పుడల్లా మరిన్ని అమ్మకాలనీ, లాభాలనీ సాధించే లక్ష్యాన్ని చేరుకునేందుకు రకరకాల ఉపాయాలు మనకి తడుతూ ఉంటాయి.

## సరైన సమస్యకి సరైన పరిష్కారాన్ని అన్వయించండి

బిజినెస్‌కి సంబంధించిన పుస్తకం, ద మెక్‌కిన్సీ వే‌లో రచయిత మెక్‌కిన్సీ అండ్ కంపెనీలో జరిగే మేనేజ్‌మెంట్ సంప్రదింపుల విధానం గురించి చెపుతూ, అసలు అన్నిటికన్నా సమయాన్నీ, డబ్బునీ వృథా చేసేది, తప్పు సమస్యకి తప్పు పరిష్కారాన్ని అన్వయించటమే నంటాడు. ఇది మీ సమస్యలకీ, అడ్డంకులకీ కూడా వర్తిస్తుంది.

వ్యక్తిగా మీ ఆదాయం విషయంలో మీ లక్ష్యాలని చేరుకోకపోటానికి కారణమైన నిర్బంధాలనీ, కారణాలనీ మీరు గుర్తించి, వాటిని ఎదుర్కొన్నప్పుడు, ఒక్కొక్క నిర్వచనమూ మీకు విభిన్నమైన పరిష్కారాలని సూచిస్తుంది. ప్రతి ఒక్కదాన్ని గురించీ మీరు రకరకాల ఆలోచనలు చెయ్యటం అవసరం.

మీ వ్యక్తిగత జీవితంలోనూ అదే పద్ధతి కొనసాగుతుంది. మిమ్మల్ని ముందుకి పోనివ్వకుండా ఆపే ఇరుకు దారులనీ, అడ్డంకులనీ మీరెంత ఖచ్చితంగా గుర్తిస్తే, వాటిని తొలగించటానికి కాని, దాటిపోవటానికి కాని మీరు తీసుకోవలసిన సరైన మార్గాలని అంత స్పష్టంగా నిర్ణయించుకోగలుగుతారు.

## మీ ఆదాయాన్ని పెంచుకోవటం

మీ సమస్యని చెప్పటం మీరు ఈ విధంగా ప్రారంభించవచ్చు : "నేను తగినంత

డబ్బు సంపాదించటం లేదు." సమస్యకి కారణం ఇంకేమై ఉంటుంది?

"నేను చేసే పనిలో విలువ తక్కువ ఉండటంవల్ల ఎక్కువ డబ్బు సంపాదించలేకపోతున్నాను." సమస్యకి కారణం ఇంకేమై ఉంటుంది?

"నేను చేసే పనిలో నాకు సామర్థ్యం తక్కువ ఉండటంవల్ల ఫలితాలు తగినంతగా లభించటం లేదు. అందుకే నాకు ఈరోజు సంపాదిస్తున్న డబ్బుకన్నా ఎక్కువ దొరికే అవకాశం లేదు." సమస్యకి కారణం ఇంకేమై ఉంటుంది?

"ఆఫీసులో నేను పనిచేసే సమయాన్ని సమర్థంగా ఉపయోగించటం లేదు." సమస్యకి కారణం ఇంకేమై ఉంటుంది?

"సాయంత్రాలు టీవీ చూస్తూనూ, శనాదివారాలు స్నేహితులని కలుస్తూనూ, గడుపుతాను. నా ఉద్యోగంలో ఇంకా నేర్పుతో పనిచేసేందుకు సాయపడే పుస్తకాలని చదవను, కొత్త విషయాలేవీ నేర్చుకోను."

ఆహాఁ! ఇప్పటికి మీరు అసలు సమస్యేమిటో కనుక్కున్నారు. ఎక్కువ డబ్బు సంపాదించటం అనే అసలు సమస్యని పరిష్కరించేందుకు మీరు విభిన్నమైన పని ఏం చెయ్యాలో ఇప్పుడు మీకు స్పష్టంగా తెలిసింది.

## అడ్డంకికి లక్ష్యం అనే నిర్వచనాన్నివ్వండి

ఒకసారి అసలు అన్నిటికన్నా మిమ్మల్ని ముందుకి పోకుండా ఆపే ముఖ్యమైన అడ్డంకి ఏమిటో నిర్ణయించాక, ఆ అడ్డంకిని సానుకూలమైన లక్ష్యం అని తిరగ రాయండి. ఉదాహరణకి, ఇప్పుడు మీరిలా అనచ్చు, "నా రంగంలో అందరికన్నా హెచ్చుగా సంపాదించే 10 శాతంలో ఉండేందుకు, నా నైపుణ్యాన్నీ, సామర్థ్యాన్నీ నిరంతరం పెంచుకుంటూ పోవటమే నా లక్ష్యం."

మీ పరిజ్ఞానాన్నీ, నైపుణ్యాన్నీ పెంచుకునేందుకూ, సమయపాలనని మెరుగు పరుచుకునేందుకూ, సామర్థ్యాన్ని పెంపొందించుకునేందుకూ, మీ కంపెనీకి ఎక్కువ అమ్మకాలు చేసిపెట్టేందుకూ, తీసుకోవలసిన చర్యలని ఒక పట్టికలో రాయండి.

ప్రతి చర్య పక్కనా ముగింపు గడువునీ, ఉపాయాలనీ రాయండి. ఒకేఒక కీలకమైన పనిని ఎంచుకుని వెంటనే దాన్ని చెయ్యటం ప్రారంభించండి. ఆ తరవాత నించీ, మీరు నిప్పులమీద నడవండి. మీమీద మీరే అజమాయిషీ చెయ్యండి మీరు చెయ్యవలసిన పనిని మీరే క్రమశిక్షణతో, ఉత్సాహంతో చేస్తూ, మీకోసం మీరు నిర్ణయించుకున్న లక్ష్యాలని చేరుకునేందుకు ఎలాటి వ్యక్తిగా మీరు రూపొందవలసి ఉందో, దానికి తగ్గట్టు పనిచెయ్యండి.

మిమ్మల్ని ఆపి ఉంచేదేమిటో గుర్తించటం, ఆ తరవాత స్పష్టమైన లక్ష్యాన్ని రాసి ఉంచుకుని, ఆ అడ్డంకిని తొలగించటం, మీ జీవితంమీద మీకు పెత్తనాన్ని తిరిగి అందిస్తాయి.

మీ సంకల్పాన్ని అనుసరిస్తూ పోతే, మీకు చివరికి విజయం తప్పకుండా దొరుకుతుంది, మీరు ఎటువంటి లక్ష్యాన్ని ఎంచుకున్నా దాన్ని తప్పక సాధించ గలుగుతారు.

## నిర్దుష్టతకై పాటుపడండి

మీ సమస్యకి నిర్వచనాన్ని చెప్పటం విషయంలో నిర్దుష్టంగా ఏమీ చెప్పలేని పరిస్థితి ఎదురైై, ఏవైనా ప్రశ్నలూ, సందేహాలూ మిగిలి ఉంటే, మీకు తెలిసిన, మీరు నమ్మదగిన వ్యక్తితో ఆ విషయం చర్చించండి. మీ అహంకారాన్ని పక్కన పెట్టండి. నిజాయితీతో కూడిన జవాబులనీ, విమర్శనీ ఇవ్వమని కోరండి. మీలో ఉన్న పూర్తి సామర్థ్యానికి అడ్డుపడే ప్రాథమిక లోటుపాట్లూ, బలహీనతలూ ఉన్నాయేమో అనే ఆలోచనని అంగీకరించండి. మీతో మీరు నిజాయితీగా ఉండే విషయంలో నిర్దయగా ప్రవర్తించండి.

ఒకసారి మీ అడ్డంకి ఏమిటో, సమస్య ఏదో స్పష్టంగా మీరు తెలుసుకున్నాక, రకరకాల చోట్లనించి మీకు ఆలోచనలు, అవకాశాలూ, జవాబులూ లభిస్తాయి. మీ అడ్డంకులనీ, ఇబ్బందులనీ అధిగమించటానికి తోడ్పడే వనరులని మీరు ఆకర్షించటం మొదలుపెడతారు - అది మీనుంచి కావచ్చు, మీచుట్టూ ఉండే పరిస్థితులనుంచి కావచ్చు - అది మిమ్మల్ని మీ లక్ష్యంవైపుకి మరింత వేగంగా తీసుకెళ్తుంది.

## దాదాపు ప్రతి సమస్యకీ పరిష్కారం ఉంటుంది

ఒక పాత కవితని గుర్తుచేసుకోండి, “ఈ ప్రపంచంలోని ప్రతి సమస్యకీ, ఒక పరిష్కారం ఉండచ్చు, ఉండకపోవచ్చు. పరిష్కారం ఉంటే వెతికి తెలుసుకోండి. లేకపోయినట్టయితే, ఏమీ పరవాలేదు.”

మీరు సాధించాలనుకున్న దానికీ మీకూ మధ్య తలెత్తే అడ్డంకి, లేదా సమస్యకి, ఎక్కడో అక్కడ సామాన్యంగా ఒక పరిష్కారం ఉంటుంది. మీరు చెయ్యవలసిన పని మీ లక్ష్యాన్ని ఎంతో వేగంగా చేరుకోవటానికి ఏం చెయ్యాలన్నది స్పష్టంగా తెలుసు కోవటం, ఆ తరవాత ఆ అడ్డంకిని దాటేందుకు మీ దృష్టినీ, సమయాన్నీ ఆపనిమీద కేంద్రీకరించటం. అన్నిటికన్నా పెద్ద అడ్డంకిని తొలగించటం ద్వారా, ఇతరులు ఎన్నో ఏళ్లలో సాధించే ప్రగతిని మీరు కొన్ని నెలల్లోనే సాధించగలుగుతారు.

## దారికి అడ్డంగా ఉన్నవాటిని తొలగించండి

1. అన్నిటికన్నా పెద్ద లక్ష్యాన్ని గుర్తించి ఆ తరవాత ఇలా ప్రశ్నించండి, "నేను ఈసరికే అక్కడికి ఎందుకు చేరుకోలేదు? నన్ను ఆపుతున్నది ఏమిటి?" మీకు తట్టినవన్నీ పట్టికలో రాయండి.
2. మీలోకి తొంగిచూసుకుని, మీ భయాలూ, అనుమానాలే మీ విజయానికి అన్నిటికన్నా పెద్ద అడ్డంకి అనే నిజాన్ని ఎదుర్కోండి.
3. నిర్బంధం, లేదా మిమ్మల్ని ఆపి ఉంచే కారణాన్ని గుర్తించండి. అవి మీలో ఉండచ్చు, పరిస్థితిలో ఉండచ్చు. మీ లక్ష్యాన్ని సాధించే వేగాన్ని నిర్ణయించేది అదే.
4. మీ అతిపెద్ద సమస్యకి రకరకాల నిర్వచనాలని ఇవ్వండి. "ఇంకేమైనా సమస్య ఉందా?" అని అడగండి.
5. మీ పరిష్కారాలలో అన్నిటికన్నా మంచిదాన్ని లక్ష్యంగా నిర్వచించండి. గడువు పెట్టండి, కార్యప్రణాళిక తయారుచెయ్యండి, ఆ తరవాత దాన్ని అమలులో పెట్టండి. ప్రతిరోజూ కొంత పని చెయ్యండి. సమస్య పరిష్కారం అయేదాకా, అడ్డంకి తొలగిపోయేదాకా అలా ప్రయత్నిస్తూనే ఉండండి.

# 11

# మీ రంగంలో నిష్ణాతులు అవండి

అసాధారణమైన మనిషి కేవలం విజయాన్ని గురించి, మరిన్ని ఫలితాలని ఇచ్చేందుకు పనికొచ్చే ఆలోచనలనీ, కలలనీ కనే సామాన్య మానవుడే.

**– మెల్విన్ పవర్స్**

ఆర్మీలో పేర్లు నమోదు చేయించేందుకు ఇచ్చే ప్రకటనలా, మీ లక్ష్యాలలో ఒకటి "మీకు సాధ్యమైనంత సాధించండి," అవాలి. మార్కెట్టు అత్యుత్తమమైన కార్యాలకి మాత్రమే అత్యుత్తమమైన పురస్కారాలని సగటు పనులకి సగటు పురస్కారాలనీ, అంతకన్నా తక్కువ స్థాయిలో ఉండేవారికి ఓటమి, నిస్పృహ, తక్కువ కార్యసిద్ధి అనే వాటిని అందిస్తుంది.

మన ఆర్థిక వ్యవస్థలో, మీ ఆదాయాన్ని నిర్ణయించేవి మూడు అంశాలు : మొదటిది, మీరు ఏం చేస్తున్నారనేది; రెండోది, దాన్ని మీరెంత బాగా చేస్తున్నారనేది; ఇక మూడోది మీ స్థానంలో ఇంకొకరిని తీసుకోవటం కష్టం అనే వాస్తవం.

అందరికన్నా ఎక్కువ విజయాలు సాధించేవారిలో ఉండే ఒక గుణం, వాళ్ల ఉద్యోగ నిర్వహణలో ఏదో ఒక దశలో "ప్రాశస్త్యం సాధిస్తామని సంకల్పించటం." వాళ్లు చేసే పనిలో అత్యుత్తమ స్థాయిలో ఉంటామని వాళ్లు నిశ్చయించుకున్నారు. ఎటువంటి మూల్యాన్నైనా చెల్లించేందుకూ, త్యాగం చేసేందుకూ, సమయాన్ని ధారపోసేందుకూ, తాము ఎంచుకున్న రంగంలో రాణించేందుకూ నిశ్చయించుకున్నారు. ఈ రకమైన నిర్ణయం తీసుకోవటంవల్ల, సగటు స్థాయిలో పనిచేసే గుంపునించి వాళ్లు ఇవతలికి వచ్చి తమనితాము పైస్థాయికి, మరింత సంపాదన లభించే వర్గంలోకి చేరుకునేట్టు ప్రయత్నించి, ఈరోజు, అటువంటి సంకల్పబలం లేని తమతోటి ఉద్యోగులకన్నా మూడు, నాలుగు, ఐదు, ఇంకా పదిరెట్లు కూడా ఎక్కువ సంపాదిస్తున్నారు.

## 80/20 నియమం మళ్లీ ఒకసారి

చాలాఏళ్లక్రితం నేను అమ్మకందారుగా ఉద్యోగం మొదలుపెట్టినప్పుడు, నాకెవరో 80/20 నియమం గురించి చెపుతూ, అది అమ్మకాలకి వర్తిస్తుందని అన్నారు. 20 శాతం మంది అమ్మకందార్లు మాత్రమే 80 శాతం డబ్బు సంపాదిస్తారని అతను చెప్పాడు. అంటే దీని అర్థం 80 శాతం అమ్మకందార్లు సంపాదించే డబ్బు 20 శాతం మాత్రమే. దాన్నే వాళ్లందరూ పంచుకోవలసి ఉంటుంది. అది వినగానే, చాలా ఏళ్ల కిందటే, నేను పైస్థాయిలో ఉండే 20 శాతంలో ఒకటిగా ఉంటానే తప్ప అట్టడుగున ఉండే 80 శాతంలో ఉండనని నిర్ణయించుకున్నాను. ఈ నిర్ణయం నా జీవితాన్ని పూర్తిగా మార్చేసింది.

నేను చిన్నతనంలో కష్టాలు పడటంచేతనూ, స్కూల్లో సగటు మార్కులకన్నా తక్కువ తెచ్చుకోవటం చేతనూ, నాగురించి నాకు న్యూనతాభావం, తక్కువ ఆత్మ విశ్వాసం ఉండేవి. అలాగే పెరిగి పెద్దవాడినయాను. నేను ఏ పనినైనా బాగా చెయ్య గలుగుతాననే ఆలోచనే నాకు రాలేదు. ఏ పనైనా చేసేందుకు ప్రయత్నించి దాన్ని బాగా చేస్తే, వెంటనే అది యాదృచ్ఛికంగా జరిగిందనో, నా అదృష్టం బావుండి అలా జరిగిందనో అనుకుని దాన్ని పట్టించుకునేవాణ్ణి కాదు. చాలా ఏళ్లు, నేను సగటు సామర్థ్యమో, తక్కువ సామర్థ్యమో గలవాడినని అనుకుంటూనే ఉద్యోగం చేస్తూ ఉండిపోయాను.

## ఒక గొప్ప అవగాహన

తరవాత ఒకరోజు నాకు మెరుపులాటి ఆలోచన ఒకటి తట్టింది. తమ తమ రంగాల్లో పైస్థాయికి చేరుకున్న 10 శాతం మందిలో ప్రతిఒక్కరూ కూడా కింది స్థాయిలో ఉండే 10 శాతం మంది నుంచి మొదలుపెట్టినవారే అని అర్థమయింది. ఈరోజు చాలా బాగా పనిచేస్తున్నవాళ్లు అందరూ ఒకప్పుడు సరిగ్గా పనిచెయ్యనివాళ్లే. భోజనానికి మొదటి బంతిలో కూర్చున్నవాళ్లందరూ చివరి బంతిలోనుంచి ముందుకి వచ్చినవాళ్లే. ఇంకా ముఖ్యంగా నేను అర్థం చేసుకున్నది, తార్కికంగా ఆలోచిస్తే, ఇతరులు చేసిన పనిని నేనుకూడా చేసే అవకాశం ఉంది. ఇది అందరికీ వర్తించే ఒక వాస్తవం.

**మీకన్నా మెరుగైనవారూ, తెలివైనవారూ ఎవరూ లేరు.** వేర్వేరు విషయాల్లో అందరికీ తెలివితేటలుంటాయి, ఏదో ఒక విషయంలో వాళ్లు మెరుగ్గా ఉంటారు. ఇంతేకాక వ్యాపారానికి సంబంధించిన నైపుణ్యాలన్నీ నేర్చుకునేందుకు అనువుగానే ఉంటాయి. వ్యాపారంలోని ఏదో ఒక విషయంలో బాగా పనిచేస్తున్నవాళ్లు మీకన్నా ముందుగా ఆ నైపుణ్యాన్నీ, దానికి సంబంధించిన ఇతర నైపుణ్యాలనీ నేర్చుకున్నారు. ఇతరులు సాధించేవి మీరు సాధించలేకపోతున్నట్టయితే, మీరు ఆ విషయానికి సంబంధించిన నైపుణ్యాన్ని ఇంకా నేర్చుకోలేదనే అర్థం.

## ఆత్మవికాసానికి ఒక దృఢమైన నియమం

నాకు కనువిప్పు కలిగించిన మరో వాస్తవం : మీకోసం ఏర్పరచుకున్న ఎటువంటి లక్ష్యాన్నైనా సాధించేందుకు, అవసరమైన ఎటువంటి విషయాన్నైనా మీరు నేర్చుకోగలుగుతారు. మీరు సాధించదలుచుకున్న వాటికి నిజానికి ఎటువంటి హద్దులూ లేవు, ఒకవేళ ఏమైనా ఉన్నాయి అంటే, అవి మీ మనసుకీ, మీ ఊహలకీ మీ అంతట మీరు ఏర్పరచుకున్న హద్దులే. మీరు అద్భుతమైన విజయాలని సాధించాలనుకున్నా, మీ రంగంలో పై స్థాయిలోకి చేరుకున్న 10 శాతం మందిలో ఒకరుగా ఉండాలనుకున్నా, అక్కడికి చేరుకోవటానికి మిమ్మల్ని ఆపగలది మీరొక్కరే తప్ప, ఈ భూప్రపంచంలో మరేదీ లేదు.

అది అంత సులభమా? కానేకాదు! నేను ఈ పుస్తకంలో "సులభం" అనే మాటని ఉపయోగించను. ఉపయోగకరమైనది ఏది సాధించాలన్నా చాలా సమయం, చాలా శ్రమ వెచ్చించాలి. కానీ మీకు తీవ్రమైన కోరికా, ఎక్కువకాలం శ్రమపడే ఓపికా ఉన్నట్టయితే అది సాధ్యమే. అక్కడికి చేరుకున్నాక, మీరు పడిన శ్రమా, వెచ్చించిన కాలమూ పూర్తిగా సార్థకమని అనిపిస్తాయి!

లెస్ బ్రౌన్, ఉపన్యాసాల ద్వారా ప్రేరణ కలిగించే మంచి వక్త, "ఇంతకు ముందెన్నడూ సాధించనిది సాధించేందుకు, ఇంతకుముందు లేని గుణాలు మీ వ్యక్తిత్వంలో చోటుచేసుకోవలసి ఉంటుంది," అంటాడు.

జర్మన్ తత్వవేత్త, జోహాన్ వుల్ఫ్‌గాంగ్ వాన్‌గెథే, ఇలా అంటాడు, "ఎక్కువ పొందాలనుకుంటే మీరు ముందు మీలో ఎక్కువ ఉండేట్టు చూసుకోవాలి."

మీరంగంలో అత్యున్నత స్థానాన్ని చేరుకున్నవారిలో ఒకరుగా ఉండాలని మీరు నిశ్చయించుకున్నాక, మీరు అడగవలసిన ఒకే ఒక ప్రశ్న, దాన్ని నేనెలా సాధిస్తాను? కొన్ని వందల, వేల, లక్షలమంది ప్రతి రంగంలోనూ అట్టడుగునించి పైస్థాయికి చేరుకున్నారన్న నిజం మీరు కూడా ఆ పనిచెయ్యచ్చు అనటానికి తగిన నిదర్శనం. అందరూ కాకపోయినా, వీళ్లలో చాలామందికి, మీలో సహజంగా ఉన్న ప్రతిభా, సామర్థ్యమూ ఉండకపోవచ్చు. జీవితంలో ఎప్పుడైనా సరే, సహజంగా ఉండే ప్రతిభ, సామర్థ్యం కన్నా కష్టపడి పనిచెయ్యటం, అంకితభావం, అద్భుతమైన విజయాలకి దారితీస్తుంది.

## విజయానికి చదువుసంధ్యలు అవసరమా?

ఫోర్బ్స్ 400 లోని సభ్యులు అమెరికాలో ఉండే అత్యంత ధనికుల్లో 400 మంది రెండేళ్లక్రితం పరిశోధకులు వాళ్లగురించి జరిపిన విశ్లేషణలో, ఆ సభ్యుల్లో ఒక వ్యక్తి హైస్కూలు చదువుకూడా పూర్తిచెయ్యలేదనీ, కాలేజీ చదువూ, విశ్వవిద్యాలయంలో డిగ్రీలూ సంపాదించుకున్నవారికన్నా అతను 333 మిలియన్ల డాలర్ల ఆస్తి ఎక్కువగా సంపాదించుకున్నాడనీ తేలింది.

నేనీ ఉదాహరణ ఇవ్వటానికి కారణం, చాలామంది చదువులో మంచి మార్కులు తెచ్చుకోకపోతే జీవితంలో వాళ్లు సాధించేది చాలా పరిమితమైన విజయాలేనని అనుకుంటారు. ఇంతకన్నా పెద్ద అసత్యం ఇంకొకటి ఉండదు. అమెరికాలోనూ, ప్రపంచమంతటా ఎక్కువ ఆస్తిపరులూ, విజేతలూ అయిన స్త్రీపురుషులు చాలామంది చదువుసంధ్యల్లో ఎంతమాత్రం రాణించనివారే.

ఈ ప్రశ్ననీ, జవాబునీ గుర్తుంచుకోండి, "ఒక ఏనుగుని మీరెలా తింటారు?" దీనికి జవాబు, "ఒక్కో ముక్కా కొరుకుతూ." మీరు చేసే పనిలో పూర్తి నిష్ణాతులు అయేందుకు కూడా ఇదే మార్గం. పైకి వెళ్లేందుకు ఒక్కో మెట్టే, ఒక్కో విషయంలో నేర్పునే, ఒకసారికి ఒక చిన్న పనిని మెరుగ్గా చెయ్యటమే మార్గం.

## పెరిగే సంపదా, లేక తరిగే సంపదా?

అసలు విషయం ఏమిటంటే, ఈ రోజు మీకున్న పరిజ్ఞానం, నేర్పూ ఇంతకు ముందెన్నడూ లేనంత వేగంగా పాతబడి పనికిరాకుండా పోతున్నాయి. ఇంతకుముందే నేను చెప్పినట్టు, మీ "సంపాదనాసామర్థ్యం" మీ విషయంలో పెరిగే సంపద కావచ్చు, లేదా తరిగే సంపద కావచ్చు. మీరు దాన్ని ఎప్పటికప్పుడు పెంచుకుంటూ, కొత్తగా ప్రయత్నాలు చేస్తున్నారా, లేక పాతబడి పనికిరాకుండా పోయేందుకు వదిలేస్తున్నారా అనేదానిమీద అది ఆధారపడి ఉంటుంది. ప్రతిరోజూ మీరు ఎంచుకుంటూ ఉండచ్చు, లేదా ఎంచుకోలేకపోతూ ఉండచ్చు.

మంచివార్త ఏమిటంటే మీ రంగంలోని అతి సమర్థులైన వారిలో ఒకరుగా తయారయే మార్గంలో మీరు చురుగ్గా మీ పరిజ్ఞానాన్నీ, నైపుణ్యాన్నీ పెంపొందించు కుంటూ ఉన్నట్టయితే, మీరు ఒక పరుగుపందెంలో ఉన్నట్టు లెక్క, పైగా పరిగెత్తేది మీరొక్కరే. త్వరలోనే మీరు గుంపునించి విడివడి అందరికన్నా ముందుకు చేరుకుంటారు. ఈలోపల, మీతో పోటీచేసిన చాలామంది ఊరికే షికారుకొచ్చినట్టు నడుస్తూ ఉంటారు, తమ ఉద్యోగాలని కాపాడుకునేందుకు ఎంతవరకూ పనిచెయ్యాలో అంతే చేస్తారు. అత్యున్నతస్థాయికి చేరుకోవాలన్న ఆలోచనే వాళ్లకి ఎప్పుడూ తట్టి ఉండదు.

## మీకు అవసరమైన పరిజ్ఞానాన్ని గుర్తించండి

అత్యుత్తమంగా తయారయేందుకు ప్రయాణం మొదలుపెట్టగానే మీరు ఇలా ప్రశ్నించుకోవాలి : అదనంగా ఎటువంటి పరిజ్ఞానం, నైపుణ్యం, సమాచారం రాబోయే నెలలో, సంవత్సరాల్లో, నా రంగంలో ముందుకి పోవటానికీ, అందరికన్నా ముందుండటానికీ నాకు అవసరమవుతాయి?

మూడునుంచి ఐదేళ్ల తరవాత మీరెలా ఉండబోతున్నారనేది ఊహించుకోండి. మీరు చేసే పనిలో మీరు అత్యుత్తమమైన వారిలో ఒకరుగానూ, అందరికన్నా ఎక్కువ జీతం తెచ్చుకునేవారిలో ఒకరుగానూ ఉంటారని ఒకసారి ఊహించుకుని చూడండి.

అలా జరగాలంటే, ఏం జరగాలి? మీరు ఏమి నేర్చుకుని ఉండాలి, ఏమి చేసి ఉండాలి, ఆ స్థానానికి చేరుకోటానికి ఏమి సాధించి ఉండాలి? మీ రంగంలో వారికి నాయకత్వం వహించేందుకు ఎటువంటి నైపుణ్యాన్ని సాధించి ఉండాలి?

## మీరు చేస్తున్న వృత్తిని మార్చుకోండి

ఒకానొకప్పుడు, నాకొక మంచి స్నేహితుడుండేవాడు. అతనొక చిన్న కంపెనీలో లాయరుగా పనిచేసేవాడు. అతని తండ్రి కూడా లాయరే అవటంవల్ల అతను విశ్వ విద్యాలయంలో లా డిగ్రీ సంపాదించుకున్నాడు. ఇరవయ్యోపడి మొదట్లో ఉన్నప్పుడు అతను చదువు ముగించి, తన స్నేహితులకీ, పరిచయస్తులకీ లాయరుగా ప్రాక్టీసు మొదలుపెట్టాడు. కానీ త్వరలోనే లా తనకి పనికిరాదని గ్రహించాడు. దాని బదులు బిజినెస్‌ని వృత్తిగా చేపట్టాలని నిశ్చయించుకున్నాడు.

ఆసరికి అతనికి ఇరవైఆరేళ్లు నిండాయి. ఎంతోమంది వద్దని వారిస్తున్నా, తనకి కావలసిన వనరులన్నిటినీ సమకూర్చుకుని, ఎమ్‌బిఏ చేసేందుకు హార్వర్డ్ విశ్వ విద్యాలయంలో చేరాలన్న ఒకే ఒక లక్ష్యం మీద ఏకాగ్రతతో మనసుని కేంద్రీకరించాడు. దానికి రెండేళ్లు పట్టినప్పటికీ చివరికి అనుకున్నది సాధించాడు. ఆ తరవాత కోర్సులన్నీ ముగించి హార్వర్డ్‌లో ఎమ్‌బిఏ పట్టా పుచ్చుకునేందుకు మరో రెండేళ్లు పట్టాయి.

అతను తన సొంత ఊరికి తిరిగివచ్చి, రకరకాల ఉద్యోగాలకి ఇంటర్వ్యూలకి వెళ్లాడు, చివరికి త్వరగా అభివృద్ధి చెందుతున్న ఒక ఎయిర్‌లైన్స్ కంపెనీలో ఆరంభ స్థాయి మేనేజ్‌మెంట్ ఉద్యోగంలో చేరాడు. తన వృత్తిలో అతను చేసుకున్న ఆ మార్పు ఉత్తమమైనదని రుజువైంది. పదేళ్లకి అతను ఆ ఎయిర్‌లైన్స్‌లో ప్రెసిడెంట్ హోదాకి చేరుకుని, కొన్నేళ్లక్రితం తనతోపాటు లా డిగ్రీ తెచ్చుకుని లాయర్లుగా పనిచేస్తున్న వాళ్లందరికన్నా పదిరెట్లు ఎక్కువ జీతం తెచ్చుకోసాగాడు. దేశంలో అతిపెద్ద కంపెనీల్లో ఒకదానికి ఎగ్జిక్యూటివ్ ఇన్‌చార్జ్ (నిర్వహణాధికారి)గా అతిపిన్నవయసులోనే బోలెడంత గౌరవాన్ని సంపాదించుకున్నాడు.

## మీరు ఎన్నోరకాల ఉద్యోగాలూ, వృత్తులూ చెయ్యచ్చు

సగటున ఈ రోజు పని ప్రారంభించే వ్యక్తి రెండేళ్లలో లేదా ఇంకా ఎక్కువ కాలంలో పధ్నాలుగు నిలకడైన ఉద్యోగాలనీ, నాలుగైదు నిలకడైన వృత్తులనీ, పూర్తిగా భిన్నమైన కంపెనీల్లో చేస్తాడని అంచనాలు తెలియజేస్తున్నాయి. నలభై మిలియన్ల అమెరికన్లు దాదాపు తాము ఉద్యోగాలు చేసినన్నాళ్లూ అనిశ్చితమైన ఉద్యోగులుగానే ఉండిపోతారు. ఏ ఒక్క కంపెనీలోకూడా వాళ్లు ఎక్కువకాలం పనిచెయ్యరు. ఒక కంపెనీనించి మరో కంపెనీకి మారుతూ, వృత్తినిపుణులుగా, టెక్నికల్ పనులు చేస్తూ ఉంటారు.

మీరు పెరిగి పెద్దవారవుతూ, పరిపక్వతని పొందుతున్నకొద్దీ మీరు ఉద్యోగాలు మారటం అనేది అనివార్యమవుతుంది. నిరంతరం ముందుకి పోయే మార్గాన్నే

చూస్తూ, రాబోయే సంవత్సరాల్లో మీరు కోరుకునే జీతం సంపాదించుకునేందుకు అవసరమైన నైపుణ్యాన్నీ, సామర్థ్యాన్నీ ఎలా సంపాదించాలా అని ఆలోచిస్తూ ఉంటారు.

## ముఖ్యమైన పరిణామాల రంగాలని గుర్తించండి

నేను ముందే చెప్పినట్టు, ప్రతి ఉద్యోగంలోనూ ఐదునుంచి ఏడువరకూ విభిన్నమైన, కీలకమైన పరిణామాలనిచ్చే రంగాలుంటాయి. ఉదాహరణకి, అమ్మకాలలో ఈ ఏడూ వుంటాయి. అవి వరసగా, ఒకటి, అన్వేషణ; రెండు, సాన్నిహిత్యం ఏర్పరచుకోవటం; మూడు, అవసరాలని గుర్తించటం; నాలుగు, పరిష్కారాలని సూచించటం; ఐదు, అభ్యంతరాలకి జవాబుచెప్పటం; ఆరు, అమ్మకాలని చేసి ముగించటం; ఏడు, తృప్తిపడిన కొనుగోలుదార్లకి మళ్లీ అమ్మకాలు అందివ్వటం, అభిప్రాయాలు సేకరించటం.

మీరు అమ్మకందారు అయినట్టయితే, ఈ ఒక్కొక్క పనిలోనూ మీరు మీకు ఒకటినించి పది వరకూ ఏదో ఒక మార్కు ఇవ్వాలి, ఒకటి అన్నిటికన్నా తక్కువ, పది అన్నిటికన్నా ఎక్కువ. మీ రంగంలో మీరు పైస్థాయిలోని 20 శాతంలో ఉండాలనుకుంటే మీకు కనీసం ఏడు మార్కులైనా రావాలి.

ఈ ఏడురకాల పనుల్లోనూ మీకు మీరు మార్కులు ఇచ్చుకున్నాక, ఆ జాబితాని మీ బాస్ దగ్గరకి, లేదా ఇంకా ఎక్కువ ప్రయోజనం ఉండాలంటే కొనుగోలుదార్లలో ఒకరి దగ్గరకి, తీసుకెళ్లి, అతన్ని కూడా మీకు మార్కులు ఇమ్మని అడగండి. ఇది మీకు నిజమైన కనువిప్పు కాగలదు. సామాన్యంగా మిమ్మల్ని మీరు అంచనా వేసుకోవటం అనేది, ఇతరులు మీగురించివేసే అంచనాకన్నా భిన్నంగా, చాలామటుకు హెచ్చుగా ఉంటుంది.

చివరికి మీరు సంపాదించుకునే మార్కులు ఏవైనప్పటికీ, మీరు అన్నిటికన్నా బలహీనంగా ఉండే పనిని ఎంచుకుని, మరింత కష్టపడి దాన్ని నేర్చుకోవాలి. అప్పుడే అది మిగతావాటిలో సమానస్థాయికో, హెచ్చుస్థాయికో చేరుకోగలుగుతుంది. అన్నిటికన్నా బలహీనమైన ఆ ముఖ్యమైన నేర్పే మీ ఆదాయాన్ని నిర్ధారించి, మీ వృత్తిలో మీరు ఎంత వేగంగా, ఎంతదూరం వెళతారనేదాన్ని నిర్ణయిస్తుంది.

## మీ వేగాన్ని పెంచండి

మిగిలిన మీ ఉద్యోగ జీవితంలో వేసుకునేందుకు ఒక గొప్ప ప్రశ్న ఇది : **ఏ ఒక నేర్పుని మీరు బాగా మెరుగుపరుచుకుని, దాన్ని పనిచేసేందుకు అత్యద్భుతంగా ఉపయోగించుకోగలిగితే మీ వృత్తిమీద అతిగొప్ప సానుకూల ప్రభావం ఉంటుంది?** వ్యక్తిగానూ, వృత్తి నిపుణుడిగానూ ఎదిగేందుకు ఇదే మీకు కేంద్రబిందువు కావాలి.

ఈ ప్రశ్నకి మీదగ్గర ఒకవేళ స్పష్టమైన జవాబు లేకపోతే, మీ బాస్ దగ్గరకెళ్లి అతన్నికాని ఆమెనికాని అడగండి. మీతోటి ఉద్యోగులని అడగండి. మీకింద పనిచేసే

సిబ్బందిని అడగండి. మీ జీవితభాగస్వామినో, మీ స్నేహితులనో అడగండి. ఈ ప్రశ్నకి జవాబు తెలుసుకోవటం మీకు చాలా అవసరం. ఆ తరవాత ఆ రంగంలో మీ పనితనాన్ని మెరుగుపరుచుకునేందుకు మీ శక్తినంతా ఉపయోగించుకోండి.

మీరు వ్యక్తిగా, వృత్తినిపుణుడిగా ఎదిగేందుకు ఇది మీకు అన్నిటికన్నా పెద్దదీ, ఖచ్చితమైనదీ అయిన ప్రయోజనంగా మారుతుంది. దాన్ని ఎక్కడైనా రాసి ఉంచుకోండి, గడువు పెట్టుకోండి, ప్రణాళిక వేసుకోండి, ఆ ప్రణాళిక ప్రకారం పనిచెయ్యండి, ఆ తరవాత ఆ రంగంలో నైపుణ్యం సాధించటానికి రోజూ ప్రయత్నించండి.

అన్నిటికన్నా కీలకమైన పరిణామాలని పొందే ప్రయత్నంలో పూర్తి సామర్థ్యం సాధించాక, మళ్ళీ ఒకసారి ఇందాక చెప్పిన ప్రశ్ననే వేసుకోండి : ఇప్పుడిక, నాకు అన్నిటికన్నా ఎక్కువ సాయం చెయ్యగల ఒకేఒక ప్రావీణ్యం ఏది? ఆ ప్రశ్నకి మీ జవాబు ఏదైనా సరే, ఆ విషయంలో కూడా పూర్తిసామర్థ్యం సాధించేదాకా మీ ప్రయత్నాన్ని కొనసాగించండి.

ప్రతిరంగంలోనూ అందరికన్నా ఎక్కువ జీతం తెచ్చుకునేవాళ్ళు, తమతమ కీలకమైన పరిణామాల స్థానాలలో ఒక్కొక్కదానిలోనూ, ఎనిమిది, తొమ్మిది, లేక పది మార్కులు తెచ్చుకుంటారు. మీ లక్ష్యం కూడా ఇదే కావాలి.

## అత్యుత్తమమైన కార్యనిర్వాహకుడు

మీరు మేనేజ్‌మెంటు రంగంలో ఉంటే, మీ ఉద్యోగంలో విజయాన్నీ, ఓటమినీ నిర్ణయించే ఏడు కీలక పరిణామస్థానాలు ఉంటాయి. అవి (1) ప్రణాళిక వెయ్యటం, (2) నిర్వహించటం, (3) సిబ్బందిని సమకూర్చుకోవటం, (4) నియమించటం, (5) పర్యవేక్షించటం, (6) అంచనా వెయ్యటం, (7) నివేదించటం.

ఈ ఒక్కొక్క పనిలోనూ విజేతలైన మేనేజర్లు ఎంతో ఉత్తమమైన స్థానాన్ని అందుకుంటారు. విజేతలు కాని మేనేజర్లందరూ వీటిలో ఏదో ఒక పనిలోగాని, అంతకన్నా ఎక్కువ పనుల్లోగాని పూర్తిసాఫల్యం సాధించి ఉండరు. ఈ పనుల్లో దేనిలో మీరు బలహీనంగా ఉన్నా, అది మీ విజయానికి గొడ్డలిపెట్టులా ఉంటుంది.

ఉదాహరణకి, నియమించటం అనే పని తప్ప మిగతావన్నీ మీరు ఎంతో చక్కగా చేస్తున్నారనుకుందాం, అది ప్రతిరోజూ మీరు చేసేపనికి అడ్డుపడుతూ ఉంటుంది. నియమించటంలో ఏమాత్రం నేర్పులేని మేనేజర్లతో నేను పనిచేశాను, వాళ్ళు ఎటువంటి పరిణామాలనీ సాధించేవారు కాదు. మొత్తం వ్యాపారానికే నష్టం కలిగే పరిస్థితి నెలకొనటంతో, వాళ్ళని ఉద్యోగాల్లోంచి తీసెయ్యాల్సివచ్చేది.

ఈ కీలక పరిణామాల స్థానాల్లో మీకు ఒకటినుంచి పదిదాకా మార్కులు వేసుకోండి. మీచుట్టూ ఉన్నవాళ్ళని కూడా మార్కులు వెయ్యమని అడగండి. నిజాయితీగా ప్రవర్తించండి. మర్యాదకోసం మొహమాటపడకుండా నిజం చెప్పమని మీతోటి ఉద్యోగిని కోరండి.

## 360 డిగ్రీల విశ్లేషణ చెయ్యండి

మేనేజ్‌మెంట్‌కి ఉపయోగించే ఉపకరణాలన్నిట్లోకీ ఈరోజు ఎక్కువ ప్రాచుర్యం పొందినది "360 డిగ్రీల విశ్లేషణ." ఈ రకమైన విశ్లేషణలో, చాలా మందికి పర్యవేక్షణ చెయ్యమని చెపుతారు. వాళ్లు ఆ పనిచేశాక ఒక మేనేజర్‌కి పరిణామాలని రిపోర్టు రూపంలో అందించాల్సి ఉంటుంది. ఆ రిపోర్టుల్లో పర్యవేక్షకుల పేర్లు ఉండవు. ఆ రిపోర్టులన్నిటినీ కంపెనీతో సంబంధంలేని ఒక సలహాదారుకి పంపిస్తారు, అతను ఆ జవాబుల సారాంశాన్ని ఒకచోట పొందుపరుస్తాడు. ఈ సారాంశాన్ని మేనేజర్‌కి చూపించి, ఇతరులకి ఆ మేనేజర్ గురించి ఎటువంటి అభిప్రాయం ఉందో అతనికి/ఆమెకి తెలియజేస్తారు.

ఉదాహరణకి, మేనేజర్ ఇలా అంటాడు, "నేను చాలా జాగ్రత్తగా ఆలోచించి నిర్ణయాలు తీసుకుంటాను." కానీ అతని కింద పనిచేసే సిబ్బంది, "అతను నిర్ణయాలు తీసుకోవటం విషయంలో చురుగ్గా ఉండడు, ముందువెనకలాడతాడు, భయపడతాడు," అంటారు.

మేనేజ్‌మెంట్ గురించి ఈమధ్య జరిగిన ఒక అధ్యయనంలో, ఫలితాలని సాధించటంలో తాము అందరికన్నా హెచ్చుస్థాయి సంపాదించుకున్న 25 శాతంలో ఉన్నామని 75 శాతం మేనేజర్లు తమని తాము అంచనా వేసుకున్నారు. అదే విధంగా, వ్యక్తిత్వమూ, తెలివితేటల విషయంలో కూడా పైస్థాయిలోనున్న 20 శాతంలో తాము చేరతామని కూడా వాళ్లు అన్నారు. సహజంగానే మనని మనం చాలా ఎక్కువగా అంచనా వేసుకుంటాం, మనలో ఎటువంటి లక్షణాలున్నాయి అనేది పట్టించుకోం. అందుకే తరచు మనతోటివారు మనని అంచనావేస్తూ ఉండటం ఎంతైనా అవసరం.

## మిమ్మల్ని మీరు మెరుగుపరుచుకోవటమే లక్ష్యంగా పెట్టుకోండి

మీరు అన్నిటికన్నా ఎక్కువగా మెరుగుపరచుకోవలసింది ఏ కీలకమైన ఫలితాల నిచ్చే విషయాన్ని అని ఒకసారి నిర్ధారణ చేసుకున్నాక, దాన్నే లక్ష్యంగా పెట్టుకోండి, ప్రణాళిక తయారుచేసుకోండి, ఒక ప్రమాణాన్ని కూడా పెట్టుకుని, గడువు పెట్టుకోండి. ఆ తరవాత ప్రతిరోజూ ఆ విషయంలో మిమ్మల్ని మీరు తీర్చిదిద్దుకునే ప్రయత్నాన్ని కొనసాగించండి. ఒక వారంలోనో, నెలలోనో, ఏడాదిలోపలో ఆ నైపుణ్యాన్ని మీరు అద్భుతంగా సాధించుకోగలుగుతారు. మీరు ఒక నిష్ణాతుడిగా తయారవుతారు.

## మిమ్మల్ని మీరు ఉన్నదున్నట్టు అంగీకరించండి

ఈ మధ్య కొన్ని ఏళ్లలో ఎక్కువ ప్రజాదరణ పొందిన బిజినెస్ పుస్తకాల్లో నౌ, డిస్కవర్ యువర్ స్ట్రెంగ్త్స్ కూడా ఒకటి! ఇంతకుముందు ఎక్కువగా అమ్ముడయిన, ఫస్ట్, బ్రేక్ ఆల్ ద రూల్స్, అనే పుస్తకం తరవాత ఇది వచ్చింది. ఈ రెండు పుస్తకాలూ మొత్తంమీద తేల్చిచెప్పిన ఒకే ఒక విషయం ఏమిటంటే, "మనుషులు మారరు," అనేది.

మీకు పుట్టుకతోనే కొన్ని సహజమైన నేర్పులూ, సామర్థ్యాలూ, ధోరణులూ, బలాలూ, బలహీనతలూ, ప్రతిభలూ ఉంటాయి. ఇవి జీవితంలో ప్రారంభదశలోనే పొడసూపి, యుక్తవయసు చివరి దశలో స్థిరత్వాన్ని పొందుతాయి. ఆ తరవాత జీవితాంతం వాటిలో పెద్ద మార్పులేవీ రావు.

మీరు జీవనోపాధి చేపట్టేముందు ముఖ్యంగా చెయ్యవలసిన అన్నిటికన్నా ముఖ్యమైన పనుల్లో ఒకటి, మీరు అన్నిటికన్నా బాగా చెయ్యగల పని ఏది, లేదా, అన్నిటికన్నా బాగా ఏ పని చెయ్యటంలో నేర్పు సాధించగలుగుతారు, అనేది గుర్తించటం. ఆ తరవాత ఆ పనిలో అత్యుత్తమ ఫలితాలని సాధించేందుకు మనస్ఫూర్తిగా ప్రయత్నించటం.

1920లో మేరీపార్కర్ ఫోలెట్ అనే మేనేజ్‌మెంటు సలహాదారు ఈ వాక్యాలు రాసింది, "ఒక గుర్రాన్ని నడిపేందుకు అన్నిటికన్నా మంచి దిశ, అది వెళ్లాలను కుంటున్నదే," మిమ్మల్ని మీరు తీర్చిదిద్దుకోటానికి, మీకు సహజంగా అబ్బిన ప్రతిభ, అభిరుచుల మార్గమే అన్నిటికన్నా ఉత్తమమైనది. రచయిత, వక్త, జిమ్ క్యాత్‌కార్ట్ ఇలా అంటాడు, "మీ స్వభావాన్ని పెంచి పోషించండి." ఈ అతిముఖ్యమైన సలహాని మీరు ఏదో ఒక పనిని చేపట్టి, దాన్ని చేస్తున్నంతకాలం పాటించండి.

మీరీ భూమ్మీదికి కొన్ని ప్రత్యేకమైన ప్రతిభలనీ, సామర్థ్యాలనీ వెంటబెట్టుకుని వచ్చారు. ఇంతవరకూ బతికిన వాళ్లందరికన్నా మీరు భిన్నంగా ఉండేట్టూ ప్రత్యేకంగా ఉండేట్టూ చేసేవి అవే. జీవితాంతం, ఒక ప్రత్యేకమైన పనివైపుకి మీ మనసు ఆకర్షింపబడటం మీరు తరచు గమనించే ఉంటారు. ఆ పని చెయ్యటంలో మీలోని ప్రతిభ, సామర్థ్యం మీరు మరింత సాఫల్యాన్ని పొందేందుకు సాయపడ్డాయనీ, ఇంకే పనీ ఇవ్వలేనంత సంతోషం, హెచ్చుస్థాయిలో, మీకు ఆ పనిలోనే లభించిందనీ కూడా మీరు గమనించి ఉంటారు. జీవితంలో మీరు ఏర్పరచుకోవలసిన గొప్ప లక్ష్యాలలో ఒకటి, మీరు మెరుగ్గా, సంతోషంగా చెయ్యగల ఒకటిరెండు పనులని గుర్తించి, వాటిని ఎంచుకుని, ఆ పనుల్లో అత్యుత్తమ స్థాయికి చేరుకునేందుకు ప్రయత్నించటం.

## మీలోని ప్రతిభలని వికసింపజేసుకోండి

బాస్కెట్‌బాల్ క్రీడాకారుడు, మైకెల్ జోర్డన్ ఒకసారి ఇలా అన్నాడు, "ప్రతివారిలోనూ ప్రతిభ ఉంటుంది, కానీ సామర్థ్యాన్ని సంపాదించేందుకు కష్టపడి పనిచెయ్యాలి." లాంగ్‌ఫెలో అనే ప్రసిద్ధ ఆంగ్లకవి ఒకచోట ఇలా రాశాడు, "ఒక సగటు మానవుడి జీవితంలోని విషాదం ఏమిటంటే, అతను చనిపోయినప్పుడు అతనిలోని సంగీతం కూడా అతనివెంటే పాతిపెట్టబడుతుంది."

మీకు నప్పని పనిలో మీరు ఏళ్లతరబడి సంఘర్షణకి గురవుతూ ఉండచ్చు, ఆ తరవాత మీకు చక్కగా సరిపోయే రంగంలో రెండేళ్లలోనే గొప్ప ప్రగతిని సాధించచ్చు. గత ఇరవైఏళ్లుగా ప్రయత్నిస్తూ సాధించలేనిది మీరు ఒక్క రెండేళ్లలోనే సాధించేస్తారు.

నెపోలియన్ హిల్ ఒకచోట అమెరికాలో విజయాన్ని సాధించేందుకు అవసరమైన కీలకం, "మీకు ఏం చెయ్యటం అన్నిటికన్నా ఎక్కువ ఇష్టమో తెలుసుకుని, దాన్నే జీవనోపాధిగా చేసుకుని సంపాదన ఆర్జించేందుకు మార్గాన్ని వెతుక్కోవటం," అని రాశాడు.

స్వయంకృషితో లక్షాధికారులైనవాళ్లు చాలామంది చెప్పేదేమిటంటే, "నేను జీవితంలో ఒక్కరోజు కూడా పనిచెయ్యలేదు," అని. నిజానికి వాళ్లు చేసిన పనేమిటంటే, తాము చేసే పనిలో ఆనందాన్ని పొందారు, అందుకని ఆపనిని మరింత ఎక్కువగా చేశారు.

## మీలోని ప్రత్యేకమైన ప్రతిభలని గుర్తించండి

మీలోని ప్రత్యేకమైన ప్రతిభలని గుర్తించేందుకూ, మీరు మాత్రమే చెయ్యగల పని ఏమిటో తెలుసుకునేందుకూ ఎనిమిది మార్గాలున్నాయి. అవి :

ఒకటి, మీరు చెయ్యటానికి అమితంగా ఇష్టపడే పని మీకు ఎప్పుడూ ఆనందాన్ని అందిస్తూ, మీరుదాన్ని అత్యుత్తమంగా చేసేందుకు దోహదం చేస్తుంది. మీకు వీలైతే జీతం తీసకోకుండానైనా ఆ పని చేస్తారు. అది మీలోని అత్యుత్తమమైన సామర్థ్యాన్ని వెలికితీస్తుంది. ఆ పనిలో మీరు మునిగి ఉన్నప్పుడు అద్భుతమైన ఆనందాన్నీ, సంతృప్తినీ అనుభవిస్తారు.

రెండు, మీరు దాన్ని చక్కగా చేస్తారు. ఆ రంగంలో మీకు సహజసిద్ధమైన సామర్థ్యం ఉన్నట్టు తోస్తుంది.

మూడు, ఈ ప్రతిభ మీ జీవితంలో ఎన్నో విజయాలనీ, ఎంతో సంతోషాన్నీ ఇదివరకే అందించింది. చిన్నప్పటినించే మీకు ఈ పని చెయ్యటంలో ఆనందం దొరుకుతోంది, ఇతరులనించి మీకు మెప్పు, బహుమతులూ కూడా తెచ్చిపెట్టింది.

నాలుగు, ఇది మీకు నేర్చుకోవటం సులభమనిపించటమేకాక, ఈ పని చెయ్యటం కూడా సులభమనిపించింది. నిజానికి, ఇది నేర్చుకోవటం ఎంత సులభంగా జరిగిందంటే, దాన్ని ఎప్పుడు, ఎలా నేర్చుకున్నారో కూడా మీరు మర్చిపోయారు. ఒకరోజు హఠాత్తుగా ఈ పనిని మీరు చాలా తేలిగ్గానూ, చక్కగానూ చెయ్యటం మొదలుపెట్టారు.

ఐదు, అది మీ ధ్యాసని పట్టి ఉంచుతుంది. మీరు పనిలో లీనమైపోయి, మంత్రించినట్టు అయిపోతారు. దాన్ని గురించే ఆలోచించటం, చదవటం, మాట్లాడటం, మరింత తెలుసుకునేందుకు ప్రయత్నించటం, చేస్తూ ఉంటారు. దీపం శలభాన్ని ఆకర్షించినట్టు, అది మిమ్మల్ని ఆకర్షిస్తుంది.

ఆరు, మీరు దాన్ని గురించి ఇంకా తెలుసుకోవాలని కోరుకుంటారు, జీవితమంతా దాన్ని మెరుగుపరిచేందుకే ప్రయత్నించాలనుకుంటారు. ఆ రంగంలో నిజంగా అత్యుత్తమ స్థాయికి చేరుకోవాలన్న తపన మీ మనసులో గాఢంగా ఉంటుంది.

ఏడు, మీరు ఆ పనిచేస్తున్నప్పుడు, కాలం ఆగిపోతుంది. తిండీ, నిద్రా మానేసి మీకు విశేషంగా ప్రతిభ ఉన్న పనిలో మీరు ఎక్కువసేపు లీనమై ఉండిపోగలుగుతారు. గంటలకొద్దీ అలా ఆ పనిచెయ్యగలగటానికి కారణం, మీరుచేసే పనిలో పూర్తిగా మమేకం అయిపోవటమే.

ఎనిమిది, మీరు ఏ పని చేసేందుకు ఎక్కువ అర్హత కలిగి ఉన్నారో, ఆ పనిని బాగా చెయ్యగలవాళ్లపట్ల మీకు ఆరాధనా, గౌరవం ఉన్నాయి. మీకు వాళ్లలాగ తయారవాలని ఉంటుంది, వాళ్లతో పరిచయం పెంచుకోవాలనీ, వాళ్లని అనుకరించాలనీ ఉంటుంది.

ఈ పై చెప్పిన వివరాల్లో ఏవైనా మీరు ప్రస్తుతం చేసే పనికిగాని, లేదా గతంలో ఎప్పుడైనా చేసిన పనికి గాని అన్వయించుకోగలిగినట్టయితే, అవి మీరు "మనసారా కోరుకునే" స్థాయికి తీసుకెళ్లగలవు. ఈ భూమ్మీద మీరు ప్రత్యేకంగా ఏపని చెయ్యటానికి పుట్టారో, ఆ పని వైపుకి మిమ్మల్ని తీసుకెళ్లగలవు.

## మీరు అత్యుత్తమంగా పనిచేసేందుకు పుట్టారు

మీలోని సహజసిద్ధమైన ప్రతిభలు పుట్టుకతోనే అబ్బినవి. వాటిని అభివృద్ధి చేసుకోటం తేలిక. అవి మీ సుప్తచేతనలో నమోదు చెయ్యబడినవి. మీరీ భూమ్మీదికి వచ్చింది వాటిని ఉపయోగించుకునేందుకే. మీపనల్లా ఈ సహజసిద్ధమైన ప్రతిభనీ, సామర్థ్యాన్నీ గుర్తించటం, ఆ తరవాత జీవితాంతం దాన్ని అభివృద్ధి చేసుకోవటం.

చాటామటుకు నైపుణ్యాలు ఒకదాన్ని మరొకటి పూరించేవిగా ఉంటాయి. అవి ఒకదానిమీద మరొకటి ఆధారపడి ఉంటాయి. అంటే అర్థం, పైస్థాయిలో ఉండే ఏదైనా నేర్పుని ఉపయోగించుకోవాలంటే, కింది స్థాయిలో ఒకానొక నేర్పు మీలో ఉండాలి. ఒక్కోసారి మీకు ఇష్టంలేని, ఆనందాన్ని ఇవ్వని నేర్పులని కూడా మీరు నేర్చుకోవలసి వస్తుంది. కానీ మీరు ఎంచుకున్న రంగంలో అత్యుత్తమస్థాయికి చేరుకోవాలంటే ఇది మీరు చెల్లించవలసిన మూల్యం.

## ఒకే ఒక్క నేర్పు మిగిలుంది

నియమం ఏమిటో చూడండి : ఇంకొక్క నేర్పుతో మీరు ఉత్పాదకతని, పనితీరునీ, ఆదాయాన్నీ రెండింతలు పెంచుకోగలిగే స్థితిలో ఉండచ్చు. మీలోని నేర్పుని, ఏదో ఒక పనిలో పైస్థాయికి తెచ్చుకుంటే, మిగతా నైపుణ్యాన్నంతా పైస్థాయిలో ఉపయోగించుకునే అవకాశం లభిస్తుంది.

వ్యాపారంలో నేర్పులన్నీ నేర్చుకోగలిగినవే అనే విషయం గుర్తుంచుకోండి. వ్యాపార నైపుణ్యం, జన్యువుల్లో, వారసత్వంగా వచ్చేది కాదు. మీలోని సామర్థ్యాన్నంతా పూర్తిగా అర్థం చేసుకుని ఉపయోగించుకోవాలనుకుంటే, ఆ వ్యాపార నైపుణ్యాన్ని అభ్యాసంతోనూ, పునరావృత్తం చేసుకోవటం ద్వారానూ నేర్చుకోవచ్చు.

## సరిగ్గా పనిచెయ్యకపోవటం అనే ఉచ్చులో పడకండి

ఏదో ఒక పనిలో మీకు నేర్పు కొరవడితే, సామాన్యంగా మీరు దాన్ని గురించి పట్టించుకోకుండా వదిలేస్తారు. "నేర్చుకున్న అసహాయత" అనే ఉచ్చులో పడిపోతారు. "ఆ పని నేనంతబాగా చెయ్యలేను," అంటారు. లేదా "ఆ పనిలో నాకు ప్రతిభగానీ, సామర్థ్యంగానీ పుట్టుకతోనే అబ్బలేదు," అంటారు.

కానీ ఇది కేవలం ఏదో ఒక కారణమో, సాకో చెప్పటమే అవుతుంది. ఆ పనిలో నేర్పు సంపాదించటం మీకు నిజంగా ముఖ్యమనిపిస్తే, మీరు దాన్ని నేర్చుకోవచ్చు. ఎంతో అంకితభావంతోనూ, సంకల్పబలంతోనూ తొందరగా నేర్చుకోగల ఒక చిన్న పనిని నేర్చుకోలేకుండా నెలలు, ఏళ్లతరబడి వెనక్కే ఉండిపోవడం అనేది మీరు తీసుకోగల అన్నిటికన్నా పనికిమాలిన నిర్ణయమే అనాలి. మీ విషయంలో అలా జరగకుండా చూసుకోండి.

## శ్రేష్ఠత అనేది ఒక ప్రయాణం

ఒక పాత నానుడి ఉంది, "బాగా చెయ్యగలిగిన ఏ పనినైనా ముందు అవక తవకగా చెయ్యటం సబబే." అభ్యాసం నిర్దుష్టతని అందివ్వదు; నిర్దుష్టంకాని అభ్యాసమే చివరికి నిర్దుష్టతని సాధిస్తుంది.

మీరు ఏదైనా కొత్త పనిని ప్రారంభించినప్పుడు, అది అవకతవకగా జరుగుతుందనే అనుకోండి. మొదట్లో చేతకానట్టూ, అడ్డదిడ్డంగా చేస్తున్నట్టూ అనిపిస్తుంది. మీకేమీ నేర్పు లేనట్టూ, చాలా తక్కువ సామర్థ్యం ఉన్నట్టూ అనుభూతి చెందుతారు. మీరే మాత్రం తెలివైనవారు కాదని తలుస్తూ ఇబ్బందికి గురవుతారు. కానీ మీ రంగంలో శ్రేష్ఠంగా తయారవాలంటే ఈ మూల్యం చెల్లించక తప్పదు. విజయానికి ఎప్పుడూ మూల్యం చెల్లించాల్సి ఉంటుంది. ఆ మూల్యం ఏమిటంటే, మీ రంగంలో అత్యున్నత స్థానాన్ని సంపాదించుకునేందుకు ఒక కష్టమైన పనిలో నైపుణ్యాన్ని సంపాదించుకునేందుకు చెయ్యవలసిన కృషి.

## మీ మంత్రదండాన్ని ఊపండి

మంత్రదండం అనే ఉపాయాన్ని ఉపయోగించండి. ఏదైనా ఒక పనిలో నేర్పు సంపాదించేందుకు, శ్రేష్ఠతని సాధించేందుకు మంత్రదండం ఊపితే చాలని ఊహించుకోండి. ఆ పని ఏది? ఒక్క మంత్రదండాన్ని ఊపినంతమాత్రాన మీ ప్రతిభనీ, నైపుణ్యాన్నీ ఉపయోగించుకుని చెయ్యాలని కోరుకునే అవకాశం ఉంటే మీరు ఏం కోరుకుంటారు?

మీరు ఈ ప్రశ్నలకి ఇచ్చే జవాబులు, మీరు ఏర్పరచుకోబోయే లక్ష్యాలనీ, వాటిని సాధించేందుకు అవసరమైన నైపుణ్యాన్నీ, సామర్థ్యాన్నీ వికసింపజేసుకుని అత్యున్నత స్థాయికి చేరుకునేందుకు మీరు చేపట్టబోయే ప్రయత్నాలనీ, సూచిస్తాయి.

జీవితాంతం "మీకోసం మీరు చెయ్యటం" అనే ప్రణాళికని కొనసాగించండి. ఒక ముఖ్యమైన రంగంలో పూర్తి శ్రేష్ఠతని సాధించేందుకు, ఒకటి, రెండు లేదా మూడు సంవత్సరాల కాలాన్ని వెచ్చించేందుకు సిద్ధంకండి. ఎటువంటి మూల్యాన్ని చెల్లించేందుకూ వెనకాడకండి, ఎటువంటి త్యాగాన్నైనా చెయ్యండికాని, మీ రంగంలో అత్యుత్తమమైన వారని పేరు తెచ్చుకోండి.

## మూడు ప్లస్ ఒకటి అనే సిద్ధాంతం

ఎటువంటి నైపుణ్యాన్నైనా పూర్తిగా సాధించేందుకు మూడు ప్లస్ ఒకటి అనే సిద్ధాంతం చాలా తేలికగా పనిచెయ్యటమే కాకుండా, ప్రతిసారీ పనిచేస్తుంది. మొట్ట మొదట మీరు సాధించదల్చుకున్న నైపుణ్యం గురించి ప్రతిరోజూ చదవండి, అది పావుగంటో, అరగంటో అయినా పరవాలేదు. పరిజ్ఞానం అనేదాన్ని పోగుచెయ్యాలి. మీరెంత ఎక్కువ చదివి నేర్చుకుంటే, ఫలానా పనిని మీరు అత్యుత్తమంగా చెయ్య గలరన్న నమ్మకం అంత ఎక్కువగా మీకు కలుగుతుంది.

రెండోది, మీ విద్యకి సంబంధించిన ఆడియో కార్యక్రమాలని కారులో వెళ్తున్నప్పుడు వినండి. ఈ రోజున సగటు కారు నడిపే వ్యక్తి ఏటా ఐదువందల గంటల నుంచి వెయ్యిగంటలవరకూ ప్రతిరోజూ కారులోనే గడుపుతాడు. కారు నడిపే ఆ సమయాన్ని నేర్చుకునేందుకు వినియోగించుకోండి. మీ కారులో సంగీతం బదులు ఈ ఆడియో కార్యక్రమాలని వినటంవల్ల మీ రంగంలో అత్యుత్తమ పరిజ్ఞానాన్ని సంపాదించుకున్నవాళ్లలో మీరు కూడా చోటు సంపాదించుకోగలుగుతారు.

మూడోది, మీరు నేర్చుకునే విషయానికి సంబంధించిన సభలకీ, సమావేశాలకీ హాజరవండి. ఒక కీలకమైన విషయం మీద ఒకటి, రెండురోజులు జరిగే సమావేశాలకి హాజరైనంత మాత్రానే చాలామంది జీవితాలు పూర్తిగా మారిపోయాయి. ఆ తరవాత ఆ పనిలో వాళ్లు శాశ్వతమైన మార్పుని సాధించుకోగలిగారు.

ఇక ఆఖరిగా, మీరు నేర్చుకున్న దాన్ని వీలైనంత త్వరగా కార్యరూపంలో పెట్టటం. ఒక మంచి ఆలోచన విన్న ప్రతిసారీ దాన్ని ఆచరణలో పెట్టండి. వంద ఆలోచనలు విని, ఒక్కదాన్నీ కార్యరూపంలో పెట్టని వ్యక్తి కన్నా, విన్న ఒకే ఒక ఆలోచనని కార్యరూపంలో పెట్టేవ్యక్తి ఎక్కువ విలువైనవాడు.

## అభ్యాసం పరిపూర్ణత్వాన్నిస్తుంది

మీరు నేర్చుకునే విషయాన్ని ఎంత ఎక్కువగా అభ్యసిస్తే, ఆ పనిలో మీరు అంత వేగంగా సామర్థ్యాన్నీ, నైపుణ్యాన్నీ సాధించుకోగలుగుతారు. అభ్యాసం చేసినకొద్దీ ఆత్మ విశ్వాసం పెరుగుతుంది, మీలోని లోటుపాట్లని కూడా అంతే వేగంగా అధిగమించ గలుగుతారు, అదే వేగంతో ఆ పనిలో పూర్తి అధికారాన్ని సంపాదించుకోగలుగుతారు.

మీ మనసులోని పనిముట్ల పొదిలో ఆ నైపుణ్యాన్ని కూడా చేర్చిన తరవాత ఇక జీవితాంతం అది మీ సొంతం అయిపోతుంది.

మీ రంగంలో పైస్థాయిలో ఉండే 10 శాతంలో మీరు కూడా స్థానం సంపాదించుకుంటారని ఈ రోజే, ఇప్పుడే సంకల్పించండి. వాళ్లెవరో, ఎంత సంపాదిస్తున్నారో, మీరు చెయ్యనిది వాళ్లేం చేస్తున్నారో నిర్ధారించండి. వాళ్లు అభివృద్ధి చేసుకున్న ప్రత్యేకమైన పరిజ్ఞానం, నైపుణ్యం ఏమిటో తెలుసుకుని నేను కూడా వాటిని అభివృద్ధి చేసుకుంటానని మీరు నిశ్చయించుకోండి. ఇంకొకరు ఎవరైనా చేసిన పనిని, అది చెయ్యగల పనే అయితే, మీరు కూడా చెయ్యగలుగుతారని గుర్తుంచుకోండి. మీకన్నా మెరుగైనవారూ, తెలివైనవారూ ఎవరూ లేరు. ఈ రోజు మీ రంగంలో పై స్థాయిలో ఉన్నవాళ్లు ఒకప్పుడు అసలు మీ రంగంలోనే లేరన్న వాస్తవం, వాళ్లు సాధించినది మీరు కూడా సాధించగలరనేదానికి నిదర్శనం. మీరు దాన్నే లక్ష్యంగా పెట్టుకుని, అవసరమైనంత కాలం, తగినంత కృషి చేస్తే చాలు. దీనికి ఎల్లలు లేవు.

## మీ రంగంలో నిష్ణాతులు అవండి

1. మీ రంగంలో అందరికన్నా పైస్థాయిలో ఉన్న 10 శాతంతో కలుస్తానని సంకల్పించండి. జీవితాంతం అత్యుత్తమంగా పనిచేస్తానని వాగ్దానం చెయ్యండి.
2. మీరు చేసే పనిలోని కీలకమైన ఫలితాల స్థానాన్ని గుర్తించండి. అంటే అవి మీరు ఆ రంగంలో విజయం సాధించేందుకు "ఖచ్చితంగా, తప్పకుండా" బాగా చెయ్యవలసిన పనులు.
3. కీలకమైన ఫలితాల స్థానంలో మీకు అన్నిటికన్నా కష్టమైన పని ఏదో గుర్తించి "మీఅంతట మీరే చెయ్యటం" అనే ప్రణాళిక ప్రారంభించి, ఆ పనిలో అత్యున్నత స్థానాన్ని సాధించండి.
4. మీ రంగంలో అత్యున్నత స్థాయికి చేరుకునేందుకు మీరు అదనంగా సంపాదించుకోవలసిన పరిజ్ఞానాన్ని నిర్ణయించి, దాన్ని సంపాదించేందుకు మార్గాన్ని తయారుచేసుకోండి.
5. నేర్చుకునేందుకే మీ జీవితాన్నంతా అంకితం చెయ్యండి. ఆడియో కార్యక్రమాలని వినండి, పుస్తకాలు చదవండి, కోర్సులకీ, సమావేశాలకీ హాజరవండి. ఆ తరవాత వీలైనంత వేగంగా మీరు నేర్చుకున్నదాన్ని కార్యరూపంలో పెట్టండి.

# 12

# తగినవారితో సంబంధాలు పెట్టుకోండి

*జీవితం గురించి మీ దృష్టికోణం, మీ గురించి మీరు వేసుకున్న అంచనా, మీ విలువల గురించి మీకున్న అంచనా, వీటన్నిటినీ మీచుట్టూ ఉండే వాతావరణం ప్రభావితం చేస్తుంది. ఇది మీ వృత్తిని మారుస్తుంది, రూపొందిస్తుంది, తీర్చి దిద్దుతుంది. మీరు రోజూ కలిసే వ్యక్తుల ప్రభావం కూడా మీమీద ఉంటుంది.*

**- ఆరిసన్ స్వెట్ మార్డెన్**

జీవితంలోనూ, వ్యాపారంలోనూ ఇతరులతో సంబంధాలే ముఖ్యమైనవి. మీరు సాధించేవీ, సాధించలేనివీ ఏదో విధంగా ఇతరులతో సంబంధాన్ని కలిగి ఉంటాయి. మీ జీవితం, వృత్తి విషయాలలో ఒక్కొక్క దశలోనూ సరైన వ్యక్తులతో సత్సంబంధాలు పెట్టుకునే సామర్థ్యం మీ విజయాలకీ, సాఫల్యానికీ కీలకమైనది, అదే వాటిని నిర్ధారిస్తుంది. అంతేకాక, మీరు మీ లక్ష్యాలని ఎంత వేగంగా సాధిస్తారనే దానిమీద కూడా దీని ప్రభావం విపరీతంగా ఉంటుంది.

మీకు ఎంత ఎక్కువమందితో పరిచయం ఉంటే, వాళ్లు మీగురించి ఎంత సానుకూలంగా ఆలోచించేవారైతే, మీరు చేపట్టి ప్రయత్నించే పనులలో మీరంత ఎక్కువగా సఫలీకృతులవుతారు. సరైన సమయంలో, సరైన పద్ధతిలో, ఒక వ్యక్తి తెరిచే తలుపు మీ జీవితాన్నే మార్చివేసి, ఏళ్లకొద్దీ శ్రమించవలసిన అవసరం లేకుండా చేస్తుంది.

## ఎవరూ ఒంటరిగా ఏదీ చెయ్యలేరు

లక్ష్యనిర్మాణంలో కీలకమైనది మీరు మీ లక్ష్యసాధనకి సాయం చెయ్యగల సంస్థలనీ, వ్యక్తులనీ, సమూహాలనీ గుర్తించటం. ఎటువంటి లక్ష్యాలని సాధించాలన్నా, మీకు చాలామంది సాయం అవసరమవుతుంది. అయితే వాళ్లెవరు?

రాబోయే సంవత్సరాల్లో మీకు మూడురకాల వ్యక్తుల సాయం, సహకారం అవసరమవుతుంది. వీళ్లు, మీరు చేసే వృత్తిలో మీ చుట్టూ ఉండేవాళ్లు, మీ కుటుంబమూ, స్నేహితులూ, మీ వృత్తితో సంబంధంలేని సమూహాలలోనూ, సంస్థల

లోనూ ఉండే మనుషులు. ఒక్కొక్క సమూహంతోనూ మీరు చక్కగా పనిచేసేందుకు వ్యూహాన్ని తయారుచేసుకోవలసి ఉంటుంది.

## కీలకమైన మీ వ్యాపార సంబంధాలు

మీ వ్యాపారంతో మొదలుపెట్టండి. మీ వ్యాపార జీవితంలో అందరికన్నా ముఖ్యమైనవాళ్లెవరు? వాళ్లతో మీకున్న సంబంధాలని మరింత పటిష్టం చేసుకునేందుకు మీదగ్గర ఏదైనా ప్రణాళిక ఉందా? మీతో కలిసి పనిచేసేవారి పేర్లూ, మీ వృత్తితో సంబంధం లేనివారి పేర్లూ ఒక జాబితా తయారుచెయ్యండి - మీ బాస్, తోటి ఉద్యోగులు, కలిసి పనిచేసేవారు, మీకింద పనిచేసే సిబ్బంది, ఇంకా ముఖ్యంగా మీ వినియోగదారులూ, మీకు వస్తువులు సరఫరా చేసేవారూ, అమ్మకందార్లూ. వ్యాపారంలో గాని, వృత్తిలోగాని మీ లక్ష్యాలని సాధించటానికి మీకు సాయంచేసే, లేదా మీకు హాని కలిగించే సామర్థ్యం వీళ్లలో ఎవరికి ఎక్కువగా ఉంది?

ఇక్కడ హాజరైనవారిలో ఎంతమంది కొనుగోలుదార్లకి సేవలందించే పని చేస్తున్నారని ఒక్కోసారి నేను నా శ్రోతలని అడుగుతాను. కొన్ని చేతులు మాత్రమే పైకి లేస్తాయి. అప్పుడు, మీలో ప్రతిఒక్కరూ కొనుగోలుదార్లకి సేవలందించే పనే చేస్తున్నారనీ, దానికి మీరు ఏ పేరైనా పెట్టుకోవచ్చనీ, అంటాను.

## మీ కొనుగోలుదార్లని గుర్తించండి

మీ ఉద్యోగంలోగాని, వ్యాపారంలోగాని సాఫల్యాన్నీ, ప్రగతినీ సాధించేందుకు సాయపడే వారెవరికైనా కొనుగోలుదారు అని నిర్వచనం చెప్పుకోవచ్చు. అదే విధంగా ఏరకంగానైనా సరే మీమీద ఆధారపడే వారెవరికైనా కూడా ఈ నిర్వచనం సరిపోతుంది. ఈ రెండు నిర్వచనాలబట్టీ చూస్తే మీచుట్టూ ఉన్నవాళ్లందరూ ఏదో విధంగా కొనుగోలుదార్లే అనాలి.

ఉదాహరణకి, మీరు చేసే ఉద్యోగంలో మీ బాస్‌కి మీకొక ముఖ్యమైన కొనుగోలు దారు. మీ బాస్‌ని మీరెంత ఎక్కువగా సంతృప్తిపరచగలరనేది, మీ భవిష్యత్తు, మీ ఆదాయం, మీ వృత్తి మీద, మీకుండే ఏ ఒక్క నైపుణ్యం కన్నా కూడా ఎక్కువ ప్రభావాన్ని చూపిస్తుంది. మిగతా వాళ్లందరూ మీపట్ల అసంతృప్తిగా ఉన్నా, మీ బాస్ తృప్తిపడి, మీ పనిచూసి సంతోషించగలిగితే, మీరు చేసే ఉద్యోగంలో సురక్షితంగా ఉండగలుగు తారు. మీ కంపెనీలో ఉండేవారినీ, బైటివారినీ మీరు సంతృప్తిపరచి, మీ బాస్‌ని మాత్రం సంతృప్తిపరచలేకపోయినట్టయితే, ఆ ఒక్క సమస్యా మీ భవిష్యత్తుని దెబ్బ తీయగలదు.

## కొనుగోలుదార్లకి సేవలనందించటానికి ఒక వ్యూహం

మీరు ఉపయోగించదలచిన వ్యూహాలన్నిటిలోకీ ఉత్తమమైనది, మీరు ఉద్యోగంలో

చెయ్యవలసిన పనులని ఒక జాబితా రాయటం. **నాకు జీతం ఎందుకు ముడుతోంది?** అనే ప్రశ్నకి జవాబు చెప్పండి, ఆ తరవాత మీకు తట్టిన జవాబులన్నిటినీ రాసుకోండి. అప్పుడు ఆ జాబితాని మీ బాస్ దగ్గరకి తీసుకెళ్లి, తను అనుకున్న ప్రాధాన్యక్రమంలో ఆ జవాబులని పెట్టమని కోరండి. మీ బాస్‌కి అన్నిటికన్నా ముఖ్యమైనది ఏది? రెండో స్థానం, మూడోస్థానం, అలా వరసగా అన్నిటికీ స్థానాలు కేటాయించమనండి.

ఆ క్షణంనుంచీ రోజంతా మీ బాస్ అన్నిటికన్నా ముఖ్యమైన పని చేసేందుకే క్రమశిక్షణతో వ్యవహరించండి. మీ బాస్ మిమ్మల్ని కలిసినప్పుడూ, మీతో మాట్లాడి నప్పుడూ, తనకి అన్నిటికన్నా ముఖ్యమైన పని అని చెప్పిన దాన్నే మీరు చేసేట్టుగా జాగ్రత్తపడండి. మీరు తీసుకునే మరే నిర్ణయంకన్నా కూడా ఇదే ఉద్యోగంలో మీరు పైకి వెళ్లేందుకు ఉపయోగపడుతుంది.

## పదోన్నతికి అర్హత పొందేందుకు కావలసిన రెండు గుణాలు

కొన్నేళ్లక్రితం సక్సెస్ మేగజైన్ *(success magazine)* రిపోర్టు చేసిన సర్వేలో 104 మంది చీఫ్ ఎక్జిక్యూటివ్ ఆఫీసర్లకి ఒక ఆదర్శమైన ఉద్యోగిలో ఉండవలసిన ఇరవై గుణాలని గురించి చెప్పి, వాటిలో అన్నిటికన్నా ముఖ్యమైనదాన్ని ఎంచుకోమని అడిగారు. ఎనభైఆరు శాతం సీనియర్ ఎగ్జిక్యూటివ్‌లు, వృత్తిలో విజయానికీ, పదోన్నతికీ, మిగతావాటికన్నా రెండే రెండు గుణాలు అవసరమని, వాటిని ఎంచు కున్నారు. మొదటిది, ప్రాధాన్యతలని తెలుసుకునే సామర్థ్యం, సందర్భశుద్ధి ఉన్నవాటినీ, లేనివాటినీ విడదీసే అవగాహన. రెండోది, చేసేపనిని త్వరగా చెయ్యటం, నిర్వహించటం.

ముఖ్యమైన పనిని త్వరగానూ, చక్కగానూ చేసి ముగించటంకన్నా ఎక్కువ మీకు పేరు తెచ్చేట్టుగా, మీరు చేసే పనిలో ఎక్కువ సాయాన్ని అందించేట్టుగా, మరేదీ చెయ్యలేదు.

## పనికిమాలిన పని కష్టపడి చెయ్యటమా?

కానీ ఇందులో ఒక చిక్కుంది. చాలామంది ఉద్యోగాల విషయంలో కష్టపడే పనిచేస్తున్నారు, కానీ వాళ్ల బాస్ అన్నిటికన్నా ముఖ్యమైన పని అనుకుంటున్నదాన్ని వాళ్లు చెయ్యటం లేదు. విచారకరమైన విషయం ఏమిటంటే, ముఖ్యంకాని పనిని మీరు ఎంతో చక్కగా చేసినా, అది మీ జీవనోపాధి మార్గాన్ని దెబ్బతీస్తుంది, మీ బాస్‌కి కోపం కూడా తెప్పించే అవకాశం ఉంటుంది.

పరిస్థితులు మారుతున్నప్పుడు, మీ బాస్‌తో మనసువిప్పి మాట్లాడుతూ ఉండండి. ఈరోజు మీరు చేస్తున్న పని బాస్ దృష్టిలో అన్నిటికన్నా ఎక్కువ ప్రాధాన్యత కలదని ఖాయపరచుకోండి. ఆ తరవాత దాన్ని త్వరగా చెయ్యటం అనేందుకు సిద్ధంగా ఉండండి. పనిని త్వరగా చేసి ముగించే ఉద్యోగికన్నా ఎక్కువగా బాస్‌కి సంతోషాన్ని కలిగించే విషయం మరొకటి ఉండదు.

## మీకు కీలకమైన మిగతా ఖాతాదార్లు

మీ పనిమీద ఆధారపడే తోటి ఉద్యోగులు కూడా మీకు ఖాతాదార్లే. వాళ్లలో ఒక్కొక్కరి దగ్గరికి వెళ్లి, వాళ్లకి మీరే విధంగానైనా సాయపడగలరేమో అడగండి. ఏ పనైనా ఎక్కువగాకాని, తక్కువగాకాని చెయ్యాలా అనీ, మరేదైనా పనిని ప్రారంభించాలా, ఆపెయ్యాలా అనీ, దానివల్ల వాళ్లు పనిచేసేతీరు మరింత మెరుగవుతుందా అనీ అడగండి.

అసలు విషయం ఏమిటంటే ప్రతి ఒక్కరూ రోజంతా తమ గురించీ, తాముచేసే పనిగురించీ మాత్రమే ఆలోచిస్తూ ఉంటారు. ఏ సమయంలోనైనా వాళ్లు చేసే పనిని మరింత మెరుగ్గా, త్వరగా చేసేందుకు సాయం చేస్తానని మీరు ముందుకొస్తే, ఆ తరవాత వాళ్లు మనస్ఫూర్తిగా మీకు కూడా మీరు చేసే పనిలో సాయం చేస్తారు. నాటటం, కోయటం అనే నియమం, కోయటం, నాటటం అనే నియమం ఒకటి కాదు. ఈ నియమానికి ఒక క్రమం ఉంది. ముందు మీరేదైనా లోపల వేస్తేనే, తరవాత బైటికి తీసుకోగలుగుతారు. ముందు నాటండి, తరవాత ఫలితాన్ని పొందండి.

మీరు పనిచేసేచోట ఇతరులకి సాయం చెయ్యటానికీ, వారిపట్ల మంచిగా ఉండటానికీ అవకాశం దొరుకుతుందేమో అని ఎదురుచూడాలి. నిజాయితీతో ఇతరులకి మీరు సాయం చేసే ప్రయత్నం, మీకు తిరిగి ఏదో ఒక రూపంలో ఎప్పుడో ఒకప్పుడు అందుతుంది. బహుశా మీరు బొత్తిగా ఎదురుచూడని సమయంలోనే అలాటిది జరగచ్చు. ప్రతీ సంస్థలోనూ ఎప్పుడూ ఇతరులకి సాయం అందించేవాళ్లే జనాదరణ పొందుతారు.

మీతోటి ఉద్యోగులూ, పై అధికార్లూ, మీకింద పనిచేసే సిబ్బందీ, మిమ్మల్ని ఎంత ఎక్కువ ఇష్టపడి, సహకారం అందిస్తే, మీరంత త్వరగా ఎక్కువ సంపాదించు కుంటూ పదోన్నతిని పొందగలుగుతారు. "అందరికీ సాయంచేసే మనిషి" అని పేరు తెచ్చుకుంటే మీరు అందరి సాయాన్నీ పొందగలుగుతారు.

మీ చుట్టూ ఉండేవాళ్లకి విలువైన వనరుగా ఉండేందుకు మార్గాలు వెతకండి, అప్పుడు మీకు బాగా సాయం అవసరమైనప్పుడు, సాయం చేసేందుకు మార్గాలని వెతుక్కుంటారు.

## జట్టుతో కలిసి ఆడండి

బహుశా మీ పనిలో దీర్ఘకాలిక ఫలితాలని పొంది విజేతగా నిలిచేందుకు ముఖ్యమైనది మీరు జట్టులో ఒక ఆటగాడుగా ఉండటం. స్టాన్‌ఫోర్డ్ విశ్వవిద్యాలయంలో ఎన్నోఏళ్లు అధ్యయనం చేసి పరిశోధకులు కనుగొన్న విషయం ఏమిటంటే, జట్టులో ఒకడిగా పనిచేసే సామర్థ్యం ఉన్న వ్యక్తిని త్వరగా ఉన్నతస్థాయికి పంపేందుకు తగినవాడిగా గుర్తిస్తారు, అని.

జట్టు పనితీరు చాలా ఆసక్తికరంగా ఉంటుంది. అసలు, జట్టులోని 20 శాతం మాత్రమే, 80 శాతం పనిచేస్తారు. మిగతా 80 శాతం సభా-సమావేశాలకి హాజరైనా ఏమీ చెయ్యరు, చాలా అరుదుగా చేతులు పైకెత్తటం, ఏదైనా పనిచేస్తామని స్వయంగా ముందుకి రావటం కనబడుతుంది. మీపని ఆ పై స్థాయిలోని 20 శాతంలో ఒకరుగా ఉండటమే.

మంచి ఆటగాడిలా ఉండేందుకు, ప్రతి సభకీ బాగా సిద్ధమై రండి. సభని జరిపే వ్యక్తికి ఎదురుగా, అతనికి కనిపించేట్టు కూర్చోండి. సభ మొదలైన కొద్దిసేపట్లోనే మాట్లాడండి, ప్రశ్నలు వెయ్యండి. ఏవైనా పనులు చేస్తానని ముందుకి రండి. ఇక మీరు ఏమైనా చేస్తానని అంటే, దాన్ని త్వరగానూ, చక్కగానూ చేసి ముగించండి. అందువల్ల పని చేయించుకునేందుకు కంపెనీలో ఎవరి దగ్గరకెళ్లాలో స్పష్టంగా తెలుస్తుంది.

## అన్నిటికన్నా ముఖ్యమైనది విశ్వసనీయత అనే సామర్థ్యం

ఒక పని చేసి ముగిస్తారన్న నమ్మకం కలిగించే విధంగా అందరి దగ్గరా పేరు సంపాదించుకుని, వాళ్ల విశ్వాసాన్ని చూరగొనే వ్యక్తిగా మీచుట్టూ సానుకూలమైనా ఆకర్షణీయమైన వాతావరణాన్ని సృష్టించుకోవటం మీకు సాధ్యమవుతుంది. తత్ఫలితంగా మీకు మరిన్ని పెద్ద పనులు అప్పగిస్తారు. ఆ పనులవల్ల దక్కే అధికారాన్నీ, బహుమతులనీ కూడా మీరు పొందగలుగుతారు.

మీకింద పనిచేసేవాళ్లనీ, కార్పొరేట్ నిచ్చెనమీద మీకన్నా కిందిమెట్లమీదున్న వాళ్లనీ పరిచయం చేసుకోండి. వాళ్లతో మాట్లాడండి, వాళ్లని ప్రశ్నలు అడగండి. మీకు వీలైతే సహాయం అందిస్తానని అనండి. ముఖ్యంగా వాళ్లతో మంచిగా, మర్యాదగా ప్రవర్తించండి. వాళ్లు చేసే పనిని గుర్తించి, అవసరమున్నా లేకపోయినా వాళ్లని మెచ్చుకోండి. మీ వృత్తికి దీనివల్ల కలిగే లాభాన్ని చూసి మీరే ఆశ్చర్యపోతారు.

## సంబంధాలను పెంచుకోవటం ప్రారంభించండి - అది ఒక పెట్టుబడి

ప్రతీ సంస్థలోనూ, ఎక్కువమందితో పరిచయమున్న వ్యక్తి సామాన్యంగా పాలలో మీగడలా పైన ఉంటాడు. మొదట్లో సంబంధాలు పెంచుకోవటం పెద్దపనిలా అనిపించచ్చు. కానీ రాబోయే నెలల్లోనూ, సంవత్సరాల్లోనూ, అది మళ్లీమళ్లీ మీకు లాభాలని అందిస్తూనే ఉంటుంది.

మీరు చేసే ఉద్యోగం బైట కూడా మీకు సంబంధించిన పరిశ్రమతోనూ, ఆ పరిశ్రమకి సంబంధించిన సంస్థలతోనూ మీరు ఆసక్తిని పెంపొందించుకోవాలి. ఎక్కువ విజయాలని సాధించే అధికార్లూ, అమ్మకందార్లూ, మిగతా వ్యాపార సంస్థలతో ఎప్పుడూ సంబంధాలు కలిగి ఉంటారు. వృత్తికి సంబంధించినంతవరకూ ఇతరులతో సంబంధాలనీ, స్నేహాలనీ విస్తృతం చేసుకుంటూ ఉంటారు.

మీ చుట్టూ ఉండే సమాజంలోని వ్యాపారసంస్థలని గమనించండి. భవిష్యత్తులో మీకు సాయపడగలవాళ్లున్న ఒకటిరెండు సంస్థలని ఎంచుకోండి. వాళ్లు ఏర్పాటుచేసే సభలకి హాజరయి, మిమ్మల్ని మీరు పరిచయం చేసుకోండి. ఒకసారి ఏదైనా సంస్థలో సభ్యుడిగా చేరటం మీకు ఉపయోగంగా ఉంటుందని అనిపిస్తే, నిర్ణయించుకుని వాళ్లు ఏర్పాటుచేసే సభలన్నిటికీ వెళ్లండి.

## వృత్తిపరంగా ఇతరులతో సమాహారం

ఇతరులతో సంబంధాలు పెట్టుకుని పనిచేసేందుకు అత్యుత్తమమైన వ్యూహం ఏమిటో చూడండి. ఒక సంస్థలో అన్నిటికన్నా ముఖ్యమైన కమిటీని ఎంచుకోండి, తరవాత ఆ కమిటీలో చేరి పనిచేస్తానని అనండి. కాలక్రమాన మీరు పరిచయాలు పెంచుకునేందుకు, కలిసి పనిచేసేందుకూ ఇష్టపడేవాళ్లు ఉన్న కమిటీనే ఎంచుకోండి. ఆ సంస్థ లోపలా, బైటా ఇతర కీలకమైన వ్యక్తులతో పరిచయాలు కలిగే అవకాశం ఉండే కమిటీనే ఎంచుకోండి.

ఒకసారి ఆ కమిటీలో చేరాక, వాళ్లకి ఏవైనా పనులు చేసిపెడతానని అనండి. ఈ పనికి జీతం ఉండకపోయినప్పటికీ, భవిష్యత్తులో మీ వృత్తికి సాయపడే కీలకమైన వ్యక్తులతో పరిచయాలు ఏర్పడేందుకూ, మీ పనిని వాళ్లు గమనించేందుకూ, అవకాశాలు లభిస్తాయి.

అమెరికాలో 85 శాతం కొత్త ఉద్యోగాలు, నోటిమాట ద్వారానూ, మనుషులతో పరిచయాల ద్వారానూ సంపాదించుకోబడతాయి. మీ పరిశ్రమలో ఎంత ఎక్కువమందితో పరిచయం చేసుకుని, వాళ్లతో కలిసి పనిచేస్తే, సరైన సమయంలో అన్ని అవకాశాల ద్వారాలు మీకోసం తెరుచుకుంటాయి.

## దీర్ఘకాలిక ప్రణాళికలని వేసుకునే ఆలోచన చెయ్యండి

మీ వృత్తి గురించి దీర్ఘకాలిక దృష్టితో ఆలోచించండి. మీ ఊళ్లో దొరికే వార్తాపత్రికలు చదివేప్పుడు, మీ చుట్టుపక్కల సమాజంలో పైస్థాయికి చేరుకున్న ముఖ్యమైన వ్యక్తులపేర్ల జాబితా రాసిపెట్టుకోండి. మీ ఊళ్లోని వందమంది "ఆటగాళ్ల" పేర్లు, బిరుదులూ, వృత్తుల గురించి ఒకచోట ఏర్చికూర్చి పెట్టండి.

ఆ పేర్లని మీరు ఒకచోట చేర్చాక, వాళ్లల్లో ఒక్కొక్కరికీ ఉత్తరం రాసి, వృత్తితో సంబంధంలేనిది ఏదైనా పంపండి. ఒక చిన్న పుస్తకమో, కవితో, వార్తాపత్రికలో కటింగో, లేదా వాళ్లకి ఆసక్తి కలిగించేంది మరేదైనా పంపండి. వాళ్ల గురించి మీరు చదివిన విషయాలనించి వాళ్ల ఆసక్తేమిటో మీకు తెలుస్తుంది.

మీరు ఒక వ్యక్తితో మాట్లాడటం అవసరమని అనిపించిన ప్రతిసారీ ఆ వ్యక్తికి ఒక చిన్న చీటీ రాసి పంపండి. ఒకోసారి, వ్యాపారరంగంలో ఎవరైనా ఎగ్జిక్యూటివ్ పనికొచ్చేపని ఏదైనా చేశాడనీ, దాన్ని గురించి వార్తాపత్రికల్లో రాశారనీ తెలిస్తే,

నేనతనికి/ఆమెకి ఫోన్ చేస్తాను, లేదా ఉత్తరం రాస్తాను. తరచు నాకు ఆ వ్యక్తితో నేరుగా పరిచయం దొరకదు. కానీ నేను విత్తనాలు నాటుతూనే ఉంటాను, ఎప్పుడో ఒకప్పుడు "నేను చేసిన పనికి ఫలితం దొరుకుతుంది." చివరికి ఏదో ఒక సభలోనో, వ్యాపారానికి సంబంధించిన ఏదో ఒక సమావేశంలోనో నేను ఆ కీలకమైన వ్యక్తిని కలుసుకుంటాను. అప్పుడు, నేను వాళ్లకి ఒక వారంక్రితమో, నెలక్రితమో, ఏడాదిక్రితమో ఉత్తరం రాశానని వాళ్లకి జ్ఞాపకం వస్తుంది.

నాకు అతిముఖ్యమైన క్లయింట్లలో ఒక వ్యక్తిని మొట్టమొదటిసారి ఒక వ్యాపార సమ్మేళనంలో కలుసుకున్నప్పుడు, మూడేళ్లకి ముందు నేను అతనికి రాసిన ఉత్తరాన్ని అతను గుర్తుచేసుకున్నాడు. "నాకు ఫలానా విషయం గురించి ఉత్తరం రాసింది మీరే కదూ?" అని అడిగాడు. ఆ తరవాత అది అతనితో మాట్లాడటానికీ, కలవటానికీ, అతని సంస్థతో కలిసి పనిచెయ్యటానికీ దారితీసింది.

## మిమ్మల్ని మీరు సమర్పించుకోండి

ఒక నియమం ఇలా అంటుంది, **"ప్రతిఫలాన్ని ఆశించకుండా మిమ్మల్ని మీరు ఎంత ఎక్కువగా సమర్పించుకుంటే, ఎన్నడూ ఎదురుచూడని వారినుంచి మీకు అంత ఎక్కువగా లాభం కలుగుతుంది."**

మీ పరిచయాలని విస్తృతం చేసుకునేందుకు మీరు చేసే ప్రయత్నం ఎన్నడూ వృధా అవదు. విత్తనాల్లాగే, రకరకాల పరిచయాలు మొలకెత్తేందుకు పట్టే సమయంలో తేడాలుంటాయి. కొన్ని వెంటనే ఫలితాలనిస్తాయి. కొన్నిటికి నెలలూ, ఏళ్లూ పట్టచ్చు. మీరు ఓర్పు వహించేందుకు సిద్ధంగా ఉండాలి.

హార్వర్డ్ విశ్వవిద్యాలయంలోని డా. డేవిడ్ మెక్‌క్లెలాండ్ అనే ప్రొఫెసరు, మన సమాజంలో అత్యధికంగా సాఫల్యాన్ని సాధించేవారి గురించి పరిశోధనలు చేశాడు. ఆయన కనుగొన్నదేమిటంటే, ఏదో ఒక అంశం కాకుండా, మీరు ఎంచుకుని, నిత్యం కలిసి పనిచేసేవాళ్లు, "సంబంధించిన వ్యక్తుల బృందం", అనేదే ముఖ్యమైన కారణం, అని. జిగ్‌జిగ్లర్ అన్నట్టు, "మీరు డేగలతో కలిసి ఎగరాలనుకుంటే, మీరు టర్కీ కోళ్లతో కలిసి మట్టి తవ్వితే లాభం లేదు."

## సరైన వ్యక్తులకి సన్నిహితంగా మెలగండి

మీరు ఇష్టపడే, మెచ్చుకునే, గౌరవించేవాళ్లతో, భవిష్యత్తులో వాళ్లలా తయా రవాలని మీరు అనుకునేవాళ్లతో సంబంధాలు పెట్టుకోవటం ఒక పనిగా పెట్టుకోండి. మీరు ఆరాధించే వ్యక్తులు, మీ స్నేహితులకి పరిచయం చేసేందుకు గర్వపడే వ్యక్తులతో సంబంధాలు పెట్టుకోండి. ఇంకే అంశం కన్నా కూడా, సానుకూలమైన, లక్ష్యసాధనకై ప్రయత్నించే బృందంతో మీ సంబంధాలు మీ వృత్తిని ఎక్కువ తీవ్రంగా ప్రభావితం చెయ్యగలవు.

## డేగలతో కలిసి ఎగరండి

ఒక సామాన్యమైన ఉద్యోగం చేస్తూ, సామాన్యమైన ఫలితాలని పొందుతూ, కొద్ది జీతం తెచ్చుకుంటున్న వ్యక్తి ఉన్నట్టుండి తన హోదాని మార్చుకుని, ఎంతో పురోగతి సాధించిన ఒక కంపెనీలో చేరి పనిచెయ్యటం అనేదానికి లెక్కలేనన్ని ఉదాహరణ లున్నాయి. కొన్ని వారాల్లోనే అతని వైఖరి పూర్తిగా మారిపోతుంది. నిరంతరం సానుకూలమైన, ఫలితాలని సాధించే తీరులో పనిచేసే చురుకైన వాళ్ళతో కలిసి కాలం గడపటంవల్ల, అంతకుముందు సాధారణస్థాయిలో ఉండే వ్యక్తి అసాధారణమైన స్థాయిలో పనిచెయ్యటం ప్రారంభిస్తాడు. అందుకే మీ జీవితంలో జరిగే దాదాపు ప్రతి పెద్ద మార్పుకీ, మీరు జీవించే, కలిసి పనిచేసే మనుషులని మార్చుకోవటంతో సంబంధం ఉంటుంది.

## మలుపులు

మీ జీవితంలోని ప్రతి మలుపు దగ్గరా సామాన్యంగా ఎవరో ఒకరు నిలబడి ఉండి, మిమ్మల్ని ఏదో ఒక దిశగా నడిపిస్తారు, మీకోసం ఒక తలుపుని తెరవటమో, మూయటమో చేస్తారు, ఏదో ఒక విధంగా మీకు సహాయం చేస్తారు. బేరన్ డి రాత్స్‌చైల్డ్ ఒకచోట ఇలా అంటాడు, “పనికిమాలిన పరిచయాలు చేసుకోకండి.” మీరు నిజంగా అత్యుత్తమంగా ఉండాలని గాఢంగా కోరుకుంటే, మీ రంగంలో శిఖరాగ్రానికి చేరుకోవాలని అనుకుంటే, జీవితంలో ఎటుపోతున్నారో తెలీకుండా బతికేవాళ్ళతో మీ కాలాన్ని గడపకండి, వాళ్ళెంత మంచివాళ్ళైనాసరే. ఈ విషయంలో మీగురించీ, భవిష్యత్తులో మీకున్న గొప్ప ఆకాంక్షల గురించీ మీరు స్వార్థంతో ప్రవర్తించక తప్పదు. మీరు మీ స్నేహితుల్లోనూ, పరిచితుల్లోనూ ఉన్న పరిమాణాలని ఆశించాలి.

ఉద్యోగంలో చేరిన కొత్తలోనే చాలామంది పనికిమాలిన సంబంధాలూ, స్నేహాలూ పెట్టుకుంటారు. ఇది సహజమే. పొరపాట్లు చేస్తే తప్పేమీ లేదు, ముఖ్యంగా చిన్న వయసులో, అనుభవం తక్కువ ఉన్నప్పుడు. కానీ మీలోని సామర్థ్యాన్ని పూర్తిగా తెలుసుకోనివ్వకుండా, మిమ్మల్ని వెనక్కి పట్టి ఉంచే పరిస్థితులలోనే కొనసాగటం క్షమించరానిది. మరే ఇతర అంశం కన్నా, మీరు ఎంచుకునే, మీతో కలిసి పనిచేసే పరిచితులే మీరు ఎలా రూపొందుతారనే విషయాన్ని ప్రభావితం చేస్తారు.

## మీకు అన్నిటికన్నా ముఖ్యమైన సంబంధాలు

ఇక మీకు సాయాన్నీ, సహకారాన్నీ అందించగల మూడోరకం మనుషులు, మీ కుటుంబమూ, స్నేహితులూ. బెంజమిన్ డిజ్‌రేలీ అన్నట్టు, “బాహ్యప్రపంచంలో ఎన్ని విజయాలు సాధించినా, ఇంట్లో ఓటమి చవిచూసేవాళ్ళకి అవి ఆ ఖాళీని పూరించలేవు.” ఇంటగెలిచి రచ్చగెలవటం అంటారే, అలాటిదే ఇది కూడా.

గృహజీవితంలో నాణ్యతని సాధించి, దాన్ని కొనసాగించేందుకు అవసరమైన

సమయాన్నీ, భావాలనీ దానికే ఉపయోగించుకోవటం మీకు చాలా ముఖ్యం. మీ గృహజీవితం దృఢంగా, భద్రంగా ఉంటే, అందులో ఆప్యాయతతో కూడిన ప్రేమ సంబంధాలుంటే, ఇక బైటి ప్రపంచంలో ఏపని అయినా మీరు బాగా చెయ్యగలుగుతారు.

కానీ మీ ఇంట్లో ఉండే మనుషులతో సత్సంబంధాలు లేకపోవటం, పట్టించుకోకపోవటం, ఖాతరు చెయ్యకపోవటం లాటివి ఉంటే, మీరు చేసే పనిమీద అవి వ్యతిరేకమైన ప్రభావాలని చూపుతాయి. ఇంట్లోని సమస్యలు మీ మనసుని చెదరగొట్టి మీ శక్తిని హరిస్తాయి. అవి తరచు మీ వృత్తికే ముప్పు తెచ్చే ప్రమాదం ఉంది.

## బాగా ఆలోచించి అతిగా ప్రవర్తించటం

మీ రంగంలో మీరు చాలా కష్టపడి పనిని ప్రారంభించాల్సి వస్తే, దీన్ని గురించి మీ కుటుంబసభ్యులకి తప్పకుండా వివరంగా చెప్పండి, వాళ్లతో చర్చించండి. మీరు ఉద్యోగం చేస్తున్నంతకాలమూ మీరిలా "అతిగా ప్రవర్తించటం" గురించి ఆలోచించాల్సిందే. మీరు గంటలకొద్దీ పనిచెయ్యాల్సి రావచ్చు, తరచు సెలవలేకుండా రోజులకిరోజులు పనిలోనే గడిచిపోవచ్చు. ఏదో ఒక అవకాశాన్ని ఉపయోగించుకోటానికో, ఒక ప్రాజెక్టుని పూర్తిచెయ్యటానికో ఇలా ఊపిరి సలపకుండా పనిచెయ్యాల్సి రావచ్చు.

ఇటువంటి అవసరమైన అతిగా పనిచెయ్యాల్సి రావటం గురించి ముందుగానే మీ కుటుంబ సభ్యులతో తప్పకుండా చర్చించండి. ఏం జరుగుతోందో, మీరలా ఎందుకు చేస్తున్నారో వాళ్లకి అర్థమవాలి. తరవాత తీరిక దొరికినప్పుడు సెలవపెట్టి వాళ్లతో గడపటమో, అందరూ కలిసి ఎక్కడికో సరదాగా వెళ్లటమో చేస్తే ఆలోటు భర్తీ అవుతుంది. మీ జీవితం సమతులంగా ఉండేలా చూసుకోండి.

## సంబంధాల విషయంలో నిష్ణాతులు అవండి

మీకు అవసరమైన సాయాన్నీ, సహకారాన్నీ అందించే వ్యక్తులతో, బృందాలతో, సంస్థలతో కలవాలని ఒకసారి నిశ్చయించుకున్నాక, ఆ సంబంధాలు కలుపుకోటంలో నిష్ణాతులు అవాలని తీర్మానించుకోండి. అందరితో దయగా, మర్యాదగా, సానుభూతితో వ్యవహరించండి. స్వర్ణ నియమాన్ని అభ్యసించండి : ఇతరులు మీపట్ల ఎలా ప్రవర్తించాలని మీరు ఎదురుచూస్తారో, మీరు కూడా వాళ్లపట్ల అలాగే ప్రవర్తించండి.

అన్నిటికన్నా ముఖ్యం అతిసామాన్యమైన ఒక యుక్తి, మీరు ఇంటా, బైట ఆఫీసులోనూ కలుసుకునే ప్రతి వ్యక్తితోనూ "మిలియన్ డాలర్ కస్టమర్" (అతివిలువైన వ్యక్తి)లా ప్రవర్తించండి. ఈ ప్రపంచంలోకల్లా వాళ్లే ముఖ్యమైనవాళ్లు అన్నట్టుగా మనుషులతో ప్రవర్తించండి. పదిలక్షల డాలర్ల విలువచేసే వస్తువో, సేవనో మీ దగ్గర కొనగల వారిలా వారితో వ్యవహరించండి.

ఎమ్మెట్ ఫాక్స్ అన్నట్టు, "మీరు దురుసుగా ప్రవర్తించాలనుకుంటే, అపరిచితులతో అలా ప్రవర్తించండి, మీ సత్ప్రవర్తనని మీకుటుంబసభ్యులకోసం భద్రపరచి ఉంచుకోండి."

ప్రతిరోజూ, వీలైనంతగా, ఇతరుల భారాన్ని తగ్గించి, వాళ్లు తాము చేసేపనిని మరింత మెరుగ్గా చేసేందుకు సాయపడండి, వాళ్లు మరింత సౌకర్యంగా జీవించేందుకు తోడ్పడండి. దీనివల్ల వాళ్ల మనసుల్లో మీపట్ల సానుకూలభావాలు, జలాశయంలో నీళ్లు నిండినట్టు, నిండుతాయి. అది ఏటికేడాది మీకు లాభాన్ని చేకూర్చేందుకు మళ్లీ మీ దగ్గరకి వెనక్కి వస్తాయి.

## తగినవారితో సంబంధాలు పెట్టుకోండి

1. మీ వ్యక్తిగత జీవితంలోనూ, పనిచేసేచోటా, వ్యాపారజీవితంలోనూ మీకు అందరికన్నా ముఖ్యమైన వ్యక్తులపేర్ల జాబితా తయారుచెయ్యండి. వాళ్లలో ప్రతి ఒక్కరికీ ఏదోవిధంగా సాయంచేసే ప్రణాళిక వేసుకోండి.
2. మీ వ్యక్తిగత జీవితంలో అందరికన్నా ముఖ్యమైన వాళ్ల పేర్ల జాబితా తయారుచెయ్యండి. వాళ్లతో ఎటువంటి సంబంధాలు కలిగి ఉండాలను కుంటున్నారో, వాటిని సాధించేందుకు మీరేం చెయ్యదల్చుకున్నారో నిర్ణయించుకోండి.
3. మీ చుట్టుపక్కల, మీ రంగంలో ఉండే బృందాలనీ, సంస్థలనీ గుర్తించండి. వాటిలో చేరితే మీకు సాయంగా ఉంటుందేమో చూడండి. ఇవాళే ఫోన్‌చేసి ఈసారి సభకి హాజరయేట్టు ఏర్పాటు చేసుకోండి.
4. మీ చుట్టుపక్కలగాని, మీ రంగంలోగాని పైస్థాయికి చేరుకున్నవాళ్ల పేర్ల జాబితా తయారుచెయ్యండి. వాళ్లని వ్యక్తిగతంగా పరిచయం చేసుకునే ప్రయత్నం చెయ్యండి.
5. మీ సామాజిక పరిధినీ, వ్యాపార పరిధినీ విస్తృతం చేసుకునే అవకాశాల కోసం వెతకండి. అవతలి వ్యక్తికి, ఉత్తరాలూ, కార్డులూ, ఫ్యాక్సులూ, ఈమైళ్లూ పంపండి. అవకాశం దొరికినప్పుడల్లా సత్సంబంధాలు ఏర్పరచు కోండి.

# 13

# ఒక కార్యప్రణాళికని తయారుచేసుకోండి

*విజేతలందరిలో ఉండే లక్షణం, పరిపూర్ణత, అంతులేకుండా శ్రమపడటం అనే కళే అసాధారణ ప్రతిభ (genius)... గొప్ప సాధనలన్నీ తీవ్రమైన శ్రద్ధతోనూ, అంతులేకుండా శ్రమపడటం వల్లనూ, సూక్ష్మాతిసూక్ష్మమైన వివరణని పట్టించుకుని పనిచెయ్యటం వల్లనూ సమకూరినవే.*

**– ఎల్బర్ట్ హబ్బర్డ్**

లక్ష్యాలని నిర్మించుకోవటం, వాటిని సాధించేందుకు ప్రణాళికలను తయారు చేసుకోవటం అనేవి విజయానికి "ముఖ్యమైన నేర్పు". మీకు సాధ్యమైనదంతా సాధించేందుకు మీలోని అంతర్గత శక్తిని సంపాదించుకునేందుకు మరే నైపుణ్యమూ ఇలాటి సాయాన్ని అందించలేదు.

ఈరోజు పెద్దపెద్ద సాధనలన్నీ "మల్టీటాస్క్ ఉద్యోగాలే" (ఎన్నో పనుల సమాహారం). ఎటువంటి ముఖ్యమైన ఫలితాన్ని సాధించాలన్నా ఒక పద్ధతి ప్రకారం చెయ్యవలసిన వరుసక్రమం పనులతో కూడి ఉంటుంది అది. వంటింట్లో ఒక వంటకం తయారుచెయ్యటం అనే సరళమైన పని కూడా ఎన్నో పనుల సమాహారమే. ఈ మల్టీటాస్క్ ఉద్యోగాలని ప్లాన్ ప్రకారం పూర్తిచెయ్యటానికి అవసరమైన నేర్పుని మీరు కరతలామలకం చేసుకోగల సామర్థ్యమే ఇతరులకన్నా ఎక్కువ సాఫల్యాన్ని పొందేట్టు చేసి, మీ విజయానికి కీలకమవుతుంది.

ప్రణాళిక వేసుకోవటం, మీ అతిపెద్ద, ఖచ్చితమైన ప్రయోజనాన్ని, ఒక ప్రణాళికాబద్ధమైన, మల్టీటాస్క్ పథకంగా చేసుకుని, ప్రత్యేకమైన దశలవారీగా (ప్రారంభం, మధ్యభాగం, ముగింపు) స్పష్టమైన గడువులతోనూ, అందులో మళ్లీ చిన్న చిన్న గడువులతోనూ సఫలీకృతం చేసుకునేందుకు దోహదం చేస్తుంది. అదృష్టవశాత్తూ, అభ్యాసంతో ఈ నేర్పుని అలవరచుకోవటం మీకు సాధ్యమే. మీ వ్యాపారంలోగాని, సంస్థలోగాని మిమ్మల్ని అత్యధిక ప్రభావశీలిగా, పలుకుబడిగల వ్యక్తిగా తీర్చిదిద్దేది ఈ నైపుణ్యమే. ఇక దాన్ని ఎంత ఎక్కువగా అభ్యసిస్తే, మీరు అందులో అంత ప్రావీణ్యాన్ని సంపాదించుకోగలగుతారు.

## మీ కార్యప్రణాళికని చేర్చికూర్చటం

అదృష్టవశాత్తూ, ముందు వచ్చిన అధ్యాయాల్లో, మీ లక్ష్యాన్నిగాని, లక్ష్యాలనిగాని సాధించేందుకు తయారుచేసుకోవలసిన ప్రణాళికకి అవసరమయే అంశాలన్నిటినీ మీరు గుర్తించి, ఒకచోట చేర్చిపెట్టుకున్నారు.

1. ప్రస్తుతం మీరు చెయ్యవలసిన పని మీ ఆదర్శం తాలూకు ఫలితాన్ని, లేదా లక్ష్యాన్ని, మీ విలువల ఆధారంగా వాటిని స్పష్టంగా చూడగలగటం. మీకేం కావాలో, ఎందుకు దాన్ని కావాలనుకుంటున్నారో మీకు తెలుసు.
2. మీ లక్ష్యాలని మీరు రాసిపెట్టుకున్నారు, ప్రాధాన్యం ప్రకారం వాటిని వరసగా పెట్టారు, ఆ తరవాత మీ అతిపెద్ద ఖచ్చితమైన ప్రయోజనాన్ని ఎంచుకున్నారు.
3. మీ పురోగమనాన్ని గమనించేందుకు మీరు కొలమానాలనీ, ప్రమాణాలనీ సృష్టించుకున్నారు. గడువులనీ, ఆ గడువుల్లో మళ్లీ చిన్నచిన్న వ్యవధులనీ పెట్టుకున్నారు. అవి మీరు గురిచూడవలసిన టార్గెట్లు.
4. మీకూ మీ లక్ష్యానికీ మధ్య ఉండే కీలకమైన అడ్డంకులనీ, ఇబ్బందులనీ, చిక్కులనీ మీరు గుర్తించారు. వాటిని ప్రాధాన్యక్రమంలో ఉంచారు.
5. మీ లక్ష్యసాధనకి అవసరమైన పరిజ్ఞానాన్నీ, నేర్పులనీ గుర్తించారు.
6. ప్రాధాన్యక్రమంలో ఈ సామర్థ్యాలని క్రమబద్ధం చేసి, మీరు సాధించాలనుకున్న దాన్ని సాధించేందుకు నేర్చుకోవలసిన విద్యని అభివృద్ధి చేసుకునేందుకు పథకాన్ని రూపొందించారు.
7. మీకు అవసరమయే సాయాన్నీ, సహకారాన్నీ అందించగల వ్యక్తులనీ, బృందాలనీ, సంస్థలనీ, మీరు పనిచేసేచోటా, బైటా, గుర్తించారు. మీ లక్ష్యాలని సాధించేందుకు వీళ్ల సాయాన్ని సంపాదించుకోటానికి అవసరమైన విశిష్టమైన ఉపాయాలను నిర్ణయించుకున్నారు.

ఈ ప్రక్రియ జరుగుతున్నంతసేపూ, పథకం ప్రకారం ఫలితం పొందేందుకు ముడిసరుకూ, పరికరాలూ మీ దగ్గర ఉండేందుకు వీలుగా మీరు నోట్సు రాసుకున్నారు.

ప్రస్తుతం మీరు ఆ వివరాలన్నిటినీ ఒకచోట ఏర్చికూర్చి ఒక కార్యప్రణాళికగా తయారుచేసేందుకు సిద్ధంగా ఉన్నారు.

## పథకం వేసుకోవటం అనే ప్రక్రియ చాలా ముఖ్యం

కొంతకాలం క్రితం ఇన్క్ *(Inc)* పత్రిక కొత్తగా రంగప్రవేశం చేసిన యాభై కంపెనీల గురించి అధ్యయనం చేసింది. వీటిలో సగానికి పైగా తాము చేపట్టదల్చుకున్న పనులు ప్రారంభించే ముందు తమ బిజినెస్‌కి సంబంధించిన పథకాలని పూర్తిగా

రూపొందించేందుకు ఎన్నోనెలల సమయాన్ని వెచ్చించాయి. వీటిలో మిగతా సగం అలాటి పథకాలేవీ వేసుకోకుండా, ఎప్పటికప్పుడు జరిగే సంఘటనలకి ప్రతిక్రియలని ప్రదర్శిస్తూ, ఏరోజుకారోజు బిజినెస్‌ని నడుపుతూ వ్యాపారాన్ని ప్రారంభించాయి.

రెండు మూడేళ్లకి, పరిశోధకులు ఆ కంపెనీల సాఫల్యాన్నీ, గడించిన లాభాలనీ అంచనా వేసేందుకు వెళ్లారు. వాళ్లు కనుక్కున్నది చాలా ఆసక్తి కలిగించే సంగతి. ముందుగా బిజినెస్‌కి సంబంధించిన పథకాలని స్పష్టంగా రాసిపెట్టుకుని, ప్రతి అంశాన్నీ క్షుణ్ణంగా పరీక్షించి, వ్యాపారాన్ని ప్రారంభించిన కంపెనీలు, అలా చెయ్యకుండా ఎప్పటికప్పుడు నిర్ణయాలు చేస్తూ, అవకతవకగా పనిచేస్తున్న కంపెనీల కన్నా ఎక్కువ విజయవంతంగా, లాభాలని గడించేవిగా ఉన్నాయని తెలిసింది.

ఒక కవరు వెనక ఏవో వివరాలు రాసుకుని పని మొదలుపెట్టిన కంపెనీలు, ఆ కంపెనీ స్థాపించినవాళ్లు, "మరీ బిజీగా ఉండి," నింపాదిగా పథకం వేసుకుని, అన్ని అంశాలనీ వివరంగా చర్చించే తీరిక లేకుండా ఉండటంచేత, అవి దాదాపు తడబడుతూ ఉన్నాయి. వాటిలో చాలా కంపెనీలు దివాలా తీసి, మూతపడే స్థితికి చేరుకున్నాయి.

## పథకాలు వేసుకోవటమనే ప్రక్రియే అసలు కీలకం

ఇది ఒక అత్యంత ఆసక్తికరమైన ఆవిష్కారం అనిపించుకుంది: కంపెనీలని స్థాపించిన వారిని పరిశోధకులు ఇంటర్వ్యూ చేసినప్పుడు, "మీ వ్యాపారం కొనసాగించే క్రమంలో రోజువారీ పనులు చేసేప్పుడు మీరు మీ వ్యూహరచనని ఎన్నిసార్లు తిరిగి చూసుకుంటుంటారు?" అని అడిగారు.

దాదాపు ప్రతిఒక్క కంపెనీలోనూ వ్యాపారాన్ని నడుపుతున్న కార్యనిర్వాహకులూ, వ్యవస్థాపకులూ కొన్నినెలల క్రితమే పూర్తిచేసిన వ్యూహరచనని మళ్లీ చూడనేలేదు. ఒకసారి పూర్తిచేసేసి, దాన్ని సొరుగులోపెట్టి, మళ్లీ ఏడాదివరకూ దాన్ని బైటికి తియ్యనే లేదు. మరుసటేడే మళ్లీ ఒకసారి ఆ వ్యూహరచనని చూడటం, మార్పులూ, చేర్పులూ చెయ్యటం అనే ప్రక్రియని చేపట్టటం జరిగింది.

వాళ్లు తెలుసుకున్న వాటిలో అన్నిటికన్నా ముఖ్యమైన విషయం: ఆ పథకాన్ని చాలా అరుదుగా పునఃపరిశీలించినప్పటికీ, వ్యాపారానికి సంబంధించిన కీలక అంశాలని గురించి ఆలోచించి నిర్ణయాలు తీసుకోవటం అనేది వాళ్ల విజయానికి చాలా ముఖ్యమైంది.

## పథకాలు వెయ్యటం వల్ల లాభం ఉంటుంది

జనరల్ డ్వైట్ డి. ఐసన్‌హోవర్ రెండో ప్రపంచయుద్ధంలో నార్మండీని ఆక్రమించటంలో విజయం సాధించాక, ఆ ఆక్రమణకి ముందు ఆయన వివరంగా వేసుకున్న పథకం

గురించి విలేకరులు ప్రశ్నించారు. "పథకాలు ఎందుకూ పనికి రాలేదు, కానీ పథకాలు వేసుకోవటం అనేది తప్పనిసరి అయింది," అన్నాడాయన.

ప్రారంభదశలో బిజినెస్ ప్లాన్‌లోని ప్రతి ఒక్క కీలకమైన అంశాన్నీ చర్చించటం, దాన్ని ఆచరణలో పెట్టటం అనేది అన్నిటికన్నా ముఖ్యమైన పని. అందుకే అలెక్ మెకెంజీ అనే సమయపాలనా నిర్వాహక నిపుణుడు ఇలా అన్నాడు, "పథకం వేసుకోకుండా పనిచెయ్యటమే ప్రతి అపజయానికీ కారణం."

ఆర్మీవాళ్లు అందరికీ వర్తించే ఒక సత్యాన్ని ఇలా ప్రకటించారు, "శత్రువుని మొదటిసారి ఎదుర్కొన్నప్పుడు ఎటువంటి పథకమూ పనిచెయ్యదు." మీరు మీ వ్యాపారాన్ని నడపటం మొదలుపెట్టిన మొదటిరోజునుంచీ, పరిస్థితులు ఎంత త్వరగా మారిపోతూ ఉంటాయంటే, కొద్దిరోజుల్లో, మరీ మాట్లాడితే కొన్ని గంటల్లోనే, మీ పథకం పాతబడి పనికిరాకుండా పోతుంది. కానీ పథకాలు వేసుకోవటం అనే ప్రక్రియ అన్నిటికన్నా ముఖ్యమైనదే. స్కాట్ మెక్‌నీలీ సన్‌మైక్రోసిస్టమ్స్ స్థాపకుడు. ఆయన ఇలా అంటాడు, "కొత్తగా వ్యాపారంలోకి దిగినవాళ్లు అన్ని రకాల ఊహలనీ ప్రతీ మూడు వారాలకొకసారీ బైట పారేస్తూ ఉండాలి."

## అన్ని గొప్ప విజయాలకీ పునాది

విజేతలందరూ రాసిపెట్టుకున్న పథకాల ప్రకారం పనిచేస్తారు. మానవాళి సాధించిన గొప్ప విజయాలు పిరమిడ్లని కట్టటం దగ్గర్నించి, ఆధునిక యుగంలోని గొప్ప పరిశ్రమల నిర్మాణం వరకూ వివరంగా రాసుకున్న పథకాల ఆధారంగానే ముందుకి నడిచాయి. వాటిని ప్రారంభించేముందే జాగ్రత్తగా రూపొందించుకుని, మొదటినించీ చివరిదాకా అవి ఏ రూపంలో ఉండబోతున్నాయో క్షుణ్ణంగా ఆలోచించు కున్నారు.

నిజానికి, పథకాలు వేసుకునేందుకు వెచ్చించే ఒక నిమిషం, వాటిని ఆచరణలో పెట్టేప్పుడు పదినిమిషాల కాలాన్ని వ్యర్థం కాకుండా కాపాడుతుంది. ప్రారంభించే ముందు ఆలోచించటం, పథకాన్ని తయారుచేసుకోటంలో మీరు వెచ్చించే ఒక్కొక్క నిమిషమూ, మీ సమయాన్నీ, డబ్బునీ, శక్తినీ వృథా కాకుండా కాపాడి, మీరు కోరుకున్న ఫలితాలని అందిస్తుంది. అందుకే, "పథకం వేసుకోలేకపోవటం అపజయానికి పథకం వేసుకోవటం" అంటారు.

## పథకం వేసుకోవటంవల్ల సమయమూ, ఖర్చూ మిగులుతాయి

ఓటమికి అన్నిటికన్నా ముఖ్యమైన కారణం పథకం లేకుండా పనిచెయ్యటమే. ముందుగా ప్లాన్ చేసుకునే తీరిక లేనంత పనిలో మునిగిపోయి ఉంటామని అనేవాళ్లు అనవసరమైన పొరపాట్లకీ, కాలాన్నీ, డబ్బునీ, శక్తినీ విపరీతంగా వృదా చేసేందుకూ సిద్ధంగా ఉండాలి.

కొత్తగా ప్రారంభించిన ప్రతి వ్యాపారమూ "కాలంతో పరుగుపందెం" లాటిదే అని అంటారు. మొదటిరోజునుంచే కంపెనీ స్థాపించినవాళ్లు మరింత ఎక్కువ డబ్బు సంపాదించేందుకూ, ఖర్చుకన్నా ఆదాయం ఎక్కువగా ఉండేట్టూ, వ్యాపారం నడిచేట్టూ చూసేందుకూ తంటాలు పడుతూ ఉంటారు. వాళ్లు "లాభం తాలూకు నమూనా"ని కనిపెట్టి డబ్బంతా అయిపోయేలోపల ఖర్చుకన్నా రాబడిని ఎక్కువగా పెంచగలిగితే, వ్యాపారం మలుపు తిరిగి విజయవంతమవుతుంది. కానీ నష్టంకన్నా లాభాన్ని ఎలా సంపాదించాలో తెలుసుకునేలోపలే ఒకవేళ డబ్బు మొత్తం ఖర్చయిపోతే ఆ కంపెనీ, కిందికి పడిపోయే విమానంలాగ కూలిపోయి కాలిపోతుంది.

## విజయానికి పనికివచ్చే సిద్ధాంతం

వ్యక్తిగతంగానూ, వ్యాపారంలోనూ విజయాన్ని సాధించే ఒక సిద్ధాంతం ఉంది. ఆంగ్లంలో దాన్ని 'సిక్స్ పీ ఫార్ములా' అంటారు :

"Proper (సరైన) Prior (ముందుగా) Planning (పథకం వేసుకోటం) Prevents (నివారిస్తుంది) Poor (పనికిమాలిన) Performance (పనితీరు)." అంటే "ముందుగా సరైన పథకం వేసుకుని పనిచేస్తే, అది పనికిమాలిన పనితీరుని నివారిస్తుంది" అని దాని అర్థం.

దీనివల్ల ఏడురకాల లాభాలున్నాయి.

మొదటిది, మీరు చివరికి సాఫల్యాన్ని సాధించదల్చుకుంటే - పథకం వేసుకోవటం అనేది మీరు బాగా ఆలోచించి, నిర్ణయించవలసిన కీలకమైన సమస్యలన్నిటి గురించీ మీ ఆలోచనలని ఒక క్రమంలో ఉంచుకునేట్టూ, గుర్తించేట్టూ మీమీద ఒత్తిడి తీసుకొస్తుంది.

రెండోది, మీ లక్ష్యాలని సాధించేందుకు మీరేం చెయ్యాలో చివరికంటా ఆలోచించటంవల్ల మీరు చెయ్యబోయే పనులని ప్రారంభించేముందు, జాగ్రత్తగా ఆలోచించి పనితీరుని ప్లాన్ చేసుకునేందుకు దోహదం చేస్తుంది. దానివల్ల మీకు డబ్బు, శ్రమ, సమయం వృథా కావు.

మూడోది, ఒక మంచిపథకం, క్షుణ్ణంగా చర్చించి, అంచనా వేసినది, తరవాత మీ వ్యాపారాన్ని దెబ్బతియ్యగల లోటుపాట్లనీ, పొరపాట్లనీ గుర్తించేందుకు సాయం చేస్తుంది. "ఒకవేళ అలా జరిగితే?" అని మిమ్మల్ని మీరు ప్రశ్నించుకునే అవకాశం కలిగిస్తుంది. ఉదాహరణకి, "ఒక రకంగా పనిచెయ్యటం వల్ల కలిగే ఘోర పరిణామాలేమిటి?" అనే ప్రశలలాటివి.

ముందుగా సరైన పథకం వేసుకోవటం వల్ల కలిగే నాలుగో లాభం, అది మీ పథకంలోని లోటుపాట్లని గుర్తించి, వాటిని తొలగించే వీలు కల్పిస్తుంది. తరచు మీ వ్యాపారానికి భవిష్యత్తులో "తీరని నష్టాన్ని" కలిగించటానికి వీలున్న ఒక పొరపాటుని

మీరు గుర్తించవచ్చు. ఇది జరగాలంటే మీరు పథకం వేసుకోవటం అనే ప్రక్రియని చేపట్టవలసిందే.

ఐదోది, విజయాన్ని సాధించటానికి వీలుండేట్టు ఆ అవకాశాన్ని పెంచేట్టు, మీలోని బలాన్నీ, మంచి అవకాశాలనీ వినియోగించుకోటానికి ఈ పథకం వేసుకోవటం అనేది ఉపయోగపడుతుంది. తరచు, మీలో ఉండే శక్తి మీకే తెలీదు, ఒకానొక పరిస్థితిలో గల అవకాశాలని మీరు గుర్తించలేకపోవచ్చు, పథకం వేసుకోకముందు వీటిని మీరు గ్రహించలేకపోవచ్చు.

ఆరో లాభం, ఒక వ్యాపారాన్ని విజయవంతం చేసేందుకు మీరు దృష్టి కేంద్రీకరించవలసిన ఒకటి రెండు ధ్యేయాలమీద, పథకం వేసుకుని పని చెయ్యట మనేది, మీ సమయాన్నీ, డబ్బునీ, మీకున్న వనరులన్నిటినీ ఆపనిమీదే కేంద్రీకరించటం సాధ్యమవుతుంది. స్పష్టమైన దృష్టి లేనట్టయితే, ధ్యాస పెట్టకపోతే, మీ శక్తి మొత్తం అనవసరమైన విషయాలకి ఖర్చయి, చెదిరిపోవటంతో, మీరు చాలా తక్కువ సాధించ గలుగుతారు.

సరైన పథకం ప్రకారం పనిచెయ్యటంవల్ల కలిగే ఏడోలాభం, అది తప్పకుండా మీ సమయాన్నీ - గంటలని, వారాలని, నెలలని, ఎటువంటి సందేహాలూ లేకుండా గడిపేందుకు సాయం చేస్తుంది. తప్పులు చెయ్యకుండా ఉండేందుకూ, డబ్బు, శక్తీ అనవసరంగా ఖర్చవకుండా ఉండేందుకూ తోడ్పడుతుంది.

## ఇక్కడినించి అక్కడికి చేరుకోలేరు

చాలాసార్లు, ఎంతో జాగ్రత్తగా పథకాలు వేసుకున్నా, విశ్లేషించినా, నిర్ణయం తీసుకునే వాళ్ళకి, తాము అనుకున్న లక్ష్యాన్ని తమకి అందుబాటులో ఉన్న వనరులతో, ప్రస్తుత పరిస్థితుల్లో సాధించటం అసంభవమని తెలుస్తుంది. ఒక్కోసారి మీ వృత్తిలో లభించే ఎంతోమంచి వ్యాపార అవకాశాలు కూడా మీకు అసలు లభించకనే పోవచ్చు.

కొన్నేళ్ళక్రితం నేనొక ధనవంతుడి దగ్గర పనిచేశాను. ఆయన నాకు ఇచ్చిన ఒక సలహాని నేనెన్నటికీ మర్చిపోను, "ఏదైనా పనిలోకి ప్రవేశించటం, దానిలోంచి బైట పడటం కన్నా సులభం," అన్నాడాయన. వనరులనీ, మనుషులనీ పనిలోకి తీసుకోవాలని నిర్ధారణ చేయకముందే జాగ్రత్తగా అన్ని విషయాలూ ఆలోచించుకోటానికి సరైన సమయమనీ ఆయన నాకు నేర్పాడు.

## అతిముఖ్యమైన క్రమశిక్షణ

పథకం వెయ్యటం అనేది ఒక క్రమశిక్షణ, ఒక నేర్పు. అది ఒక అలవాటే కాక ఒక సామర్థ్యం కూడా. అంటే, పథకం వెయ్యటం అనే నైపుణ్యాన్ని మీరు మళ్ళీమళ్ళీ ఉపయోగించటం ద్వారానూ, అభ్యాసం ద్వారానూ పూర్తి ప్రావీణ్యాన్ని సాధించవచ్చు. అంతేకాదు, అది మీరనుకున్నదానికన్నా చాలా సులభం.

## ప్రతి పనినీ, చర్యనీ జాబితాలో చేర్చండి

చాలా సరళమైన మాటల్లో చెప్పాలంటే, పథకం అనేది మీ కార్యకలాపాలన్నిటి తాలూకు జాబితాయే, ఒక లక్ష్యాన్నిగాని, ధ్యేయాన్నిగాని సాధించేందుకు మీరు చేసే పనులని మొదటి నుంచి చివరిదాకా తెలియజేసే జాబితానే పథకం అనాలి. పథకం వెయ్యటం అనే ప్రక్రియని మొదలుపెట్టటానికి, ఒక తెల్లకాయితం తీసుకుని, మీ లక్ష్యాన్ని చేరుకునేందుకు మీరు చెయ్యవలసిన పనులన్నిటినీ ఒకసారి మనసులో మననం చేసుకుని, దాని మీద రాయండి.

కొత్త విషయాలు తడితే, ఎప్పటికప్పుడు చేరుస్తూ పొండి. నిరంతరం జాబితాని చూసుకుంటూ, పనులనీ, విషయాలనీ పరీక్షిస్తూ మార్పులూ, చేర్పులూ చేస్తూ ఉండండి, కొత్త సమాచారాన్ని అందుకున్నప్పుడల్లా ఈ పనిచెయ్యండి. మీ "కలల సౌధాన్ని" నిర్మించుకునేందుకు, మీరు ఆదర్శంగా భావించే లక్ష్యాన్నిగాని, ఫలితాన్నిగాని సాధించేందుకు ఇది ఒక బ్లూప్రింట్‌గా మారుతుంది.

## ప్రాధాన్యాన్నీ, క్రమాన్నీ నిర్ధారించండి

ఇప్పుడిక మీ జాబితాని ప్రాధాన్యాన్ని బట్టి క్రమానుసారంగా తయారుచేసుకుని, మిగతావాటికన్నా ఏ పనులు, కార్యకలాపాలూ ఎక్కువ ముఖ్యమో నిర్ణయించండి. అన్నిటికన్నా ముఖ్యమైన పనిని మొదటిస్థానంలో ఉంచి, తక్కువ ప్రాధాన్యం గల పనిని చివరిస్థానంలో ఉంచండి.

మీ జాబితాని క్రమానుసారం తయారుచెయ్యండి. అందులో ఏ పనులు ముందు చెయ్యాలి, ఏవి తరవాత చెయ్యాలి అని నిర్ణయించుకుని రాసుకోండి. తరచు, ఒక పనిని పూర్తిచేస్తేగాని రెండోది మొదలుపెట్టటం సాధ్యంకాదు. ఒక్కోసారి మొత్తం ప్రక్రియలో ఏదో ఒక పని అడ్డుతగిలి, ముందుకు పోకుండా చేస్తుంది, అలాటప్పుడు దాన్ని ముందు పూర్తిచెయ్యాలి.

## మీకు పరిమితిని ఏర్పరచే అంశాన్ని గుర్తించండి

పథకం వేసేప్పుడు, తరచు ఆ పథకంలోనే ఉండే ఒక లక్ష్యాన్ని బట్టో, ధ్యేయాన్ని బట్టో, దాని సాఫల్యం నిర్ధారణ చెయ్యబడుతుంది. అది ఒక భవన నిర్మాణమో, కొత్త ఆఫీసో, దుకాణమో, ఫ్యాక్టరీయో కావచ్చు. మొట్టమొదట పూర్తిచేసిన ఉత్పాదనని అందజేయవలసిన తేదీయో, సర్వీసో, లేదా అమ్మకాల సంఖ్యని పూర్తిచెయ్యటమో కావచ్చు. ఒక ముఖ్యమైన పనికి కీలకమైన వ్యక్తిని పనిలోకి తీసుకోవటం అవచ్చు. పథకం వెయ్యటం అనే ప్రక్రియ ముఖ్యమైన అంశాలని గుర్తించటానికీ, విజయాన్ని సాధించేముందు అన్నిటికన్నా ముఖ్యమైన కార్యకలాపాలమీద మీ సమయాన్నీ, ధ్యాసనీ ఎక్కువగా కేంద్రీకరించేందుకూ సాయం చేస్తుంది.

## మొదట్లో అపజయాన్ని ఎదురుచూడండి

మొదటిసారి సృష్టించినప్పుడు ఏ పథకమూ కూడా నిర్దుష్టంగా ఉండదు. కొత్త విషయాన్ని సాధించటానికి తయారుచేసే పథకాలు మొదట్లో మళ్లీ మళ్లీ విఫలమవుతూ ఉంటాయి. ఇది మామూలుగా ఎప్పుడూ జరిగేదే. పునశ్చరణని అంగీకరించటం, మీ కార్యప్రణాళికలో మార్పులు చేసుకునేందుకు సుముఖంగా ఉండటం, మీ విజయానికి చాలా ముఖ్యమైనవి. ఎప్పుడూ ప్రశ్నించుకుంటూ ఉండండి, ఏది పనికివస్తోంది? ఏది పనికిరావటం లేదు? ఎవరు చెప్పేది సరైనది అనేదానికన్నా ఏది సరైనది అనే విషయాన్నే ఎక్కువ పట్టించుకోండి.

పాత నానుడి, "మళ్లీ బ్లాక్‌బోర్డ్ దగ్గరకెళ్లి మొదలుపెట్టటం!" అనేది గుర్తుంచుకోండి. మీ పథకం పనిచెయ్యనప్పుడల్లా, తేలిగ్గా తీసుకుని, గుండెలనిండా ఊపిరి పీల్చుకుని, మళ్లీ ఒకసారి ప్రయత్నించండి.

## పరిష్కారంమీద దృష్టి కేంద్రీకరించండి

మీకొక సమస్య ఎదురైనప్పుడు, పరిష్కారాన్ని వెతికే ధోరణి పెంపొందించు కుంటానని తీర్మానించుకోండి. ప్రక్రియలో సమస్యలూ ఒక భాగమే ననుకుని, వాటికి తెలివిగా స్పందించేందుకు నిర్ణయించుకోండి. గడువు లోపల మీరు లక్ష్యాలని చేరుకోలేకపోతూ ఉంటే, యిలా ప్రశ్నించండి : సమస్య ఏమిటి? ఇది కాక ఇంకే సమస్య ఉంది? పరిష్కారాలేమిటి? ఇంకేమైనా పరిష్కారం ఉందా? ఇప్పుడు మనం ఏం చెయ్యాలి? తరువాతి మెట్టు ఏది?

ఒక కొత్త లక్ష్యం సాధించేందుకు మీరు పని ప్రారంభించగానే, వెంటనే మీకు అపజయాలు, అడ్డంకులూ, సమస్యలూ, తాత్కాలికమైన వైఫల్యాలూ ఎదురవటం చూస్తారు. ఇది సహజమే, మామూలుగా ఎదురుచూడవలసిన విషయమే. ఒక కొత్త పనిని ప్రారంభించి దాన్ని విజయవంతంగా ముగించటానికి విపరీతంగా ప్రయాస పడాల్సిన వస్తుంది. కానీ మీకోసం మీరు ఎంచుకున్న లక్ష్యాలని సాధించాలంటే మీరు చెల్లించవలసిన మూల్యం ఇది.

## కాయితం మీద ఆలోచించండి

ఎప్పుడూ కాయితం మీదే ఆలోచించండి. ప్రతి ప్రక్రియకీ, అడుగడుక్కీ నిరంతరం జాబితాలూ, వాటికి సంబంధించిన చిన్న జాబితాలూ తయారుచేసుకుంటూ ఉండండి. మీ పథకాన్ని ఎప్పటికప్పుడు చూసుకుంటూ, మార్పులూ చేర్పులూ చేస్తూ, మెరుగులు దిద్దుతూ, అది నిర్దుష్టమైన రూపాన్ని సంతరించుకునేదాకా, దాన్ని కొనసాగించండి.

పథకం వెయ్యటం అనేది ఒక నేర్పు అని గుర్తుంచుకోండి. అది ఒక నేర్పు కాబట్టి దాన్ని పూర్తిగా నేర్చుకోటం సాధ్యమవుతుంది. ఆలోచించేందుకూ, ప్లాన్ చేసేందుకూ, ఏర్పాటు చేసేందుకూ, మీ లక్ష్యం వైపుగా కార్యకలాపాలని

ప్రారంభించేందుకూ మీలో ఉండే సామర్థ్యమే చివరికి మీ రంగంలో అత్యున్నతస్థాయికి చేరుకున్న 10 శాతం వారిలో మిమ్మల్ని కూడా కలుపుతుంది.

"కాయితంమీద ఆలోచించటానికి" ఉన్న పద్ధతుల్లో ఒకటి, ఒక ప్రోజెక్ట్-ప్లానింగ్ షీట్‌ని తయారుచేసుకుని, దాన్లో రకరకాల పనులద్వారా లక్ష్యాన్ని సాధించే క్రమాన్ని రాసుకోవటం. ఈ విధంగా, మీ లక్ష్యం తాలూకు చిత్రం మీ కళ్ల ముందుంటుంది. దాన్ని సాధించేందుకు చెయ్యవలసిన పనులని మీరు చూడగలుగుతారు. ప్రణాళికా ప్రక్రియకి సంబంధించిన బలాలూ, బలహీనతలూ చూపించి మీ కళ్లు తెరిపించేందుకు ఇది చాలా సహాయకారి కాగలదు.

## ప్రోజెక్ట్-ప్లానింగ్ మోడల్

ప్రోజెక్ట్-ప్లానింగ్ చేసేప్పుడు పేజీ పైభాగంలో, మీ ఉద్దేశంలో ఆ ప్రోజెక్టు ముగించేందుకు పట్టే గడువుని, రోజులు, వారాలు, నెలలు రూపంలో రాసుకుంటారు. అది ఒకవేళ పన్నెండు నెలల్లో పూర్తయే ప్రణాళిక, లేదా లక్ష్యం అనుకుంటే, ఈ నెలనుంచీ రాబోయే పన్నెండు నెలలపేర్లు మీరు రాస్తారు. ఇది మీకు ఆ ప్రణాళికని ఎప్పుడు ముగించాలో తెలియజేస్తుంది.

ఎడమవైపు కాలమ్‌లో, మీరు చేసి ముగించవలసిన పనులన్నీ ఒక జాబితా రాయండి, అవి వరసక్రమంలో ఉండి, మీ లక్ష్యాన్ని సాధించేందుకు దోహదం చేసేవిగా ఉండాలి. మొదట ఏపనితో ప్రారంభించాలి, దాని తరవాత ఏం చెయ్యాలి? ఇలా వరసగా రాసుకోండి.

కుడివైపున కింద ఒక మూల, మీరు ఆదర్శం అనుకునే ఫలితం ఎలా ఉంటుందో స్పష్టంగా రాయండి. మీరు కోరుకున్న లక్ష్యం గురించి ఎంత స్పష్టంగా చెప్పగలిగితే, దాన్ని చేరుకోవటం అంత సులభమవుతుంది.

ఇప్పుడిక కాయితం మీద అడ్డంగా గీతలు గీసి, ఒక పనిని మొదటినించి చివరి దాకా చేసేందుకు పట్టే సమయాన్ని వాటిమీద రాయండి. వీటిలో కొన్నిటిని ఒకే సమయంలో చెయ్యచ్చు, కానీ మరికొన్నిటిని, వేరే పనులు పూర్తిచేశాకే మొదలుపెట్టాల్సి ఉంటుంది. వీటిలో కొన్ని పనులు చాలా ముఖ్యమైనవి, మరికొన్ని అంత ముఖ్యమైనవి కావు. కానీ ప్రోజెక్ట్-ప్లానింగ్ షీట్ మీదగ్గర ఉంటే, మీ లక్ష్యం మొత్తం ఆ కాయితం మీద పరుచుకుని, మీ కళ్లెదుట చాలా స్పష్టంగా కనిపిస్తూ ఉంటుంది.

## మీ టీమ్‌ని తయారుచేసుకోండి

ప్రణాళికని ముందుకి తీసుకెళ్లటానికి ఏదో విధంగా తోడ్పడేవారందరూ పథకం వేసే ప్రక్రియలో పాల్గొన్నాలి. ఒకానొక పనిని త్వరగానూ, సులభంగానూ పూర్తి చెయ్యచ్చు అనే అపోహతో పొరపాటు చెయ్యటం మామూలుగా జరిగేదే. తరచు, చాలా

సులభంగా, తేలిగ్గా చేసెయ్యొచ్చు అనుకునే పని పూర్తిచెయ్యటానికి నెలలకొద్దీ సమయం పట్టవచ్చని తెలుసుకుని దిగ్భ్రాంతికి గురవటం కూడా జరుగుతూ ఉంటుంది. మీ ప్రణాళికలో చాలా ముఖ్యమైన భాగాన్ని నిర్ధారించిన గడువులోపల పూర్తిచెయ్యటం తప్పనిసరి అనుకుంటేనే మీరు దాన్ని పూర్తిగా సరిచూసుకునేట్టు మీమీద ఒత్తిడి సృష్టించబడుతుంది.

మా మేనేజర్లలో ఒకరు మా బిజినెస్‌లో కొత్తగా వచ్చిన ఒక మార్పు గురించి మా ఖాతాదారులందరికీ ఒక కరపత్రం పంపించాలని నిశ్చయించాడు. మా కమర్షియల్ డిజైనర్‌ని పిలిచి, వారంలోపల దాన్ని సిద్ధం చెయ్యాలి, అని ఆమెకి చెప్పాడు.

వ్యాపార పద్ధతిలో రాసే, రూపొందించే, అచ్చువేసే ఆ కరపత్రం తయారు చేసేందుకూ, పోస్టు చేసేందుకూ ఆరేడు వారాలు పడుతుందనీ, దానికి 2,000 డాలర్లు ఖర్చు అవుతాయనీ విని అతను అవాక్కయాడు. ఆ ప్రణాళికని వెంటనే రద్దు చేశాడు.

ప్రణాళికా ప్రక్రియ ప్రారంభించినప్పుడు, ఆ ప్రణాళికలోని ప్రతి మెట్టునీ గుర్తించటం, దాన్ని పూర్తిచెయ్యటానికి పట్టే ఖచ్చితమైన గడువుని నిర్ధారించటం మీరు ముఖ్యంగా చెయ్యవలసిన పనులు. ఆశావాదానికీ, వాస్తవానికీ తేడా ఉంటుంది, సమయం సందర్భం ఉంటాయి, వాటిని చూసుకుని మీరు పథకాలు వేసుకుని, లక్ష్యాలని సాధించాలి. పథకాలు వేసుకునేప్పుడు మీపట్ల మీరు చాలా నిజాయితీగా ఉండాలి, ప్రకృతి నియమాలు మీ పక్షాన ఉండి, తాత్కాలికంగా మీకు సాయం చేస్తాయనే ఆశలు పెట్టుకుని అదృష్టాన్ని ఎప్పుడూ నమ్ముకోవద్దు.

## రాబోయే అడ్డంకుల్ని ముందుగానే గుర్తించండి

ప్రణాళికలు వేసుకునే క్రమంలో, మిగతా సమస్యలని పరిష్కరించే ముందు ఒక పెద్ద సమస్యని పరిష్కరించాలి. అలాగే మిగతా లక్ష్యాలని చేరుకునేముందు, ఒక పెద్ద లక్ష్యాన్నీ, మిగతా ప్రణాళిక మొత్తం విజయవంతం అయేందుకు, ఒక కీలకమైన అంశాన్నీ సాధించాలి.

ఉదాహరణకి, ఎన్నో కంపెనీలు ప్రతి చిన్న అంశాన్నీ సవ్యంగా ఉండేట్టు చూసుకుని, వ్యాపారంలో రాబడి వచ్చేందుకు అవసరమైన అమ్మకాల ప్రక్రియని పట్టించుకోవు. కంపెనీ ప్రణాళికా ప్రక్రియకి చక్కని వ్యూహాన్ని తయారుచేస్తుంది, ఆఫీసులని అద్దెకి తీసుకుంటుంది, ఫర్నిచర్ కొంటుంది, అవసరమైన కంప్యూటర్లనీ, ఉత్పత్తికి అవసరమైన పరికరాలనీ అమరుస్తుంది. సిబ్బందిని ఉద్యోగంలోకి తీసుకుంటుంది, అకౌంటు పుస్తకాలని సిద్ధం చేస్తుంది, ప్రకటనలు ఇవ్వటం ప్రారంభిస్తుంది. కానీ అత్యుత్తమమైన అమ్మకాల ప్రణాళికని ఇంకా ప్రారంభించదు, అందుకే కొన్ని నెలల్లోపలే, ఒక్కోసారి వారాల్లోనే, అమ్మకాల నుంచి రాబడి

లేకపోవటంతో, కంపెనీ హఠాత్తుగా ఆగిపోతుంది. చాలావరకూ, డాట్-కామ్ (dot-com) విస్ఫోటనాన్ని, "డాట్-బాంబ్"లా తుస్సుమనిపించింది ఇలా జరగటం వల్లే.

## కీలకమైన ఫలితాలని నిర్ణయించండి

మీ చివరి లక్ష్యాన్ని చేరుకునేందుకు అడుగడుగునా మీరు సాధించవలసిన కీలకమైన ఫలితాలు ఏవి? వాటిని ఎలా ప్లాన్ చేస్తారు, ఏ క్రమంలో వాటిని అమరుస్తారు, గడువులోపల పూర్తిచేస్తానని ఎలా హామీ ఇస్తారు? పని సరిగ్గా సాగకపోతే మీరు చెయ్యబోయేదేమిటి? మీ లక్ష్యాన్ని చేరుకునే మార్గంలో కీలకమైన ధ్యేయాలని పూర్తిచెయ్యటానికి ఎక్కువ సమయం, డబ్బు ఖర్చయినట్టయితే మీరేం చేస్తారు? మీకు మరో పథకం ఏదైనా ప్రత్యామ్నాయంగా ఉందా? "ఒక గొప్ప జీవితం, ఒక గొప్ప ఓడలాగే, ఒకే ఒక ఆశమీద లేదా ఒకే ఒక తాడుమీద ఆధార పడకూడదు," అనే నానుడి మీరు వినే ఉంటారు.

## ప్రణాళిక వేసుకోవటమే విజయానికి అసలు కీలకం

మంచివార్త ఏమిటంటే, పథకం వేసుకోవటం అనేదే లక్ష్యసాధనా ప్రక్రియని మెరుగుపరచి, సాఫీగా సాగేట్టు చేస్తుంది. ప్రారంభించేముందు మీరెంత తరచుగా, జాగ్రత్తగా పథకాన్ని వేసుకుంటే, మొత్తం ప్రణాళికా ప్రక్రియ అంత బాగా సాగుతుంది. మీరు పథకాన్ని వేసుకోవటంలో మెరుగ్గా పనిచేసేకొద్దీ, మరింత పెద్దవీ, మంచివీ సాధించేందుకు పథకాలని ఆకర్షించే విధంగా మీకు ఆలోచనలూ, అవకాశాలూ వస్తాయి.

మీకు కావలసిందేమిటో ఖచ్చితంగా నిర్ణయించుకునే సామర్థ్యం మీలో రావాలంటే, రాసిపెట్టుకోవటం, పథకాలు వెయ్యటం, దాన్ని ఆచరణలో పెట్టటం అవసరం. వ్యక్తిగా ప్రతిభావంతుడు అవాలనుకున్నా, గొప్ప ఫలితాలు సాధించాలని అనుకున్నా మీకు కీలకమైనది ప్రణాళికలు వేసుకోవటం. ఇవి నేర్చుకునేందుకు వీలున్న కళలు, వీటిలో ప్రావీణ్యం సంపాదించటం కూడా సాధ్యమే. చూస్తూండగానే మీ జీవితాన్నీ, లేదా మీ వ్యాపారాన్ని మార్చుకోవటం, అమ్మకాలనీ, లాభాలనీ రెండింతలు చేసుకోవటం, లక్ష్యాలని సాధించటం, మీలోని నిజమైన శక్తిసామర్థ్యాలని ఉపయోగించుకోవటం మీకు సాధ్యమవుతుంది.

## ఒక కార్యప్రణాళికని తయారుచేసుకోండి

1. మీ లక్ష్యాన్ని సాధించేందుకు మీరు చెయ్యాలనుకున్న పనులన్నిటినీ ఒక జాబితాలో రాయండి.
2. ఆ జాబితాని ప్రాధాన్యాన్నిబట్టి వరుసక్రమంలో ఉంచండి; అన్నిటికన్నా ముఖ్యమైన పని ఏది? రెండోది ఏది? అలా వరసగా రాయండి.
3. మీ జాబితాలో పనులని ఒకదాని తరవాత ఒకటిగా రాయండి : ఒక పనిని చేసేముందు ఏ పని చెయ్యాలి?
4. మీ పనులన్నీ పూర్తిచేసేందుకూ, లక్ష్యాన్ని చేరుకునేందుకూ ఎంత సమయం, డబ్బు ఖర్చవుతాయో నిర్ధారించండి. విజయం సాధించేందుకు అవసరమైన సమయం, వనరులూ మీకున్నాయా?
5. క్రమం తప్పకుండా మీ పథకాన్ని మళ్లీమళ్లీ చూసుకోండి, ముఖ్యంగా కొత్త సమాచారం అందినప్పుడో, మీరు అనుకున్నట్టు అన్నీ జరగనప్పుడో. అవసరమైతే మార్పులు చేసుకునేందుకు సిద్ధంగా ఉండండి.

# 14
# మీ సమయాన్ని సవ్యంగా ఉపయోగించుకోండి

*కాలం ఇసుకరేణువుల్లా మన వేళ్ల సందుల్లోంచి జారిపోతుంది, అది మళ్లీ తిరిగి రానిది. కాలాన్ని తెలివిగా ఉపయోగించుకునేవాళ్ల జీవితాలు సమృద్ధిగా, ఉపయోగకరంగా, సంతృప్తితో నిండి ఉంటాయి.*
**- రాబిన్ శర్మ**

మీరు సాధించదల్చుకున్న లక్ష్యాలని సాధించి, మీరు కోరుకున్న విధంగా తయారవటానికి, మీరు కాలాన్ని మీ అధీనంలో ఉంచుకోవాలి. "అధీనంలో ఉంది" అనే భావనే సంతోషానికీ, ఆత్మవిశ్వాసానికీ, అధికారానికీ, ఒక వ్యక్తి సుఖంగా ఉండటానికీ కీలకమని మనస్తత్వశాస్త్రవేత్తలు అందరూ సామాన్యంగా ఒప్పుకుంటారు. అటువంటి అధీనంలో ఉందన్న భావం కలగాలంటే, మీరు సమయాన్ని సవ్యంగా ఉపయోగించే నేర్పుని అభ్యసించాలి.

సమయ నిర్వహణ ఒక నేర్పు, ఇతర నేర్పుల్లాగే అదికూడా నేర్చుకోవటానికి వీలైనదే. గతంలో మీరు ఎంత అస్తవ్యస్తంగా పనిచేసినప్పటికీ, పనులని వాయిదా వెయ్యటానికి ఎంత అలవాటు పడినప్పటికీ, పనికిమాలిన పనుల్లో చిక్కుకుని కాలాన్ని వృథా చేసినప్పటికీ, మీరు మారచ్చు. అయోమయం నించి స్పష్టతవైపుకీ, నిరాశ నుంచి పనిమీద దృష్టి సారించటంవైపుకీ ఇతరులు ఎలా వెళ్లగలిగారో తెలుసుకుని, మీ రంగంలో మీరు నిష్ణాతులుగా, సాఫల్యాన్ని సాధిస్తూ, ప్రయోజనకరమైన వ్యక్తిగా మారచ్చు.

## ఎంపికలు, నిర్ణయాలు

విజయం అనే నాణానికి ఒకవైపు ఉన్నది మీకోసం స్పష్టమైన లక్ష్యాలని ఎంచుకునే సామర్థ్యం, దానికి మరోవైపున్నది మీకు అన్నిటికన్నా విలువైన కార్య కలాపాలని అనుకున్నవాటిని ఒక పద్ధతి ప్రకారం అమలుపరచటానికి మీకు గల సామర్థ్యం. మీరు ఎంచుకున్నవీ, మీ నిర్ణయాలూ కలిసి ఈ క్షణం వరకూ మీ జీవితాన్ని సృష్టించాయి. దాన్ని ఏరకంగానైనా మార్చటానికో, మెరుగుపరచటానికో మీరు కొత్తగా ఏమైనా

ఎంచుకోవాల్సి ఉంటుంది, కొత్త నిర్ణయాలు తీసుకోవాల్సి ఉంటుంది. అవి మీరు ఎలాటివారు, జీవితంలో అసలు ఏం కావాలని కోరుకుంటున్నారు అనే విషయానికి అనుగుణంగా ఉండాలి.

సమయాన్ని సవ్యంగా ఉపయోగించుకోటానికి మొదటి అడుగు మీ లక్ష్యాలని నిర్ధారణ చేసుకోవటం. ఆ తరవాత ప్రాధాన్యాన్ని బట్టీ, విలువని బట్టీ వాటిని క్రమబద్ధం చెయ్యాలి. ఏ సమయంలోనైనా సరే, ఆ క్షణాన మీకు అవసరమైనది ఏమిటో, అన్నిటికన్నా ముఖ్యమైనది ఏమిటో మీకు స్పష్టంగా తెలిసి ఉండాలి.

ఒక పరిస్థితిలో అది వ్యాపారానికో, ఆర్థిక విషయాలకో, మీ జీవనోపాధికో సంబంధించిన విషయం కావచ్చు. తరవాత అది బంధుత్వాలకో, కుటుంబానికో సంబంధించిన విషయం కావచ్చు. మరోసారి అది ఆరోగ్యానికీ, శరీరవ్యవస్థ చక్కగా పనిచెయ్యటానికీ సంబంధించిన లక్ష్యం కావచ్చు. ఇలా ఒక్కొక్కసారీ, మీరు గురి తప్పనివాడిగా, మీకు అన్నిటికన్నా ప్రధానం అనిపించే లక్ష్యాన్ని ఛేదిస్తూ ఉండాలే తప్ప మెషీన్‌గన్‌తో గుడ్డిగా కాల్పులు జరిపే వ్యక్తిలా, ఒకే సమయంలో వెయ్యిపనులు చేసేందుకు ప్రయత్నించకూడదు.

## చెయ్యదగిన పని

ఆధిభౌతికవాది (Metaphysician), తత్వవేత్త, పీటర్ ఔస్పెన్‌స్కీని ఒకసారి ఒక విద్యార్థి ఇలా అడిగాడు, "నేను చేయదగిన పనేదో నాకెలా తెలుస్తుంది?"

దానికి ఔస్పెన్‌స్కీ ఇలా జవాబిచ్చాడు, "నీ ధ్యేయం ఏమిటో చెపితే, నువ్వు చెయ్యదగిన పనేమిటో చెప్పగలను."

ఇది ఒక ముఖ్యమైన నీతికథ. ఏది తగినదో, ఏది తగనిదో, ఎక్కువ ప్రాధాన్యత గలదో, తక్కువ ప్రాధాన్యత గలదో, తెలియాలంటే ఒకటే మార్గం, ఆ సమయంలో మీ ధ్యేయమూ, లక్ష్యమూ ఏమిటో నిర్ణయించుకోండి. ఆ తరవాత, అక్కణ్ణించి మీ కార్యకలాపాలన్నిటినీ "ఎ", "బి" కార్యకలాపాలుగా విభజించుకోవచ్చు.

"ఎ" కార్యకలాపం మిమ్మల్ని లక్ష్యం దిశగా తీసుకెళ్తుంది. అది ఎంత వేగంగా, ఎంత సూటిగా తీసుకెళ్తే అంత మంచిది. "బి" కార్యకలాపం మీకు ముఖ్యమైన లక్ష్యం వైపు తీసుకెళ్లదు.

## తెలివితేటల పాత్ర

కొన్నివేలమంది స్త్రీపురుషులతో, వాళ్ల జీవితాల్లోనూ, ఉద్యోగాల్లోనూ విజయాలకి మూలకారణాలని తెలుసుకోవటానికి చేసిన ఇంటర్వ్యూలలో, "తెలివితేటల" ప్రాధాన్యం గురించి మళ్లీమళ్లీ ప్రస్తావించారు. కానీ పరిశోధకులు "తెలివితేటలకి" నిర్వచనం చెప్పమని బలవంతపెట్టినప్పుడు, వాళ్లకి చాలా ఆసక్తికరమైన జవాబు దొరికింది.

ఐక్యూ (IQ) గానీ, చదువులో మంచి గ్రేడ్సు తెచ్చుకోవటంగాని తెలివికి నిర్వచనమని ఎవరూ చెప్పలేదు. చాలామంది చెప్పిన సమాధానం, తెలివితేటలంటే, "ఒక పద్ధతిలో పనిచెయ్యటం" అనే.

మరోలా చెప్పాలంటే, మీరు తెలివిగా ప్రవర్తిస్తే, మీరు తెలివైనవారు. అలాకాక, ఎంత మంచి మార్కులు తెచ్చుకున్నా, ఎన్ని డిగ్రీలు సంపాదించుకున్నా మీరు చేసే పనితీరులో తెలివితేటలు లోపిస్తే మీరు తెలివితక్కువ వారికిందే లెక్క.

అలా అయితే, ఈ నిర్వచనం ప్రకారం, తెలివిగా ప్రవర్తించటమంటే ఏమిటి? తెలివితేటలని ఉపయోగించి పని చెయ్యటమంటే, మీకోసం మీరు ఎంచుకున్న లక్ష్యాలని సాధించేందుకు విడవకుండా మీరు చేసే ప్రయత్నం. ప్రతిసారీ మీరు చేసే పని మీరు నిజంగా కోరుకున్న లక్ష్యం వైపుకి మిమ్మల్ని కొద్దిదూరం తీసుకెళ్తే, మీరు తెలివిగా పనిచేస్తున్నట్టే అనుకోండి. మీ లక్ష్యాలకేసి మిమ్మల్ని తీసుకెళ్లనివి, లేదా ఇంకా ఘోరంగా మీ లక్ష్యాలనించి మిమ్మల్ని దూరంగా తీసుకెళ్లేవి, తెలివితక్కువ పనులు.

మీరు కోరుకున్న లక్ష్యాన్ని చేరుకోటానికి సాయం చెయ్యని ఏ పనైనాసరే, మీరు బుద్ధిలేకుండా చేసే పనే అవుతుంది. ఈ లోకంలో ప్రతిరోజూ చాలామంది బుద్ధిలేని పనులు చేస్తూనే ఉంటారు, పైగా దానివల్ల తమ జీవితాలమీద ఎటువంటి వ్యతిరేక ప్రభావం పడుతోందో కూడా వాళ్లు గ్రహించలేరు.

## మీ దీర్ఘకాలిక లక్ష్యాలని నిర్ణయించుకోండి

సమయాన్ని సదుపయోగం చేసుకోవటం స్పష్టతతో మొదలవుతుంది. జీవితంలోని అన్ని పార్శ్వాలలోనూ, ఆర్థికంగా, కుటుంబపరంగా, ఆరోగ్యపరంగా మీరు ఎంచుకోబోయే లక్ష్యాలని నిర్ణయించుకోండి. అలా చేశాక మీకు ఉన్న సమయంలో వాటిని ప్రతి నిమిషం, ప్రతి గంటా, ప్రతిరోజూ ఎలా అమలుచెయ్యాలో పథకం తయారుచేసుకోండి.

## ముందుగా ఒక జాబితాతో మొదలుపెట్టండి

సమయాన్ని సరిగ్గా ఉపయోగించుకునేందుకు కావలసిన ముఖ్యమైన పరికరం జాబితా. అందులో ప్రాధాన్యాన్ని బట్టి పనులని వరుసక్రమంలో రాసుకుని, దాన్ని ఒక పరికరంగా వాడుకుని వ్యవహారాలని చక్కబెట్టుకోవాలి. నిజం ఏమిటంటే, మీరు సమయాన్ని సవ్యంగా వాడుకోలేరు; మిమ్మల్ని మీరు సవ్యంగా ఉపయోగించుకోవాలి, అంతే. అందుకే దీనికి క్రమశిక్షణ అవసరం. సంయమం, ఆత్మస్థైర్యం అవసరం. సమయాన్ని సరిగ్గా ఉపయోగించుకోవటం వల్ల మీ జీవితం, చేసే పనీ మెరుగవుతాయి. వాటి నాణ్యత పెరుగుతుంది.

మీ జీవితంలో తాత్కాలికమైనవీ, మధ్య అవధికి పనికివచ్చేవీ, దీర్ఘకాలికమైనవీ అయిన ప్రణాళికలు ఉండాలి, లక్ష్యాలూ, పథకాలూ ఉండాలి. ప్రతినెలా ముందుగా,

ఆ నెలలో మీరు సాధించదల్చుకున్న ధ్యేయాల జాబితా తయారుచేసుకోండి. ప్రాధాన్యాన్ని అనుసరించి పనులని క్రమానుసారం అందులో రాయండి.

## ముందుగా ప్లాన్ చేసుకోండి

ఈ రోజుతో ప్రారంభించి, ప్రతివారం ముందుగా పథకం వేసుకోండి, సోమవారం పని ప్రారంభించే ముందు ఆదివారం దాన్ని తయారుచేసుకోటం మంచిది. ఏరోజుకారోజు పథకాన్ని, ముందురోజు రాత్రే వేసుకోండి.

మర్నాడు చెయ్యవలసిన పనులన్నిటినీ ఒక జాబితాలో రాసుకుంటే, మీ సుప్తచేతన రాత్రంతా దాన్ని గుర్తుంచుకునేందుకు పనిచేస్తుంది. పొద్దున్న మీరు నిద్ర లేచాక, మీ జాబితాలోని పనులని పూర్తిచేసేందుకు మీకు ఉపాయాలూ, ప్రేరణలూ దొరుకుతాయి. మీ పథకాన్ని రాసుకోవటం వల్ల, మీరు ఆకర్షణ సిద్ధాంతాన్ని ఉత్తేజ పరుస్తారు. వీలైనంత చక్కగా మీ పనులని పూర్తిచేసేందుకూ, లక్ష్యాలని చేరుకునేందుకూ అవసరమైన మనుషులనీ, అవకాశాలనీ, వనరులనీ మీ జీవితం వైపుకి ఆకర్షించుకో గలుగుతారు.

## సత్వరం చెయ్యవలసిన పనులనీ, ముఖ్యమైన పనులనీ విడదీయండి

మీరు సమయాన్ని ఉపయోగించుకునే క్రమంలో వెంటనే చెయ్యవలసిన పనులనీ, ముఖ్యమైన పనులనీ వేరుచెయ్యాల్సి ఉంటుంది. బైటినించి కలిగే ఒత్తిడిని బట్టీ, అవసరాలని బట్టీ వెంటనే చెయ్యాల్సిన పనులని నిర్ధారణ చెయ్యాలి. వాటిని తక్షణం చెయ్యాల్సి ఉంటుంది. ఎక్కువమంది ఇటువంటి సత్వరం చెయ్యవలసిన పనులకి ప్రతిక్రియగా, టెలిఫోన్‌కాల్స్ చెయ్యటం, ఆటంకాలని ఎదుర్కోవటం, ఎమర్జన్సీలకి స్పందించటం, తమ పై అధికారి, ఖాతాదారుల అవసరాలు తీర్చటం లాటివి చేస్తూ ఉంటారు.

ముఖ్యమైన పనులు అనేవి మీ దీర్ఘకాలిక భవిష్యత్తుకి ఎక్కువ లాభాన్ని చేకూర్చగలవి. వీటిలో చాలామటుకు, ప్రణాళికలకీ, వ్యవస్థకీ, అధ్యయనానికీ, మీ ఖాతాదారులని గురించి చేసే పరిశోధనలకీ, ప్రాధాన్యత ప్రకారం పనులని ప్రారంభించటానికీ సంబంధించినవి.

ఇక మోగే టెలిఫోన్, కబుర్లు చెప్పాలనుకునే తోటి ఉద్యోగి లాటివి అప్పటికప్పుడు మీ సమయాన్ని కోరేవి. ఇవి మీరు పనిలో ఉండగా జరిగేవి కాబట్టి, వీటినే అసలు నిజమైన పని అనుకుని అపోహపడే అవకాశం ఉంది. తేడా ఏమిటంటే, ఈ పనులు ఫలితాలని ఇవ్వవు. ఎన్ని అర్జెంటు కాని, ముఖ్యంకాని పనులు చేసినా, మీరు చేసే ఉద్యోగానికి గాని, మీ కంపెనీకి గాని ఎటువంటి లాభాలనీ అందించలేరు.

ఇక నాలుగోరకం పనులు అప్పటికప్పుడు చెయ్యవలసినవీ కావు, ముఖ్యమైనవీ

కావు. ఆఫీసు పని చెయ్యవలసిన సమయంలో వార్తాపత్రిక చదవటం, లేదా మధ్యాన్న భోజనానికి అవసరమైనదానికన్నా ఎక్కువ సమయం తీసుకోటం లాటివి. ఇటువంటి పనులు మీ ఉద్యోగానికి తప్పకుండా హాని కలిగిస్తాయి, ఎందుకంటే, మీరు ఏ పనులకైతే జీతం తీసుకుంటున్నారో, వేటిమీద మీ భవిష్యత్తు ఆధారపడి ఉందో, ఆ పనులు చేసి ఫలితాలని పొందే సమయాన్ని మీరు ఉపయోగించుకోవటం లేదు.

## పర్యవసానాల గురించి ఆలోచించండి

ఏదైనా ఒక పని తాలూకు విలువని నిర్ధారించటానికి పనికివచ్చే అతిముఖ్యమైన పదం, "పర్యవసానాలు". ఒక విలువైన, ముఖ్యమైన పనికి, పూర్తిచెయ్యటం, చెయ్యక పోవటం అనే పర్యవసానాలుంటాయి. ఆ పని తాలూకు పర్యవసానం ఎంత గొప్పదైతే, ఆపని అంత ముఖ్యమైనదని అనుకోవాలి.

మీ జీవితంమీద, ఉద్యోగంమీద ఎక్కువ ప్రభావాన్ని చూపుతూ, ఫలితాలని ఇవ్వగల అవకాశమున్న పనులు చెయ్యటానికి ఎక్కువ సమయాన్ని కేటాయించటం ద్వారా మీరు మీ సమయాన్ని సవ్యంగా ఉపయోగించుకోవటంలో కృతకృత్యులవుతారు.

## 80/20 నియమాన్ని పాటించండి

మర్నాటికోసం మీరు పనుల జాబితా ఒకటి తయారుచేసుకున్నాక, ప్రారంభించే ముందు ఒకసారి సరిచూసుకుని, దానికి 80/20 నియమాన్ని అన్వయించుకోండి.

80/20 నియమం ప్రకారం మీరుచేసే 20 శాతం కార్యకలాపాలు 80 శాతం ప్రాధాన్యాన్ని కలిగి ఉంటాయి. మీ దగ్గర పూర్తిచెయ్యవలసిన పనులు పది ఉన్నాయనుకుంటే, మిగతా ఎనిమిది పనులనీ కలిపినా వచ్చే విలువకన్నా వాటిలోని రెండుపనుల విలువ ఎక్కువ ఉంటుంది. పదిలో రెండు పనుల పర్యవసానం గొప్ప అవకాశాలతో నిండి ఉంటుంది. మిగతా ఎనిమిదింటిలో అది ఉండదు.

ఒక్కోసారి "90/10 నియమం" కూడా పాటించవలసి రావచ్చు. మిగతా పనులన్నిటికన్నా ఏదో ఒక్క పనికే ఎక్కువ విలువ ఉండి, దాన్ని ముందుగా చేసి ముగించటం ముఖ్యమవుతుంది. దురదృష్టవశాత్తూ, ఆ ఒక్కపనే వెంటనే వాయిదా వేసేందుకు మీరు ఎక్కువ ఆసక్తి కనబరచేదిగా ఉంటుంది.

## సృజనాత్మకంగా వాయిదా వెయ్యటాన్ని అభ్యసించండి

ఒకసారి అన్నిటికన్నా ముఖ్యమైన 20 శాతం పనులని గుర్తించాక, మీరు మిగతా పనుల విషయంలో "సృజనాత్మకంగా వాయిదా వెయ్యటం" అనే అభ్యాసాన్ని కొనసాగించవచ్చు. అన్ని పనులూ చెయ్యటం సాధ్యం కాదు కాబట్టి కొన్నిటిని వాయిదా వెయ్యాల్సి వస్తుంది. ఇక్కడ ప్రశ్న ఏమిటంటే మీరు వాయిదా వెయ్యదల్చుకున్న పనులు ఏవి?

దీనికి జవాబు చెప్పటం చాలా తేలిక. మీరు కోరుకున్న ఫలితాలని గాని, లక్ష్యాలని గాని సాధించేందుకు అన్నిటికన్నా తక్కువగా తోడ్పడే 80 శాతం పనులని వాయిదా వెయ్యండి. మీకు ఎంతో ప్రయోజనకరంగా ఉండే ఒకటిరెండు పనులకే మీ సమయాన్ని కేటాయించి, వాటిమీద దృష్టి పెట్టండి.

## ఎబిసిడిఇ (ABCDE) పద్ధతిని పాటించండి

ప్రాధాన్యతలని ఎంచుకోవటానికి పనికివచ్చే మరొకటి ఎబిసిడిఇ పద్ధతి. ఈ పద్ధతి మీ పనుల జాబితాని పునశ్చరణ చేసుకునేందుకు పనికివస్తుంది. ప్రారంభించే ముందు ఎబిసిడిఇ అనే అక్షరాలని ఒకదానిపక్కన మరొకటి రాయండి. ఈ అభ్యాసం వల్లనూ, పనులు మొదలుపెట్టేముందు వాటిగురించి ఆలోచించటంవల్లనూ, మీ సామర్థ్యం నాటకీయంగా పెరిగిపోయి, పని మొదలుపెట్టాక తన ప్రభావాన్ని చూపిస్తుంది.

"ఎ" అనే పని చాలా ముఖ్యమైనది. అది పూర్తిచెయ్యటం, చెయ్యకపోవటం వల్ల పర్యవసానం చాలా తీవ్రంగా ఉంటుంది. ఆ పని మీరు చేసినా, చెయ్యకపోయినా, అది మీ ఫలితాలమీదా, విజయంమీదా గొప్ప ప్రభావాన్ని చూపిస్తుంది. ఇంకోపని చేసేముందు మీరు "ఎ" పనిని పూర్తిచెయ్యాలి.

మీకు ఒకటికన్నా ఎక్కువ "ఎ" పనులుంటే, వాటిని ప్రాధాన్యతని బట్టి ఎ-1, ఎ-2, ఎ-3, అలా వరసగా అమర్చండి. ఇలా చేశాక ఎ-1 పనేమిటో గుర్తించి, పూర్తి ధ్యాస, శక్తి దానికే వినియోగించి, మిగతా పనులని చేపట్టే ముందు దాన్ని మొదలుపెట్టి పూర్తిచెయ్యండి.

"బి" పని కూడా మీరు చెయ్యవలసినదే. దాన్ని పూర్తిచెయ్యటం, చెయ్యకపోవటం అనే విషయం తాలూకు పర్యవసానం అంత తీవ్రంగా ఉండదు. ఉదాహరణకి, స్నేహితులకి ఫోన్ చెయ్యటం, సహోద్యోగులతో లంచికి వెళ్లటం, ఈమైల్సు చదువుకోటం లాంటివి "బి" వర్గానికి చెందిన పనులు. అవి చెయ్యటం, చెయ్యక పోవటం అనేది కొద్దిపాటి ఇబ్బందిని కలిగించచ్చు, కానీ దాని పర్యవసానం మట్టుకు తీవ్రంగా ఉండదు.

"సి" పనిచేసేందుకు బావుండచ్చు, కానీ దాని తాలూకు పర్యవసానం మాత్రం ఏమీ ఉండదు. మరో కప్పు కాఫీ తాగటం, కబుర్లు చెప్పుకోటం, వార్తాపత్రిక చదవటం, పగటిపూట షాపింగ్‌కి వెళ్లటం లాటివన్నీ "సి" పనులే. మీరు ఆ పనులు చేసినా, చెయ్యకపోయినా మీ జీవితంలోగాని, ఉద్యోగానికిగాని పెద్ద ఇబ్బందేమీ ఉండదు.

నియమం ఏమిటంటే: "ఎ" పని అసంపూర్తిగా ఉండిపోయినప్పుడు "బి" పనిని చెయ్యద్దు, అదే విధంగా "బి" పని పూర్తిచేసిగాని "సి" పనిని ప్రారంభించద్దు. రోజంతా "ఎ" పనులమీదే మనసు లగ్నం చెయ్యండి.

మీకన్నా తక్కువ జీతానికి పనిచేసేవారికి అప్పగించదగినది "డి" పని. కానీ మీకు సాధ్యమైనంత ఎక్కువ పనిని ఆ వ్యక్తికి ఇచ్చి, "ఎ" పనిని పూర్తిచెయ్యటానికే మీ కాలాన్నంతా వెచ్చించాలి. అవే మీ జీవితంలో అన్నిటికన్నా గొప్ప విజయాలనీ, ఎక్కువ ఆనందాన్నీ అందిస్తాయి.

"ఇ" పనిని మీరు పూర్తిగా మీ జాబితానుంచి తొలగించవచ్చు. ఏనాటివో అయిన ఈ పనులు ఈరోజు మీరు సాధించదల్చుకున్న అతిముఖ్యమైన లక్ష్యాలకి ఎంతమాత్రం పనికిరావు. వీటిని తొలగించటం వల్ల పర్యవసానం ఏమీ ఉండదు.

## మినహాయించుకున్న ప్రత్యామ్నాయ నియమం

మీకెప్పుడూ కూడా ఎంచుకునే స్వేచ్ఛ ఉంది. ఇలా క్షణక్షణం, గంటగంటకీ మీరు ఏం చెయ్యాలో, ఏం చెయ్యకూడదో ఎంచుకోవటంతోనే మీ జీవితం రూపొందుతుంది. మినహాయించుకున్న ప్రత్యామ్నాయ నియమం ఏమంటుందంటే, ఒక పనిని చెయ్యటమంటే మరో పనిని చెయ్యకపోవటమే.

ఏదైనా ఒక పనిని ప్రారంభించేముందు, ఆ సమయంలో మీరు చెయ్యగల మరోపనిని చెయ్యద్దని అసంకల్పితంగా మీరు నిర్ణయించుకుంటున్నారన్నమాట. మొదట ఏ పని చెయ్యాలో, ఆ తరవాత చెయ్యవలసిన పనేమిటో, అసలు చెయ్యకూడని పని ఏదో తెలివిగా ఎంపిక చేసుకునేందుకు మీలో ఉన్న సామర్ధ్యమే మీ మొత్తం జీవితవిధానాన్ని నిర్ధారణ చేస్తుంది.

## అన్నిటికన్నా విలువైన పనిని ఎంచుకోండి

విజేతలూ, ఎక్కువ జీతం తెచ్చుకున్నవాళ్లూ, సామాన్యంగా, వైఫల్యం పొందిన వాళ్లకన్నా, తక్కువ జీతం తెచ్చుకునేవాళ్లకన్నా తెలివైనవాళ్లూ, ఎక్కువ నైపుణ్యం కలవారూ ఏమీ కాదు. పెద్ద తేడా ఎక్కడుందంటే, విజేతలు ఎప్పుడూ హెచ్చు విలువ ఉన్న పనులనే చేస్తూ ఉంటారు. అపజయం పాలయేవాళ్లు ఎప్పుడూ హెచ్చువిలువలేని పనులుచేస్తూ కాలం గడుపుతూ ఉంటారు. ఎంచుకునే స్వేచ్ఛ మీకెప్పుడూ ఉంటుంది. ఏది ఎక్కువగా చెయ్యాలి, ఏ పని తక్కువగా చెయ్యాలి అనే ఎంపికే చివరికి మీ జీవితంలో జరిగే అన్ని సంఘటనలనీ నిర్ధారిస్తుంది.

## ఒక పనిని ఒకేసారి చేసి ముగించటం అభ్యసించండి

ఒకేసారి పనిచేసి ముగించటం అనేది సమయాన్నీ, మీరు చేసే పనులనీ నిర్వహించటానికి పనికివచ్చే శక్తివంతమైన పద్ధతి. అంటే అర్థం, ఒకసారి మీరు ఎ-1 పనిని ఎంచుకుంటే, ఆ పనిని ప్రారంభించి, పూర్తి ధ్యాస దానిమీదే ఉంచి, దాన్ని 100 శాతం పూర్తిచేసి ముగించండి. మనసు ఇంకోవైపు పోకుండా దానిమీదే లగ్నమయేందుకు క్రమశిక్షణని అలవరచుకోండి.

ఒకవేళ మీ దృష్టి మరోవైపుకి మళ్లి, కాస్త విశ్రాంతి తీసుకుందామనో, పనిని వాయిదావేద్దామనో అనిపించినట్టయితే, మళ్లీమళ్లీ ఇలా అనుకుంటూ మిమ్మల్ని మీరు ఉత్సాహపరచుకోండి, "పద, మళ్లీ పని మొదలెట్టు!" ఆ తరవాత ఆ పనిని చేసి ముగించేందుకు మీకు వీలైనంత ఎక్కువగా శ్రమిస్తూ ప్రయత్నించండి.

థామస్ ఎడిసన్ ఒకచోట ఇలా అంటాడు, "నాలో ఉన్న మిగిలిన గుణాలన్నిటి కన్నా, ఆగకుండా ఒకే పనిని చేస్తూ పోగలగటం అనే గుణం వల్లే నేను విజయాన్ని సాధించగలిగాను. మీరు కూడా ఈ సూత్రాన్ని అభ్యసించాలి.

## కాలఖండాలని సృష్టించండి

ఒకరోజులో చేసేపనిని ముందే ప్లాన్ చేసుకుని, ముప్పై, అరవై, తొంభై నిమిషాలపాటు విడవకుండా పనిచెయ్యటానికి వీలైన కాలఖండాలని తయారుచేసుకోండి. ఏదైనా ఒక పెద్ద, ముఖ్యమైన పనిని చేసి ముగించేందుకు ఇవి చాలా అవసరం.

ఎక్కువసేపు ఒకేపనిని చెయ్యాలనుకుంటే పెందలాడే నిద్రలేచి, ఆగకుండా పనిచెయ్యటం ఒక మార్గం. ఎటువంటి ఆటంకాలూ లేకుండా, ఒక ముఖ్యమైన పనినో, ప్రణాళికనో కొనసాగించటానికి ఎక్కువ సమయం ఉంటుంది. సాయంకాలాలూ, శనాదివారాలూ కూడా ఇలాటి కాలఖండాలని నిర్మించుకునేందుకు ఒక్కోసారి అనుకూలంగా ఉంటాయి. కానీ అసలు విషయం ఏమిటంటే, లోతైన పర్యవసానాలు ఉండే ముఖ్యమైన కార్యకలాపాలన్నిటినీ చెయ్యాలంటే, పూర్తి మనసు లగ్నంచేసి, ఆ పనిని చేసి ముగించే సమయం, శక్తీ మీకుండాలి.

ఎర్ల్ నైటింగేల్ మాటల్లో చెప్పాలంటే, "మానవజాతి సాధించిన గొప్ప సాఫల్యాలన్నీ, బోలెడంత సమయం, తరచు ఎన్నో ఏళ్ల కాలం, మనసులగ్నం చేసి పనిచేస్తేనే సాధ్యమైనాయి."

## సరైన దారిలో నడవండి

ప్రతిరోజూ, పని ప్రారంభించి రోజంతా దాన్ని కొనసాగించేప్పుడు, మీరు మళ్లీ మళ్లీ కొన్ని ప్రశ్నలని అడుగుతూ, వాటికి జవాబులు చెపుతూ ఉండాలి.

మొదటి ప్రశ్న, **నన్నీ ఉద్యోగంలోకి ఎందుకు తీసుకున్నారు?** మిమ్మల్ని పనిలో పెట్టుకున్నది ఏం సాధిస్తారని? ఒకవేళ మీ బాస్ మిమ్మల్ని "ఇక్కడ మేం నీకు జీతం ఎందుకిస్తున్నాం?" అని ప్రశ్నిస్తే దానికి మీరేమని జవాబు చెపుతారు?

అసలు మీకు ఉద్యోగం ఇచ్చింది, మీ సంస్థకి ఆర్థిక ఫలితాలని అందించేటటు వంటి పనులు చేస్తారని, అలాగే మీరు అందించే ఫలితాలలో, మీరు పనిచేసే 20 శాతం పనులు 80 శాతం విలువని అందిస్తాయి. మీరు ఆ ఉద్యోగం ఎందుకు చేస్తున్నారు అనేది మీకు చాలా స్పష్టంగా తెలిసి ఉండాలి. ఆ తరవాత మీరు చేసే

వ్యాపారానికీ, సంస్థకీ అత్యధికంగా పనికివచ్చే పనులని మాత్రమే, పూర్తిగా మనసుని లగ్నం చేసి, మీ కాలాన్ని మొత్తం ఆ పనికే వెచ్చించాల్సి ఉంటుంది.

## హెచ్చు విలువలున్న కార్యకలాపాలమీదే దృష్టి కేంద్రీకరించండి

మిమ్మల్ని మీరు అడగవలసిన రెండో ప్రశ్న, **నాకున్న కార్యకలాపాల్లో అన్నిటిలోకీ హెచ్చు విలువున్నవి** ఏవి? ఈ పనులు మీలోని ప్రతిభనీ, నైపుణ్యాన్నీ, అనుభవాన్నీ, సామర్థ్యాన్నీ ప్రతిబింబించేవి, అత్యుత్తమంగా ఉపయోగించుకునేందుకు పనికి వచ్చేవి, మీ సంస్థకో, కంపెనీకో, మీ ఉద్యోగానికి ప్రయోజనాన్ని చేకూర్చేవి అవి ఏవి?

ఈ ప్రశ్నలకి మీకు ఖచ్చితమైన జవాబులు తెలీకపోతే, మీ బాస్ దగ్గరకెళ్లి అతని దృష్టిలో మీరు చేసే పనులన్నిటిలో ఎక్కువ విలువకల పని ఏది అని అడగండి. అతను చెప్పిన జవాబుబట్టి, ఆ పనులమీద దృష్టి కేంద్రీకరించి రోజంతా ఆ పనిలోనే నిమగ్నులై ఉండండి.

## కీలకమైన ఫలితాలని అందించే పనులే చేపట్టండి

మీ మూడో ప్రశ్న, **నాకు కీలకమైన ఫలితాలనిచ్చే పనులు** ఏవి? మీ ఉద్యోగానికి అవసరమైన అతి ముఖ్యమైన ఫలితాలని పొందాలంటే మీరు పూర్తిగా, తప్పకుండా, అత్యుత్తమంగా చేసి ముగించవలసిన పనులు కొన్ని ఉంటాయి. అవే కీలకమైన ఫలితాలని అందించే పనులు. పనిలో మీరు సాఫల్యం సాధిస్తారా, వైఫల్యం పొందుతారా అని నిర్ధారించేవి ఆ పనులే.

ఈ కీలకమైన ఫలితాలనిచ్చే పనులని గుర్తించటమే కాకుండా, వాటిని వీలైనంత చక్కగా చెయ్యటం, రోజురోజుకీ మరింత మెరుగ్గా చెయ్యటం మీద మనసు లగ్నం చెయ్యాల్సి ఉంటుంది. ఏదైనా ఒక నేర్పు విషయంలో మీరు బలహీనంగా ఉన్నట్టయితే, మిగతా నేర్పులన్నిటి స్థాయినీ నిర్ణయించేది అదేనని గుర్తుంచుకోండి. ఏదో ఒక పనిలో మీకు నేర్పు కొరవడినంత మాత్రాన మీరు వెనక్కే ఉండిపోవక్కర్లేదు. ముఖ్యంగా ఆ పనిలో అద్భుతమైన ఫలితాలని సాధించటానికి అవసరమైనది ఏదైనా ఉంటే, దాన్ని నేర్చుకోవటం సాధ్యమైనప్పుడు.

## తేడా వచ్చేట్టు చూడండి

నాలుగో ప్రశ్న, **నేను మాత్రమే చెయ్యగల పని ఏదైనా ఉందా? దానివల్ల నేను పని చేస్తున్న కంపెనీలో నిజంగా ఏమైనా తేడా వస్తుందా?**

దృష్టి కేంద్రీకరించేందుకూ, సరైన మార్గాన ఉంటూ పని చేసేందుకూ, ఈ ప్రశ్న అన్నిటికన్నా ఉత్తమమైనది. మీ జీవనోపాధి మార్గంలో అతిపెద్ద తేడాని తీసుకురాగల పని, మీరు మాత్రమే చెయ్యగల పని ఏది? ఈసారికూడా మీకు జవాబు తెలీకపోతే

మీ బాస్‌ని అడగండి. ఒక్కోసారి మీరు అలా అడిగేవరకూ ఆ ఆలోచన బాస్‌కి కూడా వచ్చి ఉండకపోవచ్చు.

కానీ ఒకసారి మీరిద్దరూ కూడా, మీరు ఫలానా పనులు చెయ్యటం వల్ల ఎక్కువ తేడా వస్తుందనే విషయంలో ఏకాభిప్రాయానికి వచ్చిన తరవాత, మీరు మీ పూర్తి ధ్యాసని ఆ పనులు చెయ్యటంమీదే ఉంచి, వాటిని చక్కగానూ, త్వరగానూ చెయ్యండి. ఇంకా యితర నిర్ణయం కన్నా కూడా ఇది మీకు ఉద్యోగనిర్వహణలో ఎక్కువ సాయం చేస్తుంది.

## అన్నిటికన్నా ముఖ్యమైన ప్రశ్న

సమయ నిర్వహణ సంబంధించిన ఐదో ప్రశ్న, బహుశా అన్నిటికన్నా మంచి ప్రశ్న ఇదీ: **ప్రస్తుతం నా సమయానికున్న అత్యధికమైన విలువ ఏమిటి?** లక్ష్యాలు నిర్మించుకోటం, వ్యక్తిగతమైన ప్రణాళికలు వేసుకోటం, సమయనిర్వహణ వంటి పద్ధతులు, విధానాలన్నీ కూడా ఈ ప్రశ్నకి స్పష్టమైన జవాబు చెప్పగలిగేందుకు మీకు సాయపడే ధ్యేయంతో కూడుకున్నవే.

ఈ ప్రశ్నని మళ్లీమళ్లీ అడుగుతూ, జవాబు చెపుతూ, మీరు చేసే పనులు ఈ ప్రశ్నకి సమాధానమని మీకు ఖచ్చితంగా తెలిసినప్పుడు, మీచుట్టూ ఉండేవాళ్లు సాధించే ఫలితాలకన్నా రెండు మూడింతలు ఎక్కువ ఫలితాలని మీరు సాధించ గలుగుతారు. మీ ఉత్పాదకశక్తి మరింత పెరుగుతుంది. హెచ్చువిలువగల పనిని మీరు సునాయాసంగా చేసి, ఇతరులకన్నా గొప్ప ఫలితాలని సాధించగలుగుతారు. మీ కాలాన్ని అమూల్యంగా వెచ్చించేట్టు పనిచెయ్యండి, అలాటి క్రమశిక్షణని అలవరచు కోండి. ఆ పని ఏదైనా కానివ్వండి, మీరు తప్పక విజయాన్ని సాధించగలుగుతారు.

## ఫలితాలు సాధించటంవైపు మొగ్గుచూపండి

చివరికి అన్నిటినీ విశ్లేషించి చూస్తే, హెచ్చు ఉత్పాదకశక్తికీ, పనితీరుకీ కీలకమైనది ఇదీ: మీకు ఎక్కువ ఫలితాలనిచ్చే పనుల్లో మరింత నేర్పుని సాధించి మెరుగ్గా ఉండేందుకు మిమ్మల్ని మీరు అంకితం చేసుకోండి. అదే సమయంలో, పనులని ఇతరులకి అప్పజెప్పటం, ఔట్‌సోర్సింగ్, మీకు ఫలితాలనీ, బహుమతులనీ చాలా తక్కువగా అందించే పనులనీ, కార్యకలాపాలనీ పూర్తిగా వదిలెయ్యటం నేర్చుకోండి.

గెథే చెప్పినట్టు, "అన్నిటికన్నా ముఖ్యమైన పనులని అసలు పనికిరాని పనుల దయాదాక్షిణ్యాలమీద వదిలిపెట్టకూడదు." సమయ నిర్వహణకి సంబంధించినంత వరకూ అన్నిటికన్నా ఉత్తమమైన పదం, "వీలుకాదు". మీ సమయాన్ని ఎవరైనా కోరినప్పుడు, ఆ పనికి దాన్ని వెచ్చించటం వల్ల ఎక్కువ ప్రయోజనం లేనట్టయితే, "వీలుకాదు!" అని చెప్పండి.

## సమయ నిర్వహణని ఒక అలవాటుగా చేసుకోండి

విజయానికి పనికివచ్చే ఒక నియమం ఉంది. మంచి అలవాట్లని అభివృద్ధి చేసుకుని వాటికి లొంగిపొండి.

రోజూ అభ్యసించటం ద్వారా మీరు కాలాన్ని చక్కగా నిర్వహించుకోగలుగుతారు. ప్రతిరోజూ పని ప్రారంభించేముందు మీరు చెయ్యవలసిన పనుల జాబితా తయారు చేసుకోండి. ప్రాధాన్యాన్నిబట్టి ఆ పనులని వరసగా చెయ్యండి. పని 100 శాతం పూర్తి చేసేవరకూ దానిమీదే మనసు లగ్నం చెయ్యండి.

ఒక ముఖ్యమైన పనిని ముగించిన ప్రతిసారీ మీలో ఉత్తేజం, ఉత్సాహం, ఆత్మ గౌరవం విపరీతంగా పెరిగిపోతాయి. మీలో కొత్త శక్తీ, బలం ప్రవహిస్తాయి. ఎక్కువ సంతోషంగా అనిపించి, మీ జీవితం మీ చెప్పుచేతల్లో ఉందన్న భావన కలుగుతుంది. మీ పనిలో మీదే పైచేయిగా అనిపిస్తుంది. తరువాతి ముఖ్యమైన పనిని ప్రారంభించి, ముగించేందుకు అవసరమైన ప్రేరణ కలుగుతుంది.

### మీ సమయాన్ని సవ్యంగా ఉపయోగించుకోండి

1. భవిష్యత్తులో మీరు ఏమవాలనుకుంటున్నారో, ఏం చెయ్యాలనుకుంటున్నారో, వేటిని సంపాదించుకోవాలని అనుకుంటున్నారో, వాటిన్నిటినీ ఒక కాయితం మీద రాయండి. మీ జాబితాని విశ్లేషించుకుని, మీ జీవితం మీద అత్యధికంగా ప్రభావం చూపే వాటిని ఎంచుకోండి.
2. మర్నాడు చెయ్యవలసిన పనులన్నిటినీ ముందురోజు సాయంకాలమే రాసి ఉంచుకోండి. మీరు నిద్రపోయేప్పుడు సుప్తచేతనలో వున్న మీ మనస్సు జాబితాని నెమరువేస్తూ ఉంటుంది.
3. మీ ప్రాధాన్యతలని 80/20 నియమాన్నీ, ఎబిసిడిఇ పద్ధతినీ ఉపయోగించి ఒక క్రమంలో పెట్టండి. తక్షణం చెయ్యవలసిన పనులనీ, చెయ్యక్కర్లేని పనులనీ విడదీయండి. అదే విధంగా ముఖ్యమైన పనులనీ, అంత ముఖ్యం కాని పనులనీ వేరు చెయ్యండి.
4. అన్నిటికన్నా ముఖ్యమైన పనిని ఎంచుకుని, దాని చుట్టూ గుండ్రంగా గీత గియ్యండి. దాన్ని పూర్తి చెయ్యటంవల్లగాని, చెయ్యకపోవటం వల్ల గాని పర్యవసానం చాలా విపరీతంగా ఉంటుంది. అది మీ ఎ-1 పని.
5. అన్నిటికన్నా ముఖ్యమైన పనిని వెంటనే ప్రారంభించండి, తరవాత ఆ ఒక్క పని మీదే దృష్టి కేంద్రీకరించేట్టుగా మీలో క్రమశిక్షణని కలిగించుకోండి. దాన్ని 100 శాతం పూర్తి చేసేదాకా పనిలో మునిగి ఉండండి.

# 15

# మీ లక్ష్యాలని ప్రతిరోజూ సమీక్షించండి

మనం దేనిని సాధించాలనుకున్నా ముందుగా దానిని మన వ్యక్తిగత లేదా సుప్తచేతనాత్మక మనసులో నాటాలానేది ఒక మానసికశాస్త్ర సూత్రం.
– ఓరిసన్ స్వెట్ మార్డెన్

అప్పుడప్పుడూ నా సభలకువచ్చే సభ్యులని అడుగుతుంటాను : "ఇక్కడున్న జనంలో ఎంతమంది తమ ఆదాయాలని రెండింతలు చేసుకోవాలని కోరుకుంటున్నారు?" ప్రతి ఒక్కరూ తమ చేతులని పైకెత్తుతారు. ఇందులో ఆశ్చర్యపోవలసిందేమీ లేదు. అప్పుడు నేనిలా అంటాను : "సరే, మీకోసం నాదగ్గర ఒక మంచివార్త వుంది. ఇక్కడున్న ప్రతి ఒక్కరూ తమ ఆదాయాన్ని రెండింతలు చేసుకోబోతున్నారు – గారంటీగా – కాని దానికోసం వారంతా తగినంత దీర్ఘకాలం బతికుండాలి!"

మీ ఆదాయం సంవత్సరానికి మూడు శాతం నుంచి నాలుగు శాతం వరకూ పెరుగుతుంటే, సగటు వార్షిక జీవన వ్యయసూచిక పెరుగుతూంటే, మీరు యించుమించు ఇరవై సంవత్సరాలలో మీ ఆదాయాన్ని రెండింతలు చేసుకోగలుగుతారు. కాని అది దీర్ఘకాలిక నిరీక్షణే!

కనుక నిజమైన ప్రశ్న మీ ఆదాయాన్ని రెండింతలు చేసుకోవటం కాదు. అసలు ప్రశ్న ఏమిటంటే – ఎంతవేగంగా దానిని మీరు చేయగలరనేదే!

## లక్ష్యసాధన వేగాన్ని రెండింతలు చేయండి

మీరు మీ వ్యక్తిగత ఆర్థిక లక్ష్యాలను అత్యంత వేగంగా సాధించటానికి ఉపయోగపడే పద్ధతులు అనేకం వున్నాయి. ఈ అధ్యాయంలో నేను ఒక ప్రత్యేకమైన పద్ధతిగురించి మీకు చెప్పాలనుకుంటున్నాను. ఈ పద్ధతి ఇంతవరకు ఆవిష్కరించబడ్డ అన్ని పద్ధతులను మించి ఎంతోమంది జనాన్ని పేదరికంనుంచి ఐశ్వర్యవంతుల స్థాయి వరకు తీసుకెళ్ళింది ఇది సరళమైనది, వేగంగా పనిచేస్తుంది, లాభకారి, గారంటీగా పనిచేస్తుంది – మీరు దానిని అభ్యసిస్తే!

ఇంతకుముందే నేను చెప్పినట్లు, "తరచూ మీరు ఎలా ఆలోచిస్తుంటారో, అలాగే రూపొందుతారు." అన్ని మతాలను, తత్వశాస్త్రం, మానసిక శాస్త్రం, విజయాలకి మూలాధారం ఈ మహత్తర సత్యమే. మా గురువు జాన్ బోయల్ ఒకసారి, "మీరు మీ మనసులో దేన్నైతే నిరంతరంగా వుంచుకోగలుగుతారో, దానిని మీరు పొందగలరు," అని అన్నారు. కీలకమైనది యిదే!

## నిస్సంశయంగా ఆలోచించటం, ప్రతిగా నిస్సంశయంగా తెలుసుకోవటం

ఈనాడు ఎంతోమంది 'నిస్సంశయంగా ఆలోచించటా'నికున్న ప్రాముఖ్యతగురించి మాట్లాడుతుంటారు. స్థిరంగా ఆలోచించటం ముఖ్యమైనదే. కాని అది సరిపోదు. దిశానిర్దేశం లేకండా, అదుపులో ఉంచుకోకుండా విడిచిపెడితే నిస్సంశయంగా ఆలోచించటం త్వరలోనే నిస్సంశయంగా కోరుకోవటం, నిస్సంశయంగా ఆశించటం స్థాయిలకు దిగజారిపోతుంది. ప్రేరణకు ఉన్నత లక్ష్యసాధనకు ఒక శక్తిగా ఉపకరించకుండా, నిస్సంశయంగా ఆలోచంచటం అనేది మీ అనుకూల, అననుకూల పరిస్థితులలో మంచీ, చెడు ఘటనలలో, జీవితంపట్ల సాధారణమైన కేవలం ఒక సంతోషకరమైన వైఖరిగా మారవచ్చు.

ఏకాగ్రతతో కట్టుదిట్టంగా ఒక లక్ష్యాన్ని సాధించాలనుకున్నప్పుడు, నిస్సంశయంగా ఆలోచించటం అనేది 'నిస్సంశయంగా తెలుసుకోవటం' లోకి మారాలి. ఒక ప్రత్యేకమైన లక్ష్యాన్ని సాధించటంలో మీరు విజయం సాధిస్తారని మీ మనసులో మీకు నిస్సందేహంగా తెలిసివుండాలి, దానిని మీరు విశ్వసిస్తూండాలి. ఎటువంటి సందేహానికి తావీయకుండా మీరు ముందుకు పోతుండాలి. మీరు స్థిరంగా కృతనిశ్చయులైవుండాలి, మీ అంతిమ విజయంపట్ల నమ్మకంతో వుండాలి. అప్పుడు ఏ శక్తీ మిమ్మల్ని అడ్డుకోలేదు.

## మీ సుప్తచేతనాత్మక మనసుని అనువుగా మార్చుకోండి

మీరు మీ విజయంపట్ల దృఢమైన నమ్మకం ఏర్పరచుకోండి, ఆ నిస్సంశయమైన నమ్మకాన్ని మీ సుప్తచేతనాత్మక మనసులో నాటండి, అలా చేయడానికి చేసిన మీ ప్రతి ప్రయత్నమూ మీరు మీ లక్ష్యాలని అత్యంతవేగంగా సాధించడంలో సహాయకారిగా వుంటుంది. నేను మీతో పంచుకోవాలనుకుంటున్న ఈ పద్ధతి నిజానికి మీ నైపుణ్యాలను, సామర్థ్యాలను విస్తరింపచేయగలదు, మీరు ఎక్కడనుంచి ఎక్కడకు వెళ్లదలచుకున్నటికీ మీ గమనవేగాన్ని ఎంతో అధికంగా పెంచగలదు.

'ఏదైతే బాగా నాటుకుంటుందో, అది వ్యక్తీకరించబడుతుంది' అనేది ఒక మానసికసూత్రం. మీరు మీ సుప్తచేతనాత్మక మనసులో దేనిని బాగా నాటినా అది చివరకు మీ బాహ్యప్రపంచంలో వ్యక్తీకరించబడుతుంది. మీ మనసుని అనువుగా మార్చుకోవటం (mental programming) లో మీలక్ష్యం – మీ సుప్తచేతనాత్మక

మనసుపై గాఢంగా మీ లక్ష్యాలని ముద్రించటం, అవి అందులో బంధింపపడాలి, వాటికంటూ తమ శక్తి ఏర్పడాలి! ఈ పద్ధతి మీరు అలా చేయడానికి సాయపడుతుంది.

## నియమానుసారంగా లక్ష్యాలను ఏర్పరచుకోవడం, ప్రతిగా ముందూవెనక ఆలోచించకుండా లక్ష్యాలను ఏర్పరచుకోవడం

అనేక సంవత్సరాలుగా నేను నా లక్ష్యాలకోసం ప్రయత్నించాను, సంవత్సరానికి ఒకటి రెండుసార్లు వాటిని రాసిపెట్టుకునేవాణ్ణి, తర్వాత అవకాశం వచ్చినప్పుడల్లా వాటిని సమీక్షిస్తుండేవాడిని. నా జీవితంలో నమ్మశక్యంకాని మార్పు తీసుకురావడానికి యిది కూడా సరిపోయింది. తరచూ జనవరిలో రాబోయే సంవత్సరం కోసం నా లక్ష్యాల జాబితాను రాసేవాడిని. ఆ సంవత్సరం డిసెంబరులో నా జాబితాని సమీక్షించేవాడిని, యించుమించు అన్ని లక్ష్యాలు సాధించబడేవి - జాబితాలోని కొన్ని నమ్మశక్యంగాని అత్యంత మహత్తరమైన లక్ష్యాలతో సహా!

అప్పుడు మీ జీవితాన్నే మార్చేసిన ఒక పద్ధతి గురించి తెలుసుకున్నాను. సంవత్సరానికి ఒకసారి మీ లక్ష్యాలని రాసిపెట్టుకోవడం శక్తివంతమైనప్పుడు, తరచుగా మీ లక్ష్యాలను రాసిపెట్టుకోవడం మరింత శక్తివంతమైనదన్న విషయాన్ని గ్రహించాను.

కొందరు రచయితలు నెలకొకసారి లక్ష్యాలు రాసిపెట్టుకుని సమీక్షించుకోమని సలహా యిస్తారు. మరికొందరు వారానికి ఒకసారి అని అంటారు. ప్రతి ఒక్కరోజూ లక్ష్యాలను రాయడం, రాసినది, తిరిగి చూసుకోవడం ఎంతో శక్తివంతమైనదని నేను నేర్చుకున్నాను.

## మీ లక్ష్యాలని ప్రతిరోజూ రాసిపెట్టుకోండి

ఇదిగో ఒక పద్ధతి ఒక స్పైరల్ నోట్‌బుక్ తీసుకోండి. దానిని అన్నివేళలా మీ దగ్గర వుంచుకోండి. ప్రతిరోజూ మీ నోట్‌బుక్‌ని తెరవండి మీ పాతజాబితాకేసి చూడకుండా, అందులో అత్యంత ప్రాధాన్యమైన ఓ పది-పదిహేను లక్ష్యాలను రాయండి. ఇలా ప్రతిరోజూ చేయండి - ఒకరోజు తర్వాత మరోరోజు చొప్పున. మీరెలా చేస్తుంటే, అనేక అద్భుత విషయాలు సంభవిస్తుంటాయి.

మొదటిరోజు మీరు మీ లక్ష్యాల జాబితాను రాసినప్పుడు, మీరు దాన్నిగురించి కొంతసేపు ఆలోచించాలి, పునర్విచారించాలి అనేకమంది జనం వారి మొత్తం జీవితాల్లో వారి ప్రధానమైన పది లక్ష్యాల జాబితాను తయారుచేయరు.

రెండోరోజు మీ పాతజాబితాను తిరగవేయకుండా మీరు మీ జాబితాను రాసేటప్పుడు అది మరింత సులభమవుతుంది. కాని, వివరణలోనూ ప్రాధాన్యతలోనూ మీ పది, పదిహేను లక్ష్యాలు మారిపోతాయి. అప్పుడప్పుడు ఒకరోజు మీరు రాసిన

ఒక లక్ష్యం మరునాడు కనిపించకుండా పోతుంది. దానిని మీరు మరచిపోవచ్చు, అది మళ్లీ కనిపించకనేపోవచ్చు, లేక సరైన సమయంలో తర్వాత అది మళ్లీ తిరిగి కనిపించవచ్చు.

ప్రతిరోజూ మీరు మీ పది, పదిహేను లక్ష్యాల జాబితాను రాస్తుంటే, మీ నిర్వచనాలు మరింత స్పష్టంగా నిర్దిష్టంగా అవుతుంటాయి. చివరికి ప్రతిరోజూ అవే పదాలను మీరు రాయడం గమనిస్తారు. మీ జీవితం చుట్టూవున్న పరిస్థితులు మారుతూండగా మీ ప్రాధాన్యతల క్రమం కూడా మారుతూ వస్తుంటుంది కాని సుమారు ఓ ముప్ఫైరోజుల తర్వాత, ప్రతిరోజూ అవే లక్ష్యాలని మీరు మళ్లీమళ్లీ రాయటాన్ని గుర్తిస్తారు.

## మీ జీవితం పైకెగరటం మొదలుపెడుతుంది

ఈ సమయంలో మీ జీవితంలో ఒక అద్భుతం జరుగుతుంది. అది పైకెగుతుంది! రన్‌వేమీద దూసుకుపోతున్న జెట్ విమానంలోని ప్రయాణికునిలా మీరు అనుభూతి చెందుతారు. మీ వృత్తి జీవితం, వ్యక్తిగత జీవితం నాటకీయంగా అభివృద్ధి చెందుతాయి. ఆలోచనలు, అంతర్దృష్టితో మీ మెదడు ప్రకాశిస్తుంది. మీరు జనాన్ని, వనరులని లక్ష్యసాధనకోసం మీ జీవితంలోకి ఆకర్షించటం ప్రారంభిస్తారు. ఎంతో వేగవంతమైన తీరులో మీరు అభివృద్ధి సాధించటం మొదలుపెడతారు, అప్పుడప్పుడు అది ఎంత వేగవంతంగా వుంటుందంటే, అది మిమ్మల్ని కొంచెం భయభ్రాంతులునని చేస్తుంది. సానుకూలమైన రీతిలో ప్రతీదీ మార్పు చెందుతుంది.

ఎన్నో సంవత్సరాలనుంచి నేను ఇరవైమూడుదేశాలలో ఉపన్యసిస్తూ ఇరవైలక్షల మందికి పైగా జనంతో మాట్లాడాను. ఈ 'పదిలక్ష్యాల అభ్యాసం'ని సెమినార్లలో పాల్గొన్న కొన్నివేలమంది సదస్యులతో పంచుకున్నాను. వారికి నేనిచ్చిన అభ్యాసం యిప్పుడు నేను మీకు యిస్తున్నదానికన్నా కొంచెం సరళమైనది. ఇదుగో అది:

నా సభలోని సభ్యులను రాబోయే సంవత్సరంలో వారు సాధించదలచుకున్న ఒక పది లక్ష్యాల జాబితాను తయారుచేయమని అడుగుతాను. ఆ జాబితాను ఓ పన్నెండు నెలలపాటు పక్కనపెట్టి, తర్వాత దానిని తెరిచి చూడమంటాను. ఒక సంవత్సరం తర్వాత వాళ్లు దానిని తెరిచి చూశాక, దానిపైన ఏదో మాయో, మంత్రమో వేసినట్టు అనిపిస్తుంది. ఇంచుమించు ప్రతికేసులోనూ పదిలక్ష్యాలలో ఎనిమిదిలక్ష్యాలను సాధించి వుంటారు. కొన్నిసార్లు అత్యద్భుతమైన రీతుల్లో అవి సాధింపబడి వుంటాయి.

ప్రపంచం అంతటా ప్రతీభాషాసంస్కృతికల జనానికి ఈ అభ్యాసాన్ని నేనిచ్చాను. ఇంచుమించు ప్రతి కేసులోను, ఆయా నగరాలను దేశాలను నేను తిరిగి సందర్శించి నప్పుడు జనం నాదో మాట్లాడటానికి ఒక వివాహవేడుకలో స్వాగతం పలికేవారిలా బారులుకట్టి నిల్చుంటారు. సంవత్సరంక్రితం వారు రాసిపట్టుకున్న పదిలక్ష్యాలు వారి జీవితాలని ఎలా మార్చేశాయో కథలు కథలుగా నాతో చెబుతారు.

## ఈ పద్ధతిని ఉపయోగించి లాభం పొందటం

కొంతమంది ఒకసారికి ఒక లక్ష్యాన్నే రాసుకుంటారు. వారికి దొరికే ఫలితాలకన్నా గొప్పవి, మరింతవేగంగా ఎలా పొందాలో మీరు ఈ అధ్యాయంలో మనం చర్చిస్తున్న అభ్యాసం ద్వారా నేర్చుకుంటారు. మీ ఫలితాలు రెండింతలు, మూడింతలు అవుతాయి, మనం యింతకుముందు చర్చించిన లక్ష్యసాధన శక్తిని మీరు వాడినప్పుడు ఐదునుంచి పదిరెట్లు అధికమవుతాయి. కాని మీరు మీ లక్ష్యాలని ప్రతిరోజూ రాసి పెట్టుకోవాలి.

ఈ అభ్యాసంనుంచి అధికలాభం పొందేందుకు మీరు కొన్ని ప్రత్యేక నియమాలను పాటించవలసి వుంటుంది. మొదట మీరు 'మూడు P ఫార్ములా'ను వాడాలి. మీరు మీ లక్ష్యాలను రాసిపెట్టుకోవాలి, వాటిని పాజిటివ్ (సానుకూలంగా) ప్రెజెంట్ (వర్తమానంలో), పర్సనల్ (వ్యక్తిగతంగా) రీతుల్లో వివరించాలి.

## మీ సుప్తచేతనాత్మక మనసుని ఉత్తేజపరచండి

కేవలం వర్తమానకాలంలో చేసిన నిశ్చయార్థక వ్యాఖ్యలే మీ సుప్తచేతనాత్మక మనసుని ఉత్తేజపరచగలవు. అందుకే మీ లక్ష్యాలని, మీరు వాటిని అప్పటికే సాధించినట్లనుకుని రాసివుంచండి. "రాబోయే పన్నెండు నెలలలో నేను యాభైవేలడాలర్లు సంపాయిస్తాను" అని రాయటానికి బదులుగా "నేను సంవత్సరానికి యాభైవేల డాలర్లు సంపాయిస్తాను" అని మీరు రాయాలి.

మీరు మీ లక్ష్యాలనికూడా స్థిరంగా ఏర్పరచుకోవాలి. "నేను పొగతాగటం మానేస్తాను" లేదా "నేను కొన్ని పౌండ్ల బరువు తగ్గించుకుంటాను" అని అనటానికి బదులుగా మీరు "నేనొక నాన్‌స్మోకర్"ని అని అనాలి. లేదా 'నా బరువు X పౌండ్లు' అని చెప్పుకోవాలి.

మీ ఆదేశం సానుకూలంగా వుండాలి, ఎందుకంటే మీ సుప్తచేతనాత్మక మనసు అననుకూలమైన ఆదేశాన్ని అనుసరించదు. అది సానుకూలమైన వర్తమానానికి సంబంధించిన వ్యాఖ్యను మాత్రమే స్పందిస్తుంది.

మూడవ 'P' అంటే పర్సనల్ – వ్యక్తిగతమైనది. ఇప్పటినుంచీ మీ శేష జీవితాంతమూ ప్రతీలక్ష్యాన్ని 'నేను' అనే పదంతో మొదలుపెట్టి, మీరు చేయదలచుకున్న పనికి సంబంధించిన క్రియాపదాలతో ముగించండి. ఈ విశ్వంలో మీకు సంబంధించి నంతవరకు 'నేను' అనే పదాన్ని కేవలం మీరే వాడగలరు. మీ సుప్తచేతనాత్మక మనస్సు 'నేను' అన్న పదంతో మొదలైన ఆదేశాన్ని అందుకున్నప్పుడు, ప్రధాన కార్యాలయంనుంచి ఫ్యాక్టరీఫ్లోర్‌కు ప్రొడక్షన్ ఆర్డర్ వచ్చినట్టే! అందుకే అది తక్షణం ఆ లక్ష్యాన్ని మీకు వాస్తవంగా చేస్తుంది.

ఉదాహరణకి, మీరు "సంవత్సరానికి యాభైవేలడాలర్లు సంపాదించడం

నాలక్ష్యం" అని అనద్దు. దానికి బదులు, "నేను సంవత్సరానికి ఏభైవేలడాలర్లు సంపాదిస్తాను," అని అనండి. మీ ప్రతీలక్ష్యాన్ని "నేను సంపాయిస్తాను," "నాబరువు," "నేను సాధిస్తాను," "నేను గెలుస్తాను," "నేను ఫలానా కారు నడుపుతాను," "నేను ఫలానా ఇంట్లో వుంటాను," "నేను ఫలానా పర్వతాన్ని అధిరోహిస్తాను," లాంటి పదబంధాలతో ప్రారంభించండి.

## మీ లక్ష్యాలకి డెడ్‌లైన్లు పెట్టండి

మీరోజువారీ రాసుకున్న లక్ష్యాలకు శక్తిని అందించటంకోసం ప్రతీలక్ష్యం చివర ఒక డెడ్‌లైన్ వుంచండి.

ఉదాహరణకి, మీరిలా రాయచ్చు : "డిసెంబర్ 31 నాటికల్లా నేను సగటున ఐదువేలడాలర్లు సంపాదించగలను (సంవత్సరం పేరు ఉదహరించండి)

ఇంతకుముందు అధ్యాయంలో మనం చర్చించినట్లు, మీ మనస్సు డెడ్‌లైన్లని ప్రేమిస్తుంది, "బలవంతం చేసే వ్యవస్థ"లో వృద్ధిపొందుతుంటుంది. లక్ష్యాన్ని ఎలా సాధించాలో మీకు తెలియకపోయినప్పటికీ, ఒక స్థిరమైన డెడ్‌లైన్‌ని మీకు మీరు ఎప్పుడూ పెట్టుకోండి గుర్తుంచుకోండి, కొత్త సమాచారానికి అనుగుణంగా మీరు డెడ్‌లైన్‌ని ఎప్పుడైనా మార్చుకోవచ్చు. కాని ప్రతీలక్ష్యం తర్వాత ఒక డెడ్‌లైన్‌ని మాత్రం ఒక ఆశ్చర్యార్థకగుర్తులాగ ఉంచడం మీకు తప్పనిసరి.

## దీనిని మీరు ఎంత తీవ్రంగా కావాలనుకుంటున్నారు?

ప్రతిరోజూ మీ పదిలక్ష్యాలను రాసిపెట్టుకోవటమనే ఈ అభ్యాసం ఒక పరీక్ష. ఈ పరీక్ష మీరు ఈ లక్ష్యాలని ఎంత తీవ్రంగా, ఎంత నిజంగా కోరుకుంటున్నారనేదాన్ని నిర్ధారిస్తుంది. తరచూ మీరు ఒక లక్ష్యాన్ని రాస్తారు, తర్వాత దానిని మళ్లీ రాయడం మరిచిపోతారు. దీని అర్థం ఆ లక్ష్యాన్ని, మరో లక్ష్యం సాధించాలని అనుకున్నంతగా మీరు నిజంగా కోరుకోవటంలేదన్నమాట. లేదా ఆ లక్ష్యం మీకోసం సాధించదగినదని మీరు నిజంగా నమ్మటం లేదు.

అయినా ప్రతిరోజూ మీరు మీ లక్ష్యాలని రాసుకోవడం తిరిగి రాసుకోవడాన్ని క్రమశిక్షణగా చేసుకోగలిగితే, మీకు నిజంగా ఏంకావాలి అనేది మరింత స్పష్టం అవుతుంది, దానిని సాధించగలనన్న నమ్మకం దృఢంగా మీలో కలుగుతుంది.

## ప్రక్రియపై భరోసా వుంచండి

మీరు మీ లక్ష్యాలని రాయడం మొదలుపెట్టినప్పుడు, అవి ఎలా సాధింపబడతాయో అన్న ఆలోచన మీకు ఉండకపోవచ్చు, అది అంత ముఖ్యం కాదు. ఇక్కడ ప్రధానమైనది ఏమిటంటే – మీరు ప్రతిరోజూ వాటిని రాయడం, మళ్లీమళ్లీ వాటిని రాస్తూండటమూ! అలా మీరు రాస్తున్న ప్రతీసారి, మీరు మీ సుప్తచేతనాత్మక మనస్సులో దానిని మరింత

లోతుగా నాటుతున్నట్లు మీరు పూర్తిగా నమ్ముతారు. ఒక నిర్ణీత సమయంలో మీరు మీలక్ష్యం సాధించదగినదే అన్న దృఢవిశ్వాసానికి వస్తారు.

మీ సుప్తచేతనాత్మక మనస్సు ఒకసారి మీ లక్ష్యాలను మీ చేతనాత్మక మనస్సు యిచ్చే ఆదేశాలుగా అంగీకరించిన వెంటనే, అది మీ మాటలని, చర్యలని ఆ లక్ష్యాలకి అనుగుణంగా తీర్చిదిద్దటం మొదలుపెడుతుంది. మీ సుప్తచేతనాత్మక మనసు మీ జీవితంలోకి జనాన్ని, పరిస్థితులని ఆకర్షించటం ప్రారంభిస్తుంది, అవి మీ లక్ష్యసాధనకు తోడ్పడతాయి.

## మీ కంప్యూటర్ మెదడు రోజుకి ఇరవైనాలుగుగంటలు పనిచేస్తుంది

మీ సుప్తచేతనాత్మక మనసు ఒక భారీ కంప్యూటర్‌లాటిది, అదెప్పుడూ నిలిపి వేయబడదు, మీ లక్ష్యాలని సాకారం చేయటంలో నిరంతరం సాయపడుతూనే వుంటుంది. మీరు యించుమించు ఏమీ చేయకుండానే, మీ జీవితంలో మీ లక్ష్యాలు రూపొందటం మొదలవుతుంది. అప్పుడప్పుడూ అవి అద్భుతమైన, అనూహ్యమైన రీతిలో సాక్షాత్కరిస్తుంటాయి.

కొన్నేళ్లక్రితం, లాస్‌ఏంజిలిస్‌లోని ఒక వ్యాపారవేత్తని కలుసుకున్నాను. ఆయనకో పిచ్చి ఆలోచన వుండేది. హవాయిలో ఒక అమ్యూజ్‌మెంట్ పార్కుని నెలకొల్పటం కోసం కొన్ని లక్షలడాలర్ల పెట్టుబడి ఆయన సమకూర్చుకోవాలని అనుకున్నాడు, అక్కడ ప్రపంచంలోని వివిధదేశాలనుంచి వస్తువులను సేకరించి ప్రదర్శించాలనుకున్నాడు, అనేక రెస్టారెంట్లను వుంచాలనుకున్నాడు. అదొక పెద్ద ఆకర్షణ అవుతుందని ఆయన పూర్తిగా నమ్మాడు, తనకి ఈ వివిధ దేశాల సహాయసహకారాలు అందుతాయని, ప్రాజెక్ట్‌ని ప్రారంభించడానికి అవసరమైన ఆర్థికవనరులు చేకూరుతాయని ఆశించాడు.

నా చిన్నవయసునీ మితమైన అనుభవాన్నీ దృష్టిలో వుంచుకుని, ఆయన ఆలోచన నాకో అభూతకల్పనలా అనిపిస్తోందని ఆయనతో సున్నితంగా చెప్పాను. ఆయనకున్న పరిమిత వనరులతో అంత క్లిష్టమైన, భారీపనిని చేపట్టటం పూర్తిగా కాలాన్ని వ్యర్థం చేయడమే! ఆయన ప్రణాళికను అమలుచేయడంలో సాయపడటానికి నాకు ఉద్యోగా న్నిస్తానన్నందుకు ఆయనకు ధన్యవాదాలు తెలిపాక, దానిని వినమ్రంగా తిరస్కరించాక, ఆయన దగ్గరనుంచి సెలవు తీసుకున్నాను.

ఇది జరిగింది 1960లలో, తర్వాత ఈ ప్రాజెక్ట్ గురించి నేను విన్నదేమిటంటే – వాల్ట్ డిస్నీ కార్పొరేషన్ దానిని పూర్తిగా స్వీకరించి, ఎప్‌కాట్ సెంటర్ (Experimental Prototype Community of Tomorrow) – రేపటి సమాజం యొక్క ప్రయోగాత్మక మూలరూప కేంద్రం – అనే పేరుపెట్టి, ఫ్లోరిడాలోని ఆర్‌ల్యాండోలోవున్న తన డిస్నీవరల్డ్ పక్కనే నిర్మాణాన్ని చేపట్టిండి.

అమ్యూజ్‌మెంటుపార్కు, దాని చుట్టుపక్కల జరిగిన అభివృద్ధిపనులు ఏటేటా

కొన్ని వందల మిలియన్ల డాలర్లను తెచ్చిపెడుతూ ప్రపంచంలోని అత్యంత ప్రసిద్ధమైన పర్యాటకుల గమ్యంగా రూపొందింది.

## విశ్వంలోని అన్ని శక్తులనీ ఉత్తేజపరచండి

ఇక్కడే ఒక కీలకాంశం వుంది. అప్పట్లో ఒక యువకుడిగా లక్ష్యాన్ని ఎప్పుడు రాసిపెట్టుకోవాలి అనేది నాకు తెలీదు. అది ఎంత పెద్దదైనా, ఎంత అసాధ్యమైనది అయినా, మీరీ జగత్తులోని అన్ని శక్తులను ఉత్తేజపరుస్తారు, అవి తరచుగా అసాధ్యమైనవాటిని సాధ్యమయేటట్టుగా చేస్తాయి. 'అతిచేతనాత్మక మనసు (superconscious mind)' పై వున్న అధ్యాయంలో నేను దీనిగురించి మరింత వివరంగా వివరిస్తాను.

ఏ రకమైన కొత్తలక్ష్యంగురించి మీరు ఎప్పుడు రాసినప్పటికీ, దానిని సాధించే అవకాశంపట్ల మీరు సందేహంతోనూ, అపనమ్మకంతోనూ వుంటారు. మీ చేతనాత్మక మనస్సులో ఆలోచన వుండివుండవచ్చు, కాని దానిని సాధించటం సాధ్యమేనన్న పూర్తి విశ్వాసంతోనూ, దృఢనమ్మకంతోనూ మీరు ఆ ఆలోచనను వికసింపజేసి వుండరు. ఇది సహజమే. ప్రతిరోజూ ఈ పద్ధతిని వాడటంలో దానిని అడ్డు రానీయకండి.

## చేస్తూండండి, అంతే!

ఈ పద్ధతి పనిచేయడానికి మీకు కావలసిందల్లా ఒక నోట్‌బుక్, తర్వాత క్రమశిక్షణ – ప్రతిరోజూ మీ పదిలక్ష్యాలను సానుకూలంగా వర్తమానంలో వ్యక్తిగతరీతిలో రాసిపెట్టుకోటం. మీకు కావలసింది అంతే. ఒకవారం, ఒక నెల, లేదా ఒక సంవత్సరంలో మీ చుట్టూ చూస్తారు, మీ జీవితం అసాధారణమైన రీతిలో మార్పుచెందినట్లు గమనిస్తారు.

ఈ పద్ధతిని మీరు పూర్తిగా నమ్మకపోయినా, యిది ప్రయత్నించటానికి రోజుకి ఒక ఐదు నిమిషాలు చాలు. ఒక మంచి వార్త ఏమిటంటే ఈ ఇరవై ఏళ్లలో ఈ పద్ధతి పనిచేయలేదు అని చెప్పిన వ్యక్తి నాకింతవరకు తారసపడలేదు. దానికి విరుద్ధంగా జరిగింది. నాకు యించుమించు ప్రతిరోజూ ప్రపంచం నలుమూలల నుంచీ నమ్మశక్యంకాని ఉత్తరాలు, ఫోన్‌కాల్స్, ఈ-మెయిల్స్, వ్యక్తిగత ప్రమాణపత్రాలు వస్తూనేవుంటాయి, ఈ పద్ధతి పాటించడం మూలాన తమ జీవితాలు ఎంతో నాటకీయంగా మారిపోయినట్టు జనం వీటిలో రాస్తుంటారు.

## మీ ఫలితాలని పెంచండి

రెండు అదనపు ప్రక్రియలద్వారా ఈ పద్ధతి వలన కలిగే అమోఘమైన ఫలితాలని మీరు అధికం చేయగలరు. మొదట చేయవలసింది మీ సానుకూల వ్యక్తిగత వర్తమాన

లక్ష్యాన్ని రాసాక, మీరు ఆ లక్ష్యాన్ని సాధించటానికి సత్వరం తీసుకోవాలనుకున్న కనీసం మూడు చర్యలను ఉటంకించండి, అని కూడా సానుకూల వ్యక్తిగత వర్తమానరూపాల్లోనే వుండాలి.

ఉదాహరణకి, మీ లక్ష్యం కొంతడబ్బు సంపాదించడం కావచ్చు. "రాబోయే పన్నెండు నెలలో నేను యాభైవేలడాలర్లు సంపాదిస్తాను" అని మీరు రాయచ్చు. అప్పుడు వెంటనే దానికింద మీరు యిలా రాసుకోవాలి : "(1) ప్రతిరోజూ ముందుగా నేను ఓ పథకం వేస్తాను. (2) తక్షణం నాకెంతో ముఖ్యమైన పనులన ప్రారంభిస్తాను. (3) అత్యంత ప్రధానమైన ఒక పనిమీద అది పూర్తయిందాకా దానిపై నా దృష్టిని కేంద్రీకరిస్తాను."

మీ లక్ష్యం ఏదైనప్పటికీ, దాన్ని తక్షణం సాధించేంటందుకు, మీరు తీసుకోదలచిన మూడు చర్యల గురించి సులువుగా ఆలోచించగలరు. మీరు చేపట్టాలనుకున్న చర్యలను రాశాక, మీ లక్ష్యంతో పాటు వాటిని మీసుప్తచేతనాత్మక మనస్సులో నాటండి. ఒకానొక సమయంలో ఒక్కోసారి వాటిగురించి మీరు ఏమీ ఆలోచించకుండానే మీరు రాసుకున్న చర్యలను మీరు తీసుకున్నట్టు గ్రహిస్తారు. మీరు తీసుకున్న ప్రతీచర్యా మిమ్మల్ని మీ అంతిమ లక్ష్యం వేపు అత్యంత వేగంగా తీసుకుని వెళ్తుంది.

## 3×5 అంగుళాల ఇండెక్స్ కార్డులని వాడండి

ప్రతిరోజూ ఒక లక్ష్యాన్ని వుంచుకోవాలన్న కార్యసామర్థ్యాన్ని పెంచడానికి మరో మార్గం వుంది - అదే మీ లక్ష్యాలని 3×5 అంగుళాల ఇండెక్స్ కార్డులపైకి మార్చడం! ఒక్కొక్క కార్డు మీద పెద్దపెద్ద అక్షరాలలో ఒక లక్ష్యాన్ని రాయండి. అన్నివేళలా ఈ కార్డులని మీతో తీసుకెళ్లండి. మీకు ఖాళీ సమయం దొరికినప్పుడల్లా, మీ ఇండెక్స్ కార్డులని బయటకి తీయండి, మీలక్ష్యాలని, ఒకదాని తర్వాత మరొకదానిని సమీక్షించండి.

మీ ప్రతిఒక్క లక్ష్యాన్ని వ్యక్తిగత, సానుకూల, వర్తమాన నిర్ణయంగా రాసిపెట్టుకోండి. ఎవరో ఒకసారి, "పొద్దున బ్రేక్‌ఫాస్ట్ లేకపోయినా నాకు పరవాలేదు, కాని స్థిరమైన నిర్ణయాలు మాత్రం లేకపోతే నేనుండలేను," అన్నారు. మీరు ఈ కార్డులు వాడిన ప్రతీసారి, కొద్దిక్షణాలు ఆగండి, ఊపిరి బాగా తీసుకోండి, కాస్సేపు శరీరాన్ని సడలించండి, అప్పుడు మీ లక్ష్యాలని ఒకదానితర్వాత మరొకదాన్ని సమీక్షించండి.

లక్ష్యాన్ని మీకోసం మీరు చదువుతున్నప్పుడు, అది అప్పటికే వాస్తవరూపంలో వున్నట్టు ఆ లక్ష్యాన్ని మీరు ఊహించుకోండి. నిజానికి ఆ లక్ష్యం మీముందున్నట్లు చూడండి, ఆ లక్ష్యం కలిగించే ఆనందాన్ని అందుకోండి, ఆ లక్ష్యం సాధించిన అనుభూతిని పొందండి.

మరోలా చేయచ్చు. మీ ఇండెక్స్ కార్డులని మీరు చదువుతూ, ఆ లక్ష్యాన్ని సాధించటం కోసం మీరు తక్షణం చేపట్టవలసిన ప్రత్యేక చర్యలగురించి ఆలోచించండి.

ఆ చర్యలను మీరు నిజంగా తీసుకున్నట్లు ఊహించండి. అప్పుడు రిలాక్స్ అవండి, తర్వాతి లక్ష్యంవేపు వెళ్లండి.

ఇండెక్స్ కార్డు మీదున్న మీ లక్ష్యాలని కనీసం రోజుకి రెండుసార్లు మీరు సమీక్షించగలిగితే అదెంతో ఆదర్శమైనదిగా వుంటుంది. వాటిని ఎప్పుడూ మీతోనే తీసుకెళ్తూ, పగటిపూట సమీక్షించడం మరచిపోకండి.

## మెంటల్ ప్రోగ్రామింగ్‌కు అత్యుత్తమ సమయాలు

లక్ష్యాలని ఇండెక్స్ కార్డులమీద రోజుకి రెండుసార్లు రాయడం తిరిగిచూసుకోవడం చాలామంచిది, నిద్రపోటానికి ముందు, సాయంత్రం ఇది ఆఖరున చేయవలసిన పని – ఆఫీసుకి వెళ్లటానికిముందు, పొద్దుట మొట్టమొదట చేయవలసిన పని యిది.

మీరు మళ్లీ రాసుకుని లక్ష్యాలని సాయంత్రం సమీక్షించేటప్పుడు మీరు వాటిని మీ సుప్తచేతనాత్మక మనస్సులో నాటుతారు (Program). మీ సుప్తచేతనాత్మక మనస్సుకి, మీరు రాత్రంతా నిద్రపోతున్నప్పుడు మీ లక్ష్యాల గురించి పనిచేసేందుకు అవకాశం దొరుకుతుంది. మీరు చేయవలసిన పనులగురించి అద్భుతమైన ఆలోచనలతోనూ లేదా మీ లక్ష్యాలు సాధించటానికి సాయపడేవారితో సంప్రదించడానికీ – మీరు తరచూ మేల్కొంటారు.

మీరు రోజూ పని ప్రారంభించేముందు పొద్దున్న లక్ష్యాలను తిరిగిరాసుకుని సమీక్షిస్తున్నప్పుడు, రోజంతా సానుకూలమైన ఆలోచనలు చేయటానికి, సానుకూల చర్యలు తీసుకోటానికి సంసిద్ధులవుతారు. పొద్దున్న చేసే వ్యాయామం మీ శరీరాన్ని ఎలా చురుకుగా వుంచుతుందో, అలాగే పొద్దున్న మీరు చేసిన మీ లక్ష్యసాధన సమీక్ష మీ మెదడుకు చురుకు కలిగిస్తుంది, రోజంతా మీరు గొప్పగా వుండేలా తయారుచేస్తుంది.

మీ లక్ష్యాలని పొద్దున్నా సాయంత్రమూ మీరు మళ్లీమళ్లీ రాసుకోడం, సమీక్షించుకోడం యొక్క పరిణామం ఏమిటంటే, మీరు వాటిని మీ సుప్తచేతనాత్మక మనస్సులో మరింత లోతుగా నాటగలుగుతారు. క్రమేపి మీరు సానుకూలంగా ఆలోచించే స్థాయి నుంచి, సానుకూలంగా తెలుసుకునే స్థాయికి చేరుకుంటారు. మీ లక్ష్యాలు సాధించడం సాధ్యమనే దృఢమైన నిశ్చయాన్ని అభివృద్ధి చేసుకుంటారు, వాటిని సాధించటానికి కేవలం కొంత సమయం పడుతుంది, అంతే! అని సరిగ్గా గ్రహిస్తారు.

## మీ లక్ష్యాలని ప్రతిరోజూ సమీక్షించండి

1. ఈరోజే ఒక స్పైరల్ నోట్‌బుక్ కొనుక్కుని, అందులో రాబోయే కాలంలో మీరు సాధించదల్చుకున్న పది పదిహేను లక్ష్యాలని రాసుకోండి.
2. మూడు బై ఐదు అంగుళాల ఇండెక్స్ కార్డులని తయారుచేసుకోండి, వాటిలో సానుకూలమైన, వ్యక్తిగతమైన, వర్తమానానికి సంబంధించిన మీ లక్ష్యాలని రాసుకోండి. మీరెక్కడికి వెళ్లినా వాటిని మీ వెంట తీసుకెళ్లండి.
3. రాత్రి పడుకోబోయేముందు, ప్రతిరోజూ, మీ జీవితాన్ని లక్ష్యాలు సాధించాక అది ఎలా ఉండబోతుందో ఊహించి చూసుకోండి.
4. మీ లక్ష్యాలని సాధించేందుకు మీరు చెయ్యగల మూడు పనుల గురించి ఆలోచించండి. ఎప్పుడూ కూడా ఖచ్చితంగా మీరు చెయ్యగల పనులని దృష్టిలో పెట్టుకునే ఆలోచించండి.
5. మీ లక్ష్యాలని రోజూ తిరగరాసుకునే క్రమశిక్షణని అలవరచుకోండి, కానీ అంతకు ముందు రాసిన జాబితాని చూడద్దు, మీరు అనుకున్న లక్ష్యాలని సాధించటం తప్పనిసరి అనిపించేతవరకూ ఇలా చేస్తూనే ఉండండి.

# 16

# మీ లక్ష్యాలని నిరంతరం దృశ్యమాన రూపంలో చూడండి

*అవి మీ ఆత్మలోంచి జనించాయి కనుక, మీ కలలను, కల్పనలను మీ మనసులోనే వుంచుకోండి. అవి మీరు అంతిమంగా సాధించదలచుకున్న వాటి బ్లూప్రింట్స్ (నమూనాలు)!*

– నెపోలియన్ హిల్

మీలో మీకు అందుబాటులో అనంతమైన మానసికశక్తులు వున్నాయి. చాలామంది జనానికి ఈ శక్తులగురించి తెలీదు, లక్ష్యసాధనలో వాటిని ఉపయోగించటంలో విఫల మవుతుంటారు. అందుకే వారు పొందే ఫలితాలు సగటు పరిమాణంలో వుంటాయి.

మీ సుప్తచేతనాత్మక మనస్సు, అత్యంత చేతనాత్మక మనస్సు చేరి వాటి శక్తులని విడుదల చేయడం ప్రారంభించగానే, తక్కినవారు తమ జీవితకాలంలో సాధించగలిగేదాన్ని తరచుగా. మీరు కేవలం ఒకటి రెండు సంవత్సరాలలో సాధిస్తారు. మీరు యిప్పుడు ఊహిస్తున్నదానికన్నా మరింతవేగంగా మీలక్ష్యాలవేపు దూసుకుపోతుంటారు.

## మీకున్న అత్యంత ప్రబలమైన శక్తి

మీకున్న అత్యంత ప్రబలమైన శక్తి దృశ్యమానం చేసుకోగల మీ సామర్థ్యం. మీ జీవితంలోని ప్రతీ అభివృద్ధీ, మీ మానసిక చిత్రాలు అభివృద్ధి చెందటంతోనే మొదలవుతుంది. మీరు ఈ రోజున ఎక్కడ వున్నా, ఎలా వున్నా దానికి చాలావరకు కారణం యిప్పుడు మీ చేతనాత్మక మనస్సులో మీరుంచిన మీ మానసిక చిత్రాలే! మీరు లోపలున్న మానసికచిత్రాలని మార్చటానికి ప్రయత్నించగానే, బయటనున్న మీ ప్రపంచం ఆ చిత్రాలకు అనుగుణంగా మారటం మొదలవుతుంది.

దృశ్యమానం (Visualization) చేసుకునే చర్య ఆకర్షణ సిద్ధాంతాన్ని (Law of Attraction) క్రియాత్మకంగా చేస్తుంది. అప్పుడు అది మీ జీవితంలోకి జనాన్ని, పరిస్థితులని, వనరులని ఆకర్షిస్తుంది, మీరు మీ లక్ష్యాన్ని సాధించటానికి అవి మీకు కావాలి.

మనస్సులో చిత్రాలని చూడటం అనే కార్యం ద్వారా అనురూపతానియమం (Law of Correspondance) కూడా ఆకర్షింపబడుతుంది. 'లోపల ఉన్నట్టే, బైటకూడా ఉంటుంది' అని ఈ నియమం చెబుతుంది. మీరు మీలోని మానసిక చిత్రాలను మార్చినప్పుడు, బయటనున్న మీ ప్రపంచం ఒక అద్దంలా మారటం మొదలవుతుంది. చాలాసార్లు మీరు ఎలా ఆలోచిస్తుంటారో మీరు అలాగే రూపొందుతుంటారు, అలాగే చాలామట్టుకు మీరు ఎలా దృశ్యమానం చేసుకుంటారో అలాగే రూపొందుతారు.

వేన్ డయర్ "మీరు దానిని నమ్మినప్పుడు, దానిని మీరు చూస్తారు" అని అంటాడు. జిమ్ కేథ్‌కార్ట్, "మీరు ఎవరినైతే చూస్తుంటారో, మీరు అలాగే రూపొందుతారు," అని అంటాడు. డెనిస్ వేట్‌లీ మీ మానసిక చిత్రాలు "మీ జీవితంలో రాబోయే ఆకర్షణల పూర్వప్రదర్శనలు" అని అంటాడు.

ఆల్బర్ట్ ఐన్‌స్టీన్, "కల్పన నిజాలకన్నా ఎంతో ముఖ్యమైనది" అని అంటాడు. నెపోలియన్ బోనాపార్టీ, "ప్రపంచాన్ని పరిపాలిస్తున్నది భావనాశక్తే!" అని అంటాడు. "మనిషియొక్క మస్తిష్కం దేనినైతే భావించి, నమ్ముతుందో - దానిని అది సాధించ గలదు," అని నెపోలియన్ హిల్ అంటాడు.

## భవిష్యద్దృష్టి యొక్క ప్రాముఖ్యత

అన్ని కాలాలల్లోనూ అందరి నాయకుల్లోవుండే ఒక సామాన్యగుణం భవిష్యద్దృష్టి. అది వాస్తవరూపం ధరించటానికి ముందే వాళ్లు ఒక ఆదర్శవంతమైన భవిష్యత్తుని రూపకల్పన చేసుకోగలరని దీని అర్థం. డిస్నీల్యాండ్ నిర్మించబడటానికి ముందే వాల్ట్‌డిస్నీ కుటుంబాలకు ప్రత్యేకంగా పనికివచ్చే ఒక ఆనందమయమైన, పరిశుభ్రమైన, అమ్యూజ్‌మెంట్‌పార్కుని స్పష్టంగా తన మనస్సులో చూడగలిగినట్లే - మీ జీవితంలో ప్రముఖపాత్ర వహించగల ప్రతీదీ ఏదో ఒక రకమైన మానసిక చిత్రంతోనే మొదలవుతుంది.

మీరు అన్నివేళలా ఏదో ఒకదానిని రూపకల్పన చేస్తూనే వుంటారు. మీరు ఎవరి గురించో, ఏదో ఒకదానిగురించి ఆలోచిస్తున్నప్పుడు, గతంలో జరిగిన సంఘటనని గుర్తుకు తెచ్చుకుంటున్నప్పుడు, రాబోయే సంఘటనని ఊహించినప్పుడు లేదా పగటి కలను కంటున్నప్పుడు - మీరు రూపకల్పన (visualizing) చేస్తున్నారు. మనస్సులో చిత్రాలని చూడటమనే ఈ సామర్థ్యాన్ని వాడుకోవటాన్ని అదుపులో వుంచుకోటం ఎంతో ముఖ్యం, మీకు ఎంతో ముఖ్యమైన లక్ష్యాలను సాధించే దిశలో ఈ సామర్థ్యాన్ని మీరు లేజర్ కిరణంలా కేంద్రీకరించాలి.

## మీరు కోరుకుంటున్న విజయాన్ని చూడండి

వారు కోరుకుంటున్న విజయాన్ని ముందుగానే రూపకల్పనచేసి ఆనందించాలనుకున్నవారే విజేతలు. ప్రతీ నూతనానుభవానికి ముందు, భవిష్యత్తులో విజయం

సాధించే సంఘటనతో సమంగావుండే, గతంలో విజయం తెచ్చిపెట్టిన అనుభవాలని విజేత రూపకల్పన చేసుకుంటాడు. విజయం సాధించిన ఒక సేల్స్‌పర్సన్ విజయ వంతమైన అమ్మకాల వివరణలను రూపకల్పన చేసుకుని గుర్తుంచుకుంటారు. విజయం సాధించే ట్రయల్ లాయర్ కోర్టులో తను గతంలో వాదించి విజయం సాధించిన కేసును మనస్సులో రూపకల్పన మళ్లీ చేసుకుని జ్ఞాపకం పెట్టుకుంటాడు. సఫలత సాధించిన డాక్టర్ లేదా సర్జన్ గతంలో తను ఒకరోగిని బాగుచేసిన విజయవంతమైన విధానాన్ని రూపకల్పన చేసుకుని గుర్తుంచుకుంటాడు.

ఓటమిపాలైన జనం కూడా రూపకల్పనాప్రక్రియను వాడుతుంటారు, కాని అది వారికి హాని కలిగిస్తుంటుంది. ఒక కొత్త సంఘటనకుముందు పరాజితులు గతంలోని వారి 'ఓటమి అనుభవాలను' గుర్తుకు తెచ్చుకుంటారు, మానసికచిత్రాలలో చూస్తారు. గతంలో వారు ఓడిపోవడం గురించి ఆలోచిస్తారు, లేదా ఈ రంగంలో వారెంత ఘోరంగా పనిచేశారో అన్నదానిపై దృష్టి వుంచుతారు, మళ్లీ ఓడిపోతామని ఊహిస్తారు. దాని ఫలితంగా, వారు కొత్త అనుభవానికి లోనవుతున్నప్పుడు, వారి సుప్తచేతనాత్మక మనస్సులు ఓటమికే 'ప్రోగ్రాం' అయి, ఓటమికే మొగ్గుచూపుతాయి, విజయానికి కాదు.

## మీ మనసుని ఉత్తేజకరమైన చిత్రాలతో నింపండి

బాహ్యప్రపంచంలోని మీ పనితీరు ఎప్పుడూ లోపలున్న మీగురించి మీకున్న అభిప్రాయానికి అనుగుణంగా వుంటుంది. మీగురించి మీకున్న అభిప్రాయం - ఏ ఘటనైనా సంభవించడానికి ముందు, మీరు మీ మనసుని నింపిన మానసిక చిత్రాలతో ఏర్పడుతుంది. ఒక మంచివార్త ఏమిటంటే, మంచికైనా చెడుకైనా, మీ మానసిక చిత్రాలు పూర్తిగా మీ అధీనంలోనే ఉంటాయి, మీరు మీ మనస్సుని నింపడానికి సానుకూలమైన, ఉత్తేజకరమైన, విజయవంతమైన చిత్రాలను ఎంపిక చేసుకోగలరు. లేదా ఓటమికి సంబంధించిన చిత్రాలతోనే ఉండిపోగలరు. ఏది ఎంచుకోవాలనేది మీయిష్టమే!

మీరు జీవితంలో సాధించినది లేదా సాధించలేకపోయినది యించుమించూ అంతా రూపకల్పనను సరిగ్గా చేయడం, లేదా చేయలేకపోవడం వలన జరిగిన పరిణామమే. వెనక్కి తిరిగి చూసుకుంటే, మీరు సానుకూలంగా రూపకల్పన చేసుకున్నది చివరకి నిజమన్న సంగతి గ్రహిస్తారు. మీరు స్కూలు చదువు పూర్తి చేయాలని మనస్సులో ఆ చిత్రాన్ని నిలుపుకున్నారు, అలాగే మీరు దానిని పూర్తిచేశారు. మొట్టమొదటి కారు కొనాలనుకున్నారు, మీకు అది లభించింది. మొట్టమొదటి శృంగారాన్ని లేదా అనుబంధాన్ని మానసికచిత్రంగా నిలుపుకున్నారు, సరైన వ్యక్తిని కలుసుకున్నారు. ఒక ప్రదేశానికి వెళ్లడం, ఉద్యోగం తెచ్చుకోవడం, ఫ్లాట్ సంపాదించడం లేదా ఒకరకమైన దుస్తులు కొనడం లాటివి మీరు రూపకల్పన చేసుకున్నారు. ఇవన్నీ మీకోసం నిజమయాయి.

## మీ మానసిక చిత్రాలని మీ అధీనంలో వుంచుకోండి

మీరు మీ జీవితమంతా రూపకల్పన శక్తిని వాడుతూనే వుంటారు. కాని సమస్య ఏమిటంటే మనలో చాలామంది ఈ రూపకల్పన ప్రక్రియను యిష్టానుసారంగా, యాదృచ్ఛికంగా వాడుతూంటారు. అప్పుడప్పుడు తమకుతాము సహాయపడేటందుకనో లేక తమకు తాము హాని కలిగించుకోటానికో వాడుతారు.

మీ లక్ష్యం రూపకల్పనా ప్రక్రియను మీ అదుపులో ఉంచుకోవటమే. మీరు ఏం కోరుకుంటున్నారో, మీరు ఎలా అవదలచుకున్నారో దానిపైన మీ మనస్సు, మానసిక చిత్రాలు కేంద్రీకరించబడేటట్లు చూసుకోండి.

## అనివార్య వ్యక్తి

అమెరికాకు మొట్టమొదటి అధ్యక్షుడు అయిన జార్జి వాషింగ్‌టన్‌ను యించుమించు అందరు చరిత్రకారులు అమెరికన్ రిపబ్లిక్‌ను స్థాపించడంలో 'అనివార్యమైన వ్యక్తి'గా పరిగణిస్తారు. ఆయన తన జీవితాన్ని పేదరికంతో ప్రారంభించాడు. ఒక చిన్న ఇంట్లో ఆయన జన్మించారు, ఎటువంటి ప్రత్యేకమైన సదుపాయాలూ ఆయనకు దొరకలేదు. కాని ఆయనకో గొప్ప ఆశయం వుండేది. పిన్నవయస్సులోనే తన శీలాన్నీ, వ్యక్తిత్వాన్నీ మెరుగుపరచుకుని సమాజం ఆదరించే విజేతలా రూపొందాలని తీర్మానించుకున్నాడు.

యవ్వనంలో ఆయనకి ప్రేరణ కలిగించి, దిశానిర్దేశం చేసిన గ్రంథంలో ప్రవర్తనకు సంబంధించి 130 నియమాలున్నాయి. ఆ పుస్తకాన్ని ఆయన మళ్లీమళ్లీ చదివాడు. చివరకి ఆ గ్రంథాన్ని కంఠస్థం చేశాడు. ఆ తర్వాత ఇతరులతో వ్యవహరించేటప్పుడు దానిని ఆచరణలో పెడుతూ తన ప్రవర్తనను అత్యుత్తమంగా తీర్చిదిద్దుకున్నాడు. అమెరికాలో విప్లవోద్యమం వచ్చేసరికి ఆయన ఒక శక్తివంతమైన నాయకుడిగా మారాడు. అమెరికా వలసవాసులందరూ ఆయనని ఒక విశిష్టమైన వ్యక్తిగా పరిగణిస్తారు.

## మీ శీలాన్ని పెంపొందించుకోండి

అమెరికాలోని మొట్టమొదటి మిలియనేర్, వ్యవస్థాపకుడు, ప్రసిద్ధ రాజనీతిజ్ఞుడు, దౌత్యవేత్త, ఆవిష్కర్త అయిన బెంజమిన్ ఫ్రాంక్లిన్ తన జీవితాన్ని అత్యంత బీదరికంలో ఒక చిన్న ప్రింటింగ్ కంపెనీలో అప్రెంటిస్‌గా ప్రారంభించాడు. ఏ విషయాన్నైనా కుండబద్దలు కొట్టినట్టు చెప్పేవాడు, వాదనకి దిగేవాడు, తరచూ శత్రువులను చేసుకునేవాడు. వాళ్లు ఆయనకొచ్చే అవకాశాలని చెడగొట్టి తొక్కిపెట్టి వుంచేవారు.

తన యవ్వనదశలో ఒకానొక సమయంలో, అమెరికా సమాజంలోని తొలిదశలో దీర్ఘకాలిక విజయాన్ని తెచ్చిపెట్టే తన వ్యక్తిత్వం ప్రమాదంలో పడినట్టు తాను గ్రహించినట్లు బెంజమిన్ ఫ్రాంక్లిన్ తన ఆత్మకథలో రాసుకున్నాడు. అందుకే అతను తనలో కొన్ని కీలకమైన గుణాలు – చిత్తశుద్ధి, వినమ్రత, సంయమనం, క్రమశిక్షణ, నిజాయితీ

– అభివృద్ధి చేసుకోవాలని నిర్ణయించాడు, తనకున్న పూర్తి సామర్థ్యం సాధించటానికి అవి తను కలిగివుండాలనుకున్నాడు.

అనేక సంవత్సరాలు, ఒకవారం తర్వాత మరోవారం, వాషింగ్‌టన్, ఫ్రాంక్లిన్ రూపకల్పనను అభ్యాసం చేశారు. వారు అలవరచుకోవాలన్న అంశం లేదా గుణం గురించి వారు ఆలోచించారు. మనస్సులో ఆ చిత్రాలను చూశారు, ఆ గుణం వారిలో ఉన్నట్లు ఊహించుకున్నారు. ఇతరులతో తాము జరిపే ప్రతీ పరస్పర సంబంధంలోనూ వారు దీనిని "అంతర్గత దర్పణం"గా పరిగణించేవారు, తాము ఎలా ప్రవర్తించాలో తెలుసుకుని, తర్వాత ఆదర్శమైన అంతర్గతచిత్రానికి అనుగుణంగా వ్యవహరించేవారు క్రమేపీ, ఈ మానసికచిత్రాలు వారి సుప్తచేతనాత్మక మనస్సులో ఎంత లోతుగా నాటుకున్నాయంటే ప్రవర్తన, వ్యక్తి ఒకటయింది.

## మీరు ఎలా అవదలచుకున్నారో, అదే మీరు

పియరో ఫెరుకి తన పుస్తకం వాట్ వి మే బి లో *(What We May Be)* మీరు అది అప్పటికే మీలో వుందని ఎప్పుడూ ఆలోచిస్తూ ఊహిస్తూ, మీరు కావాలనుకున్న ఆ గుణాన్ని మీలో అభివృద్ధిపరచుకోగలరని వివరిస్తాడు. మీరు కోరుకుంటున్న గుణం గురించి చదవండి. నేర్చుకోండి దానిని. అది ఎప్పుడు అవసరమైనా ముఖ్యంగా మీకు మీరు దానిని ఆచరిస్తున్నట్టు ఊహించుకోండి.

ప్రస్తుతం మీలో లేని గుణాన్ని మీరు అభివృద్ధి చేసుకోటానికి, మీరు దానిని ఊహించుకుని ఆ గుణం అప్పటికే మీలో వున్నట్లు అన్ని విషయాలలో ప్రవర్తించటం అభ్యసించాలని అరిస్టోటల్ రాశాడు. ఈరోజు మీరెలా వున్నారన్నది కాకుండా, మీరు ఎలా ఉండదలచుకున్నారో దానిని చూడండి, ఆలోచించండి. కాలక్రమాన మీరు ఆ నూతన వ్యక్తిగా రూపొందుతారు.

## మీ మానసిక చిత్రాలను మార్చండి

సారాంశం ఏమిటంటే, ప్రతినిమిషమూ ప్రతిగంటా మీరు చూస్తున్న మానసిక చిత్రాలు మిమ్మల్ని అదుపులో ఉంచుకుని మీ వ్యక్తిత్వాన్నీ, శీలాన్నీ రూపొందిస్తూంటాయి. మీ మానసిక చిత్రాలను మార్చడంద్వారా మీరు మీ ఆలోచనారీతిని, అనుభూతి చెందటాన్ని, ప్రవర్తనను మార్చుకోగలరు. మీ పనితీరును, ఫలితాలను మార్చగలరు. నిజానికి, ఎలా మారాలని వూహించుకుంటున్నారో అలాటి అత్యుత్తమ వ్యక్తిగా మారగలరు. రూపకల్పనను నిర్మాణాత్మకంగా వాడటంలో భాగమే యిది!

## సర్వోత్తమమైన స్థాయిలో పనిచేయండి

క్రీడారంగంలోని వృత్తిసంస్థలు 'మానసిక పూర్వాభినయం' (metal rehearsal) అని పిలవబడే ఒక శిక్షణాపద్ధతిని అమలుచేస్తుంటాయి. ప్రతీరంగంలోని అత్యుత్తమ

క్రీడాకారులు, శారీరకంగా పోటీలో పాల్గొనేముందు, తాము చేపట్టబోయే చర్యలను మానసికంగా అభ్యాసం చేస్తారు. ప్రతిపోటీకి ముందు తాము అత్యుత్తమ ప్రదర్శన యిచ్చినట్టు వాళ్లు మనస్సులో వూహించుకుని దాన్ని చూసుకుంటారు. ఒక గొప్ప పోటీ ప్రారంభం కావటానికి ఎన్నో రోజులు, గంటలు ముందుగానే తమని తాము విజయవంతంగా ప్రదర్శనని యివ్వడాన్ని మళ్లీమళ్లీ రూపకల్పన చేసుకుంటారు.

వాళ్లు ఎప్పుడూ గతంలో చేసిన 'సర్వోత్తమమైన వ్యక్తిగత ప్రదర్శనలని' జ్ఞాపకం తెచ్చుకుంటుంటారు. ఈ సర్వశ్రేష్ఠమైన వ్యక్తిగత ప్రదర్శనని 'మనస్సు యొక్క సినిమా'లా తమ మానసికచిత్రప్రదర్శన గదిలో మళ్లీమళ్లీ 'ప్లే' చేసుకుని చూస్తుంటారు. తమకితాము ఎంతో బాగా ఆడటం చూసుకుంటూ, తమ అత్యుత్తమ ప్రదర్శన కలిగించే ఆనందాన్ని సంతృప్తిని అనుభవిస్తారు. వారెంతో ఉత్తేజితులవుతారు, రాబోయే పోటీలో అదేవిధంగా చేయబోతున్నామని ఉల్లాసంగా వుంటారు. పోటీ మొదలయినప్పుడు వారికి సంబంధించినంతవరకు, వాళ్లు అప్పటికే విజయం సాధించారు.

## ప్రశాంతంగా వుండండి, ఆశించిన ఫలితాన్ని చూడండి

ఉదాహరణకి స్కేటర్స్ స్కేటింగ్ చేసినంతసేపూ ఏదో ఒక మ్యూజిక్ నేపథ్యంలో 'ప్లే' అవుతూనే వుంటుంది, అయితే స్కేటర్స్ తమ స్కేటింగు అయాక విశ్రాంతి తీసుకుంటున్నప్పుడు కూడా వారు తమ కళ్లు మూసుకుని సంగీతాన్ని వింటూ మళ్లీ మళ్లీ ఐస్ మీది తమ స్కేటింగ్ రొటీన్లను మనస్సులో ఊహించుకుంటూ వుంటారు. ఇలా తమ మనస్సులలో స్కేటింగ్ చేయడంవలన కలిగే ఒక లాభం ఏమిటంటే, ఇందులో వారు పడిపోవడంగాని పొరపాటు చేయడంగాని జరగదు. నిజంగా ఐస్ మీదకి స్కేటింగ్ చేయడానికి వెళ్లడానికి ముందే వారు తమనితాము మళ్లీమళ్లీ స్కేటింగ్ రొటీన్లు నిర్దుష్టంగా చేయడాన్ని మనస్సులో చూస్తారు. ఆసరికి వాళ్ల సుప్తచేతనాత్మక మనస్సులకి తగిన శిక్షణ దొరుకుతుంది, తమ రొటీన్లని అందుకే సుగమం చేసుకుంటారు, స్కేటింగ్ మనోహరంగా ఉండేట్టు చేస్తారు.

మీ భౌతిక శరీరానికి తనకంటూ ఒక మెదడులేదు. మీలోని ప్రధాన కంప్యూటర్ – మీ మెదడు – మీచేతివేళ్లు, కాలివేళ్ల కొద్దిపాటి కదలికను కూడా తన అధీనంలో వుంచుకుంటుంది. మీ శారీరక కార్యకలాపాలను మీ కండరాల సమన్వయంతో నిర్వహించటానికిగాను మీ మెదడే మీ వెన్నెముక, మీ శరీరమంతా నాడీప్రచోదాలని (nerve energy impulses) పంపుతుంది. మీరు మీ మనస్సులో చిత్రాలని చూస్తున్నప్పుడు, నిజానికి మీరు మీ మాస్టర్ కంప్యూటర్‌కి శిక్షణని యిస్తున్నారు. మీ శరీరం దేనిని నిర్వహించాలో ఆ కార్యకలాపానికి మీరు మీ మెదడును సిద్ధం (ప్రోగ్రాం) చేస్తున్నారు.

## రూపకల్పనలోని నాలుగుభాగాలు

రూపకల్పనలోని నాలుగు భాగాలని మీరు నేర్చుకుని ఆచరించగలరు, ఈ అపురూపమైన శక్తిని వాడుతూ మీ జీవితాంతం అత్యుత్తమ లాభాలను అందుకోగలరు.

### ఎంత తరచుగా?

రూపకల్పనలోని మొదటి అంశం ఆవృత్తి (frequency) : ఒక ప్రత్యేకమైన లక్ష్యాన్ని మీరు సాధించినట్లు లేదా ఒక ప్రత్యేకమైన పోటీలో మీరు అత్యుత్తమ ప్రదర్శనని యిచ్చినట్లు, ప్రత్యేకమైన పరిస్థితిలో అధికాధికంగా పని నిర్వహించినట్లు - మీ మనస్సులో మీరు ఎన్నిసార్లు రూపకల్పన చేసుకున్నారు? మీ అత్యుత్తమ ప్రదర్శన లేదా ఫలితం యొక్క మానసిక చిత్రాన్ని మీరు ఎన్నిసార్లు, ఎంత తరచుగా చూడగలుగుతారో, అంతవేగంగా దానిని మీ సుప్తచేతనాత్మక మనసు అంగీకరిస్తుంది. అంత వేగంగా అది మీ వాస్తవిక జీవితంలో భాగమవుతుంది.

### ఎంతకాలంవరకు?

రూపకల్పనలోని రెండో అంశం సమయం. మీరు మీ మనసులో ఒక చిత్రాన్ని ఎంతసేపు చూడగలరు, చూసిన ప్రతీసారి దానిని ఎంతసేపు నిలుపుకోగలరు? మీరు పూర్తిగా విశ్రమించినప్పుడు, మీరు ఒక మానసికచిత్రాన్ని కొన్నిసెకన్లపాటు, యింకా కొన్ని నిమిషాలపాటు నిలుపుకోగలరు. మీ మానసికచిత్రాన్ని ఎంత ఎక్కువసేపు చూడగలిగితే, అది అంత గాఢంగా మీ సుప్తచేతనాత్మక మనస్సులో నాటుకుంటుంది, మీ తర్వాతి కార్యనిర్వహణలో అంతవేగంగా వ్యక్తీకరణమవుతుంది.

### ఎంత స్పష్టంగా?

రూపకల్పనలోని మూడవ అంశం స్పష్టత. మీరు మీ మనస్సులో ఒక లక్ష్యాన్ని లేదా ఫలితాన్ని ఎంత స్పష్టంగా చూడగలుగుతారనే దానికీ, ఎంతవేగంగా అది వాస్తవికరూపం ధరిస్తుందనే దానికీ మధ్య ఒక ప్రత్యక్ష సంబంధం వుంది. రూపకల్పన లోని ఈ అంశం ఆకర్షణ సిద్ధాంతం (Law of Attraction), అనురూపతానియమం (Law of Correspondence) లకున్న శక్తులను వివరిస్తుంది. మీకోరికకున్న స్పష్టత ప్రత్యక్షంగా మీచుట్టూవున్న ప్రపంచంలో అది ఎంత వేగంగా సాకారం చెందగలదనేదాన్ని నిర్ధారిస్తుంది.

ఒక ఆసక్తికరమైన విషయం ఇదిగో - మీరు మీకోసం ఒక కొత్త లక్ష్యాన్ని ఏర్పరచుకున్నప్పుడు, ఈ లక్ష్యం యొక్క మానసికచిత్రం సాధారణంగా చెదిరిపోయి అస్పష్టంగా వుంటుంది. మీకు విజయాన్ని తెచ్చిపెట్టే లక్ష్యం ఎలా వుంటుందనే దానిపై మీకు సరైన అభిప్రాయం వుండకపోవచ్చు. కాని మీరెంత తరచుగా దానిని రాసుకుంటూ, సమీక్షిస్తూ, మానసికంగా పునశ్చరణ చేస్తూంటే, అది మీకు అంత స్పష్ట

మవుతుంది. చివరకి అది స్ఫటికమంత స్పష్టంగా కనిపిస్తుంది. ఆ సమయంలో లక్ష్యం హఠాత్తుగా – సరిగ్గా మీరు ఊహించినట్లే – మీ ప్రపంచంలో ప్రత్యక్షమవుతుంది.

### *ఎంత తీవ్రంగా?*

రూపకల్పనలోని నాలుగవ అంశం *సాంద్రత (intensity)*. మీరు మనస్సులో చిత్రాన్ని చూస్తున్నప్పుడు, ఎంత తీవ్రంగా భావావేశం చెందుతుంటారు? నిజానికి రూపకల్పన ప్రక్రియలో ఇది ఎంతో ప్రధానమైనది, శక్తివంతమైనది. అప్పుడప్పుడు మీ భావోద్వేగం ఎంతో ప్రబలంగా వున్నప్పుడు, మీ మానసికచిత్రం స్పష్టంగా వున్నప్పుడు, మీలక్ష్యం సత్వరం సాకారమవుతుంది.

## ప్రకృతి తటస్థంగా వుంటుంది

ఆవృత్తి, కాలావధి, స్పష్టత, సాంద్రత అనే అంశాలు మీకు లాభం చేకూర్చవచ్చు, లేదా హాని కలిగించవచ్చు. ప్రకృతిలానే, రూపకల్పన చేసుకునే శక్తి మీలో తటస్థంగా వుంటుంది. రెండువేపులా పదునున్న కత్తిలా, అది ఏ దిశలోనైనా కోయగలదు. అది మిమ్మల్ని విజేతగా చేయగలదు లేదా పరాజితునిగా చేయనూగలదు. మంచినికాని, చెడునికాని మీరు దేన్నైనా స్పష్టంగా, ప్రబలంగా రూపకల్పనలో ఊహించగలరు.

ఉదాహరణకి, చింతించటం అనేది వ్యతిరేక లక్ష్యం ఏర్పరచటం లాంటిది. మీరు సరిగ్గా దేన్నైతే జరగకూడదని అనుకుంటారో, దాని గురించి భయంతోనూ, ఆందోళనతోనూ ఆలోచించటం, ఊహించడం, రూపకల్పన చేసుకోవడం ఈ ప్రక్రియ లక్షణం. మీరు ఆందోళన చెందుతున్నప్పుడు, మీరు మీ రూపకల్పనని వ్యతిరేకంగా వాడుతుంటారు. మీరు సరిగ్గా వేటినైతే అక్కర్లేదనుకుంటారో, ఆ సమస్యలని మీ జీవితంలోకి ఆకర్షిస్తారు. జాబ్ 1:25లో జాబ్, "నేను దేనిగురించి అయితే ఎక్కువగా భయపడ్డానో, అదే నాముందు నిలిచింది," అని అంటాడు. వ్యతిరేక రూపకల్పన వలన సంభవించే దుష్ఫలితాలని యిది సూచిస్తోంది. రూపకల్పనాశక్తిని ఎలా వాడాలనే దానిపై మీరెంతో జాగరూకత వహించాలి.

## మీరు కలలుకనే ఇంటి నమూనాను తయారుచేసుకోండి

వివాహమైన కొత్తలో మా దగ్గర చాలా తక్కువ డబ్బు వుండేది. నేను నా సొంత వ్యాపారాన్ని ప్రారంభించటంతో ఆ వున్నది కాస్తా హరించుకుపోయింది. అయినప్పటికీ, అందరు దంపతుల్లానే, మేముకూడా ఏదో ఒకరోజున మా కలల ఇంటిని ఏర్పరచుకోవడం గురించి మాట్లాడుకునేవాళ్లం. మేము మాకుటుంబం ఒక చక్కని ఇంట్లో నివసిస్తున్నట్లు ఊహానుభూతిని చెందేవారం. ఆఖరికి మేము కలలుకనే ఇంటిని పొందటానికి మా రూపకల్పనాశక్తులను వినియోగించాలన్న నిర్ణయం తీసుకున్నాం.

అప్పట్లో మేము ఒక అద్దె ఇంట్లో వుంటున్నాం, మా దగ్గర అట్టే సొమ్ములేదు,

అయినా దేశవ్యాప్తంగా అమ్మకానికున్న అందమైన గృహాలని వర్ణించే ఎన్నో పత్రికలకు చందాలు కట్టేవాళ్లం. బెటర్ హోమ్స్ అండ్ గార్డెన్స్, ఆర్కిటెక్చురల్ డైజెస్ట్ అనే పత్రికలను చదివేవాళ్లం. వారాంతాలలో నగరంలోని అత్యుత్తమ ప్రదేశాలలో అమ్మకానికున్న ఇళ్లని చూడటానికి పోయేవాళ్లం. ఎంతో సుందరమైన గదుల్లో, ఖరీదైన ఇళ్లల్లో నడిచేవాళ్లం, ఆ పరిసరాల్లో నివసిస్తున్నట్లు వూహించుకునేవాళ్లం.

ఈ ప్రక్రియ చివరకి పనిచేస్తుందన్న పూర్తి నమ్మకంతో మేము ఒక ఖాళీపుస్తకం తీసుకుని దానిని అందమైన ఇళ్ల బొమ్మలతోనూ, వర్ణనలతోనూ నింపాం. క్రమేపీ మేము నలభైరెండు అంశాలున్న ఒక జాబితాను తయారుచేశాం, మా ఆదర్శగృహంలో అవి వుండాలని అనుకున్నాం.

ఈ సమయంలో నేను నాపనిని చేస్తూనే వున్నాను, వ్యాపారాన్ని అభివృద్ధి చేయ సాగాను, ఆదాయాన్ని పెంచాను, మేము ఆదాచేస్తున్న సొమ్ము పొదుపుఖాతాలో జమ చేస్తూ వెళ్లాను. ఈ ప్రక్రియ ప్రారంభించిన ఒక సంవత్సరంలోనే మేము ఒక అద్దె ఇంట్లోంచి ఒక అందమైన ఇంటిలోకి మారాం, మనోహరమైన పరిసరాల్లో వున్న ఆ ఇంటిని మేము కొన్నాం. అన్ని విధాలా అది ఆదర్శంగా వున్నప్పటికీ, మా హృదయాంతరాలలో అది మా "కలల ఇల్లు" యింకా కాదని మాకు తెలుసు.

## ఓర్పు ఎంతో అవసరం

ఒక సంవత్సరంన్నర తర్వాత మేము మళ్లీ మారాం - ఈసారి సాన్ డియగోకి... నగరంలో అమ్మకానికున్న ఓ డజన్ ఇళ్లు ఓ నెలపాటు చూశాం, రెండురోజులక్రితమే అమ్మకానికి పెట్టిన ఇంటికి వెళ్లాం, మా కలల ఇల్లు దొరికిందని వెంటనే మాకు తెలిసింది. మౌనంగా మేము ఒకరివేపు ఒకరు చూసుకున్నాం, ఇల్లంతా కలయతిరిగాం. ఇద్దరం ఏకాభిప్రాయానికి వచ్చాం.

అమ్మకం ధర నిర్ణయించడానికి రెండునెలలు సంప్రదింపులు జరిపాం. డబ్బు సమకూర్చుకోడానికి మరో ఐదునెలలు పట్టింది. కాని అనుకున్న రోజుకి మేము మా కలల ఇంటిని సంపాదించాం. అప్పటినుంచీ అందులోనే వుంటున్నాం. పరిపూర్ణమైన మా ఇంటికోసం మేము తయారుచేసుకున్న జాబితాలో నలభైరెండింటిలో నలభైఒక్క వస్తువులు అనుకోకుండా ఈ ఇంటికుండటం ఒక విశేషం!

## సన్నగా వున్నట్టు అనుకోండి

అనేకమంది శారీరకంగా ఆరోగ్యవంతంగా, సన్నగా ఉండాలని కోరుకుంటారు. మీరు 'సన్నగావున్నట్టు ఆలోచిస్తేనే' ఇది సాధ్యమవుతుందని మనస్తత్వ శాస్త్రవేత్తలు మనకు చెబుతారు. సన్నగా కనిపించడానికి సంబంధించిన మానసికచిత్రాన్ని మీరు తయారుచేసుకోటానికి ఒక పద్ధతి వుంది, మీరు కోరుకుంటున్న సన్నని శరీరంగల ఒక

వ్యక్తి ఫొటోను తీసుకోండి, ఫొటోలోని తల భాగాన్ని తొలగించండి, ఆ జాగాలో మీ ఫొటో అతికించండి. ఈ ఫొటోను మీ ఫ్రిజ్‌పై వుంచండి. వీలైతే ఆ ఫొటోకాపీలు మరికొన్ని తీసుకుని, మీ ఇంటినిండా అమర్చండి.

అందమైన శరీరం కలిగున్న మీ ఫొటోను మీరు చూస్తున్న ప్రతీసారి మీ సుప్తచేతనాత్మక మనస్సు దానిని తనలో నిలుపుకుంటుంది. ఆఖరికి, మీరు తిండి తినటం బాగా తగ్గించి, వ్యాయామం ఎక్కువ చేయటాన్ని గమనిస్తారు. మీ బాహ్య ప్రపంచంలోని వాస్తవం త్వరలోనే మీ మనస్సులోని అంతర్గత చిత్రంతో అనుగుణంగా రూపొందుతుంది.

## సరైన జోడుని కనుక్కోవడం

పెళ్లికానివాళ్లు తరచూ తమకి సరైన జోడుని కనుక్కోవడం ఎలా అని నన్ను అడుగుతుంటారు. వాళ్లని ఓ జాబితా తయారుచేసుకోమని, వాళ్లు కోరుకున్న జీవనసహచరి/సహచరుడు ఎలా వుండాలని అనుకుంటారో అలా వారి మానసిక చిత్రాన్ని తయారుచేసుకోమని కోరుతాను. అలానే నన్నప్పుడు వాళ్లు ఎప్పుడూ ఆశ్చర్యపోతుంటారు, అదొక అవమానంగా భావిస్తారు కూడా. 'నేను ఆయనని/ఆమెని కలుసుకున్నప్పుడు నాకు సరైన సహచరుడు/సహచరి దొరికినట్లు తెలిసిపోతుంది,' అని నాకు వాళ్లు సమాధానం యిస్తుంటారు.

కాని నిజానికి అలా జరగదు. నిర్లక్ష్యం దుర్ఘటనకు దారితీస్తుంది. మీకు ఏం కావాలో మీకు స్పష్టంగా తెలియకపోతే, మీకు దొరికేది మరేదో అయుంటుంది. ఈ ఒంటరిగావున్న జనానికి నేనో సలహా యిస్తుంటాను" మీ ఆదర్శవ్యక్తిని వివరంగా వర్ణిస్తూ రాయండి, మీ సహచరుల్లో వుండాలనుకున్న ప్రతీగుణం, అంశాన్ని అందులో వుంచండి. వయస్సు, స్వభావం, వ్యక్తిత్వం, అభిరుచులు, విలువలు, నేపథ్యం, హాస్యధోరణి, ఆకాంక్షలు... యిలా అన్ని విషయాలలోనూ స్పష్టత ఏర్పరచు కోమని వాళ్లకు చెబుతుంటాను.

ఇలా చేశాక ఏం జరుగుతుందో అది మనల్ని ఆశ్చర్యానికి గురిచేస్తుంది. నాకో మంచి స్నేహితుడున్నాడు, నేను నిర్వహించిన మూడు రోజుల సదస్సుల్లో పాల్గొన్నాడు, ప్రోగ్రాం అయిన వెంటనే అతను నేను పైన చెప్పినవన్నీ పాటించాడు. పదినెలల తర్వాత తను రాసుకున్న వర్ణనతో సరిగ్గా సరిపోయిన ఒకామెని అతను కలుసుకున్నాడు. తర్వాత వాళ్లిద్దరూ పెళ్లి చేసుకున్నారు. అందమైన ఇద్దరు పిల్లల్ని కన్నారు. వాళ్లు కలుసుకున్న క్షణం నించీ సంతోషంగా వున్నారు.

మీరు అవివాహితులు అయుంటే, మీరీ పద్ధతిని పాటించవచ్చు. తర్వాత జరిగేది చూసి మీరే ఆశ్చర్యపోతారు.

## లోపలవున్నట్టే, బైటవుంటుంది

మీ జీవితంలోని ప్రతీరంగంలోనూ, మీరు రూపకల్పన చేస్తూ మెరుగుపరుచుకోవచ్చు. ఈ పుస్తకంలో యింతకుముందు, 'ఆదర్శీకరణ' (idealization) గురించి నేను చెప్పాను. భవిష్యత్తులో మీరెలా వుండాలనుకుంటున్నారో దాని ఆదర్శచిత్రాన్ని సృష్టించే ప్రక్రియ యిది. ఆదర్శీకరణ అనేది రూపకల్పనలాటి ప్రక్రియే. మీరు చూడని లక్ష్యాన్ని గురిచూసి కొట్టలేరన్న సంగతి గుర్తుంచుకోండి. కాని మీకు ఏంకావాలో మీకు స్పష్టంగా తెలిసినప్పుడు, మీరు చివరకి దానిని సాధిస్తారు.

## అభ్యసించటానికి అన్నిటికన్నా అనువైన సమయాలు

లక్ష్యాన్ని వుంచుకున్నట్టే, రూపకల్పనకు అన్నిటికన్నా అనువైన రెండు సమయాలు బాగా సాయంత్రం అయాక, లేదా పొద్దున్న మరీ ముందుగా, నిద్రపోటానికి ముందు వాటిని అంతకుముందే మీరు సాధించినట్లు మీరు మీ లక్ష్యాలను దృశ్యమానం చేసుకున్నప్పుడు, మీ సుప్తచేతనాత్మక మనస్సు మరింత లోతైన స్థాయిలో వాటిని స్వీకరిస్తుంది. అప్పుడు అది మీ మాటలను, చర్యలను మర్నాడు మీరు అలాగే మళ్లీమళ్లీ మాట్లాడుతూ చర్యలు తీసుకుంటూ మీ లక్ష్యాలని సాకారం చేసుకునేలా చక్కదిద్దుతుంది.

దృష్టిగత చిత్రణకు అనువైన మరో సమయం పొద్దున్న, మొట్టమొదట చెయ్యవలసిన పనిగా! పగటిపూట మీరు సాధించదలచుకున్న లక్ష్యంగురించి స్పష్టమైన మానసిక చిత్రాలను ఏర్పరచుకోగలిగితే ఆ ఫలితాలను మీరు ఊహించినట్లే, అనుకున్న సమయానికే సాధించే అవకాశం మెండుగా వుంటుంది.

## అభివృద్ధి అంతటికీ ఆరంభం

మరోసారి చెప్పాలంటే, మీ జీవితంలోని అభివృద్ధి అంతా మీ మానసికచిత్రాలు అభివృద్ధి చెందటంతో ఆరంభం అవుతుంది. ఇవాళే ప్రారంభించండి, మీరు ఎవరిలా వుండదలచుకున్నారో ఆ వ్యక్తి మానసికచిత్రాలతో మీ మనస్సుని నింపండి. అలాగే మీరు కోరుకుంటున్న జీవితం జీవించటానికి, మీరు కావాలనుకున్న లక్ష్యాలను సాధించటానికి, వాటిని మనస్సులో దృశ్యమానం చేసుకోండి. మీ లక్ష్యాలు కోరికలకు అనుగుణంగావున్న చిత్రాలను వార్తాపత్రికలనుంచి, మేగజైన్లనుంచి సేకరించండి. వాటిని అన్నిచోట్లా అతికించండి. తరచూ వాటిని సమీక్షించండి. వాటిని తరచుగా చర్చిస్తూండండి. నిరంతరం వాటిని ఊహించుకుంటూండండి.

మీ జీవితంలో ఒక సానుకూలమైన రూపకల్పనని చేసుకోవడాన్ని అలవాటుగా మార్చుకోండి. మీ ఆదర్శ లక్ష్యాలను, మీ ఆదర్శ భవిష్యత్తును నిరంతరం ఊహించుకుంటుండండి, వాటిని కలలు కనండి.

మరే యితర అభ్యాసంకన్నా, ఇది మీలో దాగివున్న సామర్థ్యాన్ని వెలికి తీయడంలో ఎంతో సహాయకారి కాగలదు.

## మీ లక్ష్యాలను నిరంతరం రూపకల్పన చేసుకోండి

1. మీ జీవితం అన్ని విధాలా ఆదర్శంగా వున్నట్లు భవిష్యత్తులోకి వెళ్ళి ఊహించండి. అది ఎలా వుంటుంది, మీ సమాధానం ఏదైనప్పటికీ, ఆ చిత్రాన్ని మనస్సులో తరచూ ఊహించుకోండి.
2. మీకోసం మీరు కావాలనుకున్న వస్తువుల చిత్రాలని పత్రికలలోంచి చింపండి, భవిష్యత్తులో మీరు ఏ వ్యక్తిలా ఉండదలచుకున్నారో ఆయన చిత్రాలని కూడా చింపి పెట్టుకోండి. ఈ చిత్రాలవేపు చూస్తూ, వాటిని సాకారం ఎలా చేయాలో ఆలోచించండి.
3. ప్రతీ గొప్ప సంఘటనకీ ముందు, మానసిక అభ్యాసం చేయండి. మీరు చేస్తున్న లేదా చెయ్యటానికి ప్రయత్నిస్తూన్న ప్రతీపనిలో మీరు సర్వశ్రేష్ఠంగా పనిచేస్తున్నట్లు మిమ్మల్ని మీరు మీ మానసిక చిత్రంలో దర్శించండి.
4. స్పష్టంగా, ఉత్తేజకరంగా, భావావేశపూరితంగావున్న చిత్రాలతో ఎప్పుడూ మీ మనస్సుని నింపండి. మీ జీవితంలో రాబోయే ఆకర్షణలకు మీ కాల్పనిక శక్తి పూర్వప్రదర్శనలాటిదన్న విషయాన్ని గుర్తుంచుకోండి.
5. మీ కలల గృహానికి, కలల వ్యాపారానికి లేదా కలల వృత్తికి విస్తృత రూపు రేఖలివ్వండి. అది అన్ని విధాలా ఆదర్శంగా వుండేటందుకు అవసరమైన ప్రతీ అంశాన్ని రాసిపెట్టుకోండి. ప్రతీరోజూ దీన్నొక వాస్తవంగా రూపకల్పన చేసుకోండి.

ఈ రూపకల్పనా ప్రకియను మీ జీవితంలో ఒక భాగంగా చేసుకోండి. సరిగ్గా మీరు కోరుకుంటున్నట్లే మీ గురించి మీ జీవితం గురించి ఉత్తేజకరమైన చిత్రాలను సృష్టించడం కోసం మీ సమయాన్ని వెచ్చించండి. తర్వాత మీరు సంసిద్ధులుగా వున్నప్పుడు మీ చిత్రాలు సరిగ్గా ఆ రూపాలే ధరిస్తాయన్న పూర్తి నమ్మకంతో వుండండి.

# 17

# మీ అతిచేతనాత్మక మనసు (Superconcious Mind) ని ఉత్తేజపరచండి

*వ్యక్తిగత మనసు పూర్తిగా వస్తుగత మనస్సు అధీనంలో వుంటుంది. వ్యక్తిగత మనసు దానిపై ఎటువంటి ముద్ర వేసినప్పటికీ, వస్తుగత మనసు ఎంతో విశ్వాసంతో పనిచేస్తూ దాన్ని అంతిమ పరిణామాల వరకు తీసుకుని వెళ్తుంది.*
**– థామస్ ట్రోవర్డ్**

మీరు ఓ కొత్త ఇంట్లోకి మారినట్టు, అంతకుముందు ఆ ఇంట్లో వున్న సొంతదారు ఇల్లు వదిలేముందు మిమ్మల్ని ఏకాంతంలో మాట్లాడటానికి తీసుకుని వెళ్లినట్టు ఊహించండి. బేస్‌మెంట్‌లో ఒక ప్రత్యేకమైన గది వుందనీ, అందులో ఒక అత్యద్భుతమైన కంప్యూటర్ ఉందనీ అతను వివరిస్తాడు. ఆ కంప్యూటర్‌లో మీరు ఏ లక్ష్యాన్నైనా, లేదా ఏ ప్రశ్ననైనా ప్రోగ్రాం చేసుకోవచ్చు, అది మీకు సరైన సమయంలో సరైన సమాధానాన్ని ఖచ్చితంగా యిస్తుంది. అది పనిచేసిన ప్రతీసారి, అది యిచ్చిన సమాధానం సరైనదే అవుతుంది. ఇది మీ జీవితంలో ఎంత నమ్మలేని మార్పు తీసుకొస్తుందో ఊహించండి!

నిజం చెప్పాలంటే మీదగ్గర అచ్చంగా అలాటి కంప్యూటర్ వుంది : అది మీకు అందుబాటులో వుంది. దానిని మీరు ఎప్పుడైనా వాడవచ్చు. దానినే 'అతిచేతనాత్మక మనసు' అని పిలుస్తారు. చరిత్రలో యింతవరకు ఆవిష్కరింపబడ్డవాటిలో యిది అత్యంత శక్తివంతమైన మనశ్శక్తి, మీరు కావాలనుకున్నప్పుడల్లా దానిని ఉపయోగించుకోవచ్చు.

ఈ పుస్తకం అంతటా నేను, "తరచూ మీరు ఎలా ఆలోచిస్తుంటారో, అలాగే మీరు రూపొందుతారు," అని మళ్లీమళ్లీ చెప్పాను, యింకా, "నిరంతరం మీ మనసులో దేనినైతే నిలుపుకోగలరో, మీరు దానిని పొందగలరు," అని అన్నాను. వీటితోపాటు మనం ఆకర్షణ సిద్ధాంతాలని (Laws of Attraction), అనురూప నియమాలని (Laws of Correspondence) చర్చించుకున్నాం. మీరు సరిగ్గా ఎలా అవాలనుకుంటున్నారో, ఏం కావాలనుకుంటున్నారో, ఏం చేయాలనుకుంటున్నారో లాంటివి నిర్ణయించడానికి

సంపూర్ణ స్పష్టత ఎంతో ముఖ్యమని అన్నాను. ప్రతీ కేసులోనూ నేను పరోక్షంగా అతిచేతనాత్మక మనసుకున్న శక్తి గురించి ప్రస్తావించాను.

## యుగయుగాల రహస్యం

అతిచేతనాత్మక మనసుకి సంబంధించిన జ్ఞానం గురించి కొన్నివేల సంవత్సరాలుగా తెలుసు, అప్పటినుంచి మానవజాతి చరిత్రలో అన్నికాలాలలో దీనిని చర్చిస్తూనే వున్నారు. కాని చాలాకాలం వరకు దీనిని మునులు, రహస్యవాదులు తమ దగ్గర గోప్యంగానే వుంచుకున్నారు. అందరికీ యిది అందుబాటులోకి రాలేదు. కేవలం ప్రాచీన ప్రపంచంలో, ఎంతోకాలంగా రహస్యవాదాన్ని అధ్యయనం చేసిన కొంతమంది ఆరాధకులకు మాత్రమే దీన్ని బోధించారు. గత వంద సంవత్సరాలలోనే, అతిచేతనాత్మక మనసు యొక్క జ్ఞానం అందుబాటులోకి రావడం జరిగింది, అయితే అది కూడా కేవలం కొద్దిమందికే పరిమితమైంది.

## ఒకదానిలో మూడు మనసులు

మానసిక చికిత్సను కనుగొన్న సిగ్మండ్ ఫ్రాయిడ్ మూడు మనసులు - 'ఈగో', 'ఇడ్' 'సూపర్ ఈగో' - గురించి 1895లో రాశాడు. జ్ఞానానికి సంబంధించిన ఈ మూడు విభిన్న తత్వాల మీద ఆయన పరిశోధనలు చాలావరకు ఆధారపడివున్నాయి.

'ఈగో'ను 'నేనున్నాను'గా వివరించారు. మనసులోని ఈ భాగం స్పృహలో అప్రమత్తతతో వుంటుంది. బాహ్య ప్రపంచంతో వ్యవహరిస్తూంటుంది, విశ్లేషిస్తుంది, నిర్ణయిస్తుంది, చర్యలు తీసుకుంటుంది. మనం దీనిని చేతనాత్మక మనసు అని పిలుచుకుంటారు.

సిగ్మండ్ ఫ్రాయిడ్ చెప్పిన 'ఇడ్' మెదడులోని అచేతన భాగం, దీనిని అచేతనాత్మక మనసు అని పిలుస్తాం. ఇదొక విశాలమైన జ్ఞాపకాల, భావనల భాండాగారం, ఇందులో మన గత ఆలోచనలు, నిర్ణయాలు, అనుభవాలు సేకరించబడతాయి. ఇది తనంతట తానే పనిచేస్తుంది. గతంలోని మన అనుభవాలకి అనుగుణంగా మన ఆలోచనలు అనుభూతులను వుంచి మన శరీరాలను పనిచేయిస్తుంది కూడా.

సిగ్మండ్ ఫ్రాయిడ్ 'సూపర్ ఈగో' అని పిలిచేది ఆలోచనయొక్క మూడవ పార్శ్వం. దీనిని రాల్ఫ్ వాల్డో ఎమర్సన్ 'ఓవర్‌సోల్' అని అంటాడు. ఫ్రాయిడ్ విద్యార్థి అయిన ఆల్‌ఫ్రెడ్ ఏడ్లర్ దీనిని 'సామూహిక అచేతన' (Collective unconscious) అని అంటే ఫ్రాయిడ్‌తో విభేదించే కార్ల్ యుంగ్ 'అధి-చేతన' (Supra conscious) అని పిలుస్తాడు. నెపోలియన్ హిల్ దీనిని 'అనంతమైన మేథ' (Infinite intelligence) అని అంటాడు, అమెరికాలోని విజేతలు యించుమించు అందరూ తమ వృత్తి జీవితాల్లో దీనిని నిరంతరం ఉపయోగించినట్లు, తాము విజయాలు సాధించడానికి అవే కారణమని వాళ్ళు చెప్పినట్టు అతను పేర్కొన్నాడు.

ఇటలీకి చెందిన మనస్తత్వవేత్త రాబర్టో అసేగియోలితోపాటు మరికొందరు దీనిని అధిచేతన మనసు లేదా భగవంతుని మనసుగా పేర్కొంటారు. దీనిని మీరు ఏ పేరుతో పిలిచినప్పటికీ, ఇదొక మహత్తరమైన విశ్వవ్యాప్త శక్తి. దానిని తీవ్రంగా వాంఛించినంత కాలం మీరు నిజంగా ఏ లక్ష్యాన్ని సాధించాలనుకున్నా దానిని ఎప్పుడైనా ఎంతకాలమైనా దానిని ఉపయోగించవచ్చు.

## అన్ని విజయాలకూ మూలం

చరిత్రలో మనకు కనిపించే అన్ని రంగాలలోని మహత్తర విజయాలు అధిచేతన కార్యనిర్వహణ వలన సంభవించినవే. మీలో హఠాత్తుగా ఒక గొప్ప ఆలోచనగాని, అవగాహనగాని తలెత్తి, దానివల్ల ఏదైనా సమస్య పరిష్కరింపబడినా, సందిగ్ధంలో ఉన్నప్పుడు దాన్ని తొలగించి దారి కనిపించేట్టు చేసినా, మీకు అధిచేతన అనుభవంలోకి వచ్చిందనే అనాలి. గొప్ప శాస్త్రీయ ఆవిష్కారాలూ, డిఎన్ఎ (DNA) ని కనిపెట్టటం లేదా పింగాణీతో విద్యుత్తుని జోడించి సూపర్ కండక్టివిటీ (విద్యుత్వాహకశక్తి)ని కనిపెట్టటం వంటివి జరగటానికి అసలు కారణం అధిచేతనకి ఉన్న శక్తే.

గొప్ప గొప్ప సంగీతవిద్వాంసులు తమ కృతులను సృష్టించడంలో తమ అధిచేతన మనసులని మళ్లీమళ్లీ వాడేవారు. తాను రాయడానికి ముందే మోజార్ట్ తన మనస్సులో ఒక ఓపెరాని, అందులోని ప్రతీస్వరాన్నీ పూర్తిగా చూడగలిగేవాడు. తర్వాత ఆయన తన మానసిక చిత్రాన్ని ఓపెరా లిపిలోకి మార్చేవాడు, అందులో ఒక తప్పు కూడా ఉండేది కాదు, మొదట రాసినదే ఎటువంటి మార్పూ చేయకుండా, జనం ముందు ప్రదర్శించటానికి అనుకూలంగా ఉండేది. సంగీతచరిత్రలో ఇలాటి దాన్ని ఎవరూ చూడలేదు, అనుభవించలేదు.

తను పూర్తిగా చెవిటివాడు అయాకే బీథోవన్ అద్భుతమైన సంగీత రచనలను సృష్టించాడు. ఆయన వాటిని రచించేముందు తన మనసులో వాటిని చూడగలిగేవాడు, వినగలిగేవాడు. భౌతికశాస్త్రవేత్త స్టీఫన్ హాకింగ్ అవిటివ్యక్తి, లూ గెహరిగ్స్ వ్యాధి బాధితుడు, ఒకసారికి ఒక ఉత్తరం రాయటానికి ఆయనకి ఓ ప్రత్యేకమైన కంప్యూటర్ అవసరమౌతుంది. అయినా ఆయన తన అధిచేతన మనసుని వాడుతూ, తన పుస్తకం, ఎ బ్రీఫ్ హిస్టరీ ఆఫ్ టైమ్ (A Brief History of Time) రాసి ప్రపంచంలో అత్యధికం అమ్ముడయే పుస్తకాల రచయితలలో ఒకడయాడు.

## అన్ని కాలాల్లోకే మహత్తరమైన ఆవిష్కర్త

థామస్ ఎడిసన్ 1093 పరికరాలను అమెరికా పేటెంట్ ఆఫీసులో నమోదు చేశాడు. వీటిలో యించుమించు అన్నీ ఆయన జీవితకాలంలోనే వ్యాపారపరమైన ఉత్పత్తులుగా మారాయి. 1931లో ఆయన చనిపోయేనాటికి థామస్ ఎడిసన్ సృష్టించిన

పరికరాలను తయారుచేసి పంపిణీ చేసేందుకు అమెరికాలోని కార్మిక సిబ్బందిలో $^1/_6$వ వంతు నిమగ్నమయి వున్నారు.

తన వృత్తి జీవితమంతా ఎడిసన్ నిరంతరం తన అతిచేతనాత్మక మనసుని ఉపయోగిస్తూ, బయటకి సాధ్యం కాదనిపిస్తున్న సమస్యలను పరిష్కరిస్తూ, విద్యుచ్ఛక్తి, చలనచిత్రాలు, ధ్వని ముద్రణ, ప్రసారం... యింకా కొన్నివందల రంగాలలో చారిత్రాత్మక విజయాలని సాధించాడు. పగటిపూట క్రమంతప్పకుండా కునుకు తీసి, తన అతిచేతనాత్మక మనసుని ఆశ్రయించేవాడు, అది అందిచ్చిన అంతర్దృష్టి సాయంతో ఎన్నో ఆవిష్కరణలు చేయగలిగాడు.

## గొప్ప నియమం

మీరు ఎప్పుడైనా ప్రేరణ కలిగించే ఒక గొప్ప చిత్రాన్ని చూసినప్పుడు, మహాకావ్యంలోని ఖండికను లేదా ఒక మధురమైన కవితను చదివినప్పుడు అద్భుతమైన సంగీతాన్ని విన్నప్పుడు లేదా అపురూపమైన భవనాన్ని చూసినప్పుడు - మీరు ఒక అతిచేతనాత్మక మనసు పనిచేస్తూ అందిస్తున్న ఫలితాలను చూస్తుంటారు.

అతిచేతన క్రియాశీలత నియమం (Law of Superconscious Activity) బహుశా యింతవరకు కనుగొన్న మానసిక నియమాలన్నిటిలోకి ఎంతో ముఖ్యమైనది. ఈ నియమం ఏమిటంటే - **ఆలోచన, ప్రణాళిక, లక్ష్యం, ఉద్దేశం... ఏదైనా వాటిని ఎడతెగకుండా చేతనాత్మక మనసులో వుంచితే తప్పనిసరిగా అతిచేతనాత్మక మనసు వాటిని సాకారం చేస్తుంది.**

కొంచెం ఆలోచించండి! నిజంగా మీరెలా అవాలనుకుంటున్నారో, ఏం కావాలనుకుంటున్నారో లేదా చేయాలనుకుంటున్నారో - అది మీకు సాధ్యమే. అదేమిటో దాన్ని గురించి మీకు స్పష్టంగా తెలిసినప్పుడు, మీరు మీ అతిచేతనాత్మక మనసుని తరచూ చేరుకోగలరు, చివరికి దానిని సాధించగలరు. మీ అతిచేతనాత్మక మనసుకు ఎటువంటి పరిమితులూ ఉండవు - మీరు మీ మనసుకీ, కల్పనాశక్తికీ వుంచే పరిమితులు మాత్రమే దానికీ వుంటాయి.

## కార్యనిర్వహణకు సరైన పరిస్థితులు

మీరు ఆత్మవిశ్వాసంతో, ప్రశాంతమైన మానసికస్థితిలో, ఎంతో తీరుబాటుతో ఎదురుచూస్తున్నప్పుడు, మీ అతిచేతనాత్మక మనసు అత్యద్భుతంగా పనిచేస్తుంది. మీరు ఏకాంతంలో విశ్రాంతిని ఆనందించటాన్ని అభ్యాసం చేయండి, మీ కష్టాలని యిబ్బందులని అన్నిటినీ పూర్తిగా కాస్సేపు మరచిపోండి, ప్రశాంతంగా కూర్చోండి లేదా ప్రకృతి అందాలని ఆస్వాదించండి - అప్పుడు మీ అతిచేతనాత్మక మనసు పనిచెయ్యడం ప్రారంభించండి.

మీరు 'మౌనంలోకి ఎప్పుడు వెళ్లినా', మీలోంచి స్థిరంగా చిన్నగా వినిపించే గొంతును విన్నా, మీరు మీ అతిచేతనాత్మక మనసు యొక్క గుసగుసలను వినడం ప్రారంభిస్తారు.

మీ కొత్త ఇంట్లోని నేలమాళిగలోవున్న సూపర్‌కంప్యూటర్‌కు సమానమైనదే మీ అంతర్దృష్టి (intuition). ఇదే మిమ్మల్ని మీ అతిచేతనాత్మక మనసుతో కలిపే సాధనం. అప్పుడప్పుడు మీ అతిచేతనాత్మక మనసు నిశ్శబ్దంలో మీతో ఎంత గట్టిగా మాట్లాడు తుందంటే, అది మీకు అందిచ్చే ఆలోచన లేదా అంతర్దృష్టి మీ జీవితాన్నే పూర్తిగా మార్చేయగలదు.

గ్రీకు శాస్త్రజ్ఞుడు ఆర్కిమెడీజ్‌కి స్నానం కోసం నీటి తొట్టెలో కూర్చున్నప్పుడు జడపదార్థాలు స్థానభ్రంశం అవడాన్ని తన అతిచేతన్మాతక మనసు అందించిన ప్రేరణ మెరుపులా తట్టింది. ఆయన ఎంతగా ఉత్తేజం చెందాడంటే, తొట్టెలోంచి బయటకు గెంతి నగ్నంగానే ఏథెన్స్ నగర వీధుల్లో 'యురేకా!' (నేను కనుక్కున్నాను) అని అరుస్తూ పరుగెత్తాడు. ఒక సమస్యని పరిష్కరించడానికి లేదా మిమ్మల్ని మీ లక్ష్యంవేపు తీసుకుని వెళ్లడానికి మీకో గొప్ప ఆలోచన లేదా అంతర్దృష్టి మీలో కలిగినప్పుడు తరచూ మీరిలాగే అనుభూతి చెందుతుంటారు.

## మీ అతిచేతనను క్రియాశీలంగా చేయడం

స్పష్టంగా రాయబడివున్న నిర్దిష్టమైన లక్ష్యాలు మీ అతిచేతనాత్మక మనసుకి ప్రేరేపణని కలగజేస్తాయి. అయితే వాటిని మీరు తీవ్రంగా కాంక్షించాలి, తరచూ దృశ్యమానం చేసుకుంటూ వుండాలి, నిరంతరం శ్రమించాలి.

రిలాక్సయి, నిర్దిష్టమైన ఫలితాన్ని కోరుకుని మనసులో దాని చిత్రాన్ని చూస్తూ అనుభూతి చెందినప్పుడు, మీరు మీ అతిచేతనాత్మక మనసుని ఉత్తేజపరుస్తారు. అప్పుడు అది మీకు లక్ష్యసాధనకు ఆలోచనలను శక్తిని యిస్తుంది.

అప్పుడప్పుడు ఒక అతిచేతన అందిచ్చే ప్రేరణ మిమ్మల్ని ఎంతగా ఉత్తేజపరిచి, శక్తివంతం చేస్తుందంటే, మీకు అప్పుడు నిద్రపట్టదు, మరోదానిగురించి ఆలోచించలేరు. అటువంటి సమయంలో మీరు ఒకచోట కూర్చోవాలి, మీకు కలిగే ప్రతీ ఆలోచననూ వివరాన్ని రాసిపెట్టుకోవాలి. ఇది మీ మనసుకి తరచూ విముక్తి కలిగించి మళ్లీ మీకు నిద్రపట్టేలా చేస్తుంది.

## అదృష్టవశాత్తు, ఏకకాలంలో జరగటం

అతిచేతనాత్మక మనసు తరచూ మీ జీవితంలో జరిగే రెండు ఘటనలను వివరిస్తుంది. ఒకటి సెరెండిపిటీ (serendipity) అదృష్టవశాత్తూ సంభవించే అనుభవం. రెండోది, ఏకకాలంలో సంభవించేది (synchronicity). మీరు మీ అతిచేతనాత్మక మనసుని

ఎంత ఎక్కువగా వాడితే అంత తరచుగా మీరు ఈ రెండు అద్భుతమైన అనుభవాలని అందుకోగలరు.

యాదృచ్ఛికంగా జీవితప్రస్థానంలో ఆనందమైనవి ఆవిష్కరించడమే సెరెండిపిటీ అనే ప్రక్రియ. ఎప్పుడైనా మీరొక నిర్దిష్టమైన లక్ష్యాన్ని ఏర్పరచుకుని, దానిని ఎల్లప్పుడూ దృశ్యమానం చేసుకుంటూ, ప్రతిరోజూ దాని సాధనకు పనిచేస్తుంటే - సంతోషకరమైన, ఆశించని సంఘటనలు, అనుభవాలు మీ జీవితంలో సంభవిస్తాయి, ప్రతీ సంఘటనా మీరు లక్ష్యాలని సత్వరం సాధించుకోవడంలో సహాయపడుతున్నట్టు కనిపిస్తుంది.

ఒక పత్రికలోని వ్యాసం మీ దృష్టిలోకి రావచ్చు. లేదా అంతకుముందు మీకు తెలీని విషయాన్ని దేనినో ఎవరైనా మీతో చెప్పవచ్చు. టీవీలో మీరు చానల్స్ తిప్పుతున్నప్పుడు ఒక ప్రత్యేకమైన సమస్యని పరిష్కరించడానికి గాని లేదా ఒక కీలకమైన ప్రశ్నకి సమాధానం కనుక్కోటానికిగాని అవసరమయే సరిగ్గా అలాటి ఆలోచన లేదా సూక్ష్మబుద్ధి అందులో కనిపించవచ్చు. తరచూ మీరు వైఫల్యాన్ని ఎదుర్కోవచ్చు, అవరోధాలు ఎదురుకావచ్చు - అయితే అవి సరిగ్గా ఆ సమయంలో సంభవించటం మీపట్ల ఒక విధంగా మంచి పరిణామాలే కావచ్చు కూడా.

## మంచినే కోరండి

ఒక ఆసక్తికరమైన విషయం ఏమిటంటే, ప్రతీ పరిస్థితిలోనూ మీరు మంచినే చూడగలిగితే, మీకు అదెప్పుడూ దొరికేలా కనిపిస్తుంది. అంతా మనకు మంచే జరగాలన్న దృక్పథం అలా మళ్లీమళ్లీ జరిగేలా చూస్తుంది. మీరు ప్రశాంతంగా ఆత్మవిశ్వాసంతో యాదృచ్ఛికంగా జరిగే సంఘటనల మ్యాజిక్‌ని నమ్మితే, నిజమైన లక్ష్యాలను మీ జీవితంలో సాధించటానికి అదృష్టవశాత్తూ సంభవించే సంఘటనలను మళ్లీమళ్లీ అనుభవంలోకి తెచ్చుకుంటారు.

## సంఘటనలని కలిపిన అర్థం

తరచుగా మీకు గోచరమయే మరో అనుభవాన్ని సింక్రానిసిటీ (synchronicity) అంటారు - ఏకకాలంలో సంభవించే అనుభవం యిది. ఈ జగత్తులో ఉక్కునియమంగా గుర్తించబడ్డ కారణ-పరిణామ సంబంధ నియమానికి (Law of Cause and Effect) ఒక ప్రత్యేకమైన అర్థంలో, ఇది విభిన్నంగా వుంటుంది. ఈ నియమం ఏమంటుందంటే - ప్రతీదీ ఒక ప్రత్యేకమైన కారణం మూలానే సంభవిస్తూంటుంది, ప్రతి పరిణామానికీ గల కారణం కనుక్కోగలం - అని.

అయితే సింక్రానిసిటీలో ఏకకాలంలో జరిగిన రెండు సంఘటనల మధ్యనున్న సంబంధం యొక్క అర్థం మీరు మీ జీవితంలోని విభిన్నమైన రంగాలలోని లక్ష్యాల ఆధారంగా వాటికి ఆపాదించినదే.

ఇదుగో ఒక ఉదాహరణ : మీరు మీ ఆదాయాన్ని రెండింతలు చేసుకోవడం కోసం ఒక లక్ష్యాన్ని ఏర్పరచుకుంటారు. కాని వచ్చేవారం మీరు అనుకోకుండా ఆ ఉద్యోగానికి రాజీనామా చేస్తారు, లేదా దాన్ని కోల్పోతారు. ఇది మొదట్లో నిజంగా ఒక ఆటంకంగా అనిపిస్తుంది. కాని మర్నాడు ఒక స్నేహితుడు, ముఖ్యమైన ఒక వేరే రంగంలో పనిచేయాలని ఎప్పుడైనా ఆలోచించావా అని మిమ్మల్ని అడుగుతాడు. అనుకోకుండా ఆ రంగం గురించి గత సంవత్సరంగా మీరు ఎంతో చదివి వున్నారు, అందులో చేరాలన్న ఆలోచనలో వున్నారు, కాని అది ఎలా చెయ్యాలో మీకు తెలీటం లేదు. దానిగురించి మరింత తెలుసుకోవాలని నిర్ణయిస్తారు, అప్పుడే పైకెదుగుతున్న ఒక కంపెనీని గుర్తిస్తారు, ఉద్యోగంకోసం ఇంటర్వ్యూ యిస్తారు, పనిలో చేరుతారు, సంవత్సరం తర్వాత మీరు మీ గత ఉద్యోగంలో సంపాదించిన దానికన్నా రెండురెట్లు సంపాదిస్తున్నట్టు తెలుసుకుంటారు, ఆ ఉద్యోగంలో మరింత ఆనందం అనుభవిస్తారు.

ఈ రెండు వేరువేరు సంఘటనల మధ్య ప్రత్యక్షంగా కారణం - పరిణామ సంబంధమైనదేదీ లేదన్న విషయాన్ని మీరు గ్రహిస్తారు. సమయం, స్థానం ఈ రెంటిలో అవి విడివిడిగా వున్నాయి. కాని రెండిటికీ ఒక సామాన్యాంశం వుంది. మీ ఆదాయాన్ని రెండింతలు చేసుకోవాలని మీరు ఏర్పరచుకున్న స్పష్టమైన లక్ష్యాన్ని సాధించటంలో ఆ రెండూ మీకు తోడ్పడ్డాయి.

## మీ అతిచేతనాత్మక మనసుని ఉత్తేజపరచడానికి రెండు మార్గాలు

రెండు విధాలుగా మీ అతిచేతనాత్మక మనసుని క్రియాత్మకం చేయవచ్చు.

మొదటి పద్ధతిలో మీరు మీ లక్ష్యసాధనకోసం మీ ధ్యాస పూర్తిగా దానిపై నిలిపి, తీవ్రమైన కృషిచెయ్యాలి. మీరు చేసే పనిలో పూర్తిగా నిమగ్నమవండి. దాని గురించే ఆలోచించండి, మాట్లాడండి, మళ్లీమళ్లీ రాయండి, ప్రతిరోజూ దానిని సమీక్షించండి. మీరు మీ లక్ష్యాన్ని సాధించటంకోసం ఏమేంచేయాలని అనుకుంటున్నారో, వాటన్నిటినీ చెయ్యండి.

మీ లక్ష్యసాధనలో నిరంతరం ముందుకు పోవడానికే మీరు నిర్ణయించుకుని, అంకితభావంతో పనిచేస్తున్నప్పుడు, అన్ని రకాల యాదృచ్ఛికంగా, ఏకకాలంలో జరిగే సంఘటనలూ మీ జీవితంలో సంభవిస్తాయి. అనుకోని ప్రదేశాలనుంచి జనం మీకు సాయపడటానికి ముందుకొస్తారు. మీకు సాయంచేస్తామని అనేక ఫోన్ కాల్స్, ఆఫర్లు వస్తాయి. అంతకుముందు మీరు గుర్తించని ఆలోచనలు సమాచారం మీ దృష్టిలోకి వస్తుంది. మీ గమ్యం వేపు వేగంగా తీసుకెళ్లే ఆలోచనలు, ముందుచూపులు మీకు కలుగుతాయి.

మీ అతిచేతనాత్మక మనసుని చైతన్యవంతం చేయడానికి రెండో మార్గం - మీరు పూర్తిగా రిలాక్స్ అయి, మీ మనసుని మరోచోట బిజీగా వుంచండి. ఉదాహరణకి మీరు

సెలవుల్లో వెళ్లినప్పుడు, ఎన్నో వ్యాపకాలతో తరచుగా ఎంత బిజీగా ఉంటారంటే, మీరు మీ లక్ష్యాలనీ, సమస్యలనీ పట్టించుకోరు. మానసికంగా, శారీరకంగా మీరు ఎంత ప్రశాంతంగా, విరామంతో ఉండగలిగితే అంత త్వరగా మీ అతిచేతనాత్మక మనసుని ఉత్తేజపరిచి, క్రియాశీలంగా చేయగలరు. అది అప్పుడు మీకు అవసరమైన ఆలోచనలను, సూక్ష్మబుద్ధిని యివ్వడం మొదలుపెడుతుంది. మరోలా చెప్పాలంటే, మీరు "ఎంతగా ప్రయాస పడకుండా ఉండేటట్టయితే," అంత వేగంగా మీకోసం మీ అతిచేతనాత్మక మనసు పనిచేస్తుంది.

ప్రతీ లక్ష్యంలోనూ మీరు ఈ రెండు పద్ధతులను ప్రయోగించాలి. మొదట ఒక లక్ష్యం గురించి ఏకాగ్రతతో పనిచెయ్యండి. సమస్యని పరిష్కరించడానికి నూరుశాతం శక్తిని వినియోగించండి. తర్వాత మీరు ఆశించిన ఫలితాలు దొరకనప్పుడు, మీ మనసుని మరోదానిపైన నిమగ్నం చెయ్యండి. కొన్నాళ్లు విశ్రాంతి తీసుకోండి. సెలవుల్లో ఎక్కడికైనా వెళ్లండి. ఏదైనా వ్యాయామం చెయ్యండి, లేదా సినిమాకి వెళ్లండి. కొంతకాలం దానిగురించి పూర్తిగా మరిచిపోండి. అప్పుడు సరైన సమయంలో మీ అతిచేతనాత్మక మనసు పనిచేస్తుంది, సమాధానం మీకు కనిపిస్తుంది.

## సరైన సమాధానం

మీకు అవసరమైన సరైన సమాధానాన్ని మీ అతిచేతనాత్మక మనసు సరైన సమయంలో మీకు అందిస్తుంది. అందుకే మీకు అతిచేతనాత్మక ప్రేరణ లభించినప్పుడు, మీరు తక్షణం చర్య తీసుకోవాలి. ఆలస్యం చెయ్యద్దు. తరచుగా యిది సమయబద్ధమైన సమాచారం అయివుంటుంది. ఒక చర్యను తీసుకోవాలని మీకు మనసులో అనిపించినా, ఫోన్ చేయాలనిపించినా, వెంటనే రంగంలోకి దిగండి. దేన్ని గురించైనా మీకు మనసులో ఏదైనా అనిపిస్తే, దానిని పరిశీలించండి. అతిచేతన అందిచ్చే మెరుపులాటి ఆలోచనను అనుసరించి ముందుకుపోవటం అదనపు అతిచేతనాత్మక ప్రేరణలకు దారితీస్తుంది, మీకు మరింతగా సాయపడుతుంది.

## మూడు విశేషమైన గుణాలు

ఒక అతిచేతనాత్మక ఆలోచన లేదా పరిష్కారానికి మూడు గుణాలుంటాయి :

- మొదటిది, మీ సమస్యలోని ప్రతీ అంశానికీ అది సమాధానమిస్తుంది. లేదా మీ లక్ష్యసాధనకు అవసరమైన ప్రతీదానినీ సమకూరుస్తుంది. ఆ సమాధానం అన్ని విధాలా సమగ్రంగా వుంటుంది.
- రెండవది, 'కళ్లకి మిరుమిట్లుగొలిపే' స్పష్టత అది. అతిచేతనాత్మకమైన స్ఫూర్తి సహజంగా, సరళంగా, పరిస్థితికి పరిపూర్ణంగా అనువైనదిగా అనిపిస్తుంది.

- మూడవది, అతిచేతనాత్మకమైన పరిష్కారం మీకు ఆనందాన్ని, ఉత్తేజాన్ని ఉల్లాసాన్ని కలిగిస్తుంది. ఆ ఆనందక్షణాలని మీరు ఎంతోకాలం గుర్తుంచుకుంటారు.

అతిచేతనాత్మకమైన పరిష్కారం మీకు ఎప్పుడు దొరికినా, దానితోపాటు మీరు సత్వరం చర్య తీసుకోటానికి అవసరమైన శక్తి, ఉత్సుకత, ప్రేరణ కూడా లభిస్తాయి. ఆ పరిష్కారాన్ని వెంటనే అమలు చేయాలన్న తిరుగులేని కోరిక మీకు కలుగుతుంది. దానికోసం మీరు చేస్తున్న ప్రతీ యింతర పనినీ పక్కన పెట్టాలనుకుంటారు. మీరు ఎప్పుడూ రైటే!

## నమ్మకమే ముఖ్యంగా కావలసింది

మీ అతిచేతనాత్మక మనసు మీకున్న అతిప్రబలమైన మనశ్శక్తి. అది అన్ని సమయాలలోనూ మీకు అందుబాటులో వుంటుంది. మీకు ఏం కావాలో స్పష్టంగా తెలిసినప్పుడు, సుప్తచేతనాత్మక మనసుకి 'డయల్' చేయండి, చేశాక ప్రశాంతంగా వుండండి, సరైన సమాధానం సరైన సమయంలో, దానికోసం మీరు సంసిద్ధులై వున్నప్పుడు, దొరుకుతుందన్న ఆత్మవిశ్వాసాన్ని కలిగి ఉండండి.

ఈ అద్భుతమైన శక్తిని మీరు ఎంతగా నమ్మితే, అంత బాగా వేగంగా అది పనిచేయడం ప్రారంభిస్తుంది. 'జనం ఎప్పుడైతే తమ అంతరాత్మ పిలుపులని వినడం మొదలుపెడతారో అప్పుడు వారు గొప్పవారవుతుంటారు,' అని అంటుంటారు. ఎప్పుడైతే మీ అంతర్దృష్టి పిలుపుని వినడం అలవాటుగా చేసుకుని, మీ ఆత్మధ్వనిని నమ్మడం ప్రారంభిస్తారో, అప్పుడు బహుశా మీరు మరో పొరపాటు చెయ్యరు. అతిచేతనాత్మక మనసుని ఆశ్రయించడం ద్వారా, మీరు మీ పూర్తి జీవితాన్ని విశ్వ వ్యాప్తంగా నెలకొన్న గొప్ప శక్తితో సామరస్యం కలిగించడం మొదలుపెడతారు. ఒక లక్ష్యం తర్వాత మరో లక్ష్యాన్ని సాధిస్తూ, చేసే ప్రతీ పనిలోనూ వేగంగా మరింత వేగంగా ముందుకు దూసుకుపోతుంటారు. ఏదో ఒక రకమైన కాస్మిక్ శక్తి మూలంతో మీకు సంబంధం వున్నట్టు అతితక్కువ శ్రమతో గతంలో సాధించినదానికన్నా అధికంగా సాధించటానికి అది సహాయపడుతున్నట్టు మీకు అనిపిస్తుంది.

మీ జీవితాన్ని వెనక్కి తిరిగి చూసుకోండి, మీ అతిచేతనాత్మక మనసు మీకోసం పనిచేసిన సందర్భాలను గుర్తుకు తెచ్చుకోండి. గతంలో ఈ అనుభవాలు యాదృచ్ఛికంగా అప్పుడప్పుడు జరిగాయి. కాని మీ లక్ష్యాల గురించి పూర్తి స్పష్టతను పెంచుకోవడం ద్వారా మీరు మీ అతిచేతనాత్మక శక్తిని మీకోసం నిరంతరం, ముందుగానే కోరుకున్న రీతిలో జీవితాంతం పనిచేసేలా చేయగలరు.

## మీ అతిచేతనాత్మక మనసుని ఉత్తేజపరచండి

1. మీ జీవితంలోకి వెనక్కితిరిగి చూసుకొని ఆలోచించండి. సమస్యను పరిష్కరించిన సందర్భాన్నో లేక లక్ష్యసాధనలో తోడ్పడ్డ మీ అతిచేతనాత్మక అనుభవాన్నో గుర్తుకు తెచ్చుకోండి. ఆ ప్రక్రియని పరిశీలించండి, అది మళ్లీ ఎలా చెయ్యాలా అన్న విషయం ఆలోచించండి.

2. మీకు అతిముఖ్యమైనదని అనుకున్న ఒక లక్ష్యాన్ని ఒక ప్రధానమైన నిర్దిష్టమైన ఉద్దేశాన్ని ఎంచుకోండి. అది మీకోసం సరైన సమయంలో సాకారం చెందుతుందన్న పూర్తి ఆత్మవిశ్వాసంతో దానిని మళ్లీమళ్లీ స్పష్టంగా మీ మనసులో చూడండి, రూపకల్పన చేయండి.

3. ప్రతిరోజూ ఏకాంతంలో ధ్యాననిమగ్నతలో వుండటాన్ని అభ్యాసం చేయండి. ఈ సమయంలో, మనసుని సడలించండి, సరైన ప్రశ్నకు సరైన సమాధానం మీ మనసుకి తట్టిందాకా ఒక విషయంనుంచి మరో విషయానికి దానిని ఎగరనీయండి.

4. మీ మనసుకి ఒక అతిచేతనాత్మక ఆలోచన తట్టిన వెంటనే దానిపై చర్య తీసుకోవడం అలవాటు చేసుకోండి, వెనకాడద్దు. ఈ శక్తిలో నమ్మకం వుంచినంతకాలం కేవలం మంచే జరుగుతుందన్న పూర్తి విశ్వాసంతో వుండండి.

5. ఏకాగ్రతతో సమస్యని పరిష్కరించడానికి ప్రయత్నించండి, అది పనిచేయక పోతే, మీ మనసుని మరోదానిపై నిలపండి. సరైన సమయంలో, ఆదర్శ పరిష్కారం మీ అంతర్దృష్టికి గోచరిస్తుంది, లేదా అది మీ జీవితంలో దర్శనమిస్తుంది.

మీ అతిచేతనాత్మక మనసు దానిలో మీకున్న పూర్తి నమ్మకం, విశ్వాసానికి ప్రత్యక్షానుపాతంగా మీకోసం పనిచేస్తుంది. సరైన సమాధానం సరైన సమయంలో మీకు దొరికిందాకా, అన్ని విషయాలనూ పక్కనపెట్టి, ఓర్పుతో దానికోసం నిరీక్షించడాన్ని అలవాటు చేసుకోండి.

# 18

# ఎప్పుడూ సులభంగా వంగే గుణం (Flexibility) కలిగి ఉండండి

*చివరికి ఒక ఫలితాన్ని సాధించటం లాభమేనని నిశ్చయం చేసుకున్నాక, నేను దాని వెంటపడి దాన్ని సాధించేదాకా ప్రయత్నిస్తూనే ఉంటాను.*

**- థామస్ ఎడిసన్**

సహజంగానే ఇతరులకన్నా కొంతమంది ఎక్కువ సాఫల్యాన్ని సాధించగలవారుగానూ, ఆనందంగానూ ఉండగలుగుతారు. కొందరి దగ్గర ఎక్కువ డబ్బుంటుంది, వారి జీవితాలు మెరుగ్గా ఉంటాయి, ఎక్కువ తృప్తినీ, సంతోషాన్నీ పొందగలుగుతారు, సత్సంబంధాలు కలిగి ఉంటారు, తమ చుట్టూ ఉన్న వాళ్ళకి ఎక్కువ సహాయాన్ని అందిస్తూ ఉంటారు. మరి కొందరి విషయంలో ఇలాటివేవీ ఉండవు.

కాన్సాస్ సిటీలోని మెన్నింజర్ ఇన్‌స్టిట్యూట్ ఈమధ్యనే ఒక అధ్యయనాన్ని చేపట్టి, ఇరవై ఒకటో శతాబ్దంలో విజయాలనీ, సంతోషాన్నీ సంపాదించుకునేందుకు కావలసిన ముఖ్యమైన లక్షణాలని నిర్ధారణ చేసింది. ఎంతోకాలం పరిశోధనలు జరిపిన తరవాత వారు ఏం తేల్చారంటే, విపరీతమైన వేగంతో మార్పులు జరిగే సమయంలో, మీరు అభివృద్ధి చేసుకోగల ఒక ముఖ్యమైన గుణం, వంగేగుణం (flexibility).

వంగే గుణానికి వ్యతిరేకమైన గుణం వంగకపోవటం, కొత్త సమాచారం, కొత్త పరిస్థితులూ ఎదురవుతున్నప్పుడు మార్పుకి లొంగటానికి అయిష్టం కనబరచటం. వంగే గుణంతో కూడుకున్న ఆలోచనలకి విరుద్ధమైన మొండి ఆలోచనలు లేదా యాంత్రికంగా ఆలోచించటం. జీవితం మనకి చేరువగా వస్తున్నప్పుడు దాన్ని చేతులు చాచి, హృదయపూర్వకంగా ఆహ్వానించటానికి వ్యతిరేకమైన ప్రవర్తన, అసంకల్పితంగా ప్రతిక్రియ చూపటం, ప్రతీ పరిస్థితిలోనూ ఇతరులు ఎదురుచూసినట్టుగానే ప్రవర్తించటం. సగటు మానవుడికన్నా ఎక్కువగా పొందాలన్నా, ఏ పనైనా చెయ్యాలన్నా, తేడాగా ఉండాలన్నా, మీలో వంగేగుణం ఉండటం చాలా అవసరం.

## మార్పు తాలూకు వేగం

ఈరోజు బహుశా మీ జీవితం మీద అత్యధికంగా ప్రభావం చూపే ముఖ్యమైన అంశం, మార్పు తాలూకు వేగమే. మానవజాతి చరిత్రలో ఇంతకుముందెన్నడూ లేనంత వేగంగా మార్పు చోటుచేసుకునే యుగంలో మనం జీవిస్తున్నాం. తేడా ఏమైనా ఉందీ అంటే, అది ఏటా పెరిగే దాని వేగమే.

మార్పు ఈ రోజు వేగంగా జరగటమేకాక, సాఫీగా ఒక క్రమంలో సాగటం లేదు. తిన్నగా ముందుకి సాగకుండా, మొదలవటం, ఆగటం, అనుకోని దిశగా మళ్లటం లాటివి చేస్తోంది. అన్ని వైపులనుంచీ, రకరకాలుగా మార్పు మనమీదికి వస్తోంది, అందుచేత తరచు తరవాత ఏం జరగబోతోందని ఊహించటం కూడా అసాధ్యమైపోతోంది.

అసలు మార్పు స్వభావంలోనే ఊహకి అందకపోవటం అనేది ఉంది. ఎదురు చూడని ఒక కొత్త దిశనించి వచ్చే ఎదురుచూడని ఒక కొత్త మార్పు, రాత్రికిరాత్రే మనం వేసుకున్న అత్యుత్తమమైన ప్రణాళికలనీ, చేసిన గొప్ప ఆలోచనలనీ వదిలెయ్యక తప్పనిసరి పరిస్థితులని సృష్టిస్తోంది. ఎందుకంటే, మార్పు స్వభావమే మనం ఊహించలేని పరిస్థితులని కల్పించటం. దీని ఫలితంగా, మనం మన ఆలోచనల్ని ఎప్పటికప్పుడు మార్చుకోవటం, చెయ్యదల్చుకున్న పనుల్లో మార్పులూ చేర్పులూ చేసుకోవటం అలవరచుకోవాలి.

## ఒత్తిడికి ఒక పెద్ద కారణం

అన్ని విషయాలు "ఇలా ఉండాలి" అనుకునే వాళ్లకి, తమ నమ్మకాలపట్ల మొండిగా ఉండేవాళ్లకి, మార్పు ఒక బ్రహ్మాండమైన ఒత్తిడిని కలగజేస్తుంది. వాళ్లు చేస్తున్న పనిమీద వాళ్లు ప్రేమ పెంచుకుంటారు, ప్రస్తుతం పనిచేసేతీరూ, ప్రక్రియలూ వాళ్లకి ఎంతో ప్రియమైనవి. వాళ్లు మారేందుకు ఇష్టపడరు, కళ్లకి ఎంత పెద్ద రుజువులు కనిపిస్తున్నా సరే. మీ విషయంలో ఇలా జరగకుండా చూసుకోండి.

మీరు చేస్తున్న పనిగురించి మీరు నిజంగా అడగవలసిన ప్రశ్న, అది పనికివస్తోందా? అని. దీనివల్ల సాధించాలన్న ఫలితాలు సాధించగలుగుతున్నారా? ప్రస్తుత పరిస్థితినిబట్టి ఇదే అన్నిటికన్నా మంచి పద్ధతా? ఒక నిర్ణయం, లేదా పనితీరు మంచిదా కాదా అని తెలుసుకునేందుకు ఒకటే కొలమానం ఉంది, మీరు కోరుకున్న ఫలితాన్ని గాని, లక్ష్యాన్ని గాని సాధించేందుకు అది ఎంతవరకూ పనికొస్తోంది అని చూడటం. అందుకే ప్రశ్నించుకుంటూనే ఉండండి, ఇది పనికి వస్తుందా?

## మార్పుని కలగజేసే మూడు కారకాలు

మూడు కారకాలు ఈనాడు మార్పుని కలగజేస్తున్నాయి. ఇవి మూడూ ఒకదాన్నొకటి హెచ్చిస్తూ, మార్పుని మరింత వేగవంతం చేస్తున్నాయి.

మార్పులోని మొదటి కారకం, మన జీవితంలో అన్ని రంగాల్లోనూ కలుగుతున్న సమాచార, పరిజ్ఞాన విస్ఫోటనం. మార్కెట్ తాలూకు పోటీ ప్రపంచంలో ఒక కొత్త ఆవిష్కారమో, సమాచారమో మీ వ్యాపారం తాలూకు వేగాన్ని రాత్రికి రాత్రే మార్చెయ్యగలదు. ఒక పేరుపొందిన వస్తువో, సర్వీసో, లేక ఒక పెద్ద పరిశ్రమో, వాటికన్నా వేగంగా ఫలితాలని ఇచ్చే కొత్త వస్తువు వల్లా, సర్వీస్ వల్లా పనికిరాకుండా పోవచ్చు. ఎందుకంటే ఈ కొత్తవి ఫలితాలని ఇంకా వేగంగా, మెరుగ్గా, చవకగా, లేదా సులభంగా సాధించగలవు.

ఒక ప్రమాదకరమైన సంఘటనకి సంబంధించిన వార్త (అంటే సెప్టెంబర్ 11 లాటిది), మార్కెట్టు దిగ్భ్రాంతి చెందటం (వాల్‌స్ట్రీట్ గురించి బైటికివచ్చిన సమాచారం వల్ల జరిగినది), ఒక రాజకీయ పార్టీకో, పరిశ్రమకో సంబంధించిన అపనింద, రాత్రికి రాత్రే ఆలోచనలనీ, చర్యలనీ, అమ్మకాలనీ, మార్చివేసి ఒక వ్యాపారాన్నో, పరిశ్రమనో పూర్తిగా నాశనం చేయగలదు.

ఉదాహరణకి, 1989లో సోవియట్ యూనియన్ రద్దయినప్పుడు, ఇనపతెర కిందికి దిగి ప్రచ్ఛన్నయుద్ధం ముగిసిపోయింది. అమెరికా దేశమంతటా రక్షణ పరిశ్రమ తీవ్రంగా కలతచెందింది. వందల వేలమంది స్త్రీ పురుషులు, ఎంతో నైపుణ్యం కలవారైనప్పటికీ, శాశ్వతంగా ఉద్యోగాల్లోంచి తొలగించబడ్డారు. పరిశ్రమలకి పరిశ్రమలు మూతబడ్డాయి, దేశంలో కొన్ని భాగాలు వ్యాపారమాంద్యానికి గురయ్యాయి, మార్పు తాలూకు ప్రభావం భయంకరంగా ఉండి తప్పించుకునేందుకు సాధ్యంకానివిగా అవి తయారయ్యాయి. వంగే గుణం ఉన్నవాళ్లు మాత్రమే దీనికి సరిగ్గా ప్రతిస్పందించ గలిగారు.

## కొత్త సమాచారాన్ని నిష్పక్షపాతంగా స్వీకరించండి

వంగే గుణం ఉండాలంటే మీరు నిరంతరం నిష్పక్షపాతంగా ఉండాలి. కొత్త ఆలోచనలనీ, సమాచారాన్నీ, పరిజ్ఞానాన్నీ స్వీకరించాలి. మీరు చేసే వ్యాపారంలోగాని, మీ లక్ష్యాలని గాని అవి దెబ్బతీయవచ్చు, లేదా మీకు సాయం చేసేవిగాకూడా ఉండొచ్చు. ఒక కొత్త ఆలోచన మీకు గొప్ప అదృష్టాన్ని అందించనూవచ్చు, లేదా దాన్ని పోగొట్టనూవచ్చు. ఒక ఆలోచన మిమ్మల్ని ధనాన్ని సంపాదించే దారిలో నడిపించవచ్చు, లేదా మీరు నడవకుండా మిమ్మల్ని కింద పడెయ్యవచ్చు. ఒక చిన్న సమాచారం, సరైన సమయంలో అందితే, మీకు బోలెడంత సమయం, శ్రమ, డబ్బు వృథా కాకుండా సాయం చెయ్యొచ్చు. ఆ సమాచారం అందకపోవటంవల్ల మీరొక పెద్ద మొత్తాన్ని కోల్పోవచ్చు.

అందరు లీడర్లూ చదువుతారు. మీ రంగంలో మీరు ఎప్పటికప్పుడు జరిగే విషయాలని తెలుసుకుంటూ ఉండటం తప్పనిసరి. మీ పరిశ్రమ ప్రచురించే పత్రికలనీ, ఇతర ప్రచురణలనీ చదవండి. మీ రంగంలో అన్నిటికన్నా ఎక్కువ

అమ్ముడయ్యే పుస్తకాలని చదవండి. సెమినార్లకీ, కాన్ఫరెన్స్‌లకీ హాజరుకండి. మీ పరిశ్రమలోని సంస్థలతో కలిసి, మీరు చేసే వ్యాపారంలో ఉన్న మిగతా వాళ్లతో నెట్‌వర్క్ ఏర్పరచుకోండి. శక్తి అత్యుత్తమమైన, అధునాతనమైన సమాచారం సంపాదించుకున్న వ్యక్తి పక్షానే, ఉంటుంది.

## కొత్త విజ్ఞానపు అల

మార్పుని వేగవంతంచేసే రెండో కారకం కొత్త విజ్ఞానపు అభివృద్ధి, వికాసం అతివేగంగా జరగటం. శాస్త్రీయమైన, విజ్ఞానం తాలూకు ప్రతి ఒక్క పరిజ్ఞానమూ తమ పనులని త్వరగానూ, మెరుగ్గానూ, సులభంగానూ చేసుకునేందుకు వ్యక్తులనీ, కంపెనీలకీ పనికివచ్చే అధునాతన విజ్ఞానాన్ని అందిస్తుంది. ఈ విజ్ఞానం వల్ల వచ్చే మార్పు వేగం రోజురోజుకీ పెరుగుతోంది.

నియమం ఏమిటంటే, పనికొచ్చేవన్నీ ఈసరికే పాతబడిపోయినవే. షెల్ఫ్‌లో ఈరోజు మీరు పెట్టిన హై-టెక్ పరికరాలు, ప్యాకెట్టు విప్పకముందే పాతబడిపోయాయని అనుకోవాలి. ఈనాటి కొత్త విజ్ఞానం ఆయుష్షు ఆరు నెలలు. ఈలోపలే మరో కొత్త విజ్ఞానం దాని స్థానాన్ని ఆక్రమించుకుని, పనిని ఇంకా త్వరగానూ, చవగ్గానూ చేసేందుకు సాయం చెయ్యటానికి సిద్ధంగా ఉంటుంది. మీ దగ్గరున్న వస్తువునిగాని, సర్వీస్‌నిగాని, మరింత మెరుగైన వాటితో మార్చుకోకపోతే, మీ పోటీదార్లు రాత్రి పొద్దుపోయేదాకా మేలుకుని ఉండి, మిమ్మల్ని దెబ్బతీసేందుకు మార్గాలు వెతుకుతున్నారని మీరు ఖచ్చితంగా అనుకోవచ్చు.

## కప్ప గంతుల ఆట ఆడటం

ఈ రోజు వ్యాపారం చెయ్యటమంటే అంతూదరీ లేకుండా కప్ప గంతుల ఆట ఆడటమే. మీ పోటీదారుని వంగదీసి, అతన్ని దాటి దూకుతూ, మీ ఖాతాదారులకి మెరుగైన సేవలని మరింత వేగంగా, చవగ్గా అందజేసే మార్గాలకోసం మీరు వెతుకుతూ ఉంటారు. అప్పుడు మీ పోటీదారు మరో కొత్తరకం వస్తువునో, సేవనో కనిపెట్టి, మీ మీంచి దూకుతాడు. మీరు మళ్లీ సమూహంగా ఏర్పడి, కొత్త ఆవిష్కారంతోనో, మెరుగైన వస్తువుతోనో అతన్ని ఓడిస్తారు. మళ్లీ అతను మిమ్మల్ని దాటి ముందుకెళ్తాడు. ఈ రకంగా ఈ ఆట ఆగకుండా సాగుతూనే ఉంటుంది.

ఇలా పనికిరాకుండా పోవటాన్ని వేగవంతం చేసే సూత్రం, మీరు తయారుచేసే వస్తువులకీ, మీరందించే సేవలకీ, మీ ప్రక్రియలకీ, మరీ ముఖ్యంగా మీ అమ్మకాలకీ, మార్కెటింగ్ యుక్తులకీ వర్తిస్తుంది. మీరు ప్రస్తుతం ఇస్తున్న ప్రకటనలకీ, అమ్మకాలని పెంచే పద్ధతులకీ కూడా వర్తిస్తుంది. పనికివచ్చేది ఏదైనా త్వరలో పనికిరాకుండా పోవచ్చు. ఖాతాదారులకి దానిమీద ఆసక్తి తగ్గిపోవచ్చు, మీ పోటీదార్లు దానికి నకళ్లు తయారుచెయ్యచ్చు, లేదా అది ప్రస్తుతం బజార్లో కొనుగోలుదార్లని ఆకట్టుకోకపోవచ్చు.

## మిమ్మల్ని అనుకరిస్తారని గ్రహించండి

ఈ మధ్యనే నేనొక ప్రకటనల సంస్థకి 10,000 డాలర్లు ఇచ్చి నాకోసం ఒక ప్రకటనని తయారుచేయించుకున్నాను. తరవాత దాన్ని ఒక జాతీయస్థాయి వార్తాపత్రికలో వేయించాను. ఆ ప్రకటన చాలా బలంగా ఉండి చాలామంది దగ్గర్నించి దానికి మంచి స్పందన వచ్చింది. మేమిద్దరం ఒకరి భుజాలు మరొకరు తట్టుకుంటూ ఆఫీసంతా తిరిగాం. కానీ మరుసటి వారం, మేము కష్టపడి తయారు చేసుకున్న ఆ ప్రకటనని తన వస్తువుకోసం మా పోటీదారు వాడుకున్నాడు. మాకు లభించిన స్పందన 50 శాతం పడిపోయింది, అలా ఇంకా పడిపోతూ వచ్చింది. కానీ దాన్ని గురించి మేం చెయ్యగలిగింది ఏమీ లేకపోయింది.

మీ వ్యాపారంలోని ప్రతి పార్శ్వానికీ మీరు అదనంగా ఉపయోగించేందుకు పథకాన్ని సిద్ధంగా ఉంచుకోవాలి. మీరు ప్రస్తుతం ఉపయోగిస్తున్నది ఎక్కువకాలం పని చెయ్యదనీ, త్వరలోనే దాని స్థానే పనికివచ్చే మరో కొత్త పథకాన్ని ప్రవేశపెట్టాల్సి ఉంటుందనీ మీకు తెలిసి ఉండాలి.

## సౌకర్యాల (comfort zone) పట్ల అప్రమత్తంగా ఉండండి

ఇంతకుముందు సౌకర్యాలగురించి నేను చర్చించాను. వ్యక్తులూ, సంస్థలూ తరచు వాటిబారిన పడి, చేసినపనే చేస్తూ, మళ్లీ మళ్లీ చేస్తూ, ఎలా ఉంటారో, అవి పనిచేస్తున్నాయా లేదా అనేది ఎలా గమనించరో చెప్పాను.

ఒక్కోసారి మీ దీర్ఘకాలిక విజయాలకి అన్నిటికన్నా గొప్ప శత్రువుగా తయారయేది మీ తాత్కాలిక విజయాలే. ఏ రంగంలోనైనా విజయం లభించగానే తృప్తి పడిపోవటం, మార్కెట్ తాలూకు కొత్త వాస్తవాలకి ప్రతిస్పందించి మార్పుని స్వీకరించటానికి వెనకాడటం జరగచ్చు. మీ విషయంలో ఇలా జరగనివ్వకండి.

## పోటీలు సృష్టించే ఒత్తిడి అంతులేనిది

మార్పుని వేగవంతం చేసే మూడో అంశం, పోటీ. దీనికి ఎక్కువ వంగే గుణం అవసరం. మీ పోటీదార్లు - ప్రాంతీయం, జాతీయం, అంతర్జాతీయం - ఇంతకు ముందు ఎప్పుడూ లేనంతగా సంకల్పబలంతో, సృజనాత్మకంగా ఉన్నారు. మీ ఖాతాదార్లని లోబరచుకోవటానికి వాళ్లు ఎప్పుడూ మార్గాలు వెతుకుతూనే ఉన్నారు. మీ అమ్మకాలని దొంగిలించేందుకూ, మీ ఆదాయాన్ని తగ్గించేందుకూ, వీలైతే మీ వ్యాపారాన్ని దెబ్బతీసేందుకూ చూస్తున్నారు. మార్కెట్లో మీ స్థానాన్ని పడగొట్టేందుకు వాదనలనీ, యుక్తులనీ ఉపయోగిస్తూ, తమ సరుకులనీ, సేవలనీ అందించేందుకు తీవ్రంగా పోటీచేస్తున్నారు. మీరు పనిచేసే పద్ధతి పనికిరానిదని నిరూపించేందుకు మీ పోటీదార్లు కొత్త సమాచారాన్నీ, విజ్ఞానాన్నీ వాడుకుంటున్నారు.

ఈరోజు ఇంకా ఎక్కువ కంపెనీలూ, సరుకులూ, సేవలూ, అమ్మకందార్లూ మార్కెట్లో కనిపిస్తున్నారు. వాటిని కొనేంతమంది ఖాతాదార్లే కనబడటంలేదు. పోటీ కూడా మరింత తీవ్రంగానూ, కష్టంగానూ తయారైంది. ఈ మార్కెట్లో మీరు నిలదొక్కుకుని మనాలంటే, మీరు మరింత దృష్టిని కేంద్రీకరించి, సంకల్పబలంతో పనిచెయ్యాల్సి ఉంటుంది. అన్నిటికన్నా ముఖ్యంగా, మీరు వంగే గుణాన్ని కలిగి ఉండాలి.

## ప్రతీదాన్నీ క్రమం తప్పకుండా శూన్యాధారం (zero base) చెయ్యండి

ఇంతకుముందు "శూన్యం ఆధారంగా ఆలోచించటం" అనే విషయాన్ని చర్చించాను. దాన్ని ఈరోజు మీ జీవితంలోనూ కార్యకలాపాల్లోనూ ఉండే ప్రతి ఒక్క భాగాన్నీ పరీక్షించుకునేందుకు ఉపయోగించుకోమని చెప్పాను. అది వంగే గుణం కలిగి ఉండేందుకు కూడా పనికివస్తుంది.

మీ జీవితంలోనూ, వ్యాపారంలోనూ ఉండే ప్రతి ఒక్క అంశాన్నీ గమనించండి. ఎక్కడైతే మీకు ఒత్తిడి, అడ్డంకులు, విజయం లోపించటం కనబడుతుందో, అక్కడ శూన్యాధారిత ఆలోచనని ఉపయోగించుకుని ప్రశ్నించుకోండి. ఒకవేళ ఈ రోజు మళ్లీ ప్రారంభించవద్దని అనిపించేదేదైనా ఉంటే, వెంటనే దాన్ని ఆపేసి, మరింత మెరుగైన ఫలితాలనిచ్చే దిశగా, మీ వనరులనీ, శక్తినీ మళ్లించండి.

మీ అహంకారం నిర్ణయాలనీ, ఇంగిత జ్ఞానాన్నీ మసకబారేట్టు చెయ్యకుండా చూసుకోండి. ఏది సరైనది అనేదాన్ని మాత్రమే పట్టించుకోండి తప్ప, ఎవరు సరైన నిర్ణయం తీసుకుంటున్నారనేదాన్ని కాదు. చివరికి మీ నిర్ణయాలన్నీ తప్పయే అవకాశం ఉందనే విషయాన్ని మీరు అంగీకరించే స్థితిలో ఉండాలి. అందుకే వంగే గుణాన్ని కలిగి ఉండండి, ముఖ్యంగా కొత్త సమాచారం, విజ్ఞానం, లేక పోటీ విషయంలో.

## మూడు అద్భుతమైన ప్రతిపాదనలు

అల్లకల్లోలంగా తయారైన పరిస్థితుల్లో వంగే గుణాన్ని స్థిరంగా కలిగి ఉండేందుకు, మీరు నేర్చుకోవలసిన మూడు ప్రతిపాదనలు ఉన్నాయి. అవి :

మొదటిది, "నేను తప్పు చేశాను." చాలామంది బుకాయించటం, కోపం తెచ్చుకోటం లేదా నేనలా అనలేదనే అంటారు. తప్పు, తాము తప్పు చేశామని ఒప్పుకోరు. ఇక తప్పుచేశానని మీరు ఒప్పుకోకపోవటం అనేది మరీ దారుణంగా కనిపించేదెప్పుడంటే, మీ చుట్టూ ఉన్నవాళ్లకి మీరు తప్పు చేశారని తెలిసిపోయినప్పుడు. మీరు మోసం చెయ్యాలని చూసేది మిమ్మల్నే. మీరు తప్పు చేశారని మీకు తెలిసి పోయినప్పుడు, దాన్ని వెంటనే ఒప్పేసుకోవటం, సమస్యని పరిష్కరించటం, లక్ష్యాలని సాధించటానికి పూనుకోవటం, తెలివైనవాళ్లు చేసే పనులు.

పెద్దపెద్ద కంపెనీల్లో కీలకస్థానాల్లో పనిచేసేవాళ్ల సమయంలోనూ, శక్తిలోనూ 80 శాతం, తాము చేసిన తప్పులని కప్పిపుచ్చుకోటానికే సరిపోతుందని అంచనాల వల్ల తెలుస్తోంది. వాళ్లకి తప్పు ఒప్పుకోవటం ఇష్టం ఉండదు. చాలా కంపెనీలు, చిన్నవీ, పెద్దవీ, ప్రత్యక్షంగా కనిపిస్తున్న తప్పుని ఒప్పుకోకపోవటంవల్లే ఘోరంగా దివాలా తీశాయి.

## మీరు దోషరహితంగా లేరని ఒప్పుకోండి

వంగే గుణం కలిగి ఉండేందుకు మీరు అనవలసిన రెండో వాక్యం, "నేను పొరబడ్డాను." అందరికీ స్పష్టంగా కనిపించిపోతున్నా తాము పొరబడ్డామని ఒప్పుకునేందుకు అహంకారం అడ్డుపడటంవల్ల, ఎంత సమయం, శక్తీ, డబ్బూ వృథా అవుతాయో చూస్తే ఆశ్చర్యం వేస్తుంది.

ఒకసారి "నేను పొరబడ్డాను," లేదా "నేను తప్పుచేశాను," అని మీరు అనగానే అంతటితో ఆ విషయం దాదాపు ముగిసిపోతుంది. ఆ తరవాత అందరూ ఆ సమస్య పరిష్కారం కోసమో, లక్ష్యసాధన కోసమో పని మొదలుపెట్టచ్చు. కానీ ఒక ముఖ్యమైన వ్యక్తి చేసిన తప్పుని ఒప్పుకోనంతకాలం అన్ని పనులూ ఆగిపోతాయి.

ఈ విషయాన్ని మనం దేశ రాజకీయాల్లో ఎన్నోసార్లు చూశాం. ఒక్క మనిషి తాను చేసిన తప్పునీ, పొరపాటునీ అంగీకరించకపోవటంవల్ల అందరి సమయం, శక్తీ వృథా అవటమే కాదు మొత్తం దేశానికే హాని కలుగుతుంది.

## కొత్త సమాచారానికి త్వరగా అలవాటు పడండి

త్వరగానూ, సులభంగానూ మీరు అనటం నేర్చుకోవలసిన మూడో వాక్యం, "నేను నా అభిప్రాయాన్ని మార్చుకున్నాను." ఇంతకుముందు మీరు తీసుకున్న నిర్ణయం ఏ సమాచారం మీదైతే ఆధారపడి ఉందో, దానికి విరుద్ధంగా కొత్త సమాచారం అందినప్పుడు, మీరు మీ అభిప్రాయాన్ని మార్చుకున్నారని స్పష్టంగా తెలియజేయండి.

తప్పు చెయ్యటం, లేదా అభిప్రాయాన్ని మార్చుకోవటం అనేది ఒక బలహీనతో, మీ వ్యక్తిత్వంలోని ఏదో లోపమో కాదు. పరిజ్ఞానం, విజ్ఞానం, పోటీలాటి రంగాల్లో వేగంగా మార్పులు జరుగుతున్న ఈ కాలంలో, నిజానికి అది మీ ధైర్యాన్నీ, వ్యక్తిత్వాన్నీ, వంగే గుణాన్నీ ప్రదర్శిస్తుంది. "నష్టాలని త్వరగా తగ్గించుకుంటూ", మీరు చేసే ప్రతి పనిలోనూ "వాస్తవికతా సూత్రాన్ని" అభ్యసించేందుకు సిద్ధంకండి.

ఈ ప్రపంచాన్ని ఉన్నదున్నట్టు స్వీకరించండి, అంతేకాని, మీరు కోరుకున్న విధంగా కాని, గతంలోలాగ కాని ఉండాలని అనుకోకండి. వాస్తవాన్ని ఎదుర్కోండి, అది ఎలాటిదైనా సరే. మీపట్లా, మీ చుట్టూ ఉండేవారిపట్లా నిజాయితీతో వ్యవహరించండి.

## కొత్త వాస్తవాలని అంగీకరించండి

కొత్త సమాచారం, విజ్ఞానం, పోటీకి తగినట్టుగా మీ లక్ష్యాలని ఎప్పటికప్పుడు పునర్మూల్యాంకనం చేసుకునేందుకు అంగీకరించే వైఖరిని కలిగి ఉండండి. ప్రస్తుతం మీకు తెలిసిన సమాచారం ఆధారంగా, పనిచేసేందుకు ఇదే అన్నిటికన్నా ఉత్తమమైన పద్ధతా? ఒకవేళ కాకపోతే, మీరు ఇంకేం చెయ్యాల్సి ఉంటుంది? ఇంకేం చెయ్యగలరు?

అది ఒకవేళ లక్ష్యం అయితే, మీరు ఆ లక్ష్యాన్ని ఏర్పరుచుకున్నప్పుడు ఉండిన పరిస్థితుల్లో నాటకీయమైన మార్పు చోటుచేసుకుంది. దానికోసం సంఘర్షణ చెయ్యాలా వద్దా, త్యాగాలు చెయ్యాలా వద్దా అనేది మీరు స్పష్టంగా తేల్చుకోండి. మీరు మనసు మార్చుకుంటే దాన్ని వదిలేసేందుకూ, కొత్త లక్ష్యాన్ని ఎంచుకునేందుకూ ప్రయత్నించండి. ఒకప్పుడు ఉన్నంత ప్రాముఖ్యం ఆ లక్ష్యానికి లేనట్టయితే, పాత లక్ష్యాన్ని వదిలెయ్యండి.

వేగంగా మార్పులు చోటుచేసుకుంటున్న ఈ కాలంలో, నేనే మొట్టమొదటి ఆ మార్పుని గుర్తించి, దాన్ని మనసారా స్వీకరిస్తానని తీర్మానం చేసుకోండి. సామాన్యంగా, సహజంగా జరిగే సంఘటనగా దానికోసం ఎదురుచూడండి. మీరు అనుకున్నట్టుగా, కోరుకున్నట్టుగా సంఘటనలు జరక్కపోతే ఆశ్చర్యపోవటం, బాధపడటం లాటివి చెయ్యొద్దు.

## సంబంధాల విషయంలో వంగే గుణాన్ని అలవరచుకోండి

మీ జీవితంలో ముఖ్యమైన వ్యక్తులపట్ల వంగే గుణాన్ని అలవరచుకోండి. మీ కుటుంబమూ, స్నేహితులూ, సహోద్యోగులూ, ఖాతాదార్లూ మీ జీవితంలో ముఖ్యమైన వాళ్లు. రకరకాల అభిప్రాయాలకీ, ఆలోచనలకీ ద్వారాలు తెరవండి. మీరు తరచు పొరపాటు చేస్తారు కాబట్టి, ఎప్పుడూ కూడా తప్పు ఒప్పుకునేందుకు సిద్ధంగా ఉండండి.

అత్యుత్తమమైన నాయకుల్లో ఉండే లక్షణాల్లో ఒకటి. వాళ్లు అవతలివ్యక్తి చెప్పే మాటలు శ్రద్ధగా వింటారు. వాళ్లు బోలెడన్ని ప్రశ్నలు వేస్తూ, అభిప్రాయాలు ఏర్పరచుకునే ముందు, ఒక నిర్ణయానికి వచ్చేముందు, వీలైనంత ఎక్కువ సమాచారాన్ని రాబట్టుకుంటారు. తమ తప్పులు ఒప్పుకుని, తప్పు చేసినప్పుడు వెంటనే నష్టాలని తగ్గించుకుంటారు. ఆ తరవాత ఇంకా మంచివీ, పెద్దవీ అయిన లక్ష్యాలవైపుకి సాగుతారు.

## థియరీ ఆఫ్ ప్రిసెషన్ (The Theory of Precession) - ముందుగా వచ్చే అవకాశాలు

వంగే గుణానికి సంబంధించి, మీరు జీవితాంతం గుర్తుంచుకోవలసిన మరో అంశం ఉంది. బక్ మిన్‌స్టర్ ఫుల్లర్ అనే శాస్త్రజ్ఞుడు, తత్వవేత్త, దాన్ని ద థియరీ ఆఫ్ ప్రిసెషన్ ('ముందుగా వచ్చే అవకాశాలు') అన్నాడు. ఈ మాటలు ఏ పదకోశంలోనూ, విజ్ఞాన

సర్వస్వంలోనూ దొరకవు. బాబ్సన్ కాలేజి ప్రొఫెసర్ డా. రాబర్ట్ రాన్‌స్టెడ్ ఈ సూత్రానికి "వసారా సూత్రం" (కారిడార్ ప్రిన్సిపల్) అన్న పేరు పెట్టాడు. అమెరికాలోని గొప్ప విజేతలెందరో కనుక్కున్న ఈ సూత్రం గురించి చెపుతూ నెపోలియన్ హిల్ ఇలా అన్నాడు, "ప్రతి ఓటమి, లేదా అడ్డంకిలోనూ, ఒక గొప్ప అవకాశం, లేక లాభం తాలూకు బీజం ఉంటుంది."

ఈ సిద్ధాంతం చెప్పేదేమిటంటే, మీరు మీకోసం ఒక కొత్తలక్ష్యాన్ని ఏర్పరచు కున్నప్పుడు, మీరు ఎటువంటి దిశగా వెళ్లాలో, ఏ క్రమంలో పనులు చెయ్యాలో మీకు కొంత అవగాహన ఉంటుంది. కానీ, మీరు ఎదురుచూడని అడ్డంకులు, మీరా దిశగా ముందుకి పోవటాన్ని అసాధ్యం చేస్తాయి, ఇది తప్పనిసరిగా జరుగుతుంది. అయినప్పటికీ, ఏదో ఒక అద్భుతం జరిగి, మీరు సరిగ్గా అడ్డుగోడ దగ్గరకి చేరుకునే సమయానికి, మరో అవకాశానికి దారి కనిపిస్తుంది. అదే విజయం వైపుకి తీసుకెళ్లే వసారాలోని దారి.

మీకు వంగే గుణం ఉండటంవల్ల, ఆ కొత్త అవకాశాన్ని వెంటనే చేజిక్కించుకుని, ఆ దిశగా కదులుతారు, కొత్త వస్తువునో, సేవనో ప్రారంభిస్తారు, కొత్త మార్కెట్లో, లేదా కొత్త ఖాతాదార్లకి దాన్ని అమ్ముతారు. కానీ ఈ కొత్త వసారాలో ముందుకి పోతూండగా, మీకు మరో అడ్డంకి ఎదురవుతుంది, మీ ప్రగతిని అడ్డుకుంటుంది. మీరీ అడ్డంకిని, లేదా అడ్డుగోడని చేరుకోగానే, మరో అవకాశం తలుపు తెరుస్తుంది, మరో దారి గుండా మిమ్మల్ని లక్ష్యంవైపుకి తీసుకెళ్తుంది.

ఇలా చాలాసార్లు జరగచ్చు, ఎన్నోసార్లు మీరు ప్రారంభించిన పని ఫలితాలని ఇవ్వకపోవచ్చు. దాదాపు ప్రతిసారీ, మీరు మొదట్లో అనుకున్న రంగంలో కాకుండా, వేరే రంగంలో మీకు గొప్ప విజయం లభ్యం కావచ్చు. అసలు కీలకం వంగేగుణం కలిగి ఉండటం.

## స్పష్టంగానూ, వంగే గుణంతోనూ పనిచెయ్యండి

వంగే గుణానికి సంబంధించిన, అన్నిటికన్నా ముఖ్యమైన ఒక నియమం : **మీ లక్ష్యం గురించి స్పష్టత కలిగి ఉండండి, కానీ దాన్ని సాధించే ప్రక్రియ విషయంలో వంగే గుణాన్ని అలవరచుకోండి.**

మీ అతిచేతన ప్రభావాన్ని చేతులుచాచి ఆహ్వానించండి. యాదృచ్ఛికంగానూ, ఏకకాలంలోనూ జరిగే సంఘటనలపట్ల స్పందించండి. ఆలోచనలకీ, ప్రేరణకీ, ఇంకొకరు అందించే సమాచారానికీ సానుకూలంగా ఉంటూ, వాటిని స్వీకరించండి. మాథ్యూ 18:13లో ఏసుక్రీస్తు ఇలా అంటాడు, "స్వర్గ సామ్రాజ్యంలోకి ప్రవేశించా లనుకుంటే నీవు ఒక చిన్నపిల్లవాడిలా మారాల్సి ఉంటుంది."

ఈ వాక్యాలకి ఒక రకంగా అర్థం చెప్పుకోవాలంటే, మీ మనసులోని తలుపులని

తెరిచి ఉంచుకోవాలి, వంగేగుణం కలిగి ఉండాలి. ప్రశాంతంగా, ఆత్మవిశ్వాసంతో, కుతూహలంతో ఉన్నప్పుడే మీరు మీ ముందు తెరుచుకునే అవకాశాలని గుర్తించ గలుగుతారు, మీ లక్ష్యంవైపుకి ప్రయాణం కొనసాగించగలుగుతారు.

వంగే గుణాన్నీ, అన్నీ స్వీకరించే మనసునీ సొంతం చేసుకోండి, ఏం జరుగుతుందనే విషయాన్ని పట్టించుకోకండి. ఒక విషయం గుర్తుంచుకోండి. ఏ పనినైనా చేసేందుకూ, లక్ష్యాన్ని చేరుకునేందుకూ ఎప్పుడూ కూడా మరో మెరుగైన మార్గం ఉంటూనే ఉంటుంది. అదేమిటో తెలుసుకునేందుకూ, దాన్ని కనుక్కునేందుకూ, మీరు అప్రమత్తంగానూ, అవగాహనతోనూ ఉండాలి, అదే మీ ధ్యేయం కావాలి. ఆ తరవాత వీలైనంత వేగంగా ఆ కొత్త దిశగా మీరు పని ప్రారంభించాలి. ఇలా చేస్తే మీరు ఖచ్చితంగా లక్ష్యాన్ని చేరుకోగలుగుతారు ఒక్కోసారి ఎన్నడూ ఎదురుచూడని విధంగా, ఆశ్చర్యకరమైన మార్గాలలో.

## ఎప్పుడూ సులభంగా వంగేట్టు ఉండండి

1. తరచు ఇలా ప్రశ్నించుకోండి, నా జీవితంలో అసలు నేను నిజంగా చెయ్యాలనుకుంటున్నదేమిటి? ప్రస్తుతం మీకున్న లక్ష్యాలూ, కార్యకలాపాలూ మీ జవాబుకి అనుగుణంగా ఉన్నాయని రూఢి చేసుకోండి.
2. మీ జీవితం గురించీ, లక్ష్యాల గురించీ పూర్తి నిజాయితీతో, వాస్తవదృష్టితో ఆలోచించండి. ప్రపంచాన్ని ఉన్నదున్నట్టు చూస్తాననీ, కోరుకున్నట్టుగానో, ఉండాల్సినట్టుగానో ఉండాలని ఆశించాననీ తీర్మానించుకోండి. ఈ అభ్యాసం వల్ల ఎటువంటి మార్పులు జరిగే అవకాశం ఉంది?
3. మీ జీవితంలో ఎప్పుడైనా ఒత్తిడిగాని, అడ్డంకులుగాని ఏర్పడితే, నేను పొరబడ్డాను, తప్పుచేశాను అని ఒప్పుకునేందుకు సిద్ధంగా ఉండండి. వీలైనంతగా మీ నష్టాలని తగ్గించుకోవటానికి ఈరోజే సంకల్పించండి.
4. పరిస్థితి మారితే, లేక మీకేదైనా సమాచారం అందినా, మీ అభిప్రాయాన్ని మార్చుకుని, ఈనాడు లభించే సమాచారాన్ని బట్టి కొత్త నిర్ణయాలు తీసుకోండి. నిరర్థకమైన పనులు చేస్తూ పోవటానికి నిరాకరించండి.

మీకు ఎదురయే ఒక్కొక్క సమస్యనీ, అడ్డంకినీ పరిశీలించి, అందులోని విలువైన పాఠాన్నో, లాభాన్నో గుర్తించండి. మీ దిశనిగాని, పనితీరునిగాని, కొత్త సమాచారాన్ని లేదా అనుభవాన్ని బట్టి మార్చుకోవలసిన అవసరం ఉందా? అలా అయితే, ఆ పని ఇప్పుడే చెయ్యండి.

# 19

# మీలో పుట్టుకతోనే ఉన్న సృజనాత్మకతని వెలికి తియ్యండి

*మీ మనసులో వచ్చే ప్రతి ఆలోచనా, ప్రతి విషయమూ మీకు లాభం చేకూర్చేట్టు చూసుకోండి. అది మీకోసం పనిచేసి లాభదాయకంగా వుండేటట్టు చూడండి. ఉన్నది ఉన్నట్టుగా కాక, ఎలా ఉంటే బావుంటుందో ఆలోచించండి. ఉత్తినే కలలు కనకండి, సృష్టించండి!*

**- రాబర్ట్ కోలియర్**

టోనీ బుజాన్ మెదడుకి సంబంధించిన నిపుణుడు. మెన్సా అనే సంస్థకి పూర్వ అధ్యక్షుడు, ప్రామాణికమైన ఐక్యూ (IQ) పరీక్షల్లో అందరికన్నా హెచ్చు మార్కులు తెచ్చుకునే 2 శాతం జనానికి ఈ సంస్థలో ప్రవేశం ఉంటుంది. బుజాన్ సృజనశక్తి గురించీ, నేర్చుకోవటం గురించీ, తెలివితేటల గురించీ ఎన్నో పుస్తకాలు కూడా రాశాడు. అతని దృష్టిలోనూ, ఆ రంగంలో ఉండే చాలామంది అధికారుల దృష్టిలోనూ, సగటు మనిషి మస్తిష్కంలో ఉండే శక్తిని ఇంతవరకూ ఉపయోగించుకోవటం జరగనే లేదు. ఆ శక్తి నిజానికి అంతులేనిది.

మీ నియోకార్టెక్స్, అంటే ఆలోచించే మెదడు భాగంలో దాదాపు వంద బిలియన్ల కణాలు, లేదా నాడీకణాలు ఉంటాయి. ఈ కణాల్లో ఒక్కొక్క దానికీ ముళ్ళపంది ఒంటిమీదున్న ముళ్ళలాంటి పీచులు ఉండి, మెదడులోని కణాలని ఒకదానితో మరొకదాన్ని కలిపి ఉంచుతాయి. ఈ కణాలు మళ్ళీ కొన్ని వేల కణాలతో ముడిపడి ఉంటాయి - ఒక పెద్ద నగరానికి మొత్తం వెలుగునిచ్చే ఒక ఎలెక్ట్రిక్ గ్రిడ్ (వేలకొద్దీ విద్యుత్తీగల అల్లిక)లాగ అన్నీ ఒకదానితో ఒకటి అల్లుకుని ఉంటాయి. ప్రతి కణానికీ, కలయికకీ కొంత మేధాశక్తీ, లేదా సమాచారం అందుతుంది, దాన్నించి ప్రతి ఒక్క కణానికీ ఆ శక్తీ, సమాచారం అందుతాయి. అంటే అర్థం - మీ మెదడుకున్న క్లిష్టత నమ్మశక్యం కానిది, ఊహకి అందనిది.

టోనీ బుజాన్, ఇంకొందరు నిపుణులు దృష్టిలో మనకి తెలిసిన విశ్వంలోని అణువులన్నిటి మొత్తం కన్నా మనిషి మెదడులోని ఈ కనెక్షన్ల క్రమబేధమూ (permutations), సంయోజనమూ (combinations) తాలూకు సంఖ్య ఇంకా ఎక్కువ.

ఒకటి సంఖ్య రాసి, దానిపక్కన ఎనిమిది పేజీలని వరసగా, ఒక్కొక్క లైనూ నింపేటన్ని సున్నాలు పెడితే, ఆ సంఖ్యకి సమమవుతుంది.

## బ్రహ్మాండమైన నిలవచేసుకునే సామర్థ్యం

ముందే చెప్పినట్టు, తమ జీవితాలలో చేసే 100 శాతం పనులకి సగటు మానవులు ఉపయోగించే మెదడు తాలూకు సామర్థ్యం ఒకటో, రెండో శాతం మాత్రమే. మిగతాదంతా "నిలవచేసుకునే సామర్థ్యమే," ఎటువంటి కారణానికీ దాన్ని వినియోగించుకోటం కాని, ఉపయోగించుకోటం కాని జరగదు. దాదాపు అందరూ "తమలోని సంగీతాన్ని తమవెంట శ్మశానానికి తీసుకుపోతారు."

మీ జీవితంలో అద్భుతమైన ఫలితాలని సాధించేందుకు, మీకు ఎటువంటి అలౌకికమైన సంఘటనా అవసరం లేదు. ఈ రోజు ఉపయోగిస్తున్న దానికన్నా కొద్దిగా ఎక్కువ మేధాశక్తిని ఉపయోగించుకుంటే చాలు. మీ ఆలోచనల్లో జరిగే ఈ మెరుగైన కొద్ది మార్పు మీ జీవితాన్నే మార్చేస్తుంది. అది ఎంత తీవ్రంగా ఉంటుందంటే, భవిష్యత్తులో మీరు సాధించే ఫలితాలు మిమ్మల్నీ, మీచుట్టూ ఉండేవాళ్లనీ ఆశ్చర్య చకితులని చేస్తాయి.

రష్యన్ ప్రొఫెసర్ సెర్జీ యెఫ్రమోవ్ కొన్నేళ్ల క్రితం చేసిన పరిశోధనలవల్ల తేలిందేమిటంటే, మీకు ప్రస్తుతం ఉన్న మానసికశక్తిలో 50 శాతాన్ని ఉపయోగించుకోగలిగినా ఒక డజను యూనివర్సిటీలలో డాక్టరేటు సంపాదించుకునేందుకు అవసరమైన అధ్యయనం పూర్తి చెయ్యగలుగుతారు, మరో డజను భాషలు సులభంగా నేర్చుకోగలుగుతారు, ఎన్‌సైక్లోపీడియా బ్రిటానికా (విజ్ఞానసర్వస్వం) ఇరవైరెండు సంపుటాలనీ కంఠస్థం చెయ్యగలుగుతారు.

## ఆదాయాన్ని రెండింతలు చేసుకోవాలా?

ప్రస్తుతం మీరు మీ మేధాశక్తిలోని 2 శాతాన్నే ఉపయోగిస్తుంటే, దాన్ని నాలుగు శాతానికి పెంచుకోగలిగే సామర్థ్యం మీలో ఉంటే, మీ ఆదాయాన్ని రెండింతలు చేసుకోగలుగుతారు, మీ వృత్తిలో ముందుకి దూసుకుని వెళ్లగలుగుతారు, మీ రంగంలో అత్యున్నత స్థానానికి చేరుకోగలుగుతారు, మీ జీవితాన్ని పూర్తిగా మార్చుకోగలుగుతారు. అదే ఈ శక్తిని 5, 6 లేదా 7 శాతం ఉపయోగించుకోగలిగితే, మీరు పనిచేసే స్థాయి చూసి మీరూ, మీచుట్టూ ఉన్నవాళ్లూ ఆశ్చర్యపోతారు. ఆల్బర్ట్ ఐన్‌స్టీన్ కూడా తన మేధస్సుని 10 శాతమో, 15 శాతమో మాత్రమే ఉపయోగించాడని అంచనాల వల్ల తెలుస్తోంది, అది కూడా ఆయన దాన్ని పూర్తి శక్తివంతంగా ఉపయోగించిన తరుణంలో, మరి ఈ లోకంలోని గొప్ప మేధావుల్లో ఒకడుగా ఆయన కూడా పేరు సంపాదించుకున్నాడు.

## సృజనాత్మకత అనేది సహజంగా ఉండే సామర్థ్యం

మూడు నుంచి ఐదు సంవత్సరాల వయసున్న పిల్లల్ని పరీక్షించి చూసినప్పుడు, వాళ్లలో 95 శాతం మంది ఎంతో సృజనాత్మకంగా ఉన్నారని తెలిసింది. ఆ పిల్లలనే యుక్త వయసుకి వచ్చాక పరీక్షిస్తే వారిలో 5 శాతం మంది మాత్రమే చాలా సృజనాత్మకంగా ఉన్నారని తేలింది. ఆ మధ్యలో వాళ్లకేమయింది? స్కూలు చదువు సాగిస్తూ వాళ్లు నేర్చుకున్నదేమిటంటే, నలుగురితో కలిసికట్టుగా ఉండాలనుకుంటే, అందరి వెంటా వెళ్లాల్సిందే, అని. టీచర్‌ని ఎదిరించటం, అసాధారణమైన ఆలోచనలని ప్రకటించటం కూడని పని అని నేర్చుకున్నారు. తమ స్నేహితులు తమని ఇష్టపడాలంటే, స్వీకరించాలంటే - సృజనాత్మకతని, ఇంధనం లేని నిప్పులాగ, చంపుకోక తప్పదని గ్రహించారు.

సృజనాత్మకత ఒక సహజమైన, సామాన్యమైన సామర్థ్యం అనేది మంచి వార్త. అందరిలోనూ అది కాస్తోకూస్తో ఉండనే ఉంటుంది. అది పుట్టుకతో వచ్చేది, మీ జన్యువుల నిర్మాణంలో అది ఒక భాగం, మనుషులకే సొంతమైన ఏకైక సామర్థ్యం. అందరూ సృజనాత్మకత గలవారే. జనాభాలో 95 శాతం మందికి, జీనియస్ స్థాయిలో కాకపోయినా, అసాధారణ స్థాయిలో పనిచేసే సామర్థ్యం ఉంటుంది. పరిస్థితులు సరిగ్గా ఉండాలి, అంతే.

## ఉపయోగించుకోండి లేదా పోగొట్టుకోండి

కానీ మీ సృజనాత్మకత ఒక కండరం లాటిది. దాన్ని ఉపయోగించకపోతే దాన్ని మీరు కోల్పోతారు. సరిగ్గా కండరంలాగే, మీ సృజనాత్మకతకి వ్యాయామం ఇవ్వండి, క్రమం తప్పకుండా దాన్ని సాగదియ్యండి, లేకపోతే అది బలహీనమైపోయి ప్రభావాన్ని కోల్పోతుంది. కొత్త ఆలోచనలని సృష్టించే సామర్థ్యం చక్కగా ఉండాలంటే, దాన్ని నిరంతరం ఉపయోగిస్తూ ఉండాలి.

అదృష్టవశాత్తూ, ఎప్పుడు కావలిస్తే అప్పుడు, మీరు మీలోని సృజనాత్మకతని వినియోగించుకుంటూ, ఎప్పటికప్పుడు మరింత ఎత్తుకి దాన్ని తీసుకెళ్తూ ఉండచ్చు. నిజానికి మీరు మీ మస్తిష్కంలోని నాడీకణాలనీ, వాటి తంతువుల్నీ క్రియాశీలంగా చేస్తూ, మళ్లీ ఇంకొన్ని నాడీకణాలతో వాటిని కలుపుతూ అలా కొనసాగించటం వీలవుతుంది. మీ మేథాశక్తిని మరింత ఎక్కువగా ఉపయోగించిన ప్రతిసారీ, మీరు మరింత మెరుగ్గా, ఇంకా స్పష్టంగా ఆలోచించగలుగుతారు.

## ఆలోచనలే ఆస్తి తాలూకు కొత్త వనరులు

ఈరోజు మనం సమాచార యుగంలో ఉన్నాం. ఇక మీ మిగిలిన జీవితమంతా మీ ఆలోచనలే మీ ఆస్తికి వనరులుగా ఉపయోగపడతాయి. ఆలోచనల్లో సమస్యలని పరిష్కరించే కీలకాలు ఉంటాయి. ఏ రకమైన లక్ష్యాలని సాధించాలన్నా అవి చాలా

ప్రధానం. ఇక కొత్త ఆలోచనలని పుట్టించే శక్తి మీలో ఎల్లల లేనిదై ఉన్నందువల్ల, మీరు మీకోసం నిర్ధారించుకున్న ఎన్ని లక్ష్యాలని సాధించటమైనా సాధ్యమవుతుంది - వాటికి పరిమితి అంటూ ఉండదు.

విలువలని చేర్చటంవల్లే ఆస్తి అనేది లభిస్తుంది. ఇతరులకన్నా ఎక్కువగా, మెరుగ్గా, చవగ్గా, త్వరగా, సులభంగా ఉత్పాదన చెయ్యటం అనేది ముఖ్యం. ఒక పెద్ద నిధిని సంపాదించేందుకు మీరు చెయ్యవలసిందల్లా విలువని పెంచే ఒక ఆలోచన చెయ్యటమే.

మీ లక్ష్యాలు స్పష్టంగా ఉన్నప్పుడు - మళ్లీమళ్లీ రాసిపెట్టుకుని, దృశ్యమానం చేసుకుని, అనుభూతి చెందినవి - మీరు మీ చేతననీ, సుప్తచేతననీ, అతిచేతనాత్మకమైన మనసునీ మేల్కొలుపుతారు. లక్ష్యసాధనకి అవసరమైన ఆలోచనలని అవి ఎడతెగకుండా మీకు అందిస్తూనే ఉంటాయి.

## ఎటువంటి సమస్యనైనా పరిష్కరించండి

మీరు పరిష్కరించలేని సమస్యంటూ ఏదీ లేదు, దాటలేని అడ్డంకి ఏదీ లేదు, ఈరోజు మీలో ఉన్న సృజనాత్మకశక్తిని వినియోగించుకుని సాధించలేని లక్ష్యం ఏదీలేదు. మీరు వందేళ్లు బతికినా ఉపయోగించుకోలేనంత తెలివితేటలూ, మానసికశక్తీ మీకీ క్షణాన ఉన్నాయి. మీరు మీకున్న మానసికశక్తులన్నీ ఇంతవరకూ ఉపయోగించుకోనంత మాత్రాన ఈ రోజునించీ వాటిని మీరు ఉపయోగించుకోటం సాధ్యం కాదని అనుకోవద్దు.

శారీరక దారుఢ్యం, మనోబలం కొన్ని విధాలలో సమానమైనవే. మీ శరీరం దృఢంగా ఉండాలంటే, వ్యాయామం చెయ్యాలి. శరీరంలో కండరాలు పెరగాలంటే "బరువులు ఎత్తాలి", డంబెల్స్ లాటివాటితో వ్యాయామంచేసి కండరాలపై ఒత్తిడి తెచ్చి, వాటిలోకి కొత్త రక్తాన్ని ప్రవహింపజెయ్యాలి. మీ కండరాలకి ఎంత ఎక్కువ ఒత్తిడి కలిగిస్తే, కాలక్రమాన అవి అంత బలంగా తయారవుతాయి.

మీ మనసు కూడా అచ్చం అలాటిదే. మీ మానసిక బలాన్ని పెంచుకునేందుకు "మానసికంగా బరువులనెత్తాలి", అంటే మీ మెదడుకి పని కల్పించి, దానిమీద ఒత్తిడి తేవాలి. మీ పూర్తి మనసుని లగ్నం చేసి, కొత్త ఆలోచనలనీ, పరిష్కారాలనీ సృష్టిస్తూ, మీ లక్ష్యం వైపుకి సాగే దారిలో వచ్చే సమస్యలని పరిష్కరించుకోవాలి.

## మానసిక మథనాన్ని (mindstorming) క్రమం తప్పకుండా అభ్యసించండి

మీ తెలివితేటలని పెంచాలన్నా, సృజనాత్మకతని అభివృద్ధి చేసుకోవాలన్నా దానికి పనికివచ్చే శక్తిమంతమైన విధానాన్ని నేను "మానసిక సంచలనం" అని అంటాను. అది పనిచేసే పద్ధతి చాలా సామాన్యంగా ఉంటుంది. కానీ ఫలితాలు మాత్రం జీవితాన్నే పూర్తిగా మార్చేసేంత అద్భుతంగా ఉంటాయి.

మానసిక మథనం అనే ప్రక్రియని మీరు ఒక తెల్లకాయితాన్ని తీసుకోవటంతో ప్రారంభిస్తారు. అన్నిటికన్నా పైన మీ లక్ష్యాన్నిగాని, సమస్యనిగాని ఒక ప్రశ్నలాగ రాసుకుంటారు. ఆ ప్రశ్న ఎంత సూటిగా, ఎంత సాధారణంగా ఉంటే, దానికి మీరు ఇచ్చే సమాధానాల నాణ్యత అంత బావుంటుంది.

ఉదాహరణకి, "నేనింకా ఎక్కువ డబ్బు సంపాదించటం ఎలా సాధ్యం?" అనే ప్రశ్నకి బదులు "రాబోయే ఇరవైనాలుగు నెలల్లో నా సంపాదనని రెండింతలు చేసుకోవటం ఎలా సాధ్యం?" అని రాయండి.

ఇంకా మంచి పద్ధతి, ఈరోజు మీరు ఏడాదికి 50,000 డాలర్లు సంపాదిస్తూంటే మీ ప్రశ్న ఇలా ఉండాలి : "డిసెంబర్ 31 లోపల (సంవత్సరాన్ని సూచించండి) ఏటా నేను 1,00,000 డాలర్లు సంపాదించటం ఎలా సాధ్యం?"

మీ సమాధానాలన్నీ "మూడు P సిద్ధాంతాన్ని" అనుసరించి ఉండాలి. పర్సనల్ (వ్యక్తిగతమైనవి), పాజిటివ్ (సానుకూలమైనవి), ప్రెజెంట్‌టెన్స్‌లోవి (వర్తమానకాలానికి సంబంధించినవి). ఇంకోలా చెప్పాలంటే, మీ సమాధానాలు చేతన నుంచి సుప్తచేతనకి అంగీకారసూచకంగానో, నిర్దేశాలుగానో ఉండాలి. తరచు మీరు కాయితం మీద సమాధానాలు రాసుకుని వాటిని వెంటనే మర్చిపోతారు. ఆ తరవాత కొంతకాలానికి, అతిచేతనాత్మకమైన మనసు పనిచెయ్యటంవల్ల, మీ జీవితంలోకి ఏదో ఒక అవకాశాన్ని ఆకర్షించుకుని, మీ సమాధానాల్లో ఏదో ఒకదాన్ని అమలుచేస్తారు.

## ఈ పద్ధతిలో ప్రావీణ్యం సాధించటం

కాయితం పైభాగాన ప్రశ్నని రాసుకున్నాక, మీరు క్రమశిక్షణతో దానికి కనీసం ఇరవై జవాబులని సృష్టించండి. కావాలంటే ఇరవైకన్నా ఎక్కువ జవాబులు రాసుకోవచ్చు, కానీ కనీసం ఇరవై జవాబులు రాయటం అనేది లక్ష్యనిర్మాణానికి తప్పనిసరి.

మొదటి నాలుగైదు జవాబులు సులభంగానే రాయగలుగుతారు. "ఇంకా కష్టపడి పనిచెయ్యాలి," "త్వరగా పని మొదలుపెట్టి ఆలస్యం అయినా చేస్తూనే ఉండాలి," "ఎక్కువ విలువ ఉన్న పనులని చెయ్యాలి," లాటి జవాబులు వెంటనే తడతాయి.

ఆ తరువాతి ఐదు జవాబులు రాసేందుకు మీరు కొంచెం కష్టపడతారు. మరీ తేలికైన జవాబులు కాకుండా లోతుగా ఆలోచించి జవాబులకోసం వెతుక్కుంటారు. కానీ ఈ జవాబులు మునుపటికన్నా సృజనాత్మకంగా ఉండేట్టు ప్రయత్నిస్తారు.

చివరి పది జవాబులు అన్నిటికన్నా కష్టమైనవి. చాలామందికి ఈ అభ్యాసం ఎంత కష్టంగా అనిపిస్తుందంటే, వాళ్ల మస్తిష్కాలు ఖాళీ అయిపోతాయి. వాళ్ల కళ్లలో శూన్యం చోటుచేసుకుంటుంది. మెదడుకి రక్తప్రసరణ వేగం ఎక్కువయేసరికి, "మానసికంగా బరువులెత్తటం" అనే ప్రక్రియ వల్ల తల తిరగటం మొదలుపెడుతుంది.

ఏది ఏమైనప్పటికీ, ఎంత సమయం పట్టినా, ముఖ్యంగా మీరు ఈ అభ్యాసాన్ని చెయ్యటం ప్రారంభించిన కొన్నిసార్లు, కనీసం ఇరవై జవాబులు రాసేదాకా ఆగకుండా మీరు క్రమశిక్షణ పాటించాలి. ఒక్కోసారి మీరు రాసే ఇరవైయవ జవాబు మీ విజయానికి దారిచూపేది అవచ్చు. అది మీకు కొన్ని వేల డాలర్ల ఖర్చునీ, ఎన్నో గంటల శ్రమనీ తగ్గించేదిగా ఉండచ్చు. తరచు మీ ఆఖరి జవాబే ఒక ప్రేరణతో కూడిన ఆలోచన అయి, మీ జీవితాన్నీ జీవనోపాధి మార్గాన్నీ మార్చివేస్తుంది.

## ఏదో ఒక చర్యని ఎంచుకోండి

ఒకసారి మీ దగ్గర ఇరవై జవాబులు చేరాక, వెనక్కివెళ్లి జాబితాలో మీరు రాసుకున్న జవాబులని సమీక్షించి చూసుకోండి. ఆ తరవాత మీ లక్ష్యంవైపుగాని, మీ సమస్యని పరిష్కరించుకునే దిశగాగాని వేగంగా కదలటం ప్రారంభించేందుకు పనికివచ్చే ఏదో ఒక జవాబుని వెంటనే ఎంచుకోండి.

మొదటి ఇరవై జవాబుల్లో అన్నిటికన్నా మంచి జవాబుని గుర్తించి దాన్ని ఉపయోగించుకుంటే, దాని ప్రభావం ఎన్నో రెట్లు ఎక్కువగా ఉండటం మీరు చూస్తారు. అప్పుడా జవాబుని మరో తెల్లకాయితం మీద అన్నిటికన్నా పైన ఒక ప్రశ్నలాగ రాసుకోండి. ఆ తరవాత ఆ ప్రశ్నకి కూడా మీరు ఇరవై జవాబులని సృష్టించగలరో లేదో ప్రయత్నించండి.

ఇలా ఒకదానివెంట మరొకటిగా మీరు చేసే అభ్యాసం మిమ్మల్ని మానసికంగా ఉత్తేజపరుస్తుంది, ట్రాన్స్‌మిషన్ న్యూట్రల్‌లో ఉన్నప్పుడు కారులోని ఏక్సిలరేటర్‌ని కాలితో తొక్కినట్టు. మీ మనసు వెలుగులు విరజిమ్ముతూ, ఉత్సాహంతో ఉరకలు వేస్తుంది, క్రిసమస్ ట్రీ మీద అలంకరించిన విద్యుద్దీపాలలా మీ మస్తిష్కంలో ఎన్నో ఆలోచనలు ఒకదానితో ఒకటి పోటీపడుతూ వెలగటం మొదలుపెడతాయి.

ఉదాహరణకి, మీ మొదటి ప్రశ్న ఇలా ఉంటుందనుకుందాం, "రాబోయే ఇరవై నాలుగు నెలల్లో నా ఆదాయాన్ని 1,00,000 డాలర్లకి ఎలా పెంచుకోగలుగుతాను?" దీనికి మీరిచ్చే జవాబుల్లో ఒకటి, "ప్రతిరోజూ రెండుగంటలు అదనంగా పనిచేసి," కావచ్చు.

ఈ జవాబుని మీరు మరో తెల్లకాయితం మీద ప్రశ్నలాగా రాసుకోవచ్చు : "ప్రతిరోజూ రెండు గంటల కాలాన్ని పనికోసం అదనంగా సంపాదించుకోటానికి నేనేం చెయ్యాల్సి ఉంటుంది?" సమయాన్ని ఆదా చేసేందుకు మీరు ప్రతిరోజూ రెండుగంటలు అదనంగా వాడుకునేందుకు పనికివచ్చే ఉపాయాలని ఇరవై జవాబులుగా రాసుకోవచ్చు.

మీరు ఎంచుకునే జవాబు ఏదైనా సరే, వెంటనే దాన్ని అమలుచెయ్యండి. ఏదో ఒకటి చెయ్యండి, ఏదైనాసరే చెయ్యండి. ఈ విషయంలో మీరు ఎంత త్వరగా పని ప్రారంభిస్తే అంతగా మీ మనసులో ఆలోచనలూ, ఉపాయాలూ ప్రవహించటం

కొనసాగుతుంది. కానీ మీలో ఆలోచనలు తలెత్తాక మీరు ఏమీ చెయ్యకుండా ఊరుకుంటే, సృజనాత్మకత ప్రవహించటం మానేసి పూర్తిగా నిలిచిపోతుంది.

## మానసిక మథనాన్ని ప్రతి లక్ష్యానికీ ఉపయోగించుకోండి

ఈ అభ్యాసాన్ని చేసేందుకు అన్నిటికన్నా మంచి సమయం, ఉదయం. మీ లక్ష్యాలని నోటుపుస్తకంలో మరోసారి రాసుకున్న మరుక్షణం, ప్రతి ఉదయం, మీరు ఒక లక్ష్యాన్ని ఎంచుకుని, దాన్ని ప్రశ్నలాగ రాసుకోండి. తరవాత ఆ ప్రశ్నకి ఇరవై జవాబులు రాయండి. వెంటనే ఆ జవాబుల్లో ఒకదాన్ని అమలుపరచండి.

ఒకవేళ ఆ లక్ష్యం పెద్దదీ, ముఖ్యమైనదీ అయినట్టయితే ఈ అభ్యాసాన్ని మీరు మళ్లీమళ్లీ కొనసాగించచ్చు. మళ్లీమళ్లీ ఒకే జవాబుని రాయటం గురించి ఆందోళన పడకండి. ఈ అభ్యాసాన్ని మీరు చేసినకొద్దీ, అసలు ఎన్నడూ ఎదురుచూడని గొప్ప ఆలోచనలు మీకు తట్టే అవకాశం ఉంటుంది. అలాటి ప్రేరణ కలిగించే మెరుపులాటి ఆలోచన మనసులో మెదలటానికి ఎన్నో రోజులు, ఒక్కోసారి వారాల సమయం పట్టచ్చు. మీరు ఓర్పుతో, సంకల్పంతో ప్రయత్నాన్ని కొనసాగిస్తే అది తప్పకుండా జరుగుతుంది.

## ఆలోచనలని సృష్టించటం తాలూకు సంచిత (cumulative) శక్తి

ఈ అభ్యాసాన్ని వారంలో ఐదురోజులు ప్రతి ఉదయం చెయ్యటం గురించి ఊహించుకోండి. మీ మెదడుకి విశ్రాంతి ఇచ్చేందుకు శనాదివారాలు మీరు సెలవ తీసుకోవచ్చు. వారంలో ఐదురోజులపాటు ఈ అభ్యాసం చేస్తే, ఒక వారంలో మీరు వంద ఆలోచనలని సృష్టించగలుగుతారు. దీనిని ఒక ఏడాదిలో యాభైవారాలపాటు అభ్యసిస్తే, తరువాతి పన్నెండు నెలల్లో ఐదువేల ఆలోచనలని పుట్టించగలుగుతారు. ఇక సెలవుదినాల్లో మీరు ఆలోచించవలసిన అవసరమే ఉండదు.

ఇక మీరు లక్ష్యం వైపుకి వేగంగా వెళ్లేందుకు మీకు సాయం చేసే విధంగా ప్రతిరోజూ ఒక కొత్త ఆలోచనని అమలుపరిస్తే, రోజుకి ఒక ఆలోచన చొప్పున దాన్ని వారానికి ఐదురోజులతో హెచ్చవేస్తే, ఆ వచ్చిన జవాబుని ఏడాదికి యాభై వారాలతో హెచ్చవేస్తే, వచ్చే జవాబు, మీరు జీవితంలో అమలుపరిచేవి ఏడాదికి 250 కొత్త ఆలోచనలు.

ఇప్పుడొక ప్రశ్న : ఈ అభ్యాసాన్ని క్రమం తప్పకుండా కొనసాగించినట్టయితే, మీ జీవితం మీదా, భవిష్యత్తు మీదా దాని ప్రభావం ఉంటుందా? ఒక ఏడాదికాలంలో చాలా తక్కువ ఆలోచనలతో జీవించే మనుషులుండే ఈ ప్రపంచంలో, ఈ అభ్యాసం వల్ల మీ రంగంలో మీరు ఇతరులకన్నా మెరుగ్గా ఉండగలుగుతారా? దీన్ని మీరు ప్రతిరోజూ చేసినట్టయితే, మీరు ఏ పనిని చేపట్టినా త్వరలోనే ధనాన్నీ, విజయాన్నీ సంపాదించుకోగలుగుతారని అనుకుంటున్నారా? జవాబు స్పష్టంగానే ఉందనుకుంటా.

ఒక్క మంచి ఆలోచన ఏళ్లకొద్దీ శ్రమపడవలసిన అగత్యాన్నీ, వేలకొద్దీ డాలర్ల ఖర్చునీ లేకుండా చేస్తుంది. ఎన్నో మంచి ఆలోచనలు కలిసి, తప్పకుండా మీకు ధనాన్నీ, సంతోషాన్నీ, విజయాన్నీ అందించగలవు.

## పరిష్కారం మీద దృష్టిపెట్టండి

ముందే చెప్పినట్టు, విజేతలెప్పుడూ పరిష్కారాలవైపు తీవ్రమైన మొగ్గు చూపుతారు. నిజానికి జీవితంలో అంతులేకుండా సమస్యలూ, కష్టాలూ వరసగా వస్తూనే ఉంటాయి. ఈ సమస్యల నదికి అప్పుడప్పుడూ *గండాలు* అడ్డుపడుతూ ఉంటాయి. వాటి ముందు సమస్యలు చాలా చిన్నవిగా కనిపిస్తాయి.

అసలు, మీ జీవితంలో మీరు తలమునకలుగా ఉన్నప్పుడు, జీవితాంతం రెండు మూడు నెలలకొకసారి మీరు సంకట పరిస్థితుల్ని ఎదుర్కొంటూనే ఉంటారు. వ్యాపారంలో, కుటుంబంలో, ఆర్థికంగా, ఆరోగ్యం విషయంలో, ఇంకా ఎన్నో రకాలుగా సంక్షోభాలు ఎదురవుతాయి. సముద్రపు అలల్లాగ అవి ఆగకుండా వస్తూనే ఉంటాయి. మీరు అదుపులో పెట్టుకోగల ఒకే ఒక పార్శ్వం, ఆ సమస్యలకీ, సంకటాలకీ మీరు ప్రతిస్పందించే విధానం. మీ విజయానికి కీలకస్థానం కూడా అక్కడే ఉంది.

విజేతలు సమస్యలకి అమోఘంగా స్పందిస్తారు. పనికిమాలినవాళ్లు ఆ పని చెయ్యరు. విజేతలు గుండెలనిండా ఊపిరి పీల్చుకుని, విశ్రాంతిగా, స్పష్టంగా ఆలోచిస్తారు. ప్రతీ పరిస్థితిలోనూ వాళ్లు మంచినే చూస్తారు. విలువైన పాఠాన్ని నేర్చుకుంటారు. అన్నిటికన్నా ముఖ్యంగా, వాళ్ల దృష్టి పరిష్కారం మీదే ఉంటుంది. ఏం జరిగిందనే దాన్ని గురించీ, దీనికి బాధ్యులెవరనేదాన్ని గురించీ కాకుండా, ఏం చెయ్యాలి అనేదాన్ని గురించి ఆలోచిస్తారు.

## ప్రతి సమస్యనీ చక్కగా పరిష్కరించే ప్రయత్నం చెయ్యండి

లెక్కల్లో ప్రశ్నలకి సమాధానాలని కనుక్కునేందుకు ఒక ప్రక్రియ ఉన్నట్టే, వ్యాపారంలోనూ, జీవితంలోనూ సమస్యలని పరిష్కరించేందుకు ఒక ప్రక్రియ ఉంటుంది. దాన్ని నేర్చుకుని మీరు ఇకమీదట జీవితాంతం వాడుకోవచ్చు. వ్యాపారంలో సమస్యలని పరిష్కరించేందుకు, పద్ధతి ప్రకారం క్రమబద్ధంగా దాన్ని ఎదుర్కోవలసిన అవసరం ఉంది.

- *మొదటి మెట్టు : సమస్యని స్పష్టంగా నిర్వచించండి.*

సరైన నిర్వచనాన్ని ఇస్తే సమస్య సగం పరిష్కారమైనట్టే. సమస్య ఏమిటి అనేది ఎవరికీ స్పష్టంగా తెలియకపోవటం వల్ల, దాన్ని పరిష్కరించేందుకు మార్గాలని వెతుక్కుంటూ, తడుముకుంటూ ఉండి ఎంత సమయాన్ని వృథా చేస్తామో చూస్తే ఆశ్చర్యం వేస్తుంది.

- ***రెండో మెట్టు : ఈ సమస్యకి అసలు కారణాలంటూ ఉన్నవి ఏమిటి? అని ప్రశ్నించుకోండి.***

సమస్యకి స్పష్టంగా తెలిసిపోతున్న కారణాలనీ, అంత స్పష్టంగా కనిపించని కారణాలనీ రెండిటినీ వెతకండి. అసలు సమస్య ఎలా ప్రారంభమైంది? దాని మూలాలేవి? దేనివల్ల అది చోటుచేసుకుంది? ఏ ముఖ్యమైన మార్పువల్ల ఈ సమస్య ఉత్పన్నమైంది? ఎటువంటివి ముందే ఊహించుకోవటం ఈ సమస్యకి దారితీసింది? ఒక రోగిని డాక్టర్ క్షుణ్ణంగా పరీక్షించినట్టే, మీరు సమస్యని ఏకీలుకాకీలు విడగొట్టిన తరవాతే దాన్ని పరిష్కరించేందుకు ప్రయత్నించాలి.

- ***మూడో మెట్టు : దీనికి ఎన్ని రకాల పరిష్కారాలు ఉన్నాయి? అని ప్రశ్నించుకోండి.***

అందరు మనుషులకీ ఉండే ధోరణి ఏమిటంటే, ఒక సమస్య పరిష్కారం నించి ఏదో ఒక రకమైన పరిష్కారాన్ని కనుక్కుని దాన్ని ముగించటం వైపుకి గెంతటం. "దీనికి మరో పరిష్కారం ఏముంది?" అని ఎప్పుడూ అడగండి.

ఒక్కోసారి అన్నిటికన్నా మంచి పరిష్కారం ఏమీ చెయ్యకుండా ఊరుకోవటమే. ఇంకోసారి వీలైనంత సమాచారాన్ని సమకూర్చుకోవటం అత్యుత్తమమైన పరిష్కారం అవుతుంది. మరోసారి, అది మీకు సంబంధించిన సమస్య కాదని గ్రహించి దానికి బాధ్యులైనవారికి దాన్ని అందించటం సరైన పరిష్కారం అవుతుంది.

- ***నాలుగో మెట్టు : ఈ పరిష్కారం సాధించవలసినది ఏమిటి? అని అడగండి.***

ఒకసారి రకరకాల పరిష్కారాలని గుర్తించాక, ఏ పరిష్కారం ఎక్కువ ఆకర్షణీయంగా ఉందో నిర్ణయించేందుకు ఉన్న మార్గం ఒకటే, ఆ పరిష్కారం వల్ల మీరు సాధించదల్చుకున్నది ఏమిటి అని ముందే తెలుసుకోవటం.

"ఆపరేషన్ విజయవంతంగా ముగిసింది కానీ రోగి చనిపోయాడు," అనే వాక్యం మీరు వినే ఉంటారు. ఒక పరిష్కారాన్ని ప్రవేశపెట్టి, ఆచరణలో పెట్టటం సామాన్యంగా మనమందరం చేసే పనే, కానీ సమస్య పరిష్కారం అవకపోవటమే కాదు, మనం ఏమీ చెయ్యకముందు ఉన్న పరిస్థితి ప్రస్తుతం మరింత పాడయినట్టు తెలుసుకుంటాం.

సమస్యని పరిష్కరించటం అనే పనిని ప్రారంభించేముందు మీ మనసులో ఉన్న ప్రయోజనాన్ని మీరు ఎంచుకునే పరిష్కారం పూర్తిచేసేట్టు జాగ్రత్త పడండి.

- ***ఐదో మెట్టు : పరిష్కారాన్ని అమలుపరిచే బాధ్యత ఎవరికైనా అప్పజెప్పండి, లేదా మీరే దాన్ని తీసుకోండి.***

ఒకసారి ఆదర్శమైన పరిష్కారం ఇదేనని నిర్ణయించుకున్నాక, దాన్ని

అమలుపరిచేందుకు గడువుతేదీని నిర్ణయించండి. ఆ పరిష్కారం సరిగ్గా పనిచేస్తుందో లేదో తెలుసుకునేందుకు ఒక ప్రమాణాన్ని కూడా ఏర్పరచుకోండి.

సమస్య పరిష్కరించేందుకు జరిగే చర్చలో ఏదైనా సమస్య గురించి ఏకాభిప్రాయానికి రాలేకపోయినప్పుడు, దానికి ఎవరో ఒకరికి బాధ్యత అప్పగించి, గడువు కూడా పెట్టినప్పుడు, ఎటువంటి పరిష్కారాన్నీ పొందలేని ఆ సమస్య మళ్లీమళ్లీ తలెత్తుతూ ఉంటుంది.

ఒక సమస్యని పరిష్కరించే ప్రయత్నం మీకొక అలవాటుగా మారేదాకా దాన్ని అభ్యసించండి. మీరు మరింత చక్కగా ఎలా పనిచెయ్యగలుగుతారో, ఈ పద్ధతిని పాటిస్తే మీకు దక్కే ఫలితాలు మరింత మెరుగ్గా ఎలా ఉంటాయో చూసి, మీరే ఆశ్చర్యపోతారు.

## విజయానికీ, సాఫల్యానికీ ఒక కీలకం

శతాబ్దాల కాలంగా జరిగిన యుద్ధాలనీ, యుద్ధకళనీ అధ్యయనం చేస్తున్నప్పుడు, ఒక చిన్న సైన్యం తనకన్నా ఎంతో బలమూ, బలగమూ గల పెద్ద సైన్యాన్ని ఓడించటం గురించిన పరిస్థితులని చదివి నేను విస్మితుడినయేవాణ్ణి. ప్రతీసారీ నేను గమనించినదేమిటంటే, సంఖ్య తక్కువగా ఉన్న చిన్న సేన, చాలా పద్ధతిగా యుద్ధం చేసింది, దాని వ్యవస్థీకరణ మెరుగ్గా ఉంది, పెద్దసేనతో పోలిస్తే మరింత సక్రమంగా పథకాలు వేసుకుని, ఆక్రమణ చేసే సమయంలో వాటిని అనుకున్నట్టుగా అమలు పరిచింది. పెద్దసేనకి ఇటువంటి లక్షణాలేవీ లేవు.

ఇదే విధంగా, ఒక మామూలు మనిషి, సమస్య పరిష్కారానికి అవసరమైన ప్రణాళిక వేసుకోగలిగితే, విపరీతమైన తెలివితేటలూ, చదువుసంధ్యలూ ఉండేవాళ్లయి నప్పటికీ, సమస్యలని పరిష్కరించేందుకు ఒక పద్ధతీ, ప్రక్రియా లేకుండా సమస్యలమీద దాడిచేసేవాళ్లచుట్టూ చక్కర్లు కొట్టగలుగుతాడు.

ఈ రెండు పద్ధతులూ, మానసిక మథనం, పద్ధతి ప్రకారం పనిచెయ్యటం, మీ జీవితంలో ఎదురయే తప్పించుకోలేని సమస్యలనీ, కష్టాలనీ ఎదుర్కోటానికి బ్రహ్మాండంగా ఉపయోగపడతాయి.

### రాసి పెట్టుకోండి

మీ ఆలోచనలని కాయితం మీద రాసిపెట్టుకోవాలని ఎప్పుడూ కూడా గుర్తుంచుకోండి. మీరలా రాసిపెట్టుకున్నప్పుడు మీ మెదడుకీ, చేతికీ మధ్యన ఏదో జరుగుతుంది. విషయాలు మీకు మరింత స్పష్టంగా ఉన్నట్టూ, అర్థం అయినట్టూ అనిపిస్తుంది. మీరు ఇంకా బాగా ఆలోచించగలుగుతారు, మీ దృష్టి మరింత పదునవుతుంది. మీరు ఏదో ఒక నిర్ణయం తీసుకునేందుకు ప్రయత్నిస్తున్నప్పుడు అన్ని విషయాలనీ రాసుకోవటం వల్ల మీరు మరింత చురుగ్గా, సృజనాత్మకంగా ఆలోచించగలుగుతారు.

## చదరంగంలో రాబోయే కదలికలని ముందే ఊహించండి

మీరు చెయ్యగల సృజనాత్మకమైన ఆలోచనా విధానాల్లో అన్నిటికన్నా శక్తిమంతమైన వాటిలో, "పరిస్థితిని ఊహించటం" అనేది ఒకటి. పరిస్థితిని ఊహించటంలో జీవితం అనే ఆటలో వెయ్యబోయే ఎన్నో అడుగుల్ని ముందే ఆలోచించి, భవిష్యత్తులో ఏం జరగబోతోందో ఊహిస్తారు.

భవిష్యత్తుని చాలామటుకు మనం చూడలేకపోయినా, ఈరోజు కనిపిస్తున్న కొన్ని వైఖరులు భవిష్యత్తులో కూడా కొనసాగుతాయి. మీచుట్టూ జరుగుతున్న కొన్ని రకాల సంఘటనలు మరోవైపుకి మళ్ళించి అడ్డుకోనట్టయితే, ఈ వైఖరుల మీద తమ ప్రభావం చూపుతాయి. బొత్తిగా ఎదురుచూడని సంఘటనలు తలెత్తి, మీ ప్రణాళికలని పూర్తిగా మార్చుకోవలసిన అవసరం కలుగుతుంది.

## రెండు ప్రశ్నలకి జవాబు చెప్పండి

రాబోయే పరిస్థితులని ఊహించటంలో, మిమ్మల్ని మీరు రెండు ప్రశ్నలు అడగాల్సి ఉంటుంది. మొదటిది, రాబోయే నెలల్లోనూ, ఏళ్ళలోనూ, నా వ్యాపారాన్ని గాని, నా వ్యక్తిగత జీవితాన్ని గాని వ్యతిరేకంగా ప్రభావితం చెయ్యగల మూడు అతిపెద్ద విషయాలేవి?

వాటిని రాసుకోండి. మీపట్ల మీరు నిజాయితీగా ఉండండి. అత్యుత్తమమైన ఫలితాలు దొరకాలని ఆశించటానికి ఒప్పుకోకండి. ఉదాహరణకి, మీరు వస్తువులని కాని, సేవలనికాని అందించిన మీ ఖాతాదారు అందరికన్నా అత్యుత్తమమైనవాడైనప్పటికీ, వాటికి డబ్బు చెల్లించలేకపోయాడని ఊహించండి. అప్పుడు మీరేం చేస్తారు? మీ ప్రతిక్రియ ఎలా ఉంటుంది? ఇటువంటి పరిస్థితి రాకుండా ఎటువంటి జాగ్రత్తలు తీసుకుంటారు?

తరవాతి ప్రశ్న, భవిష్యత్తులో నా జీవితంలో జరగబోయే మూడు అత్యుత్తమమైన సంఘటనలు ఏవై ఉండచ్చు?

ఈ రెండు ప్రశ్నలకీ మీరిచ్చే జవాబులతో, మీరు ఎటువంటి ఫలితాన్నైనా ఎదుర్కొనేందుకు మనసుని మథించటం ద్వారా సిద్ధంగా ఉండగలుగుతారు. అది ఒకవేళ పెద్ద అపజయమైతే, ఈ అపజయం కలగకుండా జాగ్రత్తపడేందుకు ఏం చెయ్యాలి? అని ప్రశ్నించుకోండి. తరవాత ఆ ప్రశ్నకి ఇరవై జవాబులని సృష్టించండి.

ఒకవేళ అది ఒక అవకాశమే అయితే, ఈరోజు దొరికిన ఈ అవకాశం మళ్ళీ మళ్ళీ దొరికేందుకు ఏం చెయ్యాలి, లేదా దీన్నించి లాభాలని ఎలా పొందాలి? అని ప్రశ్నించుకోండి. ఈ ప్రశ్నకి కూడా ఇరవై జవాబులు రాయండి.

ఈ ప్రశ్నల్లో ఏదో ఒకదాన్ని అడిగిన ప్రతిసారీ, మీలో ఒక మెరుపు మెరిసినట్టు ఆలోచనలూ, ఉపాయాలూ తలెత్తుతాయి. ఈ కీలకమైన ప్రశ్నల గురించి మీరు

ఆలోచించిన కొద్దీ, మీ అతిచేతనకి ప్రేరణ కలిగించి, మెరుపుల్లా ఆలోచనలూ, ఉపాయాలూ తట్టి, అవకాశాలని అందుకోటం, ప్రమాదాలని నివారించటం చెయ్య గలుగుతారు.

## మీ ఎంపికలని అభివృద్ధి చేసుకోండి

మీ జీవితంలో అన్నిటికన్నా ముఖ్యమైన తత్వం ఎంపికలని అభివృద్ధి చేసుకోవటం చుట్టూ తిరుగుతూ ఉండాలి. నియమం ఏమిటంటే, ప్రత్యామ్నాయాలు బాగా ఎక్కువగా ఉన్నప్పుడే, మీకు స్వేచ్ఛ లభిస్తుంది.

మీ లక్ష్యం సంతోషంగా ఉండటం, విజయాన్నీ, స్వేచ్ఛనీ సాధించటం అయినట్టయితే, మీకు ఎంపిక చేసుకునే అవకాశాలుండాలి.

ఎటువంటి పరిస్థితిలో అయినా, ఒకటికన్నా ఎక్కువ ఉపాయాలని వాడుకునే అవకాశం ఉండాలి. ఒకే ఒక మార్గం మాత్రమే ఉండేట్టుగా మీరు ఏ పరిస్థితిలోనూ చిక్కుకుపోకూడదు.

మీరు మొదటిసారి ఉద్యోగంలో చేరినప్పుడూ, మొదటిసారి పెట్టుబడి పెట్టినప్పుడూ, లేదా జీవితంలో మరే పనినైనా మొదటిసారి చేసినప్పుడూ, మీరు వెంటనే దానికి ఒక ప్రత్యామ్నాయాన్ని తయారుచేసుకోవటం మొదలుపెట్టాలి, ఎందుకంటే అనుకోని అడ్డంకులు ఏర్పడచ్చు.

## ప్లాన్ బి ని తయారుచేసుకోండి

"ఐరన్ చాన్సలర్" అని పందొమ్మిదో శతాబ్దంలో పేరు సంపాదించుకున్న ఒట్టో వాన్ బిస్మార్క్, తన జీవితకాలంలో అందరికన్నా గొప్ప రాజకీయనాయకుడనిపించుకున్నాడు. ఒకదానితో ఒకటి పోటీపడుతున్న దేశాలనీ, ప్రాంతాలనీ, శక్తులనీ మోసం చేసి జర్మనీని ఒక ఏకీకృత దేశంగా రూపొందించగలిగాడు. అతని రాజకీయ జీవితం నిరంతరం సంప్రదింపులతో నిండి ఉండేది. అందులో ఒక్కోసారి విజయం లభిస్తే మరోసారి ఓటమి లభించేది.

సంప్రదింపులు మొదలుపెట్టకమునుపే మరో ప్రత్యామ్నాయ పథకాన్ని సిద్ధం చేసుకుని పెట్టుకోటంలో బిస్మార్క్ ప్రసిద్ధి చెందాడు. అసలు దీని పేరే "బిస్మార్క్ ప్లాన్"గా మారిపోయింది – అది ఒక "ప్లాన్ బి". ముఖ్యమైన వ్యాపార విషయాల్లోనూ, వ్యక్తిగత జీవితంలోనూ మీకొక "ప్లాన్ బి" ఉండటం అవసరం.

మీ "ప్లాన్ బి" ఏమిటి? ప్రస్తుతం మీరు చేస్తున్న ఉద్యోగంలో, వృత్తిలో, పరిశ్రమలో, పనితీరులో మీకు విజయం లభించకపోతే, దాని స్థానంలో ఉపయోగించుకునేందుకు మీకు మరొక ప్రణాళిక ఉందా? మీకున్న ప్రత్యామ్నాయాలేవి? మీరు ప్రస్తుతం మదుపుపెట్టిన పెట్టుబడులూ, 'ఎంతో జాగ్రత్తగా ఆలోచించి తయారుచేసిన

పథకాలూ" పనిచెయ్యకపోతేనో? రేపు మీరు వీధిన పడితే, లేదా మళ్లీ మొదట్నించీ మొదలుపెట్టాల్సి వస్తే?

మీకు ఎన్ని ఎక్కువ ప్రత్యామ్నాయాలుంటే, మీకు అంత ఎక్కువ మానసిక స్వేచ్ఛ లభిస్తుంది, పరిస్థితులని అదుపు చేసే శక్తి అంత ఎక్కువగా ఉంటుంది. మీరు చేసే పనిని రకరకాలుగా చెయ్యటానికి ఎక్కువ మార్గాలని ఎంచుకున్నప్పుడు, మీలో ఆత్మ విశ్వాసం కూడా పెరుగుతుంది. అందుకే మీ జీవితంలో మొదట్నించీ చివరిదాకా "పనిచేసే స్వేచ్ఛ"ని ఎక్కువగా విస్తరింపజేసుకోవటం అనేది మీరు చెయ్యవలసిన అతిముఖ్యమైన పనుల్లో ఒకటి. మీ సృజనాత్మకతని, ఎప్పుడూ ప్రత్యామ్నాయాల్నీ, ఎంపికలనీ అభివృద్ధి చేసుకోటానికి ఉపయోగించండి - ప్రస్తుతం అంతా ఎంత సవ్యంగా ఉన్నప్పటికీ.

## దీర్ఘకాలిక ఆలోచనలు

మీ వ్యాపారంలోనూ వృత్తిలోనూ వీలైనంత ఎక్కువ డబ్బు సంపాదించి ఆర్థిక స్వాతంత్ర్యాన్ని సంపాదించుకోవటమే మీ అంతిమ లక్ష్యం అవాలి. ఏదో ఒక రకమైన అదనపు "విలువని జోడించటం" నుంచి అన్నిరకాల లాభాలూ, ఆర్థిక విజయాలూ మన సమాజంలో చోటుచేసుకుంటాయి. మీరు విలువని జోడించినప్పుడు, ఆ విలువలో కొంతభాగాన్ని పెరిగిన ఆదాయంగా, లాభంగా, లేదా డివిడెండ్లుగా దక్కించుకునే స్థితికి మీరు చేరుకుంటారు. మార్కెట్ ఆర్థికవ్యవస్థకి ఇది ప్రధాన నియమం, మిగిలిన ప్రాథమిక ఆర్థిక నియమాలలాగే, ఈరోజు పనిచేస్తున్న చాలామందికి దీన్ని గురించి తెలియకపోవటం, దీన్ని అపార్థం చేసుకోవటం చూస్తూ ఉంటాం.

మానసికమథనాన్ని అభ్యసించేప్పుడు మీరడగవలసిన ప్రశ్నలలో ఒకటి, నా ఖాతాదారుల దృష్టిలో నావిలువ పెంచుకునేందుకు నేనేం చెయ్యాలి?

మీరు ఇలా ప్రశ్నించుకోవచ్చు, నాకు ఆదర్శమనిపించే ఖాతాదార్లు ఎవరు? అలాటి వాళ్లు ఎక్కువమంది నాదగ్గర కొనేట్టుగా ఆకర్షించేందుకు నేనేం చేస్తే బావుంటుంది?

అన్నిటికన్నా మంచి ప్రశ్న, నేను కోరుకునే ఖాతాదార్లలాటివాళ్లనే అచ్చంగా సంపాదించుకునే అర్హత కావాలంటే నేనేం చెయ్యాల్సి ఉంటుంది? అందుకోసం మీరేం చెయ్యాలో ఆలోచించండి.

## విలువని నిరంతరం జోడిస్తూ ఉండండి

పనులు మరింత వేగంగా, చక్కగా, చవగ్గా, సులభంగా చేస్తూ విలువని జోడించేందుకు, మీ సృజనాత్మకతని ఉపయోగించుకునే కొత్త మార్గాలని నిరంతరం వెతకండి. ల్యాటిన్ నుంచి ఆంగ్లంలోకి వచ్చిన "డిజర్వ్" అనే పదానికి అర్థం "సేవనించి" అని. మీ

ఖాతాదార్లకి ఏదో విధంగా మెరుగైన సేవలని అందిస్తూ, గొప్ప బహుమతులు పొందే అర్హత సంపాదించుకునేందుకు మార్గాలు వెతకండి.

అంతిమ విశ్లేషణలో, సమాజంలో ఒక సభ్యుడిగా, ఆర్థికవ్యవస్థలో ఒక "ఆటగాడిగా", మీ పోటీదార్లకన్నా మీలో జనానికి మంచి సేవలందించే సామర్థ్యం ఉన్నట్టయితే, మీకు డబ్బూ బహుమతులూ అందుతాయి. మీ తెలివితేటల్నీ, సృజనాత్మకతనీ ప్రతిరోజూ ఉపయోగిస్తూ, కంపెనీలో, పరిశ్రమలో, ఈ లోకంలో మీ విలువని పెంచుకుంటూ పోయేందుకు మార్గాలని వెతకండి. ఇదే ఒక వ్యక్తి అసాధారణ ప్రతిభకి ప్రమాణం.

## మీలో పుట్టుకతోనే ఉన్న సృజనాత్మకతని వెలికితియ్యండి

1. మీకు అన్నిటికన్నా ముఖ్యమైన లక్ష్యాన్నో, లేక అన్నిటికన్నా పెద్ద సమస్యనో ఎంచుకుని, ఒక తెల్లకాయితం పై భాగంలో దాన్ని ఒక ప్రశ్నలా రాయండి. ఆ తరవాత క్రమశిక్షణతో దానికి ఇరవై జవాబులని ఆలోచించి రాయండి. వెనువెంటనే వాటిలో ఒక జవాబుని అమలుపరచండి.

2. పద్ధతి ప్రకారం ఒక్కో సమస్యనీ తీసుకుని దానికి స్పష్టమైన నిర్వచనాన్ని ఇవ్వండి, తగిన పరిష్కారాలని కనుగొనండి, నిర్ణయం తీసుకోండి, ఆ తరవాత వీలైనంత త్వరగా ఆ పరిష్కారాన్ని అమలుపరచండి.

3. కాయితం మీద ఆలోచించండి. ఒక సమస్య లేదా లక్ష్యం తాలూకు వివరాలన్నిటినీ కాయితంమీద రాయండి, సమస్యని పరిష్కరించేందుకో, లక్ష్యాన్ని సాధించేందుకో పనికొచ్చే సరళమైన, ఆచరణయోగ్యమైన మార్గాలని వెతకండి.

4. రాబోయే కొన్ని నెలల్లో మీ జీవితంలో జరగబోయే అత్యుత్తమమైన సంఘటనలనీ, ఘోరమైన సంఘటనలనీ గుర్తించండి. ఘోరమైన పరిణామాల ప్రభావాన్ని తగ్గించేందుకూ, అత్యుత్తమమైన ఫలితాలనీ, లాభాలనీ ఎక్కువ చేసేందుకూ ఏం చెయ్యాలో నిర్ణయించండి.

మీ అభిప్రాయాలే మీకెంత స్వేచ్ఛ ఉందో నిర్ణయిస్తాయి. మీ వ్యాపారంలోనూ, నిజజీవితంలోనూ, ముఖ్యమైన పార్శ్వాలు ఒక్కొక్క దానికోసమూ, 'ప్లాన్ బి'ని ఒకదాన్ని తయారుచేసుకోండి.

# 20
# ప్రతిరోజూ ఏదైనా చేయండి

*నా చేతిలోవున్న పనిని ప్రతిరోజూ నేను చేస్తూండడంవలన నాకు విజయం సాధ్యమైంది.*
**- జానీ కార్సన్**

విజయం సాధించడంలో కొంతమంది యితరుల కన్నా ముందు ఎందుకున్నారన్న విషయం తెలుసుకోవడానికి కొన్ని సంవత్సరాలుగా ఎన్నో అధ్యయనాలు జరిగాయి. కొన్ని వందల, వేలమంది సేల్స్ పీపుల్, సిబ్బంది, మేనేజర్లను ఇంటర్వ్యూ చేశారు, పరీక్షించారు, అధ్యయనం చేశారు. విజయం సాధించడంలోని సామాన్యాంశాన్ని కనుక్కోడానికి ప్రయత్నించారు. వాళ్లు మళ్లీ మళ్లీ కనుక్కున్న ముఖ్యమైన అంశం - 'చర్యవేపు మొగ్గు' (action orientation) అనేది.

విజేతలు చర్యవేపు ప్రగాఢంగా మొగ్గుచూపుతారు. వైఫల్యం చెందిన వారికన్నా వేగంగా వాళ్లు కదులుతుంటారు. వాళ్లెప్పుడూ పనిలోనే వుంటారు. వాళ్లు యింకా, మరింకా... కష్టపడి పని చేస్తుంటారు. పొద్దున్నే ముందుగా పని ప్రారంభించి, సాయంకాలం కొంచెం ఆలస్యంగానే పనిచేస్తారు. ఎప్పుడూ చైతన్యవంతులుగానే వుంటుంటారు.

ఇకపోతే పరాజితులు తమ పనినెప్పుడూ ఆలస్యంగానే మొదలెట్టి, మధ్యలోనే విడిచిపెట్టేస్తుంటారు. అయితే కాఫీ బ్రేక్‌లను, లంచ్ బ్రేక్‌లను, మెడికల్ లీవ్‌లను సెలవుదినాలని మాత్రం ప్రతీక్షణం గుర్తుంచుకుంటారు. అప్పుడప్పుడూ వాళ్లు "నేను ఆఫీసులో లేనప్పుడు, పని గురించి ఎప్పుడూ ఆలోచించను," అని గొప్పలకు పోతుంటారు.

## అపజయం గురించి ఒక కథ

మాదగ్గర ఒక ఉద్యోగి వున్నాడు, అతనెప్పుడూ ఆలస్యంగానే ఆఫీసుకి వస్తూంటాడు. మేము ఆ విషయం గురించి అతన్ని అడిగినప్పుడు తను లేటుగా రావడానికి కారణం

ట్రాఫిక్ రద్దీ అని జవాబిచ్చాడు. అతన్ని కాస్త ముందుగా బయలుదేరమనీ, ట్రాఫిక్ సమస్య లేకుండా చూసుకోమనీ సలహాయిచ్చాం. దానికి అతను, "కానీ నేను ముందుగా బయలుదేరితే, ట్రాఫిక్ లేకపోతే, ఆఫీసుకి మరీ ముందుగా చేరుకుంటాను కదా! నేను బయలుదేరాల్సిన సమయం కన్నా ముందే ఎందుకు బయలుదేరాలి, అది నావల్ల కాదు," అని అన్నాడు.

వేరే చెప్పాల్సిందేమీలేదు, మేము అతన్ని పనిలోంచి తీసేశాం, వేరే యింకొకరిని ఆపనిలోకి తీసుకున్నాం. ఆ వ్యక్తికి బాధ్యత తెలుసు, నిబద్ధత వుంది. పనిపోగొట్టుకున్న అతను ఎన్నో ఉద్యోగాలు మారాడని, తన వృత్తి జీవితంలో అధికకాలం నిరుద్యోగిగా వున్నాడని తర్వాత మాకు తెలిసింది. అతని వైఖరి అతన్ని మళ్ళీ మళ్ళీ ఓటమికి గురి చేసింది.

## నష్టపరిహార నియమం (Law of Compensation)

తన ప్రసిద్ధ వ్యాసం 'నష్టపరిహారం'లో రాల్ఫ్ వాల్డో ఎమర్సన్ - మీరు చేసిన కృషి యొక్క విలువకు ప్రత్యక్షానుపాతంగా మీకెప్పుడూ సరైన ఫలితం జీవితంలో దొరుకుతుందని రాశాడు. మీ పురస్కారాలూ బహుమతుల పరిమాణాన్ని పెంచాలనుకున్నప్పుడు, మీ ఫలితాల గుణాలని, సంఖ్యనీ పెంచాలి. మీరు ఎక్కువగా దానిలోంచి తీసుకోవాలని అనుకుంటే, అందులో ఎక్కువగా వెయ్యాలి. మరో మార్గం లేదు.

నెపోలియన్ హిల్ విజయం సాధించిన స్త్రీపురుషులలోని ఒక ముఖ్యమైన గుణాన్ని గుర్తించాడు : వారిలో చాలామంది చాలా బీదవాళ్ళు, దిగువనుంచి తమ ప్రస్థానాన్ని ప్రారంభించారు, తమ జీవితం ప్రారంభదశలోనే 'మరో మైలు ముందుకు వెళ్లాలన్నది అలవాటు చేసుకున్నారు, అదనంగా నడవవలసిన మైలు దూరంలో ఎలాంటి ట్రాఫిక్ జామ్స్ వుండవు' అన్న పాతనానుడిలోని అర్థాన్ని వాళ్లు తెలుసుకున్నారు.

## స్వయంకృషితో మిలియనేర్లు అయిన వారిలోని గుణం

స్వయంకృషితో మిలియనేర్లు అయిన వారి గురించి చేసిన ఒక అధ్యయనంలో ఎటువంటి సంపదా చేతిలో లేకుండా జీవితం ప్రారంభించిన కొన్ని వేలమంది స్త్రీ పురుషులను పరిశోధకులు ఇంటర్వ్యూ చేశారు, వారంతా తమ వృత్తి జీవితాల్లో ఎన్నో మిలియన్ల డాలర్లు పోగు చేసుకున్నారు. స్వయంకృషితో మిలియనేర్లయిన వీరంతా అనేది ఒక మాటే - తమకిచ్చే జీతాలకన్నా ఎక్కువ పనిచేయడమే తమ విజయానికి కారణం అని అంటారు. తమ మొట్టమొదటి ఉద్యోగం నుంచి తాము తీసుకున్న దానికన్నా ఎక్కువయివ్వటం అలవాటు చేసుకున్నారు. తమ గురించి ఆశించినదానికన్నా అధికంగా ప్రతీపనిలోనూ పాల్గొనేవారు.

## జీవితమంతా వృత్తిలో సాఫల్యం

గ్రాడ్యుయేటింగ్ క్లాసుల్లో బిజినెస్ స్టూడెంట్లను ఉద్దేశించి నేను మాట్లాడేటప్పుడు వ్యాపార రంగంలో తాము విజయంసాధించడానికి కొన్ని సలహాలు, ఆలోచనలు నేను యివ్వకూడదా అని తరచూ వాళ్లు నన్ను అడుగుతూంటారు. సాధారణంగా ఆందోళనతో. నేను అదే సలహాని వారందరికీ యివ్వగలను. యువకుడిగా వున్నప్పుడు నా విషయంలో అది పని చేసింది. అందరి వృత్తి జీవితాల్లోని ప్రతీ దశలోనూ అది పనిచేస్తుంది.

నా సలహాలో రెండు భాగాలున్నాయి. మొదటిది, మీ కొత్త ఉద్యోగంలో స్థిరపడిన వెంటనే, మీరు మీ పనిని బ్రహ్మాండంగా నిర్వర్తిస్తూన్నప్పుడు, మీ బాస్ దగ్గరకి వెళ్లి మీకు 'మరింత బాధ్యత'ని యిమ్మని అడగండి. వీలైనంత అధికంగా మీ సంస్థలో కృషి చేయదలచుకున్నట్టు నిర్ణయం తీసుకున్నామని చెప్పండి. మరింత బాధ్యత మీకు కావాలని వున్నట్టు అవకాశం దొరికినప్పుడల్లా దానిని చేపట్టడానికి సిద్ధంగా వున్నట్టు చెప్పండి.

ఒక పెద్ద కార్పొరేషన్‌లో నేను ఒక 'యువ ఎగ్జిక్యూటివ్‌గా దీనిని మొట్టమొదట ప్రారంభించినప్పుడు మా బాస్ చిరునవ్వుతో తలవూపుతూ నేను చూపిస్తున్న ఉత్సాహానికి నన్ను అభినందించాడు. కాని కొంతకాలం వరకు ఏమీ జరగలేదు. ప్రతీ వారం మా బాస్‌కి రిపోర్టు చేస్తూండేవాడిని, వెళ్తూ వెళ్తూ నాకు మరికొన్ని బాధ్యతల నిమ్మని అడుగుతూండేవాడిని.

## అవకాశం మీకు దొరుకుతుంది

ఇలాకొన్ని వారాలు గడిచాక, మా బాస్ నాకో ప్రాజెక్ట్ యిచ్చి దాన్ని అధ్యయనం చేసి అంచనా వెయ్యమన్నాడు. కుక్కకి ఎముకముక్క దొరికినంత ఆనందంగా నేను ఎగురుతూ పరుగెత్తాను. ఆ వారం అంతా రాత్రీపగలూ పని చేశాను. ఆ ప్రాజెక్ట్ అణువణువూ పరిశీలించాను, పరిశోధించాను, వివరాలని ఏర్చికూర్చాను, రిపోర్టులనీ, ప్రతిపాదనలనీ తయారుచేశాను. సోమవారం ఉదయం ప్రాజెక్ట్ పైన నేను రాసిన పూర్తి ప్రతిపాదనను తీసుకుని వెళ్లి మా బాస్ ముందుంచాను. ఆయన ఆశ్చర్యపోయాడు. "ఇందులో అంత తొందరపడాల్సింది ఏమీలేదు. రెండు మూడు వారాల దాకా నీదగ్గరనుంచి ఏదీ వెనక్కి వస్తుందని నేను అనుకోలేదు," అని అన్నాడు.

నా పట్ల చూపిన అభిమానానికి ఆయనకి కృతజ్ఞతలు చెప్పాను. ఆయనతో "ఈ ప్రాజెక్ట్ మూల్యాంకనం మీరు కోరినట్లే పూర్తి చేశాను. ఇకపోతే, మీరు నాకు మరికొన్ని బాధ్యతాయుతమైన పనులు యివ్వచ్చు," అన్నాను.

ఆ ప్రాజెక్ట్ రిపోర్టు యిచ్చాక త్వరలోనే నా పరిస్థితులు మారటం కొనసాగింది. ఒక వారం తర్వాత నాకో చిన్న పని యిచ్చాడు. అది పూర్తిగా నేను నిర్వర్తించే బాధ్యతలతో సంబంధం లేనిది. ఈసారికూడా నేను దానిని స్వీకరించాను చెయ్య

గలిగిందంతా చేశాను. ఒకటి రెండు వారాల తర్వాత మా బాస్ నాకు మరో పని అప్పజెప్పాడు, ఒక వారం తర్వాత యింకో పని యిచ్చాడు.

అదేమైనపప్పటికీ ప్రతి పనినీ - దాని గురించి నాకు క్షుణ్ణంగా తెలిసినా, తెలియకపోయినా నేను వెంటనే పని ప్రారంభించేవాడిని. నా ఆఫీసు టైములోనూ శని ఆదివారాలూ తరచూ పని చేసేవాడిని. వీలైనంత వేగంగా పని పూర్తి చేసి బాస్ ముందుంచేవాడిని.

## అవకాశాలని తక్షణం అందుకోండి

దీనితో నా సలహాలోని రెండో భాగంలోకి వస్తున్నాను. తమవృత్తి జీవితంలో విజయం సాధించదలుచుకున్న ప్రతీవారికోసం ఈ సలహా. మీరడిగిన బాధ్యత మీకు దొరికాక, దానిని త్వరగా నిర్వర్తించండి, వీలైనంత వేగంగా మీ బాస్‌కి దానిని గ్రెనేడ్‌కి వున్న పిన్‌ని తీసేశాక, దాన్ని విసిరేటంత వేగంతో అందజేయండి. వెంటనే కదలండి ఆలస్యం చేయవద్దు.

మరింత బాధ్యత కావాలని మీరు అడిగేటప్పుడు బాధ్యతని స్వీకరించాక, మీకిచ్చిన పనిని పూర్తి చేసినపుడు యితరులమీద అది చూపించే సానుకూల ప్రభావాన్ని చూసి మీరు ఆశ్చర్యపోతారు.

త్వరలోనే మా బాస్ నన్ను ఒక పని రాక్షసుడిగా గుర్తించాడు. వెంటనే జరగాల్సిన పని ఏదివచ్చినా, ఆయన నన్నే పిలిచేవాడు - ఇతర ఎగ్జిక్యూటివ్‌లను కాదు, వారిలో కొంతమంది ఎన్నో ఏళ్లుగా మా సంస్థలో పని చేస్తున్నారు. నేను మా సంస్థలో పైకి ఎదగసాగాను.

## మీ అవకాశం కోసం సిద్ధంగా వుండండి

ఒక రోజు మా బాస్ ఒక పనిని నా మీదకు - పోటాపోటీగా ఆడుతున్న ఫుట్‌బాల్ ఆటలో చివరిక్షణంలో ఫుట్‌బాల్‌లా - గిరవాటేసాడు. నేను దానిని అందుకుని నాలక్ష్యం వేపు దూసుకుపోయాను. వెంటనే పని మొదలుపెట్టటంవలన, కొన్ని వేల మైళ్లు విమానయానం చేయటం వలన, రాత్రీ పగలు పనిచేయటం వలన, నేనో మోసాన్ని కనిపెట్టాను, రెండు మిలియన్ల డాలర్లని కంపెనీ పోగొట్టుకోకుండా కాపాడాను. నేను ఒకటి రెండు రోజులు ఆలస్యం చేసినా, ఆ డబ్బంతా పూర్తిగా నష్టపోయి వుండేవాళ్లం.

ఆ విజయం తర్వాత, అదృష్టద్వారం తెరుచుకుంది. మొదట నాకో పెద్దపనిని, తర్వాత పూర్తిగా ఒక కొత్త డివిజన్ బాధ్యతను, తర్వాత మరో కొత్త డివిజన్, ఆ తర్వాత మూడో విభాగాన్ని యిచ్చారు. రెండు సంవత్సరాలు ఆ కంపెనీలో పని చేసేసరికి మూడు విభాగాలు, 50 మిలియన్ల డాలర్ల విలువగల వ్యాపార కార్యకలాపాలు, మూడు ఆఫీసుల్లో యాభైమంది ఆఫీసు సిబ్బంది నా పర్యవేక్షణలోకి వచ్చాయి.

నా సహోద్యోగులు సరిగ్గా తొమ్మిది గంటలకే ఆఫీసుకొస్తారు. లంచ్ టైముకి యితరులతో చేరుతారు, ఐదు గంటలకల్లా డ్రింక్స్ కోసం వెళ్తుంటారు. నేను పైస్థాయికి చేరుకోటానికి కారణం కేవలం నా 'అదృష్టం' అనీ లేదా మా బాస్ పక్షపాత ధోరణి అని వారు ఒకరితో ఒకరు చెప్పుకుంటారు. కాని, మరింత బాధ్యతని యిమ్మని అడగడం పనిని తక్షణం పూర్తి చేయటంలో వున్న ప్రాముఖ్యతని వాళ్లు నేర్చుకోలేదు.

## ఒక విజయ రహస్యం

అమెరికాలోని చాంబర్ ఆఫ్ కామర్స్ అధ్యక్షునిగా ఎన్నో ఏళ్ల క్రితం తాను పదవీ విరమణ చేస్తున్న సందర్భంలో ఏర్పాటు చేయబడ్డ డిన్నర్ ఉదంతం ఒకాయన నాతో చెప్పాడు. అమెరికాలోనూ యితర దేశాలలోనూ వాణిజ్యరంగంలో ఆయన ఎంతో పేరు గాంచాడు. వ్యాపారరంగంలోనున్న ప్రతి ఒక్కరూ కలలుకనే ఉన్నతప్రమాణాలాను ఆయన నెలకొల్పాడు.

తను యువకుడిగా ఓటమిపాలై నిరాశతో వున్నప్పుడు, హైస్కూల్ బులెటిన్ బోర్డు మీద అతికించివున్న మట్టిరంగు లంచ్‌బ్యాగ్ మీద ఒక సూక్తి తన దృష్టిలోకి వచ్చినట్టు ఆయన అన్నాడు. బులెటిన్ బోర్డ్ పక్కనుంచి వెళ్తుంటే, ఆయన ఎందుకో అక్కడ ఆగవలసివచ్చింది, లంచ్ బ్యాగ్‌పైన రాసి వున్న అక్షరాలని చదివాడు. అందులో యిలా వుంది : "మీనుంచి కొంత పనిని ఆశించినప్పుడు, దానిని మించిన పనిమీరు చేసినప్పుడు, అలా మీరు చేసిన పనికి ప్రత్యక్షానుపాతంగా మీరు మీ జీవితంలో సాధించిన విజయం వుంటుంది."

ఈ వాక్యం తన జీవితాన్ని మార్చేసిందని ఆయన తన శ్రోతలతో అన్నాడు. అంతవరకూ తన వృత్తిలో ఆయన తనకిచ్చిన పనిని తను సవ్యంగా చేసినట్టు అనుకోసాగాడు. కాని ఆ క్షణం నుంచి, ఆయన తననుంచి ఆశించినదానికన్నా అధికంగా చెయ్యాలన్న నిర్ణయం తీసుకున్నాడు. అదనంగా మరో మైలు ప్రయాణం చెయ్యాలనీ, తనకిచ్చిన జీతం కన్నా ఎక్కువ పని చెయ్యాలనీ, నిశ్చయించాడు. ఆ రోజు నుంచి మిగిలిన వృత్తి జీవితకాలం అంతా, ఆయన కాస్త ముందుగా పనిలోకి వెళ్లేవాడు, కొంచెం ఎక్కువగా కష్టపడేవాడు, కాస్త ఆలస్యంగా ఆఫీసు వదిలేవాడు. ఒక పనిలోంచి మరో పనిలోకి, ఒక కస్టమర్ నుంచి మరో కస్టమర్ దగ్గరకి త్వరత్వరగా కదిలేవాడు.

ఎప్పుడూ యిలాగే జరుగుతూంటుంది. ఆయన తన పనిని వేగవంతంగా పూర్తి చేసినకొద్దీ మరింత ఎక్కువగా అనుభవం సంపాదించసాగాడు. ఆయనకు తన అనుభవం ఎక్కువైన కొద్దీ, పనిలో మరింతగా రాణించసాగాడు. ఆయన పని మెరుగైన కొద్దీ అదే సమయంలో మరిన్ని మంచి ఫలితాలు వచ్చాయి. అతి కొద్దికాలంలోనే ఆయన ఆదాయం పెరిగింది, పదోన్నతులు మరింత వేగవంతమయాయి.

వేగంగా కదులుతూ, తన నుంచి ఆశించినదానికన్నా అధికంగా పనిచేస్తూ

ఆయన తన వృత్తి జీవితంలో ఫాస్ట్ ట్రాక్‌పై అడుగుపెట్టి, ముందుకు వేగవంతంగా దూసుకుపోసాగాడు. ఆయన త్వరలోనే ఒక కొత్త విభాగంలో పదోన్నతి పొందాడు, తర్వాత ఒక కొత్త పరిశ్రమ ఆయనకి ఉద్యోగమిచ్చి ఒక బాధ్యతని అప్పజెప్పింది. ప్రతీ విషయంలోనూ ఆయన ఒక వ్యూహాన్ని అమలు చేసాడు. మీకిచ్చే జీతంకన్నా ఎక్కువ పని చేయండి. ఇతరులు మీనుంచి ఆశించినదానికన్నా అధికంగాపని చేయండి. అదనపు మైలు దూరం ప్రయాణం చెయ్యండి. బిజీగా వుండండి. ముందుకు వెళ్తూనే వుండండి. చర్యతీసుకోండి. సమయాన్ని వృథా చేయవద్దు. ఇక ఆయన మళ్లీ వెనక్కి తిరిగి చూడలేదు.

## ఒక వ్యవస్థాపకుని వివేకం

థామస్ జెఫర్‌సన్ యిలా రాశాడు : "సోమరిగా ఎప్పుడూ ఉండనని నిర్ణయం తీసుకోండి. ఎవరైనా తనకున్న సమయాన్ని వృథాచేయనంతకాలం, ఆ వ్యక్తికి తనకి టైము సరిపోవటంలేదన్న ఫిర్యాదు చేసే అవకాశమే రాదు. మనం నిరంతరం పని చేస్తూ పోతుంటే, మనం ఎంత పని చెయ్యగలమో చూస్తే ఎంతో ఆశ్చర్యం చెందుతాం."

తర్వాత ఆయన యింకా ఇలా రాశాడు, "నా జీవితంలో నేను పక్కమీద వుండగా ఉదయిస్తున్న సూర్యుణ్ణి ఎప్పుడూ చూడలేదు."

## కాలం ఎట్టిపరిస్థితుల్లోనూ ఆగదు

ఇక్కడో ముఖ్య విషయం వుంది. సమయం ఎప్పుడూ గడిచిపోతూనే వుంటుంది. మీ జీవితంలోని వారాలు, నెలలు, సంవత్సరాలు ఎలాగో గడిచిపోతూనే వుంటాయి. ఉన్న ఒకే ఒక ప్రశ్న: మీరు మీకున్న సమయంలో ఏం చేయదలుచుకున్నారు?

రోజూ ఎలాగూ గడిచిపోతున్నప్పుడు, పనిని ముందుగా ఎందుకు ఆరంభించ కూడదు? మరికొంచెం ఎక్కువ కష్టపడకూడదు? ఇంకాస్సేపు ఎందుకు పనిచెయ్యకూడదు? దేవతలతో ఎందుకు చేరకూడదు? అందరిలోకీ బాగా పనిచేసే వ్యక్తిగా పేరెందుకు తెచ్చుకోకూడదు? ఏదైనా ఒక పని త్వరగా బాగా జరిగేటట్టు చూసే వ్యక్తి కావాలను కున్నప్పుడు, అది మీరే ఎందుకు అవకూడదు? దీనితో మీ వృత్తి జీవితం, మీరు ఊహించినంత వేగంగా ముందుకు దూసుకుపోతుంది.

## వెళ్తూండండి, ముందుకు పోతూండండి

అధిక ఆదాయం సంపాదించటానికి కీలకమైనది "విజయం యొక్క వేగగతి సిద్ధాంతం" (momentum principle of success). మీకు చలనం కలిగించి, కదిలించడానికి ఎంతో శక్తి అవసరమౌతుందని ఈ సిద్ధాంతం అంటుంది. కాని మీరు కదలటం అంటూ ఒకసారి మొదలెట్టాక, మీరు ముందుకు పోవడానికి అట్టే శక్తి అవసరముండదు.

ఈ వేగగతిసిద్ధాంతం యితర సిద్ధాంతాల్లాగే విజయం అంటే ఏమిటో వివరిస్తుంది. విజేతలు కార్యనిమగ్నులైవుంటారు. వాళ్లు వేగంగా నిద్రలేస్తారు, పని ప్రారంభిస్తారు, ముందుకు పోతూంటారు, రోజంతా ఏదో పని చేస్తూనే వుంటారు. పనిలో వున్నంతకాలం వాళ్లు పనిచేస్తూనే వుంటారు. వాళ్లు నిరంతరం కదులుతూనే వుంటారు - కదులుతున్న లక్ష్యాల్లా!

## మీ సమయాన్ని జాగ్రత్తగా ప్లాన్ చేసుకోండి

విజయం సాధించేవాళ్లందరూ తమ రోజులని, గంటలని చివరికి పావుగంటలని కూడా అతిజాగ్రత్తగా ప్లాన్ చేసుకుంటారు. ఈ విషయం గురించి జరిపిన ప్రతీ అధ్యయనంలోనూ సమయాన్ని పూర్తిగా వాడటానికోసం వేసే ప్రణాళికకీ ఎక్కువ ఆదాయం సంపాదించటానికీ మధ్య ప్రత్యక్ష సంబంధం వుంది అని తెలిసింది. మన సమాజంలో అత్యధికంగా ఆదాయం పొందే వృత్తినిపుణులు - లాయర్లు, డాక్టర్లు, యితర వైద్యసంబంధిత సిబ్బంది. అమెరికాలోని 25 శాతం స్వయంకృషిగల మిలియనేర్లు వీరే.

మన సమాజంలో అతితక్కువ ఆదాయం తెచ్చుకుంటున్న జనం తమ సమయాన్ని గురించి రోజు, వారం లేదా నెలల పద్ధతిలో ఆలోచిస్తారు. రోజులోని మొదటి సగభాగాన్ని వాళ్లు వృథా చేస్తుంటారు. మధ్యాన్నం ఆ పనిని అందుకుంటామని వాళ్లు దీన్ని సమర్ధిస్తారు. అప్పుడప్పుడు వాళ్లు వారంలో మొదటిరెండురోజులు వృథా చేస్తూంటారు. తర్వాత వారంలో పని పూర్తి చెయొచ్చని వాళ్లు ఆలోచిస్తారు. అప్పుడప్పుడు వాళ్లు నెలలో మొదటివారం లేదా రెండువారాలు వృథా చేయడం కద్దు.

## నెలసరి కోటాలలోని ఘోరమైన తప్పిదం

అనేక సంవత్సరాలు లెక్కలేనన్ని అమ్మకాల సంస్థలలో పనిచేశాను. ఈ సంస్థలలో పూర్తిగా 80 శాతం సేల్స్‌పీపుల్ నెలసరి కోటా పూర్తిచేయడానికి పనిచేస్తుంటారు, నెలలోని మొదటి మూడువారాలు తమ పనిని అశ్రద్ధ చేస్తారు, అప్పుడు హఠాత్తుగా ఆఖరివారంలో ఎంతో గాభరాగా పని చేపడతారు, తమ కోటాలను ఎలాగైనా పూర్తి చెయ్యాలని తీవ్రంగా పనిచేస్తారు.

కాని టాప్‌పీపుల్ ఎన్నడూ అలా చెయ్యరు. అత్యుత్తమస్థాయిలోవున్నవాళ్లు నెలలో మొట్టమొదటిరోజునే, గతనెల ఆఖరురోజున ఎంత కష్టపడి పనిచేశారో అంత శ్రమా పడతారు. రోడ్డుమీద మారథాన్ రేస్‌లో పాల్గొంటున్నవాడిలా పరుగెత్తుతారు. పొద్దున్న ఏడూ ఏడున్నరకలా తమ కార్లలో వుంటారు. అందరికన్నా ముందు బయలుదేరి ట్రాఫిక్‌జామ్‌ని తప్పించుకుంటారు, అలాగే సాయంకాలాలు అందరూ ఇళ్లకు వెళ్లాక కూడా లేటుగా యింకా తమ పని చేసుకుని ఈసారికూడా ట్రాఫిక్ రష్‌ని తప్పించుకుంటారు.

## శక్తిని నిరంతరం ఉత్పన్నం చేయండి

మానసికంగా, శారీరకంగా మీరు ఎంత వేగంగా కదలగలిగితే, మీకు అంత శక్తి ఉంటుంది. ఎంత వేగంగా కదిలితే, అంత సంతోషంగా వుంటారు. ఎంత ఉత్సాహ భరితంగా వుండగలిగితే, అంత సృజనాత్మకంగా ఉండగలుగుతారు. మీరు ఎంత వేగంగా పనిచేయగలిగితే అంత ఎక్కువ పనిని పూర్తిచేయగలరు, అంత ఎక్కువ సంపాదిస్తారు, అంత అధికంగా విజయం సాధించినట్లు అనుభూతి చెందుతారు.

వేగ గతి సిద్ధాంతాన్ని మీ జీవితానికి అన్వయించండి. ఒకసారి మీరు వెళ్లడం మొదలుపెడితే, ముందుకు వెళ్తూనే వుండండి. టైమ్ మేనేజ్‌మెంట్ స్పెషలిస్ట్ (సమయ నిర్వహణా నిపుణుడు) అలన్ లేకీన్ అంటాడు: "విజయం సాధించటానికి వేగగతి (ఫాస్ట్ టెంపో) అత్యవసరం." టామ్ పీటర్స్, విజయం సాధించిన అందరికీ కార్య సాధనాప్రవృత్తి వుంటుందని అంటాడు. మరింత అధికంగా పనిచేయటానికి కీలకం – మీరు అతిముఖ్యమైన పనిని ఎంపిక చేసుకుని అప్పుడు దానిని తక్షణం మొదలుపెట్టాలన్న అభిప్రాయంతో వుండాలి. విజయానికీ, కార్యసాధనకీ ఇదే నిజమైన కీలకం!

## ప్రతిరోజూ ఏదైనా చేయండి

1. ఇవాళ మీ జీవితంలో గతిని వేగవంతం చేస్తానని నిర్ణయం తీసుకోండి. ఒక పనిలోంచి మరో పనిలోకి వేగంగా కదలండి. వేగంగా నడవండి. కార్యాచరణను మరింత వేగవంతం చెయ్యండి.

2. ఒకనెలపాటు రేపే బయటకు వెళ్తున్నట్టు ఊహించుకోండి, వెళ్లేలోగా పని అంతా మీరు పూర్తిచెయ్యాలి. సెలవుల్లో వెళ్లేముందు ఎంత కష్టపడి పని చేస్తారో, ఎంత వేగంగా పూర్తిచేస్తారో అలాగే యిప్పుడూ చెయ్యండి.

3. మీకున్న సమయంలో ప్రతీ నిమిషమూ పనిచేసేటట్టు ప్రణాళిక తయారు చేయడం అభ్యసించండి. మీ పని పూర్తిచెయ్యడానికి మీ దగ్గర కేవలం సగం సమయమే వున్నట్టు ఊహించుకోండి, రోజంతా తక్షణమే పూర్తిచేయాలన్న అవగాహనతో పనిచేయండి.

4. ఎడతెగకుండా మరింత బాధ్యత కోసం అడగండి. అది మీకు దొరికాక, ఆ పనిని బాగా, వేగంగా పూర్తిచేయండి. ఈ ఒక్క అలవాటు మీకు ఎప్పుడూ అవకాశద్వారం తలుపులు తెరిచి వుంచుతుంది.

ఇకనుంచి ఒక గంట ముందుగా నిద్రలేస్తాననీ, వెంటనే కార్యరంగంలోకి దూకుతాననీ నిర్ణయం తీసుకోండి. లంచ్‌టైమ్‌లోనూ కాఫీబ్రేక్స్‌లోనూ పనిచెయ్యండి. మర్నాడు చెయ్యాల్సిన పనికోసం, ఈ రోజు ఆఫీసయాక ఒక గంట ఎక్కువసేపు పనిచెయ్యండి. ఇలా చేసిన అదనపు పనులు మీ ఉత్పాదకశక్తిని రెండింతలు చేస్తాయి, మీ వృత్తి జీవితాన్ని వేగమార్గంలో పెడతాయి.

# 21
# గెలిచేదాకా పట్టువిడవకుండా ప్రయత్నించండి

*ప్రయాసకీ, నేర్పుకీ అసాధ్యమైనవి ఏవీ ఉండవు; గొప్ప పనులు చేసేందుకు కావలసింది శక్తి కాదు, పట్టుదల.*
**- శామ్యూల్ జాన్సన్**

మీ జీవితంలోని గొప్ప విజయాలు అన్నీ పట్టుదల గెలిచిందనటానికి ద్యోతకాలే. మీకేం కావాలో నిశ్చయించుకునేందుకూ, ప్రారంభించటానికీ, ఆ తరవాత అన్ని అడ్డంకులకీ, కష్టాలకీ ఓర్చి మీ లక్ష్యాన్ని సాధించే సామర్థ్యమే మీ విజయాన్ని నిర్ధారణ చేసే అసలు కీలకం. ఇక పట్టుదలకి అవసరమైన గుణం ధైర్యం.

మీ జీవితంలో మీరు ఎదుర్కొనే అతి పెద్ద సవాలు, భయాన్ని జయించటం, ధైర్యం అనే అలవాటుని పెంపొందించుకోవటం. విన్‌స్టన్ చర్చిల్ ఒకచోట ఇలా రాశాడు, "అన్ని గొప్ప గుణాలలోకీ ధైర్యం గొప్పదని అనటం సబబే, ఎందుకంటే, దానిమీదే మిగిలినవన్నీ ఆధారపడి ఉంటాయి."

## భయాన్ని జయించటం

మానవజాతికి మొదట్నించీ ఉన్న అతిపెద్ద శత్రువు భయమే. ఫ్రాంక్లిన్ డి.రూజ్‌వెల్ట్, "మనం భయపడవలసిన ఒకే ఒక విషయం భయం మాత్రమే," అన్నప్పుడు, ఆయన చెప్పింది భయం అనే భావన గురించి, అంతేకాని మనం భయపడే విషయం తాలూకు వాస్తవాన్ని గురించికాదు, భయం అనే భావనే మనకి ఆదుర్దానీ, ఒత్తిడినీ, దుఃఖాన్నీ కలిగిస్తుంది.

మీరు ధైర్యాన్నీ, ఎవరూ సడలించలేని ఆత్మవిశ్వాసాన్నీ అలవాటు చేసుకుంటే, మీ ముందు అవకాశాలతో నిండిన ప్రపంచం ద్వారాలు తెరుస్తుంది. ఒక్కసారి ఆలోచించి చూడండి – ఈ ప్రపంచంలో దేనికీ భయపడనట్టయితే, మీరు ఎటువంటి కలలు కనే సాహసం చేస్తారు? ఎటువంటి పనులు చెయ్యటానికి వెనకాడరు?

## మీరు నేర్చుకోవాలి అని అనుకున్నది ఏదైనా నేర్చుకోగలుగుతారు

ఇతర విజయాల తాలూకు నైపుణ్యాలలాగే, ధైర్యం అనే అలవాటుని కూడా నేర్చుకోవచ్చు. అలా చెయ్యాలంటే, మీరు మీ భయాలని జయించాలి, అదే సమయంలో ధైర్యాన్నీ, విశ్వాసాన్నీ పెంపొందించుకుంటూ జీవితంలో తప్పనిసరిగా ఎదురయ్యే ఒడిదుడుకులని నిర్భయంగా ఎదుర్కొనే సామర్థ్యం సంపాదించుకోవచ్చు.

పత్రికారచయిత ఆన్ ల్యాండర్స్, "మానవజాతికి పనికివచ్చే ఒకే ఒక సలహా ఇవ్వమని నన్నెవరైనా అడిగితే, ఇలా చెపుతాను; జీవితంలో ఇబ్బందులు ఒక తప్పనిసరి భాగమని అనుకోండి, ఇక అవి వచ్చినప్పుడు, మీ తలని పైకెత్తండి. ఆ ఇబ్బంది కళ్లలోకి సూటిగా చూస్తూ, 'నీకన్నా నేనే గొప్ప, నన్ను నువ్వు ఓడించలేవు,' అనండి," అని రాసింది. ఇటువంటి ధోరణే విజయానికి దారితీస్తుంది.

## భయానికి కారణాలూ, నివారణోపాయాలూ

భయాన్ని అధిగమించి ధైర్యం తెచ్చుకునేందుకు మొదట చెయ్యవలసింది, మనని భయానికి గురిచేసే కారణాలని గమనించటం.

చిన్నప్పటి పెంపకమే అన్ని రకాల భయాలకీ మూలకారణమని మనందరికీ తెలుసు. సామాన్యంగా విధ్వంసాన్ని సృష్టించే విమర్శని తల్లిదండ్రుల్లో ఎవరో ఒకరినించో, ఇద్దరినించో, ఎదుర్కోవటం. దీనివల్ల మనకి రెండురకాల భయాలు కలుగుతాయి. వీటిలో మొదటిది, ఓడిపోతామనే భయం, దీనివల్ల 'నావల్ల కాదు', 'నావల్ల కాదు', 'నావల్ల కాదు' అనే ఆలోచన తలెత్తుతుంది; రెండోది, తిరస్కరిస్తారన్న భయం, ఈ భయంవల్ల, 'నేనీపని చెయ్యాలి' అనే ఆలోచనని నిరంతరం మనసులో రేకెత్తిస్తుంది.

ఈ భయాలవల్ల, మనం ఎప్పుడూ డబ్బు పోగొట్టుకుంటామనీ, కాలాన్నీ, మానవసంబంధాల్లో భావనాత్మకమైన మదుపులని పోగొట్టుకుంటామనీ భయపడిపోతూ ఉంటాం. అవతలి వ్యక్తి అభిప్రాయాలకీ, ఒకవేళ విమర్శిస్తే వాటికీ తీవ్రంగా స్పందిస్తూ ఉంటాం. అది ఎంతదాకా పోతుందంటే, అవతలివ్యక్తికి కోపం వస్తుందేమో అనే భయంతో ఏ పనీ చెయ్యకుండా ఉండిపోతాం. భయాలు మనని కదలకుండా చేస్తాయి, మన కలల విషయంలోనూ, లక్ష్యాల దిశగానూ నిర్మాణాత్మకమైన చర్యలు చెయ్యకుండా ఆపి ఉంచుతాయి. మనం వెనకాడతాం, నిర్ణయం తీసుకోలేకపోతాం, వాయిదావేస్తాం. ఆలస్యం చేసేందుకు సాకులనీ, కారణాలనీ వెతుకుతాం. చివరికి నిస్పృహ చెంది రెండు రకాలుగా చిక్కుకుపోతాం – "నేను చెయ్యాలి, కానీ చెయ్యలేను!" అనే ఆలోచన మనని వేధిస్తుంది.

## భయమూ, అజ్ఞానమూ కలిసే ఉంటాయి

అజ్ఞానంవల్ల కూడా భయం వేస్తుంది. మనదగ్గర తగినంత సమాచారం లేనప్పుడు, మనం చేసేపనులవల్ల కలిగే ఫలితాల గురించి ఒత్తిడికి లోనవుతాం. మార్పు అన్నా, తెలీని విషయాలన్నా భయపడతాం, అజ్ఞానమే మనకి భయం పుట్టిస్తుంది. ఏదైనా కొత్తగానో, విభిన్నంగానో చేసేందుకు భయపడటానికి కూడా అజ్ఞానమే కారణం.

కానీ దీనికి విరుద్ధంగా కూడా జరగచ్చు. ఏదైనా ఒక విషయంలో ఎక్కువ సమాచారాన్నీ, అనుభవాన్నీ సంపాదించుకున్నప్పుడు, ఆ విషయంలో మనం ఎక్కువ ధైర్యంగానూ, ఆత్మవిశ్వాసంతోనూ పనిచేస్తాం. మీ జీవితంలోని కొన్ని పార్శ్వాల్లో మీకు అసలు భయమనేదే ఉండదు, ఎందుకంటే అందులో మీరు పూర్తి ప్రావీణ్యం సంపాదిస్తారు. ఉదాహరణకి, కారు నడపటం, మంచుకొండలమీద స్కీయింగ్ చెయ్యటం, అమ్మకాలు చెయ్యటం, లేదా బాధ్యత నిర్వహించటం. మీ పరిజ్ఞానమూ, అనుభవమూ, ఏం జరిగినా దాన్ని ఎదర్కొనే సామర్థ్యాన్ని కలగజేస్తాయి. మీకు భయం వెయ్యదు.

## అలసట మనందర్నీ పిరికివాళ్లని చేస్తుంది

భయాన్ని పుట్టించే మరో కారణం, అనారోగ్యం లేదా అలసట. మనం అనారోగ్యంతో బాధపడుతున్నా, అలసిపోయి ఉన్నా ఆరోగ్యంగా, సంతోషంగా, ఉత్సాహంగా ఉన్నప్పటికన్నా ఎక్కువగా, భయానికీ, అనుమానాలకీ గురవుతాం.

ఒక్కోసారి మీరు రాత్రి సుఖంగా నిద్రపోయినా లేదా మళ్లీ మానసికంగానూ, భావాత్మకంగానూ స్ఫూర్తి పొందేందుకు ఎటైనా కొన్నాళ్లు విహారయాత్రకి వెళ్లివచ్చినా మీ ధోరణిని పూర్తిగా మార్చుకుని మునుపటిశక్తిని పొందవచ్చు. విశ్రాంతి, మానసిక ఉల్లాసం ధైర్యాన్నీ, ఆత్మవిశ్వాసాన్నీ పెంచటంలో మిగతా విషయాలకి ఏమాత్రం తీసిపోవు.

## అందరూ భయపడతారు

ఇదొక ముఖ్యమైన విషయం : తెలివైన వాళ్లందరూ ఏదో ఒక విషయానికి భయపడతారు. మీ శారీరక, మానసిక, ఆర్థిక మనుగడ గురించి ఆందోళన చెందటం సామాన్యంగా అందరికీ సహజంగా ఉండేదే. ధైర్యవంతుడంటే భయపడని వాడని అర్థంకాదు. మార్క్ ట్వైన్ చెప్పినట్టు, "ధైర్యం అనేది భయాన్ని అడ్డుకోవటం, భయాన్ని అదుపులో పెట్టుకోటం – అంతేకాని భయం లేకపోవటం కాదు.

అసలు మీరు భయపడుతున్నారా లేదా అనేది కాదు ముఖ్యం. మనమందరం భయపడతాం. అసలు ప్రశ్న, ఆ భయాన్ని ఎలా భరిస్తారు? ధైర్యశాలి ఐన వ్యక్తి భయపడుతున్నా ముందుకి వెళ్తాడు. నేను నేర్చుకున్న మరో విషయం మీకు చెప్పాలి:

మీరు మీ భయాలని ఎదుర్కొని దేన్ని చూసి భయపడుతున్నారో దానివైపుకి వెళ్లినప్పుడు, మీ భయాలు తగ్గుతాయి, అదే సమయంలో మీ ఆత్మగౌరవం, ఆత్మవిశ్వాసం ఇనుమడిస్తాయి.

కానీ, మీకు భయం కలిగించేదాన్ని తప్పించుకునేందుకు ప్రయత్నించినప్పుడు, మీ జీవితంలోని ప్రతి పార్శ్వాన్నీ తన అధీనంలోకి తీసుకునేంతగా అది పెరిగిపోతుంది. మీ భయాలు పెరిగినకొద్దీ, మీ ఆత్మవిశ్వాసం, ఆత్మగౌరవం తగ్గిపోతాయి. అభినేత గ్లెన్ ఫోర్డ్ చెప్పినట్టు, "మీకు భయం కలిగించే పని చెయ్యకపోయినట్టయితే, ఆ భయం మీ జీవితాన్ని ఆక్రమించేసుకుంటుంది."

## మీ భయాలను విశ్లేషించుకోండి

భయాన్ని కలిగించే కారణాలని ఒకసారి గుర్తించాక, తరవాత చెయ్యవలసిన పని, తాపీగా కూర్చుని మీ మనసులోని భయాలని నిష్పక్షపాతంగ గుర్తించటం, నిర్వచించటం, విశ్లేషించటం.

ఒక తెల్లకాయితం పై భాగాన, "నేను దేన్ని చూసి భయపడుతున్నాను?" అనే ప్రశ్నని రాయండి.

మీ భయాల జాబితాలో మీకున్న భయాలన్నిటినీ రాసుకోండి – చిన్నవీ, పెద్దవీ, అన్నీ – మీకు ఆందోళన కలిగించేవన్నీ. అన్నిటికన్నా మామూలు భయాలతో మొదలు పెట్టండి : ఓడిపోతానన్న భయం, పోగొట్టుకుంటానన్న భయం, తిరస్కారాన్నీ, విమర్శనీ ఎదుర్కోవాలేమోనన్న భయం.

కొంతమందికి ఓటమి గురించి భయం ఎంత ఎక్కువగా ఉంటుందంటే, తమ తప్పులని సమర్థించుకునేందుకూ, కప్పి పుచ్చుకునేందుకూ, బోలెడంత సమయాన్ని వెచ్చిస్తారు. తప్పు చెయ్యటం అనే భావనని ఎలా ఎదుర్కోవాలో వాళ్లకి తెలీదు. ఇంకొంతమంది తిరస్కారానికి భయపడి, ఇతరులకి తాము ఎలా కనిపిస్తున్నామనే విషయం గురించి తెగ మథనపడిపోతూ ఉంటారు. అలాటివాళ్లు స్వతంత్రంగా ఎటువంటి నిర్ణయమూ తీసుకోలేరు. అవతలివ్యక్తి ఆమోదిస్తాడన్న నమ్మకం పూర్తిగా ఉంటే తప్ప, వాళ్లు ఏ పనికీ పూనుకోరు.

## మీ భయాలని క్రమబద్ధం చెయ్యండి

మీ ఆలోచనలనీ, ప్రవర్తననీ ప్రభావితం చేస్తోందని మీరు అనుకునే భయాలన్నిటినీ జాబితాలో రాశాక, ప్రాముఖ్యాన్ని బట్టి వాటిని వరసక్రమంలో రాయండి. మీ ఆలోచనలమీద ఎక్కువ ప్రభావం చూపిస్తూ, మిమ్మల్ని వెనక్కి పట్టిఉంచే అతి పెద్ద భయం ఏదని అనుకుంటున్నారు? రెండో స్థానం ఎటువంటి భయానిది? మూడోది? అలా వరసగా రాయండి.

మీరు అన్నిటికన్నా ఎక్కువగా భయపడే విషయం గురించి, ఈ కింది మూడు ప్రశ్నలకీ జవాబులు రాయండి :

1. ఈ భయం జీవితంలో నన్ను ముందుకు పోకుండా ఎలా ఆపుతోంది?
2. ఈ భయం నాకెలా సాయం చేస్తుంది, గతంలో ఎలాటి సాయం చేసింది?
3. ఈ భయాన్ని రూపుమాపితే నాకు ఏవిధమైన లాభం ఉంటుంది?

కొన్నేళ్ల క్రితం, నేనీ అభ్యాసం చేసి, నాకున్న భయాలన్నిటిలోకీ పెద్దది పేదరికం గురించిన భయమని తెలుసుకున్నాను. అవసరమైనంత డబ్బు ఉండకపోవటం గురించీ, దివాలా తియ్యటం గురించీ, ఆఖరికి దిక్కులేని వాడినైపోవటం గురించీ భయపడేవాణ్ణి. నాలో ఈ భయం చిన్నతనంలోనే చోటు చేసుకుందనీ, దానికి కారణం ఆర్థిక మాంద్యం ఉండిన రోజుల్లో పెరిగిపెద్ద వాళ్లయిన నా తల్లితండ్రులు ఎప్పుడూ డబ్బు గురించే ఆందోళన పడుతూ ఉండటమనీ గ్రహించాను. ఇరవైయో పడిలో ఉండగా చాలాసార్లు దివాలా తియ్యటంతో నాలో ఈ భయం మరింత బలంగా నాటుకుంది. నిష్పక్షపాతంగా ఆ భయం తాలూకు మూలాలని నేను విశ్లేషించగలిగేవాణ్ణి, అయినా అది నన్ను వదల్లేదు, గట్టిగా పట్టుకుంది. నా అవసరాలన్నిటికీ సరిపోయేంత డబ్బు ఉన్నప్పుడు కూడా, ఈ భయం ఎప్పుడూ ఉంటూనే ఉండేది.

మొదటి ప్రశ్నకి నా జవాబు, ఉన్న డబ్బుతో ఏమైనా చేస్తే కష్టాలు పడాల్సివస్తుందేమోననే విషయం నన్ను ఆందోళన పెట్టేది. ఉద్యోగం విషయంలో కూడా చాలా జాగ్రత్తలు పాటించేవాణ్ణి. అందుకని అవకాశాలకన్నా ఎక్కువగా భద్రత గురించే పట్టించుకునేవాణ్ణి.

రెండో ప్రశ్నకి నా జవాబు, పేదరికం పట్ల ఉన్న భయాన్ని అధిగమించేందుకు, మామూలుగా అందరూ చేసే పనికన్నా ఎక్కువ సేపు పనిచెయ్యటం, కష్టపడి పని చెయ్యటం అలవాటు చేసుకున్నాను. నేను ఎక్కువ ఆకాంక్షతో, ఎక్కువ సంకల్పంతో పని చేసేవాణ్ణి. డబ్బు చేసుకోవటం గురించీ, పెట్టుబడి పెట్టటం గురించీ అధ్యయనం చేసి నేర్చుకునేందుకు నేను చాలా సమయం తీసుకున్నాను. పేదరికం గురించి నాకున్న భయం నన్ను ఆర్థికస్వాతంత్ర్యం వైపుకి తోసింది.

మూడో ప్రశ్నకి జవాబు చెప్పగానే, నేను డబ్బు విషయంలో ఇంకొన్ని సాహసాలు చెయ్యొచ్చని గ్రహించాను, నా ఆర్థిక లక్ష్యాలని సాధించే ప్రయత్నాలని తీవ్రం చెయ్యాలని నిశ్చయించుకున్నాను, నా సొంత వ్యాపారాన్ని మొదలు పెట్టగలననీ, మొదలు పెడతాననీ తీర్మానించాను. ఎక్కువ డబ్బు ఖర్చుపెట్టటం గురించీ, తక్కువ డబ్బు ఉండడం గురించీ ఒత్తిడికి గురై అదేపనిగా విచారించనని అనుకున్నాను. ముఖ్యంగా ప్రతి వస్తువు ఖరీదునీ ఇకనించీ పట్టించుకోనని అనుకున్నాను.

నిష్పక్షపాతంగా నాకున్న అతిపెద్ద భయాన్ని ఈ రకంగా విశ్లేషించటం వల్ల, నేను దాన్ని తొలగించటం అనే ప్రక్రియని ప్రారంభించగలిగాను. ఆ పని మీరూ చెయ్యగలరు.

## అభ్యాసం అలవాటుగా మారుతుంది

ధైర్యం, ఆత్మ విశ్వాసం నిండిన ప్రవర్తనకి అనుసరణగా పనులు చేస్తూ మీరు ధైర్యాన్ని వృద్ధిచేసుకోవటం, భయాన్ని పారదోలటం అనే ప్రక్రియని మొదలుపెట్టవచ్చు. మీరు దేన్నైనా మళ్లీ మళ్లీ అభ్యసిస్తూ పోతే, చివరికి అది ఒక కొత్త అలవాటుగా రూపొందుతుంది. ధైర్యం అవసరమైనప్పుడల్లా ధైర్యంగా ఉండటం మొదలు పెడితే, మీరు ధైర్యవంతులవుతారు.

ధైర్యాన్ని పెంపొందించుకునేందుకు కొన్ని పనులని సూచిస్తున్నాను. అన్నిటికన్నా ముందు, అన్నిటికన్నా ముఖ్యమైనది దేన్నైనా మొదలుపెట్టేందుకు, నమ్మకంతో మొదటి అడుగు వేసే ధైర్యం. ఏదైనా కొత్తగానో, విభిన్నంగానో చేసేందుకు మొట్టమొదటిసారి చేసే ప్రయత్నం, మీకు సుఖంగా ఉన్న స్థానంనించి, విజయానికి ఎటువంటి హామీ ఇవ్వని చోటికి మారటం.

ఇంతకుముందే బాబ్సన్ కాలేజిలో చాలా ఏళ్లు పారిశ్రామిక రంగం గురించి పాఠాలు నేర్పిన డా. రాబర్ట్ రాన్‌స్టాట్ గురించి చెప్పాను. తన దగ్గర చదువుకున్న విద్యార్థులగురించి అధ్యయనం చేసి, వాళ్లలో కేవలం 10 శాతం మాత్రమే సొంత వ్యాపారాలు ప్రారంభించి కాలక్రమాన జీవితంలో విజయం సాధించారని ఆయన తెలుసుకున్నాడు. అలా విజయం సాధించిన వాళ్లందరిలో ఒకే ఒక గుణం సమానంగా కనిపించింది. అది సొంత వ్యాపారం ప్రారంభించాలన్న కోరిక. ఊరికే దాన్ని గురించి మాట్లాడకుండా, నిజంగా ఆపని చెయ్యాలన్న ఆలోచనని వాళ్లు అమలుపరిచారు.

## ప్రారంభించేందుకు ధైర్యం

ఆయన "వసారా సిద్ధాంతాన్ని" కనుగొన్నాడు- దాన్ని గురించి కూడా ముందే చెప్పుకున్నాం. ఈ వ్యక్తులు తమ లక్ష్యాలకేసి ముందుకి పోవటం ఒక వసారాలోంచి నడిచినట్టుగా ఉంటుంది. ముందుకి పోతూ ఉండనట్టయితే, తమకోసం తలుపులు తెరుచుకోవటం వాళ్లకి కనబడేదికాదు.

తన దగ్గర పారిశ్రామిక రంగం గురించి గ్రాడ్యుయేషన్ చేసిన మరికొందరు విద్యార్థులు తాము నేర్చుకున్న దాన్ని ఆచరణలో పెట్టనందువల్ల ఎక్కడ మొదలుపెట్టారో అక్కడే ఉండిపోయారని ఆయనకి తెలిసింది. సందిగ్ధంగా ఉన్న ఆ వసారాలో నడవటం ప్రారంభించేందుకు వాళ్లు సుముఖంగా ఉండకపోవటంతో, తాము విజయం సాధించగలరన్న హామీకోసం ఎదురుచూస్తూ ఉండిపోయారు - అలాటిది జరగనేలేదు.

## సాహసాలు చేసేవారిదే భవిష్యత్తు

సాహసాలు చేసేవారిదే భవిష్యత్తు, భద్రతకోసం చూసేవారిది కాదు. జీవితం చాలా దుర్బుద్ధి గలది, అంటే మీరు ఎంత ఎక్కువగా భద్రత కావాలని కోరుకుంటే, అంత తక్కువగా అది దొరుకుతుంది. కానీ అవకాశాలకోసం ఎక్కువగా వెతుక్కునే వాళ్ళకి, కోరిన భద్రత దొరికే అవకాశాలు ఎక్కువ.

మీకు భయంగాని, ఆందోళన గాని కలిగినప్పుడు, మీరు ధైర్యం తెచ్చుకుని, అడ్డంకులనీ, ఓటమినీ విడవకుండా ఎదుర్కోవాలి, మీ ధ్యాసని విజయం వైపుకి మరల్చాలి. మీరు ఎలాటి వ్యక్తిగా రూపొందాలని అనుకుంటున్నారో స్పష్టంగా ఊహించుకోండి. మీరెలా పని చెయ్యాలనుకుంటున్నారో, అలా పనిచెయ్యండి. భయంతో నిండిన ఆలోచనలు రావటం తప్పేమీకాదు, కానీ వాటిని మీరు ధైర్యం తోనూ, ఆత్మవిశ్వాసంతోనూ ఎదుర్కోవాలి. మీరు అదేపనిగా దేన్నిగురించి ఆలోచించినా అవి అలా పెరుగుతూ పోతుంటాయి అందుకే జాగ్రత్తగా ఉండండి.

ఆనందం, సాఫల్యంతో నిండిన జీవితానికి భయాన్ని జయించటం, ధైర్యాన్ని పెంపొందించుకోవటం చాలా అవసరం. ధైర్యం అనే అలవాటుని చేసుకోవటానికి నిబద్ధతతో ప్రయత్నిస్తే, మీరు నిర్ణయాలు తీసుకునేప్పుడు భయం అనేది ముఖ్యమైన పాత్ర వహించని స్థితికి మీరు చేరుకుంటారు. పెద్దవీ, కష్టమైనవీ, ఉత్తేజకరమైనవీ అయిన లక్ష్యాలని మీరు ఏర్పరచుకుంటారు. వాటిని సాధించగలరన్న ఆత్మవిశ్వాసం మీకు ఉంటుంది. ఎటువంటి పరిస్థితినైనా ప్రశాంతంగా, ధైర్యంగా ఎదుర్కోగలుగుతారు. దీనికి అసలు కీలకం ధైర్యం.

## నిష్ణాతుల దగ్గరనించి నేర్చుకోండి

మన సమాజంలో అందరికన్నా గొప్ప విజేతగా పేరుపొందిన వారి దగ్గర కూర్చుని, విజయం సాధించేందుకు జీవితాంతం కష్టపడి సమకూర్చున్న వాళ్ళు చెప్పే పాఠాలని నేర్చుకుంటే ఎలా ఉంటుంది? మీరు మరింత విజయవంతం అయేందుకు అది సాయం చేస్తుందని అనుకుంటున్నారా?

ఒక వందమంది విజేతలవద్ద కూర్చుని, వాళ్ళు జీవితమంతా కష్టపడి నేర్చుకున్న నియమాలూ, పాఠాలూ, విజయ రహస్యాలూ మీరు తెలుసుకోగలిగితే ఎలా ఉంటుంది? మీ జీవితంలో మరింత సాఫల్యం సాధించేందుకు అది దోహదం చేస్తుందా? అదే విధంగా అటువంటి విజేతలు వెయ్యిమందో, రెండువేలమందో, మూడువేలమందో అయితే?

## చెయ్యటమే ముఖ్యం

పైన చెప్పినదానికి మీరు, దానివల్ల లాభం ఉంటుందనే అంటారేమో. కాని నిజం

ఏమిటంటే, ఆ సలహాలూ, నేర్చుకున్న విషయాలూ, ఆచరణలో పెట్టనట్టయితే వాటివల్ల ఎటువంటి ప్రయోజనమూ ఉండదు.

విజయాన్ని తెలుసుకోవటం ఒక్కటే మీరు జీవితంలో గొప్ప పనులు చేసేందుకు సాయపడేట్టుంటే, ఇక మీకు ఖచ్చితంగా విజయం లభిస్తుందని అనచ్చు. పుస్తకాల దుకాణాలనిండా సెల్ఫ్-హెల్ప్ పుస్తకాలున్నాయి. మరింత సాఫల్యాన్ని సాధించేందుకు మీరు ఉపయోగించుకోగల ఉపాయాలు వాటిలో కోకొల్లలుగా ఉన్నాయి. కానీ మీరు విజయం సాధించేదాకా పట్టు విడవకుండా లక్ష్యసాధనకై పనిచేసేట్టు మీకు స్ఫూర్తినిచ్చినప్పుడే ఈ ప్రపంచంలోని ఏ గొప్ప సలహా అయినా మీకు సాయం చెయ్యగలదు.

ఈ పుస్తకంలోని ఆలోచనలని చదివి మీరు మరింత ఎక్కువగా ఏమైనా నిర్ణయించుకున్నప్పుడే, లేదా ఏది తక్కువ చెయ్యాలో నిశ్చయించుకున్నప్పుడే ఈ పుస్తకం ప్రయోజనాన్ని మీరు పొందినట్టు. మీ జీవితం గురించి మీరేమో నిర్ణయాలూ, తీర్మానాలూ చేసుకునే ఉంటారు. అసలు ప్రశ్న, వాటి ప్రకారం మీరు నడుచుకుంటారా లేదా అనేదే.

## అతిముఖ్యమైన గుణం క్రమశిక్షణ పాటించటం

విజయానికి అవసరమైన ఒకే ఒక అతి ముఖ్యమైన గుణం క్రమశిక్షణ. క్రమశిక్షణ పాటించటమంటే, మీలోనే మీ వ్యక్తిత్వం తాలూకు బలం, సంకల్పబలం ఉండటం, మీరు చెయ్యవలసిన పని, చెయ్యవలసినప్పుడు, ఇష్టమున్నా లేకపోయినా చేసేందుకు అది పనికిరావాలి. అటువంటి సామర్థ్యాన్ని ఈ గుణాలన్నీ మీలో పెంపొందించాలి.

ఒక తీర్మానం చేసుకున్నాక, మొదట్లో ఉన్న ఉత్సాహం తగ్గిపోయాకకూడా దాని ప్రకారం నడుచుకోవటం అనేదే వ్యక్తిత్వం, నడవడి. మీరు నేర్చుకునేది కాదు మీ భవిష్యత్తుని నిర్ణయించేది. మూల్యం చెల్లించే క్రమశిక్షణ మీరు అలవరచుకున్నారా లేదా, మీ ధ్యేయాన్ని సాధించేదాకా దాన్ని మళ్ళీ మళ్ళీ చెల్లిస్తారా లేదా అనేదే ప్రశ్న.

మీకోసం లక్ష్యాలని ఏర్పరచుకునేందుకు, వాటిని సాధించేందుకు ప్రణాళికలు వేసేందుకూ, క్రమశిక్షణ అవసరం. కొత్త సమాచారంతో ఎప్పటికప్పుడు మీ ప్రణాళికల్లో మార్పులూ చేర్పులూ చేసుకునేందుకూ, పునశ్చరణ చేసుకునేందుకూ, మీకు క్రమశిక్షణ అవసరం. మీ సమయాన్ని చక్కగా వినియోగించుకునేందుకూ, ఒకానొక సమయంలో మీరు చెయ్యవలసిన అతి ముఖ్యమైన పనిమీద దృష్టి పెట్టేందుకూ మీకు క్రమశిక్షణ అవసరం. ప్రతిరోజూ మీలోమీరు మదుపుపెట్టి, వ్యక్తిగానూ, వృత్తి నిపుణిడిగానూ ఎదిగేందుకు క్రమశిక్షణ కావాలి. విజయాన్ని సాధించుకునేందుకు మీలో ఉన్న సామర్థ్యాన్ని క్రమశిక్షణ ద్వారా నేర్చుకుంటేనే పొందటం సాధ్యం.

తృప్తిని పొందటంలో ఆలస్యం చెయ్యటానికీ, డబ్బు ఆదా చెయ్యటానికీ, మీ ఆర్థికస్థితిని క్రమబద్ధం చెయ్యటానికీ క్రమశిక్షణ అవసరం. మీరు ఉద్యోగం చేస్తున్నంతకాలం ఆర్థిక స్వాతంత్ర్యాన్ని సంపాదించేందుకు ఇదే మార్గం. మీ ఆలోచనలని లక్ష్యం మీదా కలలమీదా కేంద్రీకరించేందుకూ, వాటిని భయాలకీ, సందేహాలకీ దూరంగా ఉంచేందుకూ మీకు క్రమశిక్షణ అవసరం. ఎదురయ్యే ప్రతి కష్టానికీ సానుకూలంగానూ, నిర్మాణాత్మకంగానూ ప్రతిస్పందించేందుకు మీకు క్రమశిక్షణ అవసరం.

## నిరంతర ప్రయత్నం అనేది చేతల్లో కనిపించే క్రమశిక్షణ

కష్టాలు ఎదురైనప్పుడు విడవకుండా చేసే ప్రయత్నమే క్రమశిక్షణని తెలిపే వాటన్నిటిలోకీ ముఖ్యమైనది. నిరంతర ప్రయత్నం చేతల్లో కనిపించే క్రమశిక్షణే. ఒక వ్యక్తి వ్యక్తిత్వాన్ని చూపించే నిజమైన కొలమానం పట్టుదల. నిజానికి, మీ పట్టుదల విజయం సాధిస్తానన్న మీ నమ్మకాన్నీ, మీ సామర్థ్యాన్నీ తెలియజేస్తుంది.

ఆపద, నిరాశలలో తొణకుండా వుండగలిగిన ప్రతీసారి, మీరు నిలకడని అలవాటుగా చేసుకుంటారు. మీ శీలం, వ్యక్తిత్వంలో గర్వాన్నీ, శక్తినీ, ఆత్మగౌరవాన్ని పెంపొందించుకుంటారు. మీరు మరింత శక్తివంతులు, దృఢచిత్తులు అవుతారు. మీ స్వయంశిక్షణ, వ్యక్తిగత శక్తుల స్థాయిలలోతు పెంచుకుంటారు. విజయం యొక్క లోహగుణాన్ని మీలో వృద్ధి పరుచుకుంటారు. మీ మార్గంలో వచ్చే ప్రతీ అడ్డంకినీ అధిగమించి అది మిమ్మల్ని ముందుకు తీసుకువెళ్తుంది.

## చరిత్రలో విజయానికి సంబంధించిన సామాన్యగుణం

మానవజాతి చరిత్ర - ఒక నిరంతర ప్రయత్నం సాధించిన విజయం యొక్క కథ. విజయం, కార్యసాధన శిఖరాలు చేరుకునేముందు ప్రతీపురుషుడు, స్త్రీ విపరీతమైన కష్టాలను, పరీక్షలను ఎదుర్కోవలసి వస్తుంది. వాటిని భరిస్తూ, మొండిపట్టు చూపడమే వారిని గొప్పవారుగా చేస్తుంది.

విన్‌స్టన్ చర్చిల్‌ను చాలామంది 20 శతాబ్దంలోని ఒక గొప్ప రాజనీతిజ్ఞుడిగా గుర్తిస్తారు. తన జీవితంలో చూపిన సాహసానికి, పట్టుదలకు ఆయన్ని గౌరవించారు. రెండవ ప్రపంచ యుద్ధంలోని చీకటి ఘడియల్లో కూడా - జర్మన్ వైమానికదళం బ్రిటన్ మీద బాంబుల వర్షం కురిపిస్తున్నప్పుడు, ఇంగ్లండు ఒంటరిగా నిలబడినప్పుడు - చర్చిల్ తన దృఢసంకల్పం, పట్టుదలతో మొత్తం దేశానికి ప్రేరణ కలిగించాడు, ఎంతోమంది తమకు ఓటమి అనివార్యం అని భావిస్తున్న తరుణంలో వారిని యుద్ధం చేసేటందుకు ఉత్తేజితులని చేశాడు. చర్చిల్ ఉపన్యాసాల గురించి జాన్ ఎఫ్. కెనెడీ "ఆంగ్లభాషని చర్చిల్ ఒక సేనగా చేసి యుద్ధంలోకి పంపాడ"ని అన్నాడు.

చరిత్రలో పట్టు విడువకుండా వుండే గుణాన్ని గురించిన అతి గొప్ప ఉపన్యాసాలలో ఒకటి చర్చిల్ దేశప్రజలని ఉద్దేశించి చేసిన ప్రసంగం. జూన్ 4, 1940 న చేసిన ఆ ప్రసంగం యిలా ముగుస్తుంది : "మనం తలకిందకి వెంచం, ఓడిపోం... మనం ఫ్రాన్స్‌తో యుద్ధం చేద్దాం, మనం సముద్రాలమీద, మహాసాగరాలమీద యుద్ధం చేద్దాం, పెరుగుతూన్న ఆత్మవిశ్వాసంతో పెరుగుతూన్న శక్తితో మైమానిక దాడులు చేద్దాం. ఎంత మూల్యం చెల్లించవలసినా సరే, మనం మన దేశాన్ని రక్షించుకుందాం, సముద్రతీరాల్లో యుద్ధం చేద్దాం, రేవుల్లో పోరాడదాం, మైదానాల్లోనూ, వీధుల్లోనూ యుద్ధం చేద్దాం, కొండలమీద తలపడదాం; ఎప్పుడూ దాసోహం అనద్దు."

కొన్ని సంవత్సరాల తర్వాత, అతను చిన్నప్పుడు చదువుకున్న స్కూలు విద్యార్థులని ఉద్దేశించి తన జీవితంలో సాధించిన విజయ రహస్యం గురించి చర్చిల్‌ని మాట్లాడమని కోరారు. ఆయన అసెంబ్లీముందు తన చేతికర్రను ఆనుకుని నిల్చుని, కొద్దిగా వణుకుతూ దృఢమైన స్వరంతో, "నేను నాజీవితంలో నేర్చుకున్న పాఠాలని ఏడే ఏడు పదాలలో సంక్షిప్తపరచగలను : ఓటమిని ఎప్పుడూ ఒప్పుకోవద్దు, ఎప్పుడూ, ఎప్పుడూ, ఎప్పుడూ ఒప్పుకోవద్దు." అన్నాడు.

## అంతిమ విజయానికి మీ హామీ

మీరు మీ లక్ష్యాల వేపు ముందుకు వెళ్తున్నప్పుడు పట్టువిడవకుండా ప్రయత్నించటం అనే గుణం చివరికి మీకు విజయం తెచ్చిపెడుతుందన్న సంగతి తెలుసుకుంటారు - చర్చిల్ అదే కనుక్కున్నాడు.

కాల్విన్ కూలిజ్ అధ్యక్షునిగా వున్నాడు, ఆయన జనం ముందు మాట్లాడడానికి యిష్టపడేవాడు కాదు, ఆయనకి 'సైలెంట్ కాల్' (మౌనమునికాల్) అనే బిరుదునిచ్చారు. అయితే యిప్పుడు ప్రస్తావిస్తున్న విషయంలో తన మరపురాని మాటలకు ఆయన చరిత్రలో నిలిచిపోతాడు. "పట్టు విడవద్దు. ఈ ప్రపంచంలో పట్టుదలకి మించినది ఏదీ లేదు. చివరికి ప్రతిభకూడా. ప్రతిభవుండికూడా పరాజితులైన వారు ఎందరో మన ముందున్నారు. ఇక జీనియస్‌లు, అంటే గుర్తింపుదొరకని జీనియస్‌లకీ లోటులేదు. కేవలం విద్యకూడా విజయాన్ని తెచ్చిపెట్టదు, విద్యావంతులైయుండి నిరుపయోగులుగా వున్నవారితో ఈ విశ్వం నిండివుంది. పట్టుదల, దృఢనిశ్చయం మాత్రమే సర్వశక్తివంత మైనవి.

## పట్టుదల విజయానికి ప్రమాణ చిహ్నం

అజేయమైన సంకల్పబలం, నిశ్చలమైన పట్టుదల విజయవంతమైన వాణిజ్యవేత్తల, పారిశ్రామికవేత్తల ప్రమాణ చిహ్నం.

1895లో అమెరికాలో భయంకరమైన ఆర్థికమాంద్యం నెలకొంది. మిడ్‌వెస్ట్‌లోని ఒకాయన ఈ పరిస్థితుల్లో తన హోటల్‌ని పోగొట్టుకున్నాడు, తర్వాత ఆయన ఒక

పుస్తకాన్ని యితరులకు ప్రేరణ కలిగించటానికి, పట్టువిడవకుండా దేశం అనేక యిబ్బందులో వున్నప్పటికీ తమ పనిని కొనసాగించటంకోసం రాద్దామని అనుకున్నాడు.

ఆయన పేరు ఆరిసన్ స్వెట్ మార్డెన్. ఆయన ఒక గుర్రపుశాలపైనున్న గదిని అద్దెకు తీసుకుని పూర్తిగా ఒక సంవత్సరం పాటు రాత్రీ పగలూ కష్టపడి ఒక పుస్తకం రాశాడు. దాని పేరు పుషింగ్ టు ద ఫ్రంట్. ఒకానొక రాత్రి ఆయన తన పుస్తకంలోని ఆఖరి పుటను రాయడం ముగించాడు. బాగా అలసిపోయి మంచి ఆకలిమీదున్న ఆయన రాత్రి భోజనంకోసం వీధిలోనున్న ఒక చిన్న కేఫే కి వెళ్లాడు. ఆయన అక్కడలేని ఆ గంటసేపట్లో గుర్రపుశాలకి నిప్పు అంటుకుంది. ఆయన వెనక్కి తిరిగొచ్చేసరికి 800 పేజీలకు పైగావున్న ఆయన రాతప్రతి మంటల్లో కాలిపోయింది.

అయినప్పటికీ ఆయన తనలో అంతర్గతంగావున్న మనోబలాన్ని ఆశ్రయించి మళ్లీ కూర్చుని మరో సంవత్సరం కష్టపడి ఆ పుస్తకాన్ని మళ్లీ రాశాడు. ఆ పుస్తకం పూర్తయాక, చాలామంది పబ్లిషర్లకు దానిని చూపించాడు. కాని వాళ్లలో ఎవరూ ఆ పుస్తకంలో ఆసక్తి కనబరచలేదు. దేశం ఆర్థికమాంద్యంలో వుండి నిరుద్యోగ సమస్య తీవ్రంగావున్న సమయంలో అటువంటి వ్యక్తిత్వవికాస గ్రంథం ప్రచురించదానికి ప్రచురణకర్తలు ముందుకు రాలేదు. అప్పుడు ఆయన షికాగో వెళ్లిపోయి వేరే ఉద్యోగం చూసుకున్నాడు. ఒకరోజు ఒక పబ్లిషర్‌ని ఎరిగున్న తన మిత్రునితో ఈ రాతప్రతి గురించి చెప్పాడు. ఈ పుస్తకం పుషింగ్ టు ద ఫ్రంట్ తర్వాత ప్రచురింపబడింది. దేశంలో అత్యధికంగా కాపీలు అమ్ముడయ్యాయి.

అమెరికాను 20వ శతాబ్దంలోకి తీసుకొచ్చిన గ్రంథంగా పుషింగ్ టు ద ఫ్రంట్ అమెరికాలోని అగ్రగామి వ్యాపారస్తులు, రాజకీయ వేత్తల చేత గుర్తింపబడింది. ఆ శతాబ్దమంతా నిర్ణయాలు తీసుకునేవారిమీద అది ఎంతో ప్రభావం చూపింది, వ్యక్తిత్వ వికాసం పుస్తకాలన్నిటిలోకీ అది అతి గొప్ప పుస్తకంగా మారింది. హెన్రీఫోర్డ్, థామస్ ఎడిసన్, హార్వే ఫైర్‌స్టోన్, జె.పి.మార్గన్ లాంటి వారంతా ఈ పుస్తకాన్ని చదివారు, దానివల్ల ప్రభావితులయ్యారు.

## రెండు అత్యవసరమైన గుణాలు

ఆరిసన్ స్వెట్ మార్డెన్ తన పుస్తకంలో, "విజయం సాధించటానికి రెండు అనివార్యమైన అవసరాలున్నాయి. మొదటిది, 'దానిని చేరాలనుకుని సంకల్పించటం', రెండోది, 'దానిని పట్టు విడువకుండా వుండటం' " అని అంటాడు. ఇంకా ఆయన, "లేదు, తనశక్తిని తెలుసుకున్న వ్యక్తికి ఓటమిలేదు, ఓటమి అంటే ఏమిటో అవనికి తెలీదు. బుద్ధిపూర్వకంగా చేసిన ప్రయత్నానికీ, అజేయమైన సంకల్పానికీ ఓటమివుండదు. ప్రతి ఒక్కరూ వదిలివేసిన పనిని పట్టుదలతో సాధించే వ్యక్తి రబ్బరు బంతిలా కిందపడినా వెంటనే పైకి లేస్తాడు. ఇతరులు వదిలిపెట్టినపనిలో ముందుకు కొనసాగుతాడు," అని రాశాడు.

కన్‌ఫ్యూషియస్ నాలుగువేల సంవత్సరాలకు పూర్వమే, "మన మహత్తర విజయం కింద పడటంలో లేదు, కిందపడిన ప్రతీసారీ మనం పైకిలేవడంలో వుంది," అని అన్నాడు.

జేమ్స్ జె. కార్బెట్ ప్రపంచంలో హెవీవెయిట్ బాక్సింగ్ చాంపియన్లలో ఒకడు. అతను, "మరో రౌండు పోట్లాడితేనే మీరు చాంపియన్ అవుతారు. పరిస్థితులు కఠినంగా మారినప్పుడు, మరో రౌండు ముష్టియుద్ధం చేయాలి," అన్నాడు. యోగి బేరా యిలా అంటాడు : "అది ముగియనంతకాలం ఏదీ అయిపోదు" నిజానికి మీరు పట్టుదలతో వున్నంతకాలం, దానికి సంబంధించిన విషయం ముగిసినట్టుకాదు.

ఆల్బర్ట్ హబ్బర్డ్, "మనం ప్రయత్నం చేయడం మానేయడంలో తప్ప అపజయం అంటూ ఏదీ లేదు మనలోనే తప్ప ఓటమి బయట లేదు, మనం అధిగమించని అడ్డంకి ఏదీ లేదు మన సంకల్పంలో స్వాభావికంగా వున్న బలహీనత తప్ప" అని రాశాడు.

విన్స్ లాంబార్డి అంటాడు : "మీరు ఎప్పుడైనా కింద పడ్డారా లేదా అన్నదికాదు, మీరు మళ్లీ లేచారా లేదా అనేదే ముఖ్యం"

గొప్ప లక్ష్యాలు, ప్రయోజనాలు నెరవేరటంలో పట్టుదల అనే గుణం ఎంత ముఖ్యమో ఈ విజేతలందరూ నేర్చుకున్నారు. విజేతలైన స్త్రీ పురుషులందరూ తమలోని నమ్మశక్యంకాని పట్టువిడవకుండా వుండే గుణంతో గుర్తింపుపొందుతారు, అది వారి ప్రమాణ చిహ్నం. బాహ్యపరిస్థితులు ఎలా వున్నప్పటికీ వారు తమ పనిని విడిచిపెట్టటానికి అంగీకరించరు. వ్యాపారంలోనూ, ఆర్థికంగానూ జీవితంలో విజయం సాధించటానికి చేస్తున్న పనిని విడిచిపెట్టి విరామం తీసుకోమని లేదా వెనక్కి పోయి మరేదైనా పనిని చేపట్టమని మీలోని అణువణువూ ఘోషిస్తున్నప్పుడు నిశ్చయంగా హామీ యిచ్చే ఒకే ఒక గుణం - దృఢమైన సంకల్పబలం, పట్టువదలకుండా దానినే అట్టిపెట్టుకుని వుండాలన్న కోరిక.

## పట్టుదల మీకున్న అతిగొప్ప సంపద

బహుశా మీకున్న అతిగొప్పసంపద - పట్టువిడవకుండా యితరులకన్నా ఎక్కువసేపు ఉండగల మీ సామర్థ్యం - అని చెప్పవచ్చు. ఫోర్బ్స్ పత్రికను స్థాపించిన బి.సి.ఫోర్బ్స్ ఆర్థిక మాంద్యకాలంలోని అతి చీకటిరోజుల్లో తన పత్రికను ప్రధాన ప్రచురణగా నిర్మించాడు. ఆయన "విజయం సాధించేముందు పేరొందిన విజేతలందరూ సాధారణంగా గుండెలుపిండే కష్టాలను ఎదుర్కొన్నట్టు చరిత్ర వివరిస్తోంది వాళ్ళు విజయం సాధించటానికి కారణం తమ ఓటమిపట్ల నిరుత్సాహం చెందటానికి నిరాకరించడమే!" అని రాశాడు.

స్వయంకృషితో ప్రపంచంలోని అత్యంత ధనికుల్లో ఒకడిగా రూపొందిన జాన్

డి. రాక్‌ఫెల్లర్ యిలా రాశాడు : "విజయం సాధించటానికి తప్పనిసరి అయిన పట్టుదలకు మించిన గుణం వేరే ఏదీలేదని నేను అనుకుంటున్నాను అది దేన్నైనా అధిగమించగలదు, చివరకి ప్రకృతినైనా సరే!"

కాన్‌రాడ్ హిల్టన్ ఒక స్వప్నంతోనూ, టెక్సాస్‌లోని లుబాక్‌లో ఒక చిన్న హోటల్‌తోనూ జీవితాన్ని ప్రారంభించి ప్రపంచంలో అతిగొప్ప విజయం సాధించిన హోటల్ కార్పోరేషన్లలో ఒకదాన్ని నిర్మించాడు. ఆయన, "విజయం కార్యాచరణతో ముడిపడివుంది. విజేతలు ముందుకు పోతూనే వుంటారు. వాళ్లు పొరపాట్లు చేస్తూంటారు, కాని తమ పనిని వదిలి వెళ్లరు," అని అన్నాడు.

ఆవిష్కరణల చరిత్రలో అందరికన్నా ఒక గొప్ప పరాజితుడు, అలాగే ఒక గొప్ప విజేత అయిన థామస్ ఎడిసన్ 20వ శతాబ్దంలోని ఆవిష్కర్తలు అందరికన్నా అధికంగా ప్రయోగాలలో ఓటమిని చవిచూశాడు. అయితే ఆయన తన యుగంలోని ఆవిష్కర్తలందరికన్నా అధికంగా విజయవంతమైన ప్రయోగాలు చేశాడు, వర్తకంతో సంబంధంవున్న అనేక ప్రక్రియలకు వారికన్నా అధికంగా పేటెంట్ సంపాదించాడు. తన తత్త్వజ్ఞానం గురించి యిలా వర్ణించాడు : "ఒక ఫలితాన్ని పొందటం తప్పనిసరిగా ప్రయత్నించదగినదని నేనొకసారి పూర్తిగా నిర్ణయించాక, అది నెరవేరేదాకా నేను ప్రయత్నం కొనసాగిస్తూనే వుంటాను. ఎవరైనా ఒక వ్యక్తి ఒక ఆలోచనని వికసింపచేసుకున్నప్పుడు, అతనొక బిందువు దగ్గరకి చేరేటంతవరకు పనిచేస్తాడు, అక్కడ తన పని అసాధ్యం అనితోస్తుంది, అప్పుడు అతను నిరుత్సాహపడతాడు. అయితే అది అతను నిరుత్సాహం చెందవలసిన చోటు కాదు."

అలెగ్జాండర్ గ్రాహంబెల్ పట్టుదలగురించి యిలా అన్నాడు : "ఇది ఎలాటి శక్తో నేను చెప్పలేను. నాకు తెలిసినంతవరకూ యిది వుంది, తనకి సరిగ్గా ఏంకావాలో తెలుసుకుని తనకి అది లభించేదాకా వదిలిపెట్టనని తీర్మానించుకున్న మానసిక స్థితికి ఎవరు చేరుకున్నా వారికి యిది అందుబాటులోకి వస్తుంది."

రెన్ మాక్‌ఫెర్‌సన్ డానా కార్పొరేషన్‌ని ఒక గొప్ప అమెరికన్ విజయగాథలలో ఒకదానిగా నిర్మించాడు. ఆయన తన తత్త్వజ్ఞానాన్ని యిలా సంక్షిప్త పరిచాడు : "మీరు ముందుకు పోతూండండి. అలాగే ముందుకు సాగిపోతూనే వుండండి. చెయ్యవలసిన ప్రతిపొరపాటూ నేను చేశాను, కాని ముందుకు తోసుకుంటూ పోతూనే వుంటాను."

## గొప్ప వైరుధ్యం

మీరు తెలుసుకోవలసిన జీవితంలోని ఒక ఆసక్తికరమైన, ముఖ్యమైన వైరుధ్యం ఏమిటంటే – మీరు తెలివైనవారు అయివుంటే, అననుకూల పరిస్థితులు తక్కువగా ఉండేటట్టుగాని అవి మీకు దూరంగా వుండేటట్టుకాని చూసుకుంటారు, మీకు సాధ్యమైనంతగా మీ జీవితాన్ని తగిన విధంగా ఏర్పాటుచేసుకుంటారు. ఇది ఒక తెలివైన పని, హేతుబద్ధమైనది. తమ లక్ష్యాలను నెరవేర్చుకునేటందుకు తెలివైన

వారందరూ అతితక్కువ నిరోధక శక్తివున్న మార్గాన్ని అనుసరిస్తారు. తమ రోజువారీ కార్యకలాపాలలో ఎదురయే అడ్డంకులు, కష్టాలు అతి తక్కువగా ఉండేలా వాళ్లు శాయశక్తులా ప్రయత్నిస్తారు.

## నిరాశ అనివార్యం

అయినా, మన ప్రయత్నాలు ఎంత మంచివైనప్పటికీ, నిరాశలు, కష్టాలు సర్వసాధారణంగా, సహజంగా సంభవిస్తుంటాయి, జీవితంలో అవి అనివార్యం, వాటిని తప్పించుకోలేం. బెంజమిన్ ఫ్రాంక్లిన్, కేవలం రెండే రెండు అనివార్యం అని అంటాడు. అవి మరణం, ట్యాక్సులు అని, కానీ అనుభవం యొక్క ప్రతి అణువూ నిరాశ కూడా అనివార్యం అని చెబుతుంది. మిమ్మల్ని మీ కార్యకలాపాలని మీరు ఎంతబాగా సువ్యవస్థపరచుకున్నప్పటికీ, మీరు అంతులేని నైరాశ్యం, ఆపదలు, అవరోధాలు, కష్టాలు జీవితాంతం ఎదుర్కొంటారు. మీకోసం మీరు ఎంచుకున్న లక్ష్యాలు ఎంత ఉదాత్తంగా, కష్టసాధ్యంగావుంటే, మీరు అంతగా నిరుత్సాహాన్ని, ప్రతికూలతని అనుభవిస్తారు.

ఇక్కడే వైరుధ్యం వుంది. మనం మన శక్తి మేరకు ఎదగటం, పరిణతి సాధించటం, అభివృద్ధి చెందటం కష్టాలని ఎదుర్కోనిదే సాధ్యం కాదు. వాటినించి మనం నేర్చుకుంటాం. జీవితంలోని గొప్ప పాఠాలన్నీ ఆటంకాలనించీ, తాత్కాలికమైన పరాజయాలనుంచీ మనం నేర్చుకునేవే. వాటిని నివారించేందుకు మనం శాయశక్తులా ప్రయత్నిస్తాం. మనం ఎన్ని మంచి ప్రయత్నాలు చేసినప్పటికీ కష్టాలు మనం పిలవకుండానే వస్తాయి. కానీ అవి లేకపోతే కొండలని ఎక్కేట్టుగానూ, గొప్ప లక్ష్యాలని సాధించుకునేట్టు గానూ మనం ఎదగటం సాధ్యం కాదు.

## మనని పరీక్షించేవి కష్టాలే

ఇటువంటి వైరుధ్యాల గురించి లోతుగా ఆలోచించిన గొప్ప మేధావులతో చరిత్ర మొత్తం నిండి ఉంది. ఏదైనా గొప్ప లక్ష్యాన్ని సాధించే మార్గంలో మీరు ఉత్తీర్ణులవాల్సిన పరీక్షే వైరుధ్యాలు అని వాళ్లు తేల్చి చెప్పారు. హెరొడొటస్ అనే గ్రీకు తత్వవేత్త, "కష్టాలు లేనప్పుడు ఒక వ్యక్తిలో దాగి ఉన్న బలమూ, గుణాలూ, వెలికి తీసే ప్రభావం ఒక్క కష్టాలకి మాత్రమే ఉంటుంది," అంటాడు.

శక్తి, ధైర్యం, వ్యక్తిత్వం, పట్టుదల అనే అత్యుత్తమ గుణాలు బైట పడేది మీరు గొప్ప సవాళ్లని ఎదుర్కొని వాటికి సానుకూలంగానూ, నిర్మాణాత్మకంగానూ ప్రతిస్పందించినప్పుడే.

అడుగడుగునా ప్రతి మనిషీ కష్టాలని ఎదుర్కొంటాడు. హెచ్చుస్థాయి విజయాలని సాధించేవారికీ, ఒక మోస్తరు సాఫల్యాలని సాధించేవారికీ గల తేడా ఏమిటంటే, హెచ్చుస్థాయి విజయాలు సాధించేవాళ్లు కష్టాలనీ, సంఘర్షణలనీ ఎదగటానికి

ఉపయోగించుకుంటారు, కానీ తక్కువ సాఫల్యాన్ని సాధించేవాళ్లు కష్టాలకీ, అడ్డంకులకీ బెదిరిపోయి నిరాశా నిస్పృహలకి లోనవుతారు.

## నిరాశని తోసిపుచ్చి పదండి ముందుకు

హార్వర్డ్‌లోని అబ్రహామ్ జెలెజ్నిక్, మీరు నిరాశకి ప్రతిస్పందించే విధమే భవిష్యత్తులో మీరు గొప్ప విజయాన్ని సాధించుకునేందుకు ఎంతవరకూ అర్హులు అనేది స్పష్టంగా చెప్పగలదని నిరూపించాడు. నిరాశ నుంచి మీరు పాఠం నేర్చుకుని, దాన్ని వెనక్కి పెట్టి ముందుకి తోసుకుపోగలిగితే, మీ జీవితంలో మీరు గొప్ప పనులు చెయ్యగలుగుతారు.

## ఓటమికి ఒక్క అడుగు వెనకే విజయం వస్తుంది

ఇది మరొక గొప్ప ఆవిష్కారం. మీరు ఒక ప్రయత్నించింది చాలు, వదిలేద్దాం అనుకునే తరుణంలోనే మీ అతిగొప్ప విజయం మీకు దొరుకుతుంది. చరిత్రగమనంలో ఎంతోమంది స్త్రీలూ, పురుషులూ నిరాశా నిస్పృహలకి లోనైనప్పుడు అననుకూల పరిస్థితులున్న సమయంలో తాము పట్టుదలతో ప్రయత్నించినందువల్ల గొప్ప విజయాలు లభించటాన్ని చూసి నిర్ఘాంతపోయారు. పట్టువిడవకుండా ఉండటం అనే ఈ ఆఖరి ప్రయత్నం దీన్ని తరచు "పట్టుదలకి పరీక్ష" అని కూడా అంటారు. అన్ని రకాల గొప్ప విజయాలకీ ముందు వస్తూ ఉంటుంది.

హెచ్. రాస్ పెరోట్ 1,000 డాలర్లతో ఇడిఎస్ ఇండస్ట్రీస్‌ని మొదలుపెట్టి, దాదాపు 3 బిలియన్ డాలర్లకి విస్తరింపజేశాడు. అమెరికా చరిత్రలోనే స్వయంకృషితో పైకొచ్చిన పారిశ్రామికవేత్తలందరిలోకీ ఆయన గొప్ప విజేత అని చెప్పచ్చు. ఆయన ఇలా అన్నాడు : "విజయాన్ని అందుకునే సమయంలోనే అందరూ ప్రయత్నాన్ని విడిచిపెట్టేస్తారు. లక్ష్యం చేతికందే దూరంలో ఉండగా వాళ్లు వెనక్కి వెళ్లిపోతారు. ఆటలో ఆఖరి నిమిషాన ఆశ వదులుకుంటారు, ఇక అడుగు దూరంలో గెలుపు ఉందనగా."

హెరొడొటస్ కూడా ఇంకో విషయం రాశాడు, *"కొంతమంది దాదాపు లక్ష్యాన్ని చేరుకునే తరుణంలో తమ ప్రణాళికలకి స్వస్తి చెప్పేస్తారు; ఇంకొందరు దీనికి వ్యతిరేకంగా, ఎక్కువ ప్రయాస పడి విజయాన్ని సొంతం చేసుకుంటారు, అదీ ఆఖరి నిమిషంలో ఇంతకు ముందెన్నడూ చెయ్యని గొప్ప ప్రయత్నాల ద్వారా."*

ఈ పట్టుదల అనే సిద్ధాంతం, విడవకుండా ప్రయత్నించటం అనే దాన్ని లెక్కలేనంత మంది గొప్ప స్త్రీ పురుషుల జీవితాలలో మీరు చూడగలరు. ఫ్లోరెన్స్ స్కోవెల్‌షిన్ మాటల్లో చెప్పాలంటే, "ప్రతి గొప్ప పనీ, ప్రతీ గొప్ప విజయం, ఒక ఊహని పట్టుకుని ఉండటం వల్ల వ్యక్తీకరణమైంది. ఆ గొప్ప విజయం లభించేందుకు సరిగ్గా ముందు తరచు ఓటమి, నిరుత్సాహం కనబడుతాయి."

నెపోలియన్ హిల్ తను రాసిన, 'థింక్ ఎండ్ గ్రో రిచ్' అనే గొప్ప పుస్తకంలో ఇలా అంటాడు, "ఏ వ్యక్తి జీవితంలోనైనా ఘన విజయానికి ముందు అతనికి తాత్కాలికమైన ఓటమి తప్పకుండా ఎదురవుతుంది, ఒక్కోసారి కొంత వైఫల్యం కూడా. ఓటమి మనిషిని అధిగమించినప్పుడు, సామాన్యంగా అందరూ చేసే సులభమైన పని వదిలెయ్యటం, అదే సబబని అనిపిస్తుంది. అధికశాతం స్త్రీ పురుషులు చేసేది కూడా సరిగ్గా ఆ పనే."

'అంకుల్ టామ్స్ క్యాబిన్' రాసిన హారియెట్ బీచర్ స్టోవ్ కూడా ఈ వాక్యాలని రాసింది, "ఆ సమయంలో ఎప్పుడూ విడిచిపెట్టకండి, ఎందుకంటే సరిగ్గా అదేసమయంలో, అదే స్థానంలో పరిస్థితులు మారతాయి."

మీరు చూడనిది – అలాటిది ఉందని జనం ఎప్పుడూ అనుకోనిది – మీరు నిరాశని ఎదుర్కొనేప్పుడు మిమ్మల్ని కాపాడేందుకు నిశ్శబ్దంగా మీ దగ్గరకి వచ్చే తిరుగులేని శక్తిని.

క్లాడ్ ఎమ్. బ్రిస్టల్ ఇలా అంటాడు, "అడ్డంకులని ధ్వంసం చేసేది సంకల్పంతో నిరంతరం చేసే ప్రయత్నం. అది అన్ని అడ్డుగోడలనీ ఒక్కదెబ్బతో తొలగిస్తుంది."

జేమ్స్ విట్‌కోంబ్ రైలే మరో రకంగా చెపుతాడు, "అన్నిటికన్నా ముఖ్యమైనది పట్టుదల – మీ శక్తినీ, ఉత్సాహాన్నీ తప్పనిసరిగా కలిగే నిరుత్సాహం ఎప్పుడూ నీరుకార్చనీయకుండా చూస్తానన్న మీ దృఢ సంకల్పం."

ఏం జరిగినా పట్టువదలకుండా ఉండే శక్తి, భరించటం – విజేతకి కావలసిన గుణం ఇదే. పట్టుదల అంటే ఓటమిని మళ్లీ మళ్లీ ఎదుర్కొంటూ కూడా ప్రయత్నాన్ని విడిచిపెట్టకుండా ఉండటమే, గొప్ప కష్టాల్లో కూడా ముందుకి తోసుకుపోవటం. ఒక అజ్ఞాత కవి రాసిన కవిత ఒకటుంది. దాన్ని అందరూ చదివి, కంఠస్థం చేసి, గానం చెయ్యాలని నేను అనుకుంటున్నాను, ముఖ్యంగా విడిచిపెట్టెయ్యాలనీ, ప్రయత్నాన్ని ఆపెయ్యాలనీ బాగా అనిపించినప్పుడు. "వదిలెయ్యకండి" అనేది ఆ కవితకి శీర్షిక.

## వదిలెయ్యకండి

అన్నీ అవకతవకగా జరిగినప్పుడు, ఒక్కోసారి అలాగే జరుగుతుంది.
మీరు భారంగా నడుస్తున్న దారి ఎత్తైన కొండదారి అయినప్పుడు.
ఆదాయం తక్కువా అప్పులు ఎక్కువా అయినప్పుడు.
మీకు చిరునవ్వు నవ్వాలని అనిపించినా నిట్టూర్పులే వచ్చినప్పుడు.
ఆందోళన మిమ్మల్ని కొంచెం ఒత్తిడి చేస్తున్నప్పుడు.
విశ్రాంతి తీసుకోండి, కావలిస్తే, కానీ వదిలిపెట్టకండి.
జీవితం విచిత్రమైంది ఎన్నో వంకలూ, మలుపులూ.

మనమందరం ఎప్పుడో ఒకప్పుడు తెలుసుకుంటాం.
ఎన్నో ఓటములు మార్చివేస్తాయి,
విడిచిపెట్టకుండా ఉంటే అతనికి విజయాన్ని చేకూర్చేవి :
వేగం తక్కువ అనిపించినా ప్రయత్నం మానకండి-
ఇంకొక్క దెబ్బతో మీరు విజయాన్ని చేరుకోగలరేమో.
ఓటమిని తలకిందులు చేస్తే విజయం -
అనుమానం మబ్బుల అంచుల్లోని వెండి మెరుపు.
ఎంత దగ్గరకి చేరుకున్నారో మీరెప్పుడూ చెప్పలేరు.
ఎంతో దూరం అనిపించేది నిజానికి దగ్గర్లోనే ఉండచ్చు :
అన్నిటికన్నా పెద్ద దెబ్బని రుచి చూసినప్పుడే పోరాటాన్ని కొనసాగించండి -
పరిస్థితులు అన్నిటికన్నా ఘోరంగా ఉన్నాయనిపించినప్పుడే మీరు విడిచిపెట్టకూడదు.

## గెలిచేదాకా పట్టువిడవకుండా ప్రయత్నించండి

1. ఈరోజు అన్నిటికన్నా పెద్ద లక్ష్యాన్ని చేరుకునే దారిలో మీ ముందున్న అతిపెద్ద సవాలునో, సమస్యనో గుర్తించండి. దాన్ని మీ సంకల్పాన్నీ, కోరికనీ పరీక్షించటానికి ఎవరో పంపారని ఊహించుకోండి. ఎప్పుడూ ప్రయత్నాన్ని వదిలిపెట్టనని నిశ్చయించుకోండి.

2. గడిచిపోయిన మీ జీవితాన్ని వెనక్కి తిరిగి చూసుకుని, పట్టువిడవకుండా ప్రయత్నిస్తానన్న తీర్మానం మీ విజయంలో ఎలా కీలకపాత్ర వహించిందో గుర్తుతెచ్చుకోండి. మీరు కష్టాలకీ, నిరుత్సాహానికీ లోనైన పాత అనుభవాలని గుర్తుచేసుకోండి.

3. మీకు లక్ష్యం సాధించాలన్న తీవ్రమైన కోరిక ఉన్నంతవరకూ, దాన్ని సాధించేదాకా ప్రయత్నాన్ని విడనాడనని ముందుగానే తీర్మానించుకోండి.

4. ప్రతి సమస్యలోకీ, కష్టంలోకీ, అడ్డంకిలోకీ, లేదా వైఫల్యంలోకీ తొంగి చూడండి. అందులో వాటికి సమానమైన, లేదా అంతకన్నా గొప్ప లాభం గాని, అవకాశంగాని దాగిఉందేమో గమనించండి.

5. ప్రతీ పరిస్థితిలోనూ, పరిష్కారం వైపూ క్రియాశీలత వైపూ మొగ్గుచూపుతానని నిర్ణయించుకోండి. మీ సమస్యలని పరిష్కరించేందుకూమీ లక్ష్యాలని సాధించుకునేందుకూ ప్రస్తుతం ఏం చెయ్యాలనే ధోరణిలో ఆలోచించి, ఆ తరవాత పని మొదలుపెట్టండి! ఎప్పుడూ ప్రయత్నాన్ని విడిచిపెట్టకండి.

## సారాంశం
# ఈరోజే పని ప్రారంభించండి

మీరు యిప్పుడు లక్ష్యాలని ఏర్పరచుకుని వాటిని సాధించటంకోసం అవసరమైన వ్యూహం గురించి తెలుసుకున్నారు. బహుశా ఈ వ్యూహం అన్నిటికన్నా విస్తారమైనది, ఇదంతా ఒకేసారి ఒకే పుస్తకంలో చేర్చబడింది. ఈ నియమాలను సిద్ధాంతాలను పాటిస్తే, మిగతా అందరూ తమ జీవితకాలంలో సాధించిన దానికన్నా అధికంగా మీరు రాబోయే కాలంలో సాధించగలరు.

జీవితాంతం విజయం సాధిస్తూ వుండడానికి మీరు అభివృద్ధి చేసుకోవలసిన అతిముఖ్యమైన గుణం ఏమిటంటే - మీ ప్రణాళికలు, లక్ష్యాలు, ఆలోచనలు, పరిజ్ఞానాలకు అనుగుణంగా చర్య తీసుకునే అలవాటుని పెంపొందించుకోవటం! దానికోసం మీరెంత తరచుగా ప్రయత్నం చేస్తుంటే, అంత త్వరగా మీరు విజయం సాధించగలరు. మీరు చేసే ప్రయత్నాల సంఖ్యకీ, జీవితంలోని మీ విజయాలకీ మధ్య ప్రత్యక్ష సంబంధం వుంది. లక్ష్యాలు ఏర్పరచుకుని వాటిని సాధించటానికి అద్భుతమైన జీవితాన్ని గడపటానికి ఇవిగో మీకోసం 21 సూచనలు :

**1. మీలో దాగివున్న శక్తిని విడుదల చెయ్యండి** - మీరు ఎప్పుడూ ఒక విషయాన్ని గుర్తుంచుకోండి : మీలో దాగివున్న శక్తికి పరిమితులు లేవు. మీ జీవితంలో యింతవరకు మీరు సాధించినది మీరు మీభవిష్యత్తులో సాధించబోయే అద్భుతమైన విజయాలకోసం సన్నాహం మాత్రమే!

**2. మీ జీవితాన్ని మీ అధీనంలో వుంచుకోండి** - మీరు ఈ రోజు యిలా ఉన్నారంటే, దానంతటికీ మీరే బాధ్యులు. మీరు చేసే ప్రతీ ఆలోచనకీ, చెప్పినదానికీ, చేసేదానికీ, ముందుముందు మీరెలా రూపొందినా - వీటి అన్నిటికీ మీరే బాధ్యులు. సాకులు చెప్పడానికి ఒప్పుకోకండి. ఇతరులని నిందించవద్దు. దానికి బదులు ప్రతిరోజూ మీరు మీ లక్ష్యం చేరుకోవడంలో ప్రగతి సాధించండి.

**3. మీ భవిష్యత్తును మీరే నిర్మించుకోండి** - రాబోయే కాలంలో మీరు చేయబోయే పనికి హద్దులు లేవని ఊహించుకోండి. మీరు కోరుకుంటున్న ఎలాంటి

జీవితాన్నైనా సృష్టించడానికి అవసరమైన అన్ని వనరులు మీ దగ్గర వున్నాయని ఊహించుకుంటూ, మీ భవిష్యత్తు గురించి ఆలోచించండి, ప్రణాళికలు వేయండి.

**4. మీ విలువలని స్పష్టం చేయండి** - మీ మనసులోతుల్లోని విలువలు, విశ్వాసాలు మీ వ్యక్తిత్వాన్ని నిర్వచిస్తాయి. మీరు నిజంగా వేటిని నమ్ముతున్నారో, మీ జీవితంలోని ఒక్కొక్క రంగంలోని వేటిపైన శ్రద్ధ వహిస్తారో, వాటిగురించి ఆలోచించ డానికి తగినంత వ్యవధి వుంచుకోండి. మీకు ఏది సరైనదని అనిపిస్తుందో దానినుంచి దూరంకావడానికి ఒప్పుకోకండి.

**5. మీరు నిజంగా కోరుకునే లక్ష్యాలని నిర్ణయించుకోండి** - మీ జీవితంలోని ప్రతీ రంగంలోనూ మీరు నిజంగా ఏం సాధించాలని కోరుకుంటున్నారో వాటిని మీకోసం మీరే నిర్ణయించండి. సంతోషానికి, జీవితాన్ని సఫలం చేసుకోడానికి స్పష్టత అత్యవసరం.

**6. ముఖ్యమైన, నిర్దిష్టమైన లక్ష్యాన్ని ఏర్పరచుకోండి** - మీకొక కేంద్రీయ ఉద్దేశం అవసరం, మీ జీవితాన్ని దానిచుట్టూ నిర్మించుకోవాలి. ఆ ఒక లక్ష్యం ఎలాగ వుండాలంటే, అది మీ యితర లక్ష్యాలను మీరు సాధించటంలో సహాయపడాలి. మీ విషయంలో అదేమిటో నిర్ధారించండి, దానిపై అన్నివేళలా పనిచేయండి.

**7. మీ నమ్మకాలని విశ్లేషించుకోండి** - మీ నైపుణ్యాలు, మీచుట్టూవున్న ప్రపంచం గురించి వున్న మీ నమ్మకాలు, మరే యితర అంశం కన్నా అధికంగా, మీ అనుభూతులు చర్యలను ప్రభావితం చేస్తాయి. అందుకే మీ నమ్మకాలు సానుకూలంగా, మీకు సాధ్యమైనది సాధించటానికి అనువుగా వుండేటట్లు జాగ్రత్త వహించండి.

**8. ఆరంభంనుంచి ప్రారంభించండి** - మీ లక్ష్యసాధనలో ముందుకు సాగడానికి ముందు, మీరు ఎక్కడనుంచి మీ ప్రయాణం ప్రారంభించదలచుకున్నారో ఆ కేంద్రాన్ని జాగ్రత్తగా విశ్లేషించండి. ఈనాడు మీరున్న సరైన పరిస్థితిని నిర్ధారించండి, భవిష్యత్తులో మీరు ఏం సాధించాలని కోరుకుంటున్నారో దానిపట్ల నిజాయితీగా వాస్తవదృక్పథం కలిగివుండండి.

**9. మీ పురోగమనాన్ని కొలవండి** - మీ లక్ష్యసాధన మార్గంలో మూల్యనిర్ధారణ కోసం స్పష్టమైన ప్రమాణాలను, కొలమానాలను, స్కోర్‌బోర్డులను ఏర్పాటుచేసుకోండి. మీరు మీ పనిని ఎంత బాగా నిర్వహిస్తున్నారనే విషయంలో మూల్యాంకనం కోసం ఈ కొలమానాలు మీకు తోడ్పడతాయి, మీ దారిలో అవసరమయే మార్పులు చేర్పులు చేసుకునే వీలును మీకు కలిగిస్తాయి.

**10. దారిలోని అడ్డంకులని తొలగించండి** - విజయం అనేది ఒక నైపుణ్యం, అది సమస్యలను పరిష్కరిస్తుంది, మీ లక్ష్యసాధనలో మార్గమధ్యంలో వున్న అడ్డంకులను తొలగిస్తుంది. అదృష్టవశాత్తూ సమస్యను పరిష్కరించే నైపుణ్యాన్ని మీరు

అభ్యాసంతో నేర్చుకోగలరు, దాని ఆధారంగా మీరు ఎంతో వేగంగా మీ లక్ష్యాలని సాధించగలరు, అంత వేగంగా అది సాధ్యమన్న వూహకూడా మీకు కలిగివుండదు.

**11. మీ రంగంలో నిష్ణాతులు అవండి** – ఈ క్షణాన కూడా మీలో ఒక నైపుణ్యం వుంది, మీరు చేస్తున్న పనిలో మిమ్మల్ని సర్వోత్తములుగా చేయగలదది, మీ రంగంలోని పదిశాతం అగ్రగాముల సరసన చేరుస్తుంది అది. దీన్ని మీలక్ష్యం చేసుకోండి, ప్రతిరోజూ దానికోసం పనిచేయండి, దానిని చేరుకునేదాక మీ పనిని ఆపవద్దు.

**12. సరైనవారితో కలిసి పనిచేయండి** – మీరు ఎవరితో నివసించాలి, పని చేయాలి, కలిసి తిరగాలి అనే మీ ఎంపికలు, మరే యితర అంశం చేయలేనంతగా, మీ విజయంపై ప్రభావం చూపుతాయి. ఇవాళే ఒక నిర్ణయం తీసుకోండి, మీరు యిష్టపడే, గౌరవించే, ఆరాధించే వ్యక్తులతోనే సహవాసం చేయండి. మీరు డేగ అవాలని కోరుకుంటున్నప్పుడు, డేగలతోపాటు ఎగరండి.

**13. కార్యాచరణకోసం ప్రణాళికను తయారుచేయండి** – బాగా ఆలోచించి తయారుచేసుకున్న ప్రణాళికతో ఒక సాధారణ వ్యక్తి, ప్రణాళిక అంటూలేని ప్రతిభా వంతుని దాటి ముందుకు పోగలడు. ముందుగా ఒక ప్రణాళిక తయారుచేసుకుని ఏర్పాట్లు చేసుకోగల నైపుణ్యం మీకుంటే, మీరు మరిన్ని గొప్ప లక్ష్యాలని, జటిలమైన లక్ష్యాలని సాధించగలరు.

**14. మీ సమయాన్ని సరిగ్గా వాడుకోండి** – ఆచరణయోగ్యమని నిరూపించబడ్డ సమయనిర్వహణా సిద్ధాంతాలని అనుసరించటం ద్వారా మీ ఉత్పత్తులనూ, ఉత్పాదక శక్తినీ, నిర్వహణాసామర్థ్యాన్ని రెండింతలు, మూడింతలుగా ఎలా చేయచ్చో నేర్చుకోండి. మొదలుపెట్టే ముందు ఎప్పుడూ మీ ప్రాధాన్యతలని నిశ్చయించుకోండి, తర్వాత విలువైన మీ సమయాన్ని వాడటంలో ధ్యాస వుంచండి.

**15. ప్రతిరోజూ మీ లక్ష్యాలని విశ్లేషిస్తూండండి** – ప్రతిరోజూ, ప్రతివారమూ, ప్రతినెలా కొంత సమయం కేటాయించండి, మీ లక్ష్యాలని, ఉద్దేశాలని విశ్లేషించండి, వాటి మూల్యాంకనం చేయండి. మీరు సరైన మార్గంలోనే ప్రయాణం చేస్తున్నట్లు, మీకు ముఖ్యమైన వాటికోసం యింకా పనిచేస్తున్నట్లు చూసుకోండి. కొత్త సమాచారం దొరికినప్పుడు మీ లక్ష్యాలను, ప్రణాళికలను మార్చుకోడానికి సంసిద్ధులు కండి.

**16. నిరంతరం మీ లక్ష్యాలని మనసులో రూపకల్పన చేసుకోండి** – మీ మనసులోని చిత్రాలకి దర్శకత్వం వహించండి. మీ జీవితంలో రాబోయే ఆకర్షణలను మీ కల్పనాశక్తి ద్వారా ముందుగానే చూడవచ్చు. మీ లక్ష్యాలు అప్పటికే సాకారం పొందాయన్నట్టుగా, వాటిని మళ్లీమళ్లీ చూడండి. మీ స్పష్టమైన, ఉత్తేజకరమైన మానసికచిత్రాలు మీ మానసిక శక్తులని ప్రేరేపించి, లక్ష్యాలను మీ జీవితంలోకి ఆకర్షిస్తాయి.

**17. మీ అతిచేతనాత్మక మనసుని చైతన్యవంతం చేయండి** – మీలోనూ, మీచుట్టూ అనూహ్యమైన శక్తి వుంది. అది దేన్నైనా మీకు తెచ్చిపెట్టగలదు, మీరు ఏం కోరుకున్నా, ఏది అవసరమైనా! తరచూ సమయం తీసుకోండి, లక్ష్యసాధన కోసం ఆలోచనలకు, అంతర్దృష్టులకు ఆలవాలయమైన ఈ అద్భుతమైన మూలాన్ని ఆశ్రయించండి.

**18. అన్ని సమయాలలోనూ మెత్తని వంగే గుణం కలిగివుండండి** – మీ లక్ష్యం గురించి స్పష్టంగా వుండండి, కాని దానిని సాధించే ప్రక్రియలో మాత్రం పట్టూవిడుపూ కలిగి వుండండి. అదే ఫలితాన్ని పొందటంకోసం – నూతనమైన, మెరుగైన, వేగవంతమైన, అతితక్కువ ఖర్చుతో కూడిన మార్గాలకోసం నిరంతరం ఎదురు చూస్తూండండి. ఒకవేళ ఏదైనా సక్రమంగా పనిచేయని పక్షంలో, మరో పద్ధతిని అవలంబించడానికి సందేహించవద్దు.

**19. సహజంగా మీలోవున్న సృజనాత్మకతను విడుదల చేయండి** – సమస్యలను పరిష్కరించడానికి మీలో ఎంతో సృజనాత్మకమైన నైపుణ్యం వుంది, లక్ష్యసాధనలో మీరింతవరకు వాడని సరికొత్త, మెరుగైన రీతులని మీరు కనిపెట్టగలరు. సంభవ నీయమైన ప్రతిభావంతులు మీరు. మీరు మేథస్సుని ఉపయోగించి ఏ అడ్డంకినైనా అధిగమించగలరు, మీకోసం ముందుంచుకున్న ఏ లక్ష్యాన్నైనా సాధించగలరు.

**20. ప్రతిరోజూ ఏదైనా చేయండి** – 'విజయం యొక్క వేగగతి సిద్ధాంతా'న్ని ఉపయోగించండి. మీ లక్ష్యం సాధించటానికి ప్రయత్నం ఆరంభించండి. ఆ తర్వాత ప్రతిరోజూ ఏదైనా చేస్తూండండి. మీరు కోరుకుంటున్న లక్ష్యం దగ్గరకి అది చేరుస్తుంది. మీ విజయానికి మీరు చర్య తీసుకోటానికి మొగ్గుచూపాలి.

**21. మీరు విజయం సాధించే వరకు పట్టిన పట్టు విడువకండి** – ఇతరులకన్నా ఎక్కువసేపు పట్టిన పట్టు విడువకుండా ఉండగల గుణమే, జీవితంలో గొప్ప విజయాన్ని తప్పక తెచ్చిపెడుతుందని అంతిమ విశ్లేషణలో తేలింది. పట్టు విడువ కుండటం అనేది కార్యనిర్వహణలో క్రమశిక్షణ కలిగివుండటం. మీమీద మీకున్న విశ్వాసానికి అది నిజమైన కొలమానం. ఓటమిని ఎప్పుడూ ఒప్పుకోనని ముందుగానే సంకల్పించండి!

లక్ష్యాలను ఏర్పరచుకుని, లక్ష్యాలు సాధించటానికి యింతవరకూ కనుక్కున్న అతిముఖ్యమైన 21 సూత్రాలు యివే. మీరు ఈ సిద్ధాంతాలని తరచూ సమీక్షిస్తూ అభ్యసించగలిగితే, అసాధారణమైన జీవితాన్ని జీవించగలరు. ఇప్పుడు మిమ్మల్ని ఆపే శక్తి దేనికీ లేదు.

శుభాకాంక్షలు!

——— ☆ ———

## రచయిత గురించి

బ్రయన్ ట్రేసీ ఈనాడు ప్రపంచంలో అత్యున్నత స్థానంలో వున్న వక్తలు, శిక్షకులలో ఒకడు. ఆయన ప్రతి సంవత్సరమూ 250,000 మించిన స్త్రీపురుషులతో నాయకత్వం, వ్యూహం, అమ్మకాలు, వ్యక్తిగత, వ్యాపార విజయంపై ప్రసంగిస్తుంటాడు.

బ్రయన్ వాణిజ్యం, మనస్తత్వశాస్త్రం, నిర్వహణ, అమ్మకాలు, చరిత్ర, ఆర్థికశాస్త్రం, రాజకీయాలు, అధిభౌతికశాస్త్రం, మతం లాటి విషయాలలో ఎంతో ఆసక్తి కనబరుస్తాడు. ప్రతి సంవత్సరం ప్రపంచవ్యాప్తంగా వందకిపైగా తానిచ్చే ఉపన్యాసాలు, నిర్వహించే సమావేశాలలో ఆయన హాస్యం, అంతర్దృష్టి, సమాచారం, ప్రేరణః అనుపమాన మిశ్రమాన్ని మనకు అందజేస్తుంటాడు.

ప్రతీ వ్యక్తిలోనూ తానింతవరకు వాడుకోని అసమానమైన ప్రతిభ వుంటుందని, అదెలా వాడాలో నేర్చుకుని, ఉపయోగించగానే, జీవితకాలంలో ఒక సాధారణవ్యక్తి సాధించేదానికన్నా అధికంగా, అతను సాధించగలడని బ్రయన్ నమ్ముతాడు.

బ్రయన్ ట్రేసీ బ్రయన్ ట్రేసీ ఇంటర్నేషనల్‌కు అధ్యక్షుడు. ఇది ఒక మానవ వనరుల వికాస సంస్థ, కాలిఫోర్నియా రాష్ట్రంలోని సోలోనా బీచ్‌లో దీని ప్రధాన కార్యాలయం వుంది. ఆయన యింతవరకు 35 పుస్తకాలు రాశాడు, 300కు పైగా ఆడియో, వీడియో శిక్షణ కార్యక్రమాలను తయారుచేశాడు. అవన్నీ ఇరవైభాషల్లోకి అనువదించబడి, ముప్పైఎనిమిదిదేశాలలో ఉపయోగించబడుతున్నాయి.

బ్రయన్ తన భార్య బార్బరా, నలుగురుపిల్లలతోపాటు కాలిఫోర్నియాలోని సోలానా బీచ్‌లో ఉంటాడు. ఆయన సమాజ కార్యకలాపాలలో చురుగ్గా పాల్గొం టుంటాడు, అనేక లాభాపేక్షలేని సంస్థలకు సలహాదారు కూడాను.